ரோஹித் டே, ஒரு வழக்கறிஞர், நவீன தெற்காசியா பற்றிய வரலாற்று ஆசிரியர். பிரின்ஸ்டன் பல்கலைக்கழகத்தில் முனைவர் பட்டம் பெற்றவர். பல ஆராய்ச்சி நிறுவனங்களில் உறுப்பினர். கேம்பிரிட்ஜ் பல்கலைக்கழகத்தின் டிரினிட்டி ஹாலில் ஓர் ஆய்வு உறுப்பினர். 2004இல் யேல் பல்கலைக்கழகத்தில் சேர்ந்தார். சட்டத் துறையில் யேலிலும் பெங்களூர் தேசிய சட்டக் கல்லூரியிலும் பட்டம் பெற்றவர். இந்தியா, பாகிஸ்தான், பங்களாதேசம் ஆகிய நாடுகளில் தெற்காசிய வரலாறு வகுப்புகள் எடுக்கிறார்

இரண்டு நூல்கள் எழுதியிருக்கிறார்: மக்களின் அரசமைப்புச் சட்டம் 2018இல் வெளியானது. Assembling the Indian Constitution, 2023ஆம் ஆண்டு வெளியாகும். மக்களின் அரசமைப்புச் சட்டம் நூலுக்குப் பல பரிசுகள் கிடைத்திருக்கின்றன.

ச. வின்சென்ட்

மதுரை, கருமாத்தூர் அருள் ஆனந்தர் கல்லூரியில் ஆங்கிலத்துறைத் தலைவராக இருந்து ஓய்வு பெற்றவர். நைஜீரிய நாவலாசிரியர் சினுவ அச்சிபியின் நாவல்களை ஆய்வு செய்து முனைவர் பட்டம் பெற்றவர். பல நூல்களை ஆங்கிலத்திலிருந்து தமிழுக்கும் தமிழிலிருந்து ஆங்கிலத்திற்கும் மொழியாக்கம் செய்திருக்கிறார். சுயமுன்னேற்ற நூல்கள், முதியோருக்கான நூல் ஆகியவற்றையும் எழுதியிருக்கிறார். எதிர் வெளியீட்டில் ஃபிராய்ட் முதல் கல்விக் கூடத்திலிருந்து விடுபடும் சமுதாயம் வரை என பதிமூன்று நூல்கள் வெளிவந்திருக்கின்றன. பொள்ளாச்சி அருட்செல்வர் மகாலிங்கம் மொழிபெயர்ப்பு மையம், நியூ செஞ்சுரி புக் ஹவுஸ், நம் வாழ்வு, சந்தியா பதிப்பகம், பன்முக மேடை முதலிய பதிப்பகங்கள் அவரது நூல்களை வெளியிட்டிருக்கின்றன.

மக்களின் அரசமைப்புச் சட்டம்

இந்தியக் குடியரசில் சட்டத்தின்படி அன்றாட வாழ்க்கை

ரோஹித் டே

தமிழில்

ச. வின்சென்ட்

எதிர்
வெளியீடு

மக்களின் அரசமைப்புச் சட்டம்
இந்தியக் குடியரசில் சட்டத்தின்படி அன்றாட வாழ்க்கை
ரோஹித் டே
தமிழில்: ச. வின்சென்ட்

முதல் பதிப்பு: ஜனவரி 2023

எதிர் வெளியீடு
96, நியூ ஸ்கீம் ரோடு, பொள்ளாச்சி – 642 002
தொலைபேசி: 04259 226012, 99425 11302

விலை: ரூ. 400

A People's Constitution
Makkalin Arasamaippu Sattam
Rohit De
Translated by S. Vincent

First Published in Tamil language by Ethir Veliyeedu.
Copyright © Rohit De
First Edition: January 2023

Published by
Ethir Veliyeedu, 96, New Scheme Road, Pollachi – 2
email: ethirveliyedu@gmail.com
www.ethirveliyeedu.com

ISBN: 978-93-90811-54-0
Cover Design: Santhosh Narayanan
Printed at Jothy Enterprises, Chennai.

All rights reserved. No part of this book may be reprinted or reproduced or utilised in any form or by any electronic, mechanical or other means, now known or hereafter invented, including Photocopying and recording, or in any information storage or retrieval system, without permission in writing from the Publisher.

உள்ளடக்கம்

முன்னுரை 09
அரசமைப்புச் சட்டம் ஒரு வெற்றி 15
அரசமைப்புச் சட்டம் எனும் மாயை 18
நீதிப் பேராணைகளின் குடியரசு 22
இந்திய உச்ச நீதிமன்றம்: பொதுவான மற்றும்
ரகசிய ஆவணக்காப்பகம் 31
நூல் அமைப்பு முறை 35
மக்களின் அரசமைப்புச் சட்டம் பற்றிய மறுசிந்தனை:
அரசமைப்புச் சட்டம் 40
மக்களின் அரசமைப்புச் சட்டம் பற்றிய மறுசிந்தனை: மக்கள் 48

1. காவலரின் மூக்கு பற்றிய வழக்கு: பம்பாயில் மதுவிலக்கை அமல்படுத்தல் 59

ஒழுக்கநெறியுடைய நாட்டை நோக்கி:
மதுவிலக்கும் தேசியமும் 63
மதுவிலக்கை அரசமைப்புச் சட்டமாக்கல் 70
குடிபோதை இல்லாத குடிமக்களை உருவாக்கல்:
குடிப்பதைக் கட்டுப்படுத்தல் 73
குடிப்பது அடிப்படை உரிமை: நுசர்வாஞ்சி பல்சாரா X பம்பாய் அரசு 81
புதிய குடியரசுக்கு ஒரு சோதனை வழக்கு 87
மதுவிலக்குச் சட்டத்தின்படி நீதிமன்ற நடைமுறைகள் 96
பொதுநலன், தனியார் நலன்கள், பார்சி நலன்கள் 102
மதுவிலக்கு, சட்டம், பின்காலனிய இறையாண்மை 109

2. அதிகப்படி உருப்படிகள் வழக்கு: வணிகப் பண்டங்களுக்குக் கட்டுப்பாடுகள்,
சந்தை நிர்வாகம், நிர்வாகச் சட்டம் இயற்றல் 118

போர்க்காலக் கட்டுப்பாடுகள் 122
புதிய குடியரசில் கட்டுப்பாடுகளும் உரிமையும் 130

புதிய பொருளாதாரக் குற்றவாளி 138
லக்னோ பெட்டியில் வந்த மார்வாடிகள்:
சாதி, குற்றம், அரசமைப்பியம் 145
கிரிமினல் சட்டமும் அரசமைப்புச் சட்ட உத்திகளும் 154
இந்தியக் குடியரசில் அதிகாரங்களைப் பிரித்தல் 157
தில்லி சட்டங்கள் விதி (The Delhi Laws Act) பற்றிய சிக்கல் 162
நீதிமன்றத்தில் பக்ளாக்கள் 163
எதேச்சாதிகார நிர்வாகி: பக்ளா வழக்கின் நிழல் 166
திட்டமிடப்பட்ட சமூகத்தில் சட்டத்தின் பங்கு:
கட்டுப்பாடுகளும் நிர்வாகச் சட்டத்தின் பிறப்பும் 169
வர்த்தகர் ஒரு அரசமைப்புச் சட்டத்தின்படியான செயல்பாட்டாளர் 173

3. கண்ணுக்குத் தெரியாத கசாப்புக் கடைக்காரர்களின் வழக்கு:
   பொருளாதார உரிமைகளும் மதச் சடங்குகளும் 177

   பேரரசியிலிருந்து கௌ மகாராணிவரை:
   பசுக்கள், இனம், இறையாண்மை 180
   தெருக்களிலிருந்து நீதிமன்றங்களுக்கு:
   பேரரசின் அரசமைப்பியலும் மாட்டு வழக்கும் 183
   பசுவை அரசமைப்புச் சட்டத்துக்கு உட்படுத்தல் 187
   தேசிய அளவில் சிந்திப்பது, உள்ளூர் அளவில் செயல்படுவது:
   பசுக் கொலையின் நகரவை மேலாண்மை 194
   சட்டமியற்றல் என்ற கேடயம்:
   மாகாணச் சட்டமன்றத்தில் பசு பாதுகாப்பு 205
   உச்ச நீதிமன்றத்துக்குப் பசுக்களைக் கொண்டுசெல்லல் 208
   மதமும் தொழிலும் 211
   பொருளாதாரமும் அடையாளமும் 215
   உச்ச நீதிமன்றத்தில் பொருளாதாரக் கொள்கையை வரையறுத்தல் 220
   புதிய கால்நடை அமைப்பு 227

4. நேர்மையான விலைமகளின் வழக்கு:
   இந்திய அரசமைப்புச் சட்டத்தில் பாலியல், வேலை, விடுதலை 235

   புதிய குடியரசில் பெண்களுக்கு இடமளித்தல் 238
   SITA-வின் தோற்றம்: பின்காலனிய விபச்சாரச் சட்டத்தை அமைத்தல் .. 245
   ஒரு மாதிரி விலைமகள்: ஹஸ்னா பாயும் கீழ்த்தட்டு மக்களை
   சட்டப்படி ஒன்றுதிரட்டலும் 250

ஒழுங்குமுறைகளின்படி வாழ்தல்:
அரசமைப்புச் சட்ட வழிமுறைகளுக்கு மாற்று 253
வகைப்படுத்தலும் எதிர்ப்பும் 255
பரத்தை ஒரு குடிமகள்: பழைய கதையாடல்களைத் தகர்த்தல் 261
உலகின் மிகப் பழமையான தொழிலை நடத்தும் உரிமை 263
உரிமையின் இடவரைவியல்:
வெளியேற்றலும் இயக்கத்துக்கான உரிமையும் 267
ஹஸ்னா பாய் முதல் கவுசல்யா தேவி வரை:
நீதிமன்றத் தீர்ப்பின் தாக்கம் 274
முடிவுரை 281

பின்னுரை 287

அரசாங்கத்தின் மொழியில் பேசுதல் 290
செயல்முறை 293
விளிம்புநிலையிலிருந்து வந்த அரசமைப்பியல் 296
கசாப்புக் கடைக்காரர்களுக்கு அரசமைப்புச் சட்டமா?
சந்தைகள், சுற்றுச்சூழல், உரிமைகளின் தொடக்கம் 299

தேர்ந்தெடுக்கப்பட்ட நூல் பட்டியல் 304

முன்னுரை

1950ஆம் ஆண்டு டிசம்பரில் வட இந்தியாவின் ஜலாலாபாத் என்ற சிறுநகரம் ஒன்றில், காய்கறி வணிகம் பார்க்கும் முகமது யாசின் என்ற இஸ்லாமிய இளைஞன் கடுமையான கஷ்டத்தில் இருந்தான். நகராட்சி வெவ்வேறு பண்டங்களுக்கு உரிமம் தரும் புதிய துணை விதிகளை நடைமுறைப்படுத்துகிறது என்று அவனுக்கு ஒரு அறிவிக்கை வந்தது. அதன்படி, நகரப் பகுதியில் காய்கறிகள் விற்பதற்கு ஒரே ஒரு உரிமம் மட்டும் வழங்கப்படும். அந்த உரிமம் ஒரு இந்து வியாபாரிக்கு ஏற்கெனவே தரப்பட்டிருந்தது. அந்த உரிமத்தின்படி அந்த வியாபாரிக்கு ஜலாலாபாத்தில் காய்கறி வணிகத்துக்கான ஏகபோக உரிமை அளிக்கப்பட்டிருந்தது. இதனால், யாசினும் பிற காய்கறி வியாபாரிகளும் உரிமம் பெற்றவருக்குக் குறிப்பிட்ட கட்டணம் செலுத்திய பிறகுதான் தங்கள் பொருட்களை விற்க முடியும் என்ற கட்டாயத்துக்கு உள்ளானார்கள். மனுதாரர் தனது தொழிலைச் செய்ய நகர்மன்றம் தடைவிதிக்கக் கூடாது என்று ஆணையிடுமாறு உச்ச நீதிமன்றத்தில் யாசின் ஒரு நீதிப் பேராணை (ரிட்) மனு தாக்கல்செய்தான். செயற்கட்டளை நீதிப் பேராணை (ரிட் ஆஃப் மாண்டமஸ்) என்பது ஒரு கீழ்நிலையிலுள்ள அதிகாரி அல்லது அரசு அலுவலர் தான் ஆற்ற வேண்டிய நிர்வாகக் கடமைகளைச் சரியாகச் செய்யக் கட்டாயப்படுத்துவதற்கு ஒரு உயர்நிலை நீதிமன்றம் இடும் கட்டளை. இந்தப் புதிய விதியானது நகராட்சியின் அதிகாரத்துக்கு அப்பாற்பட்டதும் அதிகார வரம்புமீறல் (ultra vires) என்பதும் மட்டுமல்ல; அது யாசினுக்கு இந்திய அரசியல் சட்டம் வழங்கியுள்ள தொழிலையும்

பணியையும் ஆற்ற உள்ள உரிமைகளை மீறுகிறது என்று யாசினுடைய வழக்குரைஞர் வாதிட்டார்.

ஒரு சிறுநகரத்திலிருந்து வந்த காய்கறி வணிகரான யாசின், இந்திய வரலாற்றின் பிரம்மாண்டக் கதையாடல்களான — விடுதலை, பிரிவினை, தேர்தல்கள், குறுநில அரசுகளின் இணைப்பு ஆகிய பெரிய பிரச்சினைகள் தன்னைச் சுற்றி வளையவரும் வேளையில், ஒரு அடையாளம் இல்லாத வழிப்போக்கனாக அன்று தோன்றியிருப்பான். இன்றைக்கு அவனைப் பற்றி அக்கறை எடுத்து அவனைத் தெரிந்துகொள்ள நாம் ஏன் ஆர்வம்காட்ட வேண்டும்? உரிமையுடைய குடிமகனாகப் புதிய இந்திய உச்ச நீதிமன்றத்தில் தன்னை முன்னிலைப்படுத்திய முதல் இந்தியர்களில் ஒருவன் யாசின்தான் என்பதே காரணம். அவனுடைய சிக்கலும் அதற்கான தீர்வும் இந்தியாவின் புதிய அரசமைப்புச் சட்டக் குடியாட்சி அமைப்பிலிருந்து வருகின்றன என்பதும், ஒரு நிகழ்வுநிலைக்கு (phenonmenon) பிரதிநிதித்துவமாக இருக்கின்றன என்பதும் இந்நூலின் கருப்பொருளாக இருக்கின்றன.

அரசமைப்புச் சட்டத்தை யாசின் கையில் எடுத்தது இந்திய அரசமைப்புச் சட்ட அமைப்பியத்துக்கு அடிப்படையாக இருக்கும் மூன்று தன்மைகளை வெளிச்சத்துக்குக் கொண்டுவருகிறது என்று இந்த நூல் காட்டுகிறது: முதலாவதாக, அரசமைப்புச் சட்டம் அன்றாட வாழ்க்கைக்கு ஒரு எல்லையாக அல்லது ஒரு கட்டமைப்பாக முக்கியத்துவம் பெறுகிறது. இரண்டாவதாக, அரசமைப்புச் சட்டம் பெரும்பாலும் சிறுபான்மையினர் அல்லது கீழ்நிலையிலுள்ள மக்கள் போன்ற பெரிய எண்ணிக்கையிலான சாதாரண இந்தியர்களுக்காகவும் இருக்கிறது. மூன்றாவதாக, இந்த அரசமைப்புச் சட்ட மோதல்கள் பெரும்பாலும் புதிய இந்திய அரசின் சந்தைத் தொடர்புகளை ஒழுங்குபடுத்தும் முயற்சியின் வழியாக ஏற்பட்டன.

1947 ஆகஸ்ட் 15 அன்று நள்ளிரவில் இந்தியா விடுதலை நாடானது. மூன்றாண்டுகள் கழித்து, இந்திய நாட்டை 'இறையாண்மை கொண்ட மக்களாட்சிக் குடியரசு' என்று அறிவிக்கும் புதிய அரசமைப்புச் சட்டத்தை அரசமைப்பு அவை (Constituent Assembly) வெளியிட்டது. தேர்ந்தெடுக்கப்பட்ட மாநிலச் சட்டமன்றங்களால் இந்த அவையின் உறுப்பினர்கள் நியமிக்கப்பட்டார்கள். அந்தக் காலத்தில் அது மிகப் பெரிய சாதனை. இந்திய அரசமைப்புச் சட்டம் அரசமைப்பு அவையால் ஐந்து ஆண்டு காலத்தில்

எழுதப்பட்டது. இந்தியாவில் முன்னிலை வகித்த தேசிய அரசியல் கட்சியான காங்கிரஸ் மேலாதிக்கம் கொண்ட அந்த அவையானது பலதரப்பட்ட அரசியல் கருத்துகளையும் உள்ளடக்க முயன்றது; பாலினம், மதம், சாதி, பழங்குடியினம் ஆகியவை கொண்ட பல்வகை அமைப்புகளை உள்ளடக்கியிருந்தது. காலனிய ஆட்சியிலிருந்து விடுதலை பெற்ற மற்ற அரசுகளோடு ஒப்பிடும்போது இந்தச் சாதனை பெருமைக்குரியது. ஒயிட்ஹாலில் பிரிட்டிஷ் அலுவலகங்களைக் கொண்டு தங்களது அரசமைப்பை எழுதவைத்த கென்யா, மலேசியா, கானா, இலங்கை போன்ற முந்தைய பிரிட்டிஷ் காலனிகள் போலில்லாது, இந்தியர்கள் இந்திய அரசமைப்புச் சட்டத்தை எழுதினார்கள். இஸ்ரேல், பாகிஸ்தான் தலைவர்களைப் போலில்லாமல், இந்தியத் தலைவர்கள் அனைவரும் ஒரு அரசமைப்புச் சட்டத்தை ஏற்றுக்கொண்டார்கள். அந்த இரண்டு நாடுகளும் அதே காலகட்டத்தில் அரசமைப்பு அவைகளைத் தேர்ந்தெடுத்தார்கள். ஆனால், ஒரு ஆவணத்தை அனைவரும் ஒருமித்த முறையில் ஏற்கவில்லை.

இந்திய அரசமைப்புச் சட்டம் காலனியத்துக்குப் பிந்தைய உலகில் மிக நீண்ட காலமாகத் தாக்குப்பிடித்து வந்திருக்கும் ஒன்று. அது இந்தியாவின் பொதுவாழ்க்கையில் மேலாதிக்கம் செலுத்துகிறது. இருந்தாலும், இத்தனை காலம் அது தொடர்ந்து இயங்கிவந்திருப்பது அறிஞர்களின் கவனத்தை அதிகம் கவரவில்லை. அரசமைப்பை உருவாக்குவது, அரசமைப்பு வடிவம் ஆகியவை பற்றிய ஒருசில ஆவணங்கள் இருந்தாலும், ஒரு சமூகம் ஒரு அரசமைப்பை ஏற்றுக்கொள்ளும் செயல்முறைகள் இன்னும் ஆராயப்படவில்லை. அரசமைப்புச் சட்டங்கள் அரசியலின் மாற்றங்களைக் குறிக்கின்றன; புரட்சிகரமான மாற்றத்தின் காலகட்டங்களை வரையறுக்கின்றன. எனினும், ஒரு அரசமைப்புச் சட்டத்தால் ஏற்பட்ட புதிய வாழ்க்கை அமைப்பை எப்படி இந்தியர்கள் புரிந்துகொண்டார்கள், அனுபவித்தார்கள் என்பது பற்றி நமக்கு ஒன்றும் தெரியவில்லை.

1920-களிலிருந்தே எல்லா முக்கிய இந்திய மொழிகளிலும் அரசமைப்பு பற்றிய விவாதங்கள் செய்தித்தாள்களின் தலைப்புச் செய்திகளில் அதிகம் இடம்பெற்றிருந்தாலும்கூட 1946ஆம் ஆண்டு அதை வரைவுசெய்யும் பணி மேற்கொள்ளப்பட்ட பிறகுதான் நாடு முழுவதும் ஆர்வம் ஏற்பட்டது. பள்ளிச் சிறுவர்களிலிருந்து இல்லத்தரசிகள்வரை அரசமைப்பு வரைவுக்கு

உரிமைகள் கோரி, தேவைகளைச் சொல்லி, ஆலோசனைகள் வழங்கி, தந்திகளையும் அஞ்சலட்டைகளையும் மனுக்களையும் அரசமைப்புச் சட்டமன்றத்துக்கு அனுப்பினர். நீதிமன்றங்களில் ஆயிரக்கணக்கான இந்தியர்கள் அரசமைப்புச் சட்டத்தை முன்வைப்பதில் முகமது யாசினைப் பின்பற்றினார்கள். இந்த வழக்குகள் உடனடித் தேவைக்கான சூழல்கள் (எ.கா. பாகிஸ்தானுக்கு நாடுகடத்தப்படுவது பற்றிய செய்தி தெரிந்தவுடன் டம்ளரை உடைத்துத் தனது முகத்தையும் கைகளையும் ஒரு இஸ்லாமியர் காயப்படுத்திக்கொண்டார்; தான் மருத்துவச் சிகிச்சை எடுக்கும் நேரத்தில் தன்னுடைய வழக்குரைஞருக்கு வழக்குமன்றத்தில் 'ரிட்' மனு தாக்கல்செய்ய அவகாசம் அளிப்பதற்காக இவ்வாறு செய்தார்.), சாதாரண அன்றாட வாழ்க்கைச் சூழல்கள் (எ.கா. கல்கத்தாவின் டிராம் கட்டணங்களைக் கூட்டி அறிவித்தது சட்டப்படி செல்லாது என்று ஒரு கல்லூரிப் பேராசிரியர் வழக்கு தொடர்ந்தார்), கற்பனைக்கு எட்டாதவை (எ.கா. நாடு தாய்வழி வாரிசுக்கு மாற வேண்டும் என்றும், எல்லா ஆவணங்களிலும் தந்தையின் பெயருக்குப் பதிலாகத் தாயின் பெயர் இடம்பெற வேண்டும் என்றும் ஒரு மனுதாரர் வழக்கு தொடர்ந்தார்) போன்றவை அடங்கும். மக்கள் மீது அரசமைப்புச் சட்டம் ஆதிக்கம் செலுத்தவில்லை. மாறாக, அது மக்களின் அன்றாடச் சந்திப்புகளில் உண்டாக்கப்பட்டு, மீண்டும் உருவம் பெற்றது. இந்திய விடுதலையின் தொடக்க நாட்களிலிருந்தே குடிமக்களின் அரசியல் செயல்பாடு நீதித் துறையில் தாக்கம் ஏற்படுத்திற்று. மேலும், சாதாரண மக்கள் தொடர்ந்த பொதுநல வழக்குகள் நீண்ட வரலாற்றை உடையவை. அவைகூட நீதிமன்றங்கள் தாமே கொண்டுவந்தவை அல்ல; மக்களின் முயற்சியால் வந்தவை. இவற்றை நாம் விரிவாகப் பார்க்கப்போகிறோம்.

தெற்கு ஆசியாவில் பொது, தனிப்பட்ட வாழ்க்கையின் மையமாக அரசமைப்புச் சட்டம் இருந்தாலும், வரலாற்றுப் பாடங்களில் அது சரிவரப் பயன்படுத்தப்படவில்லை; அதனுடைய வரலாறு குறைவாகவே ஆய்வுக்கு உட்படுத்தப்பட்டிருக்கிறது. இதற்குக் காரணம், இந்திய அரசமைப்புச் சட்டவியல் எளிதாக விளக்கக்கூடியதாக இல்லை; அரசமைப்புச் சட்டவியல் என்பது மனிதரின் தன்னிச்சையான ஆட்சியில்லாமல் சட்டத்தின் ஆட்சியை விரும்புவதை அடிப்படையாகக் கொண்டது. ஆனால், இரண்டும் இந்தியாவில் ஒரே நேரத்தில் இருக்கின்றன. ஒருபக்கம்,

வெளிப்படையாகத் தெரியக்கூடிய உயிர்த்துடிப்புள்ள ஒரு அரசமைப்புப் பண்பாடு இந்தியாவுக்கு இருக்கிறது. நீதித் துறையை மீளாய்வுசெய்வதில் பரவலான அதிகாரங்களைச் செலுத்தும், உலகின் மிகவும் சக்தி வாய்ந்த அரசமைப்பு நீதிமன்றமாக இந்திய உச்ச நீதிமன்றம் அடிக்கடி விவரிக்கப்பட்டிருக்கிறது. அரசமைப்பு நீதிமன்றம்தான் அரசமைப்புச் சட்டத்துக்கு விளக்கம் தரக்கூடிய இறுதி அதிகாரம் படைத்தது. அரசமைப்பின் எல்லைகளை மீறாமல் இருப்பதை உறுதிப்படுத்தும் பணி அதற்குத் தரப்பட்டிருக்கிறது. வலுவான வழக்கறிஞர் குழுவால் உதவப்பட்டு, அரசின் ஆதரவுடன், பொதுமக்களின் பெருவாரியான ஆதரவு பெற்று இயங்கும் நீதிமன்றங்கள் பொதுவாழ்க்கையில் பரவலான பங்காற்றுகின்றன. எந்த அளவுக்கு என்றால், "உச்ச நீதிமன்றக் குறுக்கீடுகளால் உருவாக்கப்படாத எந்த அரசியல் பிரச்சினையும் இல்லை," என்று அறிஞர்கள் வாதிடுகிறார்கள். அரசாங்கம் அடிக்கடி கண்டனத்துக்கு உள்ளாகியிருக்கிறது; அரசமைப்புச் சட்ட வரம்புகளை மீறும் அரசின் முடிவுகள் கேள்விகளுக்கு உட்படுத்தப்பட்டு மாற்றப்பட்டிருக்கின்றன. மிக முக்கியமாக, குடிமக்களின் தம்உருவப் படிவங்கள், ஆர்வங்கள், அடையாளங்கள், உரிமைகள், காயங்கள் ஆகியவை அரசமைப்புச் சட்டத்தின் மொழியில் நிறைந்து காணப்படுகின்றன. புரட்சிகரமான சமூக அரசியல் இயக்கங்கள்கூட சட்ட அரசமைப்புக் கட்டமைப்புகளோடு இயங்கக் கட்டுப்படுத்தப்படுகின்றன. சமத்துவம் பற்றிய அரசமைப்புச் சட்ட உறுதிமொழியைக் கொண்டாட நினைவுச்சின்னங்கள் எழுப்பப்படுகின்றன. கிராமங்களில் பழங்குடியினருக்கு அரசமைப்புச் சட்டம் வழங்கியுள்ள பாதுகாப்புகளை விளக்கும் வாசகங்கள் கல்லில் பொறிக்கப்பட்டு வைக்கப்பட்டிருக்கின்றன. இவற்றின் மூலம் தலித்துகளும் பழங்குடியினரும் விளிம்புநிலை மக்களும் அரசமைப்புச் சட்டத்தைப் பொதுச் சொத்தாக மாற்றிவிட்டார்கள்.

இன்னொரு பக்கம், அரசமைப்புச் சட்ட மொழியும் அது பற்றிய உரையாடலும் மேலோங்கியிருக்கும் அதேசமயம் சட்டத்தைப் பின்பற்றுவதில் அரசும் குடிமக்களும் தவறியிருப்பது முரணாக இருக்கிறது. ஊழல், செலவு, நிரந்தரமாகவே இருக்கும் தாமதங்கள் ஆகியவை பதினெட்டாம் நூற்றாண்டிலிருந்தே சட்ட அமைப்புக்கே உரிய நோயாக இருந்திருக்கின்றன. சட்ட அமைப்பில் பெரும்பகுதி இந்தியர்களில் பெரும்பான்மையினருக்குப் புரியாத மொழியில் நடைபெறுகிறது. விடுதலைக்குப் பிறகு சிவில் வழக்குகளின் தரங்கள்

குறைந்துகொண்டேவருகின்றன. இது, தனியார் வழக்குகளைத் தீர்க்க நீதிமன்றங்களுக்குப் போவதை மக்கள் தவிர்க்கிறார்கள் என்பதைக் காட்டுகிறது.

'சட்டமும் ஒழுங்கின்மையும்' பற்றி வெளியில் தெரியும் தர்க்கவாதம் 1990-களில் பிற நாடுகளில் காணப்பட்டதைப் போலவே இங்கும் இருக்கிறது. ஜேன், ஜான் காம்ராஃப் ஆகியோர் சட்டத்துக்கென்று அதற்கே உரிய உயிர்சக்தி தரப்பட்டிருக்கிறது என்றும், அதில் மக்களின் நம்பிக்கை தொடர்ந்து இருக்கிறது என்றும் கூறுகிறார்கள். நம்பிக்கைக்குக் காரணம், புதிய சட்ட ஒழுங்குமுறை (New Legal Order) கடந்தகாலத்திலிருந்தும் அதன் சங்கடங்களிலிருந்தும் கொடுங்கனவுகளிலிருந்தும் துன்பங்களிலிருந்தும் விடுதலை பெறுவதை அடையாளப்படுத்துகிறது என்பதுதான். உலகெங்கும் நீதிமன்றங்கள் வலிமைமிக்க நீதிமன்ற ஆட்சிகளாக (Juristocracies) ஆயின. அரசமைப்புச் சட்டவியத்தில் வளர்ந்துவரும் நம்பிக்கைக்கு ஆட்சிமாற்றம் மட்டும் காரணமல்ல; நவீன தாராளமயமும் 1990-களில் ஏற்பட்ட பன்னாட்டு மனித உரிமைகள் வலைத்தளங்களும் காரணமாகும். நவீன தாராளமயமும் உலகமயமாதலும் அதிகப் பரவலாக அரசாட்சி ஆகவும், அரசாங்க அதிகாரம் துண்டுபடவும் வழிவகுத்தன; இதனால், சட்டம் அதிகளவு தொடர்புகொள்ளும் ஆற்றல் பெற்றது.

அரசமைப்புச் சட்டம் மக்களின் அன்றாட வாழ்க்கையில் பரவலாகக் காணப்படுவதும், அரசியல் நீதிக்கு உட்படுத்தப்படுவதும் இந்தியாவில் பிற நாடுகளைவிட நீண்ட வரலாறு உடையது. இப்போது புதிதாக உண்டான ஆப்பிரிக்க, கிழக்கு ஐரோப்பிய மக்களாட்சி நாடுகளைவிட மட்டுமல்ல; கனடா, நியூசிலாந்து போன்ற பழைய மக்களாட்சிகளைவிடவும் பழமையானது. புதிய அரசமைப்புச் சட்டம் ஏற்றுக்கொள்ளப்பட்ட சில நாட்களிலேயே அரசாங்கச் செயல்களை நீதிமன்றத்தில் கேள்விகேட்க அரசமைப்புச் சட்டம் நாடப்பட்டது. குடியரசின் செயல்பாட்டு அரசியலை நீதிமன்றத்துக்குக் கொண்டுசென்ற சூழல்களின் வரலாற்றை இந்த நூல் மீட்டெடுக்கிறது. அதுவரை காலனிய இந்தியாவில் தெரு அரசியல் முதல் பின்னறை சமரசப் பேச்சுகள் வரையிலான பல வழிகளில் அரசோடு ஏற்பட்ட மோதல்கள் சமரசம் செய்யப்பட்டுவந்தன. அவையெல்லாம் இப்போது நீதிமன்றங்களுக்குக் குடிபெயர்ந்தன. 1990-களில் உலக அளவில் நீதிமன்றமயமாக்கப்பட்டதால் அரசின் அதிகாரம்

பின்வாங்கிக்கொண்டது. அப்போது மோதல்களைத் தீர்க்க இந்தச் சட்டம் சார்ந்த அரசமைப்பு வழிகள் தோன்றின.

இந்திய அரசமைப்புச் சட்டம் வெளிநாட்டு முன்மாதிரி கொண்ட மேல்தட்டினரின் ஒருமித்த கருத்தைக் கொண்டு எழுதப்பட்டது எப்படி என்பதையும், இந்தச் சட்டம் நாடு விடுதலை பெற்றது முதல் பத்தாண்டுகளில் சாதாரண இந்தியர்களினுடைய அனுபவத்தின் ஒரு பகுதியாக எப்படி ஆனது என்பதையும் இந்த நூல் ஆராய்கிறது. அரசியலில் மேலாண்மை செலுத்தும் தளமாக இந்திய அரசமைப்புச் சட்டம் வளர்ந்த முறையைக் காட்டுகிறது. அரசமைப்புச் சட்டங்கள், ராபர்ட் போவர் சொல்வதுபோல, எது சரி தவறு, எது சட்டத்துக்கு உட்பட்டது, எது சட்டத்துக்குப் புறம்பானது என்று காட்டுகின்றன என்பதை இந்த நூல் ஏற்றுக்கொள்கிறது. சாதாரண மக்கள், நீதிபதிகள், அரசு அதிகாரிகள் ஆகியோர் அன்றாடம் விளக்கம் தேடுகிறார்கள். அவற்றின் வழியாக அரசமைப்புச் சட்டத்தை ஆராய்வதன் மூலம் புதிய ஆய்வுமுறையை இந்நூல் உண்டாக்குகிறது. உச்ச நீதிமன்றத்திலுள்ள, இதுவரை பயன்படுத்தப்படாதிருந்த ஆவணங்களைப் பயன்படுத்தி அரசமைப்புச் சட்டம் இந்தியாவின் அன்றாட வாழ்க்கையை எவ்வாறு ஆதிக்கம் செலுத்துகிறது, கட்டமைக்கிறது, சட்டகப்படுத்துகிறது, கட்டுப்படுத்துகிறது என்பனவற்றை இந்த நூல் விளக்கிக்காட்டுகிறது.

அரசமைப்புச் சட்டம் ஒரு வெற்றி

இந்தியாவை ஒரு இறையாண்மையுடைய மக்களாட்சிக் குடியரசு என்று அறிவித்த அரசமைப்புச் சட்டத்தை அரசமைப்பு அவை நிறைவேற்றியபோது என்ன மாற்றம் ஏற்பட்டது? யாரிடம் இந்தக் கேள்வி கேட்கிறீர்கள் என்பதைப் பொறுத்து அதற்கு இரண்டு வெவ்வேறு விடைகளைப் பெறுவீர்கள்.

முதல் கதை, வெற்றிகரமான ஒரு நிறுவன அமைப்பு என்று இதைப் பார்க்கிறது. வழக்குரைஞர்களும் அரசியல்வாதிகளும் இவ்வாறுதான் இதைப் போற்றுகிறார்கள். இதை இந்திய உச்ச நீதிமன்றம் சிறப்பாக விவரிக்கிறது: “ஒரே அடியில், மண்டல விசுவாசங்கள் துடைத்து எறியப்பட்டன; கடந்த காலம் அழிக்கப்பட்டது. ஒரு கணத்தில், புதிய வகை அமைப்பு பிறந்தது. இதில் வகுப்பு, சாதி, இனம், கோட்பாடு, வேறுபாடு, ஒதுக்கப்படுவது

எதுவுமில்லாத இந்திய மக்களின் இறையாண்மை உறுதிப்பாடு பெறுகிறது..." சட்டத்தின் ஆட்சிக்கு அர்ப்பணித்துக்கொண்ட தொலைநோக்குள்ள தலைவர்களால் வழிநடத்தப்பட்ட, மக்கள் ஆதரவுபெற்ற தேசிய இயக்கம் நிறுவப்பட்டதை அரசமைப்பின் வெற்றிக்குக் காரணமாக அரசமைப்புச் சட்டக் கோட்பாட்டாளர்கள் காட்டுகிறார்கள்.

கடந்த பதின்ம ஆண்டில், ஒழுக்கநெறிக் கண்ணோட்டமுள்ள ஒரு அறநெறி ஆவணமாக இந்திய அரசமைப்புச் சட்டத்தை மீட்டெடுத்து மறுவாழ்வு தரும் முயற்சியில் அறிவுசார் வரலாற்றறிஞர்களும் அரசியல் கோட்பாட்டாளர்களும் ஈடுபட்டிருக்கிறார்கள். அரசியல் கோட்பாட்டின் அடிப்படை எதிர்ப்புகளை விவாதிக்கும் தளங்களாக அரசமைப்புச் சட்டப் பிரதியையும், அரசமைப்பு அவை விவாதங்களையும் பார்த்தார்கள்: இந்த எதிர்ப்புகள் அரசமைப்பியத்துக்கும் மக்களாட்சிக்கும் தனிநபர் உரிமைக்கும் குழு உரிமைக்கும் மதச்சுதந்திரத்துக்கும் மதச்சார்பின்மைக்கும் இடையேயான இறுக்கத்தால் ஏற்படுபவை. இந்திய அரசமைப்புச் சட்டத்தை இந்திய அரசமைப்பு முறையின் அடித்தளமாக இருக்கும் முக்கிய விழுமியங்களைத் தேடும் அறிஞர்களுக்கு இந்தச் சிறிய ஆனால் குறிப்பிடத்தக்க நூல் பயன்படும். அரசியல் கோட்பாட்டின் காப்பகத்தைத் தேடுவோருக்கும் இது திறந்துவிட்டிருக்கிறது.

வயதுவந்தோர் வாக்குரிமையை ஏற்படுத்தியதும், சமூகப் புரட்சியை நிறுவனமயமாக்கியதும் இந்திய அரசமைப்புச் சட்டத்தின் புரட்சிகரமான மாற்றத்துக்கான அடையாளங்கள். அனைவருக்கும் வாக்குரிமை என்பதை நிறுவனமயமாக்கியது படிநிலைகளுள்ள சமூகத்தில் ஒரு புரட்சிகரமான செயல்; குறிப்பாக, அனைவருக்கும் வாக்குரிமை என்பது பல 'முதிர்ந்த' மேற்கத்திய மக்களாட்சிகளில்கூட, பெண்களுக்கும் எல்லா நிறத்தாருக்கும் தொழிலாளருக்கும் அண்மையில்தான் தரப்பட்டிருக்கிறது என்ற நிலையில் இது பெரிய புரட்சிதான். சாதி அடையாளங்கள், சொத்துத் தகுதிகள் ஆகியவற்றின் அடிப்படையில் வாக்குரிமை தரப்பட்டிருந்த வேளையோடு ஒப்பிடும்போது எந்தக் கட்டுப்பாடுகளும் இல்லாத வாக்குரிமை என்பது மகத்தான மாற்றம்தான். சுனில் கிலானி விவரிப்பதுபோல, அரசாங்கம் என்ற அந்நிய ஆற்றல்மிக்க ஒன்றை மனிதரின் விருப்பத்துக்குரிய கட்டுப்பாட்டுக்குள் கொண்டுவருவதில்

மக்களாட்சியின் சக்தி அடங்கியிருக்கிறது. மேலும், அரசமைப்புச் சட்டத்தின் முன்னால் அரசியலில் சமமாக இருக்கும் இனங்கள் தங்களது வரலாற்றைத் தாங்களே ஏற்படுத்திக்கொள்ளக்கூடிய தகுதியையும் அது தருகிறது.

மிகவும் குறிப்பிடத்தக்க வகையில், பொருளாதார சமூக ஏற்றத்தாழ்வு பற்றிய கேள்வி இந்திய அரசமைப்புச் சட்டத்தின் மையமாக ஆக்கப்பட்டிருக்கிறது. அரசமைப்புச் சட்டத்தின் முன்னுரை (*Preamble*) எல்லாக் குடிமக்களுக்கும் சமூக, பொருளாதார, அரசியல் நீதிக்கு உத்தரவாதம் தந்திருக்கிறது. அரசமைப்புச் சட்டமே சொத்துரிமைக்கு வரையறை தருவதன் மூலம் நிலச்சீர்திருத்தத்துக்கு அடித்தளம் அமைக்கிறது; தீண்டாமையையும் மனித வணிகத்தையும் ஒழித்தது, பெண்களுக்கும் குழந்தைகளுக்கும் தனி உரிமைகள் வழங்க சிறப்பு ஏற்பாடுகளை அனுமதித்தது; மத, மொழிச் சிறுபான்மையினருக்கு உரிமைகள் வழங்கியது. அரசுக் கொள்கைகளின் வழிகாட்டுக் கோட்பாட்டின்கீழ், ஆட்சி நடத்துவதற்கான அடிப்படைக் கொள்கைகளை வகுத்தது. வளங்களைச் சமமாகப் பகிர்ந்தளித்தது; குழந்தைகளுக்குக் கட்டாய இலவசக் கல்வி, ஆண்களுக்கும் பெண்களுக்கும் சம ஊதியம், சரியான பணிச்சூழல், அடிப்படை ஆதார ஊதியம், மதுவிலக்கு, குழந்தைத் தொழிலை ஒழித்தல், சத்துணவு, பொது உடல்நலம் ஆகியவற்றை முன்னேற்றுதல் ஆகியவை குறிப்பிடத்தக்கவை. அடிப்படை உரிமைகளையும், வழிகாட்டுக் கோட்பாடுகளையும் நடைமுறைப்படுத்துவதில் உள்ளேயே படிநிலைகள் உள்ளன. எனினும், இந்தியச் சட்ட மேதை பீமாராவ் ராம்ஜி (பி.ஆர்.) அம்பேத்கர் அரசமைப்பு அவைக்கு இவ்வாறு உறுதியளித்தார்: “அரசமைப்பு அவையின் நோக்கம் வருங்காலத்தில் சட்டமன்றமும் நிர்வாகமும் இந்தப் பகுதியில் நிறைவேற்றப்பட்ட கொள்கைகளுக்கு உதட்டளவில் முக்கியத்துவம் தரக் கூடாது; மாறாக, நாட்டின் ஆட்சி விஷயத்தில் அதன் பிறகு எடுக்கப்படும் எல்லா சட்ட, நிர்வாகச் செயல்பாடும் அவற்றின் அடிப்படையிலேயே இருக்க வேண்டும்.”

பொருளாதாரக் கேள்விகள் முதல் ஒழுக்கநெறிக் கோட்பாடுகள் வரையில் அரசமைப்பு நோக்கங்களின் விரிந்த பலவற்றை அரசுக் கொள்கையின் வழிகாட்டுக் கோட்பாடு உள்ளடக்கியிருக்கிறது. சமூக, பொருளாதாரச் சமமின்மையைக் களைவதை விடுதலையோடு தொடர்புபடுத்தியது. ஒரு தாராள அரசமைப்பின் மூலம் சமூக, பொருளாதார மாற்றத்துக்கு உறுதிகூறுவது

இந்தியாவின் தனித்துவமான சோதனை; அரசியல் மூலமாகச் சமத்துவமின்மையின் சமூகப் பிரச்சினைகளையும் வறுமையையும் தீர்க்க எடுக்கும் ஒவ்வொரு முயற்சியும் பயங்கரவாதத்துக்கும் வரம்பற்ற ஆட்சிக்கும் இட்டுச்செல்லும் என்ற தாராளக் கோட்பாட்டாளர்களின் கருத்தியலுக்கு அறைகூவல் விடுத்தது.

அரசமைப்புச் சட்டத்தின் புரட்சிகரமான மாற்றங்களைக் கொண்டாடினாலும், அதன் தாக்கம் பற்றி அறிவுசார் வரலாற்று ஆசிரியர்கள் எச்சரிக்கையாகவே இருக்கிறார்கள். மேல்மட்டத்தினரின் திட்டம்தான் அரசமைப்பு என்பதை அவர்கள் வலியுறுத்துகிறார்கள். அவர்களுடைய கதையாடலில், அரசமைப்புச் சட்டத்தின் வழியாக மக்களாட்சியை நிறுவியது மக்களின் அழுத்தத்தால் பிறக்கவில்லை; அரசிடமிருந்து வலியப் பெறப்படவும் இல்லை. அவர்களது கருத்துப்படி, அரசியல் மேல்தட்டு அளித்த பரிசு இந்திய மக்களாட்சி. மக்களாட்சி, சமத்துவம் என்ற வலிமைமிக்க கருத்தாக்கங்கள் அறிவுசார் ஆங்கிலம் பேசும் வட்டங்களுக்கு வெளியே ஒருசிலரைத்தான் கவர்ந்தன; எந்தக் குறிப்பிட்ட வலிமைமிக்க குழுவின் ஆதரவும் அதற்கு இல்லை என்று சுனில் கிலானி எச்சரிக்கிறார்.

இந்திய அரசமைப்பைப் பாராட்டும் நாடகத்தில், முதன்மை நடிகர்கள் அதன் நிறுவனத் தந்தைகள்தான். பெரும்பாலும் அவர்கள் தேசிய இயக்கத்தின் கொள்கைகளை அரசமைப்பு ஆவணத்தின் முக்கிய இடத்தில் வைத்து அதன்படி நடந்தார்கள். ஆனால், அரசியல்வாதிகளின் அடுத்த தலைமுறையில் அதன் பளபளப்பு மங்கியவுடன், அரசமைப்புச் சட்ட மதிப்பீடுகளை வலிமை பெறவைக்கும் தளமாக உச்ச நீதிமன்றத்துக்கு முக்கியத்துவம் கொடுத்தார்கள்; இந்திய நீதிபதிகளின் முன்னெடுப்புச் செயல்களை ஊக்கப்படுத்தி வரவேற்றார்கள்.

அரசமைப்புச் சட்டம் எனும் மாயை

இந்திய அரசமைப்புச் சட்டம் பற்றிய அலுவலகரீதியான கதையாடலைப் போலில்லாமல் பலரும் இந்த ஆவணத்தைக் கானல்நீர் என்றும், அதன் உறுதிமொழியை மாயை என்றும் பார்க்கிறார்கள். இருபதாம் நூற்றாண்டின் மிகச் சிறந்த உருது எழுத்தாளர்களில் ஒருவரான சாதத் ஹசன் மண்ட்டோவின் '*Naya Kanoon*' (புதிய அரசமைப்பு) சிறுகதையில், அரசமைப்புச் சட்டம்

உண்டாக்கிய ஆர்வமும் விரக்தியும் நன்கு விவரிக்கப்படுகின்றன. கதையின் தலைவன் உஸ்தாத் மாஸ்கு லாகூரில் குதிரைவண்டி ஓட்டுபவர். கீழ்ப்படுத்தப்பட்ட ஓர் ஆள். இந்திய அரசுச் சட்டம் 1935-ல் நிறைவேற்றப்பட்டது பற்றித் தெருக்களில் காணப்பட்ட பேச்சுகள் அவருக்குத் தெரியும். இந்தச் சட்டம் இந்தியர்களுக்குத் தன்னாட்சி தர உறுதிமொழி தந்திருந்தது. மாஸ்கு இந்தக் கதை முழுவதுமே, புதிய சட்டம் நிறைவேற்றப்பட்டதில் பெருமைப்பட்டுக்கொள்கிறான். ஆங்கிலேயர்களை அவர்களது நாட்டுக்கு ஓடிப்போகுமாறு செய்துவிடும் என்று கனவுகாண்கிறான். சட்டம் அறிவிக்கப்பட்ட அன்று, அதிகக் கட்டணம் கேட்டதாக ஒரு ஆங்கிலேய வாடிக்கையாளரால் மாஸ்கு தாக்கப்படுகிறான். மாஸ்கு அவனைத் திரும்பத் தாக்குகிறான். அவன் அடிப்பதைப் பார்த்து ஆங்கிலேயருக்கு ஆச்சரியம். "சரி தம்பி, இப்போது எங்களது ஆட்சி. அந்தக் காலம் போய்விட்டது, நண்பர்களே. அவர்கள் ஆண்ட காலம் போய்விட்டது. இப்போது புதிய அரசமைப்பு வந்திருக்கிறது," என்று கத்துகிறான். மாஸ்கு இரண்டு காவலர்களால் பிடிக்கப்பட்டுக் காவல் நிலையத்துக்கு இழுத்துச்செல்லப்படுகிறான். கதை இந்த வரிகளுடன் முடிகிறது. போகிற வழியெல்லாம், காவல் நிலையத்திலும்கூட, "புதிய அரசமைப்பு, புதிய அரசமைப்பு," என்று அலறுகிறான். ஆனால், யாரும் அவனைக் கவனிக்கவில்லை. 'புதிய அரசமைப்பா! என்ன முட்டாள்தனம்! அதே பழைய அரசமைப்புதான்!' அவன் சிறையில் அடைக்கப்படுகிறான்.

இந்திய அரசுச் சட்டம் பற்றிய ஒரு சிறுகதை இந்தியாவின் பின்காலனிய அரசமைப்புக்கு ஏன் பொருத்தமாக இருக்கிறது? அண்மைக் காலங்களில், வரலாற்றாசிரியர்களும் அரசமைப்பு அறிஞர்களும் மாஸ்குவின் கதையை ஓர் உருவகமாகப் பார்க்கிறார்கள். விடுதலையையும் அரசமைப்பையும் விடுதலையின் ஒரு காட்சிப் பொருளாகப் பார்க்கிறார்கள். அதாவது, சட்டம் உறுதியளிக்கும் விடுதலை என்ற கண்ணோட்டத்துக்கும் சட்டம் செயல்படுத்தும் வன்முறைக்கும் உள்ள இடைவெளிக்கான உருவகமாகப் பார்க்கிறார்கள். அதைக் கீழ்ப்பட்டோரின் போராட்டங்களுக்கும் நடுத்தர வர்க்கத்தோரின் ஆசைகளுக்கும் இடையிலுள்ள முரண்பாடுகள் பற்றிய ஒரு பாடம் என்று ஆமிர் மஃப்டி விவரிக்கிறார். இதில் சீர்திருத்தத்தின் பூர்ஷ்வா திட்டத்தால் மயங்கிப்போன கீழ்ப்படுத்தப்பட்டவர் தனது புதிய உரிமைகளைக் கேட்க முனைகிறார்; உடனே அடக்கப்படுகிறார். மேலும், இந்த

உவமை நம்மைக் கவர்கிறது. ஏனென்றால், 1950-ஆம் ஆண்டின் இந்திய அரசமைப்புச் சட்டமானது மண்ட்டோவின் கதையில் வரும் இந்திய அரசுச் சட்டம் 1935-இன் பிரதியில் மூன்றில் இரண்டு பகுதியை அப்படியே திரும்பச்சொல்கிறது.

அரசமைப்பு அவை உறுப்பினர்களின் காலத்திலிருந்தே தலைகீழாகப் புரட்டிப்போடும் அரசமைப்பு மாற்றம் பற்றிய ஐயம் அடிக்கடி வெளிப்படுத்தப்பட்டிருக்கிறது. அது மக்களால் தேர்ந்தெடுக்கப்பட்ட அவை இல்லை என்பதையும் அதனுடைய பிரதிநிதித்துவத்தின் எல்லைகளையும் அவர்கள் குறிப்பிட்டார்கள். அரசியல் சட்டம் உருவாக்குவதன் மேல்மட்டச் செயல்முறைகள் பற்றி மக்களுக்கு ஒரு விவரமும் தரப்படவில்லை. வயதுவந்தோர் அனைவருக்கும் வாக்குரிமையையும், உரிமைகளின் சட்ட முன்வரைவையும் அது இணைத்துக்கொண்டது உண்மைதான். ஆனால், இந்தியக் குடியரசின் சட்டச் சட்டகம், மையக் கட்டுப்பாட்டுக்காக வடிவமைக்கப்பட்ட காலனியச் சட்டங்களில் வேரூன்றியே இருந்தது. காலனிய இந்திய அரசுச் சட்டத்திலிருந்து சொல்லுக்குச் சொல் மாறாமல் மறுபதிப்புசெய்த புதிய அரசமைப்புச் சட்டத்தின் பிரதி அதனுடைய சர்ச்சைக்குள்ளான அவசரகால அதிகாரத்தையும் உள்ளடக்கியிருந்தது. இது நடுவண் அரசு அவசரகாலநிலையைப் பிரகடனப்படுத்தி, அடிப்படை உரிமைகளை இடைநிறுத்தவும், வழக்குமன்றங்களுக்குச் செல்வதைக் கட்டுப்படுத்தவும், நாடாளுமன்றக் காலத்தை நீட்டிக்கவும், மாநிலச் சட்டமன்றங்களைக் கலைக்கவும் அனுமதி அளித்தது. அரசாங்கத்திடமிருந்து தனிமனிதர்களைப் பாதுகாக்க முற்பட வேண்டிய அரசமைப்புச் சட்ட மரபுகளுக்கு மாறாக, இந்திய அரசமைப்புச் சட்டமானது சமூகத்தையும் பொருளாதாரத்தையும் மாற்றியமைக்க அரசுக்கு அதிகாரம் வழங்கியது.

இவ்வாறு புதிய இந்தியாவின் இறையாண்மையையும் ஒருமைப்பாட்டையும் பாதுகாப்பையும், நல்ல வெளிநாட்டு உறவுகளையும், பொது ஒழுங்கு, உடல்நலம், ஒழுக்கம், நன்னடத்தை முதலானவற்றையும் பாதுகாத்துப் பராமரிக்க வேண்டும் என்ற காரணங்களைக் காட்டி அடிப்படை உரிமைகளைக் கட்டுப்படுத்த முடியும். அரசமைப்பு அவையின் ஒரே பொதுவுடைமை உறுப்பினரான சோம்நாத் லாகிரி, "இந்த அடிப்படை உரிமைகளில் பல, ஒரு காவல் துறை 'கான்ஸ்டபி'ளின் கண்ணோட்டத்தில் ஆளாக்கப்பட்டிருக்கின்றன," என்று குறிப்பிட்டார். காலனிய

ஆட்சியின் பல நிறுவனங்கள் — காவல் துறை, ராணுவம், நீதித் துறை, மாவட்ட நிர்வாகம் ஆகியவை — மாறாமல் அப்படியே தொடர்ந்தன.

அரசமைப்புச் சட்டத்துக்குத் திருத்தங்கள் கொண்டுவருவது எளிதாக இருப்பது இந்த ஆவணத்தை மிக எளிதாக வளைக்கக்கூடியதாகச் செய்கிறது என்று விமர்சகர்கள் சுட்டிக்காட்டுகிறார்கள். அரசமைப்புச் சட்டத்துக்குத் திருத்தம் கொண்டுவர மூன்றின் இரண்டு பங்கு பெரும்பான்மை மட்டுமே போதும். 1980-கள் வரையில் ஒரே கட்சி (காங்கிரஸ்) மேலதிகாரம் செலுத்தியது இதை எளிதாக்கிற்று. அரசாங்கத்தின் நோக்கங்களுக்கு ஏற்ப அரசமைப்புச் சட்டத்தை மாற்ற முடியும் என்றால், அது எவ்வாறு அரசாங்கத்தின் செயல்களைக் கட்டுப்படுத்த முடியும்? இதுவரை இந்திய அரசமைப்புச் சட்டம் தொண்ணூற்று ஏழு முறை திருத்தப்பட்டிருக்கிறது. அதன் முதல் பதினான்கு ஆண்டுகளில் பதினேழு முறை திருத்தப்பட்டிருக்கிறது. இந்தக் காலகட்டத்தைத்தான் இந்த நூல் ஆராய்கிறது. இந்தத் திருத்தங்களில் பாதி நீதிமன்ற மீள்பார்வையைக் கட்டுப்படுத்தியது. அல்லது உச்ச நீதிமன்றத் தீர்ப்பின் தாக்கத்தை மாற்றுவதற்கு அடிப்படை உரிமைகள் திருத்தப்பட்டன.

அரசமைப்புச் சட்டம் இந்தியாவுடையதாக அல்லது இந்திய மண்ணினுடையதாக இல்லை என்பதும், எனவே மக்களுடைய வாழ்க்கை வட்டத்துக்கு வெளியே இருக்கிறது என்பதும் இன்னொரு மாயையான விவாதம். இது அரசமைப்பு அவையின் பல உறுப்பினர்கள் எழுப்பிய எதிர்ப்புக் குரலை எதிரொலிக்கிறது. அவர்கள் அரசமைப்புச் சட்டம் நடைமுறையில் வெற்றிபெறாத ஒரு வெளிநாட்டுக்கு உரிய ஆவணம் என்றும், மேலைநாட்டு அரசமைப்புச் சட்டங்களை அடிமைத்தனமாகப் பின்பற்றி எழுதப்பட்டது என்றும் வாதிட்டார்கள். ஏமாற்றமடைந்த ஓர் உறுப்பினர், "நாங்கள் வீணை அல்லது சிதாரின் இசையை விரும்பினோம்; ஆனால், நம்மிடம் ஆங்கிலேய 'பேண்டு' வாத்தியம்தான் இருக்கிறது," என்று அங்கலாய்த்தார். அரசமைப்புச் சட்டத்தின் ஆசிரியர்களுக்குக்கூட அதனுடைய அடித்தளக் கருத்துகள் குடிமக்களில் பெரும்பான்மையோருடைய உண்மையான அனுபவங்களுக்கு அப்பாற்பட்டவையாக இருக்கின்றன என்பது தெரியும். அரசமைப்பு அவையில் இறுதி உரையில் அம்பேத்கர், "அரசமைப்புச் சட்டம் நடைமுறைக்கு வந்த

பிறகு முரண்பாடுகளின் வாழ்க்கையில் இந்தியா நுழைந்திருக்கிறது; அரசியல் வாழ்க்கையில் சமத்துவத்தை ஏற்றுக்கொண்ட அதேவேளையில் சமூகப் பொருளாதாரச் சமத்துவத்தைத் தர மறுக்கிறது," என்று குறிப்பிட்டார். வீபரின் பகுத்தறிவுக் கோட்பாட்டின்படி மேல்மட்டத்தார் இந்தச் சட்டத்தை அனுபவிக்கிறார்கள்; ஆனால், அன்றாட வாழ்க்கையில் இப்படிப்பட்ட முறை சார்ந்த பகுத்தறிவுவாதத்துக்கு உட்படாத வாழ்க்கையைச் சாதாரண மக்கள் நடத்துகிறார்கள். இவற்றுக்கு இடையே உள்ள இடைவெளியை இந்த அரசமைப்புச் சட்டம் பிரதிபலிக்கிறது என்ற ஒருமித்த கருத்து இருப்பதுபோல் தோன்றுகிறது.

நீதிப் பேராணைகளின் குடியரசு

அரசமைப்புச் சட்ட மாற்றம் பற்றிய பாராட்டுக் கதைகளையோ சோகக் கதைகளையோ ஊக்கப்படுத்தாமல், மாற்று வாதத்தை இந்த நூல் முன்வைக்கிறது. இந்தியக் குடியரசின் அன்றாட வாழ்க்கையை இந்திய அரசமைப்புச் சட்டம் முழுமையாக மாற்றிவிட்டது. மேலும், இந்தச் செயல்முறையை மேல்மட்ட அரசியல்வாதிகளோ நீதிபதிகளோ வழிநடத்தவில்லை. மாறாக, மிகவும் விளிம்புநிலையில் இருக்கும் குடிமக்களாலேயே நிகழ்த்தப்பட்டது. உயர்மட்டத்தோரின் ஒருமித்த கருத்தின் விளைவாக ஆங்கிலத்தில் எழுதப்பட்ட ஓர் ஆவணமாகிய இந்திய அரசமைப்புச் சட்டமானது சாதாரண மக்களுடைய வாழ்க்கையில் எவ்வளவு உயிரோட்டமுள்ளதாக இருந்தது என்றால் அவர்கள் அதனுடைய உள்ளர்த்தத்தைப் புரிந்துகொண்டு, அதில் அடைக்கலம் தேடி, அதில் குற்றம்காணவும் வழிவகுத்தது. இதை இந்த நூல் காட்டுகிறது.

அரசமைப்புச் சட்டம் நடைமுறைக்கு வந்த அடுத்த ஆண்டான 1951-இல் தில்லி அரசுக்கு அப்போதைய ஐதராபாத் முதலமைச்சர் கீழ்க்கண்டவாறு எழுதினார்:

அடிப்படை உரிமைகள் என்று சொல்லப்படுகிறவற்றோடு தொடர்புடைய அரசமைப்புச் சட்டத்தின் அம்சங்களை முன்னிறுத்தி உயர் நீதிமன்றத்தில் எல்லாத் தரப்பு மக்களும் வழக்கு தொடரும் ஓர் அசாதாரண போக்கு காணப்படுகிறது; ஒரு பாகிஸ்தானியப் பெண் சரியான உரிமம் இல்லாமல்

மாநிலத்தை விட்டு வெளியேறுவதற்குக் காவலர்கள் தந்த ஆணைக்கு இடைக்காலத் தடை கேட்டிருக்கிறார். மாநில மொழியில் தேர்வு எழுதி வெற்றிபெற வேண்டுமென்று சொல்லப்பட்டதால் பதவிநீக்கம் செய்யப்பட்ட இரண்டு ஆசிரியர்கள் அந்த ஆணையின் செல்லத்தக்க தன்மையைக் கேள்விகேட்டுத் தடை நீதிப் பேராணை இட வேண்டுமென்று கோரியிருக்கிறார்கள்.

ஐதராபாத் நிலைமை தனிப்பட்ட ஒன்றல்ல. நாட்டிலுள்ள அரசியல்வாதிகளையும் அதிகார வர்க்கத்தினரையும் வியப்பில் ஆழ்த்தும் வகையில் எல்லா வகை இந்தியரும் அரசமைப்புச் சட்ட அடிப்படையில் உரிமை கோரி நீதிமன்றங்களையும் பொது இடங்களையும் நிரப்பிவிட்டார்கள். ஐதராபாத்தின் நிலைமை குறிப்பிடத்தக்கது. ஏனென்றால், அந்த மாநிலம் அண்மையில்தான் இந்திய அரசோடு இணைக்கப்பட்டிருந்தது. மேலும், அடிப்படையில் அது இன்னும் ராணுவ ஆட்சியிலேயே இருந்தது.

இந்திய அரசமைப்புச் சட்டம் பற்றி ஐயப்பாடும் அச்சமும் இருந்தாலும்கூட, அது விரைவிலேயே இந்தியாவின் பொதுவாழ்க்கையை மேலாண்மை செய்யத் தொடங்கிவிட்டது. மக்களின் மனங்களிலுள்ள அரசமைப்புச் சட்டம் பற்றிய கருத்தை ஆராய்வது இந்த நூலின் நோக்கம். இந்திய அரசமைப்புச் சட்டம், அரசாங்க விருப்பத்துக்கேற்ற அரசியல் என்பதற்கும், நாட்டின் எதிர்பார்ப்புகளை அரசமைப்புச் சட்டம் வெளிப்படுத்துகிறது என்பதற்கும் இடையே உள்ள தர்க்கவாதத்தை இந்த நூல் படம்பிடித்துக்காட்டுகிறது. முதலாவது சொன்ன வாதம், அரசமைப்பின் நிறுவனங்களும் அதன் பிறகு வந்த அரசாங்கங்களும் எப்படி அரசமைப்புச் சட்டம் இயங்கும் என்று கற்பனைசெய்தன என்பதை விவரிக்கிறது. இரண்டாவது சொல்லப்பட்டது, அரசமைப்புச் சட்டம் பற்றிய எதிர்பார்ப்புகளையும் கோரிக்கைகளையும் கொண்டிருக்கும் மக்களால் உண்டாக்கப்பட்டது.

மேலே விவாதிக்கப்பட்ட சமத்துவம் பற்றிய புரட்சிகரமான வழிமுறைகளோடு காலனியப் பழமையிலிருந்து முழுவதுமாக விடுபடுவது குறிப்பிடத்தக்கதாக இருந்தாலும் அரசமைப்பில் அதிகமாகக் கண்டுகொள்ளாமல் விடப்பட்டவற்றைப் பற்றி இந்த நூல் கவனம்செலுத்துகிறது. இவை அரசமைப்புச் சட்டத்தின்படி

நிவாரணங்கள் பெற உரிமை தருகின்றன. அரசமைப்புச் சட்டம் வழங்கியுள்ள அடிப்படை உரிமைகளை நடைமுறைப்படுத்துவதற்கு உச்ச நீதிமன்றத்தில் மனு தாக்கல் செய்ய இந்தியாவின் ஒவ்வொரு குடிமகனையும் அனுமதிக்கிறது. மாநில உயர் நீதிமன்றங்களுக்கும் (மேல்முறையீட்டு நீதிமன்றங்களுக்கும்) தரப்பட்டுள்ள அதிகாரங்கள் மேலும் பரவலானவை. அடிப்படை உரிமைகள், சட்ட உரிமைகள், பிற விஷயங்கள் ஆகியவற்றை மீறும்போது அரசாங்கத்துக்கு எதிராகவே நீதிப் பேராணை வடிவில் நிவாரணங்களுக்கு ஆணையிட அவை அதிகாரம் பெற்றவை. அடிப்படை உரிமைகளுக்கான ஏற்பாடுகளின் உட்பொருளைப் பற்றிய அரசியல் அறிவியலாளர்களும் வரலாற்றாசிரியர்களும் விவாதித்திருந்தாலும்கூட, நிவாரணங்கள் பற்றிய பகுதியை வெறும் நடைமுறை என்று கருதி கவனம் தராமல் விட்டுவிட்டார்கள். எனினும், நடைமுறை வழிமுறைகள் அல்லது ஏற்பாடுகள் என்று கருதப்பட்ட இவை, வழக்குமன்றங்களின் முன் சட்டங்களையும் நிர்வாகச் செயலையும் கொண்டுவந்து நிறுத்த குடிமக்களுக்கு அதிகாரம் வழங்கியிருக்கின்றன; நீதிமன்ற மறுஆய்வுக்கான அதிகாரங்களைப் பெருமளவில் கூட்டியிருக்கின்றன.

இந்தப் புதிய நிவாரணங்களை அறிமுகப்படுத்தியதானது சமூக, பொருளாதார மாற்றத்தை அடையும் முயற்சியில் அரசாங்கம் மக்களின் அன்றாட வாழ்க்கையில் குறுக்கிட்ட வேளையில் நிகழ்ந்தது. இதனால், இந்திய நீதிமன்றங்களில் பெருமளவில் வழக்குகள் குவியத் தொடங்கின. அதற்கு அரசாங்கமும் நீதித் துறையும்கூட ஆயத்தமாக இல்லை. காலனிய இந்தியாவில் ஏறக்குறைய எல்லா வழக்குகளும் சிவில் வழக்குகள். பெரும்பாலும், இரண்டு அல்லது மூன்று பேருக்கு இடையேயான சொத்து விவகாரங்களாக இருக்கும். ஆனால், விடுதலைக்குப் பிறகு சிவில் வழக்குகளின் வீதம் குறைந்தது. அதேசமயம், அரசாங்கத்துக்கு எதிரான வழக்குகள் அதிகமாயின. புதிதாக உரிமை பெற்ற இந்தியாவில், நீதிமன்றங்களின் நீதிப் பேராணை என்ற வடிவில் அரசமைப்புச் சட்டரீதியான நிவாரணங்கள் ஆட்சிமுறை வழக்கங்களையே முற்றிலும் மாற்றிவிட்டன. இது அரசமைப்புச் சட்டத்தை ஏற்படுத்தியவர்களே எதிர்பார்த்திராத ஒன்று. புதிய அரசாங்கம் தன்னுடைய குடிமக்களின் நடத்தையை உருவாக்க முனைந்தபோது, பலர் தங்களது வாழ்வாதாரங்களும் வாழ்க்கை முறைகளும் கேள்விக்குறியாக்கப்படுவதை உணர்ந்தார்கள். மக்களாட்சி கொடுத்த அதிகாரத்தாலும்

வளர்ச்சித் திட்டங்களாலும் பின்காலனிய அரசு தன்னுடைய சட்டத் தகுதியாக்கத்தைப் பெற்றது. இதனால், அதனுடைய திட்டத்தை வெளிப்படையாகக் கேள்விகேட்பது தேர்தல் களத்தில் சிறுபான்மையினராக இருப்போரால் இயலாதுபோயிற்று. எனவே, புதிய அரசின் கொள்கைகளால் பாதிக்கப்பட்ட தனியாட்கள் — நகராட்சித் துப்புரவுப் பணியாளர்கள் முதல் மகாராஜாக்கள் வரை — நீதிப் பேராணை அதிகார வரம்பின் வழியாக நீதிமன்றங்களுக்குச் சென்றார்கள்.

நீதிமன்றங்களின் செல்வாக்குக்கு அவை வழங்கிய நிவாரணங்கள் மட்டும் காரணமில்லை. தாமதத்துக்குப் பெயர்போன ஓர் அமைப்பில் நீதிப் பேராணை மனுக்கள் மூலம் மக்களுக்கு விரைவான தீர்வுகள் கிடைத்ததும் ஒரு காரணம். நீதிப் பேராணை மனு பிற உரிமையியல் வழக்காடலைவிடக் குறைந்த செலவில் நிவாரணம் கிடைக்க வழிவகுத்தது. 1950-இல் உச்ச நீதிமன்றம் 600 நீதிப் பேராணை மனுக்களை விசாரித்தது. ஆனால், அதற்கு முன்னால் இருந்த கூட்டுப் பேராட்சி நீதிமன்றம் பதினோரு ஆண்டுகளில் 169 வழக்குகளையே விசாரித்தது. 1962-க்குள் உச்ச நீதிமன்றம் 3,833 வழக்குகளை விசாரித்திருந்தது. இதற்கு மாறாக, அதே பன்னிரண்டு ஆண்டு காலத்தில் அமெரிக்க உச்ச நீதிமன்றம் (ஒரு நூற்றாண்டுக்கு மேலான வரலாறும் தாக்கமும் உள்ளது) 960 வழக்குகளை விசாரித்திருந்தது. அமெரிக்க விடுதலைக்குப் பின்னர் முதல் ஐம்பது ஆண்டுகளில் அமெரிக்க உச்ச நீதிமன்றம் 40 வழக்குகளை விசாரித்திருந்தது. ஆண்டுக்கு ஒன்றுகூட இல்லை. இந்திய உச்ச நீதிமன்றத்தை எளிதில் அணுக முடிந்தது. வழக்குகளும் அதிகமாகிக்கொண்டிருந்தன. உயர் நீதிமன்றங்களின் முதன்மையான மேல்முறையீட்டு அதிகார வரம்புடன், மனுக்களைத் தொடுப்பதிலுள்ள எளிய செயல்முறைத் தேவைகளும் சேர்ந்து, மேலைநாட்டு அரசமைப்பு நீதிமன்றங்களைவிட இந்திய நீதிமன்றங்கள் பல வெவ்வேறு வகையான வழக்குகளை ஏற்றுக்கொண்டன.

எனவே, அரசாங்கம் அன்றாட வாழ்க்கையில் எவ்வளவு தூரம் உட்புக முடியும் என்பதை நீதிப் பேராணை மனு வெளிக் கொணர்ந்தது. அதேபோல, இந்தக் குறுக்கீடு வழக்குமன்றத்தை ஒரு குடிமகனை நாட எப்போது கட்டாயப்படுத்துகிறது என்பதையும் வெளிப்படுத்துகிறது. வழக்கு தொடர்வதற்கான அமைப்பில் எதிரெதிரான இரண்டு பக்கங்களும் அவற்றின் முறையீடுகளை

வெளிப்படையாகத் தெரிவிக்க வேண்டியிருக்கிறது. இதனால், மக்களாட்சித் தளத்தில் வரும் கருத்தாக்கங்களுக்கான சொற்கள் அனைவருக்கும் புரியத் தகுந்தவையாக ஆக்கப்படுகின்றன. அரசமைப்புச் சட்டம் ஈடுபடும்போது அதில் மேலிருந்து கீழும், கீழிருந்து மேலுமான கருத்தாக்கங்களைப் பார்க்கக்கூடிய ஒரு சிறந்த லென்ஸாக அரசமைப்பு நீதிமன்றம் பயன்படுகிறது. இவ்வாறு அரசமைப்பு நீதிமன்றம் குடியுரிமையின் ஒரு ஆவணக்காப்பகமாக ஆகிறது. இந்த இடத்தில் தனிநபரும் அரசாங்கமும் சரிசமமாக உரையாட முடியும்.

புதிய உச்ச நீதிமன்ற அலுவலகம் நாடாளுமன்ற அவைகளின் உள்ளே இருந்தது. இந்திய மன்னர்கள் கூட்டங்களுக்குப் பயன்படுத்தும் அறை (பார்க்க படம் 0.1). மூன்று பேரறைகளில் ஒன்றில் நீதிமன்றம் இயங்கியது. (மற்ற இரண்டு: மக்களவை, மாநிலங்களவை). தலைமை நீதிபதி ஹரிலால் கானியாவும் அவரோடு இருந்த சகோதர நீதிபதிகளும் இந்தியாவின் கூட்டுப் பேராட்சி நீதிமன்றத்தில் பணியாற்றியவர்கள். அது 1937-இல் ஏற்படுத்தப்பட்டது. இந்தியா முழுவதும் மேல்முறையீட்டு அதிகார வரம்பை நிர்ணயித்த முதல் நீதிமன்றமாகக் கூட்டுப் பேராட்சி நீதிமன்றம் இருந்தாலும், பெரும்பாலும் மூன்று நீதிபதிகளே இருந்தார்கள். அதனுடைய அதிகார வரம்பும் பெருமளவில் கட்டுப்படுத்தப்பட்டிருந்தது. அங்கே இருந்த குறுநில அரசுகளின் பல முத்திரைக் கேடயங்கள், முதலில் இருந்த எட்டு நீதிபதிகளின்

படம் 0.1 மன்னர்களின் முன்னாள் மண்டபத்தில் இந்தியாவின் உச்சநீதிமன்ற நீதிபதிகளின் தொடக்க அமர்வு 1950.

விசாரணைகளை மேற்பார்வையிடுவதுபோல் தோன்றின. 1956–இல் நாடாளுமன்றத்தோடு தங்களது உடன்பாடின்மையை வலியுறுத்த, ஒரு மைல் தள்ளியிருந்த தங்களது சொந்தப் பதினேழு ஏக்கர் வளாகத்துக்குப் பதினோரு நீதிபதிகளும் இடம்பெயர்ந்தார்கள்.

தில்லியில் உச்ச நீதிமன்றம் அமைந்த இடம் சர்ச்சைக்குரியது. 1911–இல் பிரிட்டிஷ் இந்தியாவின் தலைநகரமாக அறிவிக்கப்பட்டாலும் தில்லி ஒரு தூங்கும் நகரமாகவே இருந்துவந்தது. துடிப்புள்ள உள்ளூர் வழக்குறைஞர் குழு இல்லை. நகரத்துக்கென்று சட்ட அடிப்படையிலான தன்னாட்சி இல்லை. 1947 வரை லாகூர் உயர் நீதிமன்றத்தின் சட்ட வரம்புக்குள் இருந்தது. 1966 வரை பஞ்சாப் உயர் நீதிமன்றத்தின்கீழ் இருந்தது. பம்பாய், அலகாபாத், கல்கத்தா ஆகிய பெருநகரத்திலிருந்து வந்த வழக்குரைஞர்கள் தில்லி வழக்குரைஞர் குழுமத்தை ஒரு பொருட்டாக மதிக்காவிட்டாலும், அதிகப்படியான மேல்முறையீடுகள் வந்ததால் தில்லியில் தங்களது இரண்டாவது நிறுவனத்தை அமைத்துக்கொண்டார்கள். முதலில் உச்ச நீதிமன்ற வழக்குரைஞர் குழுமம் சிறிதாகவே இருந்தது. மேற்கு பாகிஸ்தானிலிருந்து அகதிகளாக வந்த வழக்குரைஞர்கள்தான் இருந்தார்கள். புதிய நீதிபதிகள் மாநில உயர் நீதிமன்றங்களிலும் கூட்டுப் பேராட்சி நீதிமன்றத்திலும் பத்தாண்டுகளுக்கு மேல் பணிபுரிந்தார்கள். அப்போதிருந்த காலனிய அரசு அவர்களை நியமித்திருந்தது.

இந்திய நீதிமன்ற அமைப்பு மூன்று தளங்களை உடையது (படம் 0.2). உச்ச நீதிமன்றத்துக்குக் கீழ் உயர் நீதிமன்றங்கள் இருந்தன. அவற்றில் பெரும்பான்மையானவை பதினெட்டாம் நூற்றாண்டில் நிறுவப்பட்டவை. பெருநகரங்களின் மத்தியில் நவீன காதிக் கட்டிட அமைப்பில் கட்டப்பட்ட கட்டிடங்களில் பணியாற்றின. எனினும், புதிய அரசமைப்புச் சட்டம் அவற்றின் அதிகார வரம்புகளையும், மாநிலங்கள் மேலுள்ள அவற்றின் அதிகாரங்களையும் விரிவுபடுத்தியது. முந்தைய மன்னராட்சி மாநிலங்களில் ஆறு புதிய உயர் நீதிமன்றங்கள் நிறுவப்பட்டன. புதிய உச்ச நீதிமன்றமும் புதிதாக அதிகாரங்கள் பெற்ற உயர் நீதிமன்றங்களும் நீதி அமைப்பின் உச்சத்தில் இருந்தன. அதன் கீழமை நீதிமன்றங்களில் ஆட்சி அதிகாரம் கொண்ட நீதிபதிகள் இருந்தனர்.

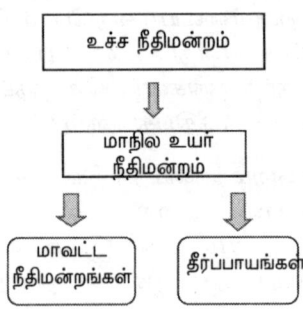

படம் 0.2 – இந்தியாவில் 1950-க்குப் பிறகு நீதிமன்றங்களின் படிநிலை

உயர் நீதிமன்றங்களின் கீழ் மாவட்ட நீதித் துறை இருந்தது. பெரும்பாலான குடிமக்களுக்குச் சட்ட அமைப்போடு தொடர்புகொள்ளும் இடமாக மாவட்ட நீதிமன்றம் இருந்தது.

இந்த முதல்நிலைத் தொடர்புப் புள்ளியில் வரி வசூலிப்பு, சட்டம் ஒழுங்கு பராமரித்தல், நிதி வழங்கல் ஆகிய நிர்வாகப் பணிகளைச் செய்யும் அதிகார வர்க்கத்தினர் இருந்தார்கள். நிர்வாகம் பலவற்றை உள்ளடக்கியதாக ஆனதால், வருமான வரி போன்ற பகுதிகளைக் கவனிக்க நீதிபதிகளையும் வல்லுநர்களையும் கொண்ட தீர்ப்பாயங்களை அரசு நிறுவியது. உயர் நீதிமன்றங்களும் உச்ச நீதிமன்றங்களும் மட்டுமே அரசமைப்புச் சட்ட அதிகார வரம்பைச் செலுத்த முடியும். மாவட்ட நீதிமன்றங்கள் முரண்பாடுகள் தோன்றும் இடமாக இருந்தன. அல்லது மேல்முறையீட்டு (உயர்) நீதிமன்றங்களின் புதிய அரசமைப்புச் சட்ட விளக்கங்கள் தோன்றிய வழக்குகள் கொண்டுவரப்படும் இடமாக இருந்தன.

நீதித் துறையை நிர்வாகத்திலிருந்து பிரிப்பதை அரசமைப்புச் சட்டம் ஒரு இலக்காகக் குறிப்பிட்டது. ஆனால், அதை நடைமுறைப்படுத்துவதில் தாமதம் ஏற்பட்டது. அது 1970-களிலேயே நிறைவேறிற்று. ஆகவே, அரசமைப்புச் சட்ட அதிகார வரம்பைச் செயல்படுத்தும் நீதிமன்றங்களெல்லாம் வேறொரு நிலையில் செயல்படும் வரையறுக்கப்பட்ட இடமாக அமைந்தன.

இந்தியாவில் வழக்கு தொடுப்போர் காலனிய நிர்வாகத்திடமிருந்து நிவாரணம் பெற கம்பெனி நீதித் துறையை அணுகினர். பதினெட்டாம் நூற்றாண்டின் பிற்பகுதியில் கல்கத்தா, பம்பாய் ஆகிய இடங்களின் நீதித் துறை, ஒழுங்குமுறையற்ற சட்டத்

துறையில் ஒழுங்குமுறையை ஏற்படுத்தும் முயற்சியில் அடிக்கடி மோதிக்கொண்டது. இது சிறிது காலம் நிகழ்ந்தது. பிரிட்டிஷ் அரசு, நாடாளுமன்றம் ஆகியவற்றின் நலன்களைக் காக்கும் நீதித் துறைக்கும் ஊழல் மிகுந்த கட்டுப்பாட்டுக்கு உட்படாத கிழக்கிந்தியக் கம்பெனி ஆட்சிக்கும் இடையே ஏற்பட்டவை.

காலனிய இந்தியாவில் நீதிமன்ற மீளாய்வானது நிர்வாகச் செயல்களில் அதிகாரம் தலையிடுவது பற்றியதாக இருந்தது. 1781-இல் கல்கத்தா உச்ச நீதிமன்றத்தின் அதிகார வரம்பை பிரிட்டிஷ் நாடாளுமன்றம் குறைத்து ஆளுநரின் நிர்வாகக் குழுவை கல்கத்தா நகரத்துக்கு வெளியிலுள்ள பகுதிகளின் மேல்முறையீட்டுக்கான இறுதி அமைப்பாக ஆக்கிற்று. இந்த வரைமுறைகள் 1800-இல் மெட்ராஸுக்கும், 1833-இல் பம்பாய்க்கும் நீட்டிக்கப்பட்டன. 1857-இல் கம்பெனி ஆட்சி முடிவுக்கு வந்த பிறகு, 1861-இல் இந்திய உயர் நீதிமன்றச் சட்டம் நிறைவேற்றப்பட்டு, உயர் நீதிமன்றங்களின் அதிகாரங்கள் குறைக்கப்பட்டன. அதன் பிறகு, இந்த மோதல்கள் குறைந்துவிட்டன. தனது நீதிமன்றத்துக்கு இங்கிலாந்தின் அரச இருக்கைக்கு உள்ள எல்லா அதிகாரங்களும் இருந்தன. ஆனால், இந்தியாவில் இங்கிலாந்து என்பது பிரிட்டிஷ் அரசாங்கப் பணியாட்களான கல்கத்தா மற்றும் பிரிட்டிஷ் குடிமக்களுக்கு மட்டுமே பொருந்துமாறு இருக்க வேண்டும் என்று கல்கத்தா உயர் நீதிமன்றத் தலைமை நீதிபதி அமீர் அலி குறிப்பிட்டார்.

அரசமைப்புச் சட்டம் நிறைவேற்றப்படுவதற்கு முன்னர் கல்கத்தா, பம்பாய், மெட்ராஸ் உயர் நீதிமன்றங்கள்தான் நீதிப் பேராணை வழங்கும் அதிகார வரம்பு பெற்றிருந்தன. (அலகாபாத் 1920-களில்தான் நீதிப் பேராணை வழங்கும் அதிகாரம் பெற்றது.) இதுவும்கூட நகர எல்லைக்குள், பதினெட்டாம் நூற்றாண்டில் வரையறுக்கப்பட்டதுபோல் தனிநபர்களுக்கும் அதிகாரிகளுக்கும் எதிராகச் செயல்படுத்தப்படக்கூடிய அல்லது அவர்களுக்குக் கிடைக்கக்கூடியதாக மட்டுமே இருந்தது. மாநில நகரங்களுக்கு (மாநிலத் தலைநகரங்களுக்கு) வெளியேயுள்ள நீதிமன்றங்களுக்கு நீதிப் பேராணை வழங்கும் அதிகாரம் இல்லை. இந்த வரையறுக்கப்பட்ட நிவாரணம்கூட அதிகார வர்க்கத்தினரின் எதிர்ப்புக்கு உள்ளாகியிருந்தது. இவ்வாறு நீதிப் பேராணையின் பரப்பு குறைக்கப்பட்டது. அடுத்து வந்த சட்டங்கள் அரசாங்கம் மீது வழக்கு பதிவுசெய்வதைத் தடுக்க முயன்றன. அரசு அதிகாரங்களுக்கு எதிராக வழக்கு தொடர்வதற்கு

முன்னர் கவர்னர் ஜெனரலின் அனுமதி வேண்டும் என்பதைக் கட்டாயமாக்கின. அரசு ஆணைகளின் ஏற்புடைமையை விசாரணைசெய்ய நீதிமன்றங்களுக்கு விலக்களிக்கப்பட்டன. வரி, வரிவசூல் தொடர்பான அனைத்து விஷயங்களுக்கும் உயர் நீதிமன்றங்களின் அதிகார வரம்பிலிருந்து விலக்களிக்கப்பட்டன. இதனால், காலனிய அரசின் முக்கிய நோக்கம் தடையின்றி நிறைவேறுவது உறுதிப்படுத்தப்பட்டது.

நீதித் துறைக்கு அதிகமான அதிகாரமும் தன்னாட்சியும் வழங்க வேண்டும் என்றும், அதிக அதிகாரங்களுடைய உச்ச நீதிமன்றம் ஒன்று நிறுவப்பட வேண்டும் என்றும் இந்திய தேசியவாதிகளும் தாராளச் சீர்திருத்தவாதிகளும் திரும்பத்திரும்பக் கோரிக்கை வைத்தனர் (இதைக் காலனிய அரசு தொடர்ந்து நிராகரித்துவந்தது). நீதிமன்ற மீளாய்வு, அடிப்படை உரிமைகளை மீறும்போது நிவாரணங்கள் வழங்க மட்டும் அரசமைப்புச் சட்டத்தில் இடம்பெறச் செய்யப்படவில்லை; அதோடு நிர்வாகம் முழுவதையும் ஆய்வுக்கு உட்படுத்தும் செயல்களைத் திறந்துவிடவும் சேர்க்கப்பட்டது. அரசமைப்புச் சட்டத்தின் முன்வரைவு நீதிப் பேராணைகளுக்கு அரசாங்கத்தை உட்படுத்த முடியாது என்பதை நீக்கிவிட்டது. இதற்கு, அடிப்படை உரிமைகளை மீறுகிறது என்பதே காரணம். 'சிறிய, ஆனால் மிக முக்கியமான திருத்தம்' என்று பி.ஆர்.அம்பேத்கர் ஒரு திருத்தத்தை முன்மொழிந்தார். அரசை நீதிமன்ற ஆய்வுக்கு உட்படுத்த முடியாது என்பது நீக்கப்படுகிறது என்றும், இந்தப் பிரிவிலுள்ள எதுவும் இந்த அரசின் மீது வழக்கு தொடுக்க ஒவ்வொரு குடிமகனுக்கும் உள்ள உரிமையைக் கட்டுப்படுத்துவதாகக் கொள்ளக் கூடாது என்றும் அந்தத் திருத்தம் கூறியது. உச்ச நீதிமன்ற அதிகாரங்களை வரைவுசெய்த குழுவில் இருந்த அல்லாடி கிருஷ்ணசாமி அய்யர் நீதிப் பேராணைகள் மூலம் பாதிக்கப்பட்ட தனிநபர் உயர் நீதிமன்றத்தில் மனு செய்யலாம் என்ற உரிமையை அம்பேத்கருடைய திருத்தம் விளக்குகிறது என்று வலியுறுத்தினார். அதன்படி அடிப்படை உரிமைகள் மறுக்கப்படும்போது மட்டுமல்ல, அரசாங்கம் தன்னுடைய பாதி நீதித் துறை சார்ந்த அதிகாரத்தைச் செலுத்தும்போதும் அல்லது விதிமுறைகளை நடைமுறைப்படுத்தும்போதும் வரம்பு மீறும்போதும் நீதிமன்றப் பேராணைகளுக்கு விண்ணப்பிக்கலாம் என்று அய்யர் விளக்கமளித்தார். அரசமைப்புச் சட்டத்தில் 225-ஆம் பிரிவு உயர் நீதிமன்றங்களுக்கு வரிவசூலிப்பதில் தலையிடும் அதிகாரம் உள்ளது என்று குறிக்கிறது.

காங்கிரஸ் கட்சி மேலாதிக்கம் செலுத்திய அரசமைப்பு அவை தானாகவே முன்வந்து நீதிமன்ற மறுஆய்வுக்கான குறிப்பிடத்தக்க அதிகாரங்களைத் தந்திருப்பது வியப்புதான். ஏனென்றால், காங்கிரஸ் கட்சியினர் நீதித் துறை பற்றி சந்தேகம் கொண்டிருந்தார்கள். மேலும், பொதுமக்களின் ஆதரவு அமோகமாக இருந்ததால் அவர்கள் அதிகார ஆணவத்தில் இருந்தார்கள். அதற்கான காரணங்களுள் ஒன்று, நடைமுறையிலுள்ள சட்டத்தை பிரிட்டிஷார் மீறினார்கள் என்று குற்றம்சாட்டியிருந்தார்கள் என்பது. சட்டத்தின் ஆட்சியை மீட்டெடுத்து அதை நிறுவனமயமாக்கிவிட்டதாகப் புதிய அரசு காட்ட வேண்டியிருந்தது. நிர்வாகத்தில் நீதித் துறையின் குறுக்கீடு என்பதற்கான ஒரு மரபும் இல்லை. அரசமைப்பு அவையின் செயல்பாடுகளை நுணுக்கமாக ஆராய்ந்தால் அதன் பல உறுப்பினர்கள், குறிப்பாக வழக்குரைஞர்கள் அதை ஒரு இயல்பான அடுத்த கட்டமாகக் கருதினார்கள் என்பது தெரியும்.

இந்திய உச்ச நீதிமன்றம்:
பொதுவான மற்றும் ரகசிய ஆவணக்காப்பகம்

புது தில்லியின் மத்தியில் பதினேழு ஏக்கரில் இந்திய உச்ச நீதிமன்றம் அமைந்திருக்கிறது (படம் 0.3). 1958-இல் கட்டப்பட்டது. பொதுப்பணித் துறைக்குத் தலைமை ஏற்ற முதல் இந்தியரான கணேஷ் பிக்காஜி டியோலலிக்கர் வடிவமைத்துக்கொடுத்தது. வெள்ளை சிவப்பு வண்ணக்கற்களாலான வளாகம், புது தில்லியில் இருந்த காலனியப் பொதுக் கட்டிடங்களின் கட்டிடக் கலை அமைப்பைப் பின்பற்றியது. வளாகமே நீதியின் தராசுகளைக் குறியீடாகக் கொள்ளும் வகையில் வடிவமைக்கப்பட்டிருந்தது. பிரம்மாண்ட சிவப்புக் கற்களாலான படிக்கட்டுகள் வருகை புரிகிறவர்களையும் பிற பொதுமக்களையும் கட்டிடத்தைச் சுற்றியிருக்கும் உயர்ந்த தூண்கள் நிறைந்த காட்சிக்கூடத்துக்கு வழிகாட்டின.

இந்தத் தளத்தில்தான் நீதிமன்றத்தின் பொது வேலைகளில் பெரும்பகுதி நடைபெற்றது. தூண்கள் வரிசை பல அடுக்கு மரப்பலகைச் சுவர்களுடைய நீதிமன்ற அறைகளுக்கு இட்டுச்சென்றது. வாசலில் சட்ட மேதைகளின் படங்கள் தொங்குகின்றன. வழக்காடுபவர்கள், பார்வையாளர்கள், எழுத்தாளர்கள், பயிற்சியாளர்கள் ஆகியோர் நீதிமன்ற அறைகளில்

படம் 0.3: புதிதாகக் கட்டப்பட்ட இந்தியாவின் உச்ச நீதிமன்றம், 1958.

நிறைந்து காணப்படுவார்கள். பார்வையாளர்களைக் காவலர்கள் அவ்வப்போது சோதித்து அவர்களது செல்பேசிகளைக் கையகப்படுத்துவார்கள். பளபளக்கும் சீருடையும் தலைப்பாகையும் அணிந்த காவலர்கள் முன்னால் வர நீதிபதிகள் தங்களுக்கு மட்டுமே உரிய சிவப்புக் கம்பளம் விரிக்கப்பட்ட தாழ்வாரத்தில் நடந்துவருவார்கள். அங்கே உரையாடல் மெல்லிய குரலில் நடக்கும். கறுப்பு மேலாடை அணியாத நீதிமன்ற அலுவலர்கள் இரண்டு கிளைகளிலுமுள்ள அலுவலக அறைகளில் தங்களது எழுத்து வேலையில் மூழ்கியிருப்பார்கள். இடைவெளிகளிலெல்லாம், கறுப்பு மேல்கோட் அணிந்த வழக்குரைஞர்கள் நூற்றுக்கணக்கில் தங்களது மேலாடைகள் காற்றில் பறக்க விவாதித்துக்கொண்டும் அரட்டையடித்துக்கொண்டும் எப்போதாவது நீதிமன்ற அறைகளுக்கு இடையில் விரைந்துகொண்டும் இருக்கிறார்கள். இதுதான் நீதிமன்றம் பற்றி வெளியிலிருந்து பார்ப்போருக்குக் கிடைக்கும் காட்சி. ஆரம்பப் படிக்கட்டுகளுக்கு எதிரே புல்வெளியில் வேன்கள் எப்போதும் நிறுத்தப்பட்டிருக்கும். டிவி பணியாட்களும் ஏறக்குறைய நிரந்தரமாகவே இருப்பார்கள். ஆவணங்களைக் காக்கும் உரிமை உடையது உச்ச நீதிமன்றம். தன்னுடைய பதிவேடுகளைக் காலாகாலத்துக்குப் பாதுகாக்கும் பொறுப்பு கொண்டது. தன்னுடைய இறுதித் தீர்ப்புகள் பொதுமக்களுக்கு உரியவை, வழக்குரைஞர்களால் அவை நுணுக்கமாக ஆராயப்பட்டு செய்தித்தாள்களில் இடம்பெறுகின்றன. முதன்மையான செய்தித்தாள்களில், நாடாளுமன்றத்தைவிட அல்லது பிரதமரைவிட அதிகமாக உச்ச நீதிமன்றம் பற்றி

விவாதிக்கப்படும் கட்டுரைகள்தான் அதிகம் இடம்பெறுகின்றன என்று அண்மைக் கால ஆய்வு ஒன்று காட்டுகிறது.

எனினும், பொதுமக்களுக்கான ஆவணக்காப்பகத்துக்குக் கீழே கீழ்த்தளத்தில் அமைக்கப்பட்டுள்ளது உச்ச நீதிமன்றப் பதிவேடு அறை. இதில் வழக்குரைஞர்களின் மொத்தச் செயல்முறைகளும் சேமிக்கப்பட்டிருக்கின்றன. வழக்குரைஞர்களின் விவாதங்கள், நீதிமன்றத்தில் வைக்கப்பட்ட ஆதாரங்கள், சாட்சியங்களின் வாக்குமூலப் பிரதிகள், குற்றங்கள் நடந்த இடங்களின் படங்கள், சில வேளைகளில் ரத்தக்கறை படிந்த ஆதாரம் முதலானவை இங்கே பத்திரப்படுத்தப்பட்டிருக்கும். இந்த ரகசிய ஆவணக்காப்பகத்தில் ஆவணங்களை ஆராய்ந்த முதல் ஆய்வாளராக 2010-இல் நான் ஆனேன்.

உச்ச நீதிமன்றப் பதிவேடு அறையைச் சுற்றி ஏதோ ரகசியம் இருப்பதுபோல் தோன்றும். அதற்கு அது இருந்த இடம் ஒரு காரணம். அந்த இடத்தை அணுகுவது கடினம். இன்னொரு காரணம், செயல்முறை சார்ந்தது. அது மூலவளம் என்ற முறையில் அதன் மதிப்பு அதிகம். உச்ச நீதிமன்ற ஆவணங்களை ஆராய்வதற்கு ஆய்வாளர்களுக்கென்று எந்த நடைமுறையும் இல்லை. பதிவாளரின் விருப்பப்படியே அணுகுவதற்கு இசைவளிக்கப்படுகிறது. மேலும், அறிவிக்கப்பட்ட இறுதித் தீர்ப்புக்கே சட்டத் துறை வல்லுநர்கள் முக்கியத்துவம் தருகிறார்கள். ஏனென்றால், வருங்கால விளைவுகளும், ஏற்கெனவே நிகழ்ந்ததற்கான மதிப்பும் கொண்டது அந்த ஆவணம் மட்டும்தான். ஆவணங்களை ஆராய்வதற்கும், நீதிமன்றத்திலேயே என்னுடைய பணியை மேற்கொள்வதற்கும் தாராளமான அனுமதி அளித்த இந்தியத் தலைமை நீதிபதி என்னுடைய இலக்கைக் கேட்டு வியப்படைந்தார். "தீர்ப்புகளெல்லாம் இணையத்திலேயே கிடைக்கின்றன," என்று எனக்கு இருமுறை நினைவுபடுத்தினார். பதிவேடு அறையின் தூசி படிந்த உட்புறத்தில் பல மாதங்கள் செலவழிக்க வேண்டியதில்லை என்று அறிவுறுத்தினார். என்னைத் தனிப்பட்ட முறையில் வரவேற்ற நீதிமன்ற அலுவலர்களுக்கு என்னை எங்கே அமர்த்துவது என்று தெரியவில்லை. பதிவேடு அறைக்கு வருபவர்கள் பெரும்பாலும் பதிவு சம்பந்தமான வழக்குரைஞர்கள். அல்லது நிலுவையிலுள்ள வழக்குகள் சம்பந்தமான குறிப்பிட்ட ஆவணத்தைப் பார்ப்பதற்காக வந்தவர்கள். இவர்கள் தங்களுக்குத் தேவையான விவரங்களைச் சோதித்தவுடன் சில நிமிடங்களில்

போய்விடுவார்கள். ஆராய்வதற்கென்று குறிப்பாக எந்த இடமும் இல்லாததால், எப்போது ஒரு அலுவலர் விடுமுறையில் இருக்கிறாரோ அவரது இடத்தை எனக்குத் தருவது என்று தீர்மானிக்கப்பட்டது. ஆறு மாதங்களில், கோப்புகளுடன் நீதிமன்ற வளாகத்தில் பல அலுவலகங்களுக்குப் போக வேண்டியதாயிற்று. இந்த ஆவணக்காப்பகத்தைச் சுற்றிவந்து ஆவணங்களை ஆராய்ந்ததன் விளைவுதான் இந்த நூல்.

அரசமைப்பு மாற்றச் செயல்முறையைப் புரிந்துகொள்ள நான் புதிய ஒழுங்குபடுத்தும் அதிகாரங்களுக்கும் சட்டமியற்றலுக்கும் இருந்த தொடக்க கால அறைகூவல்களைத் தேடினேன். இவை சமூகத்தையும் பொருளாதாரத்தையும் மாற்றியமைக்கும் அரசினுடைய திட்டத்தின் ஒரு பகுதியாக அமைக்கப்பட்டன. இவை முக்கிய வழக்குகளாக வெளிப்பட்டன. இந்த வழக்குகள் முக்கியமான சட்டம் சம்பந்தப்பட்ட முன்னோடிகளாக ஆகின. மேலும், சட்டத் துறைக்கு வெளியேயும் அரசாங்கத்துக்குள்ளும் பொது உலகிலும் விவாதங்களாக எதிரொலித்தன. இவ்வாறு, பசுக் கொலை போன்ற சில வழக்குகள் முதலில் வந்த சட்டப் பாடப் புத்தகங்களிலும் விமர்சகர்களாலும் அடிக்கடி மேற்கோள் காட்டப்பட்டன. விபச்சார வழக்கு போன்ற மற்றவை அரசு ஆவணக்காப்பகங்களின் அரசியல் அதிகாரங்களுக்கு இடையே பதற்றமான உரையாடல்களை உண்டாக்கின. மதுவிலக்கு போன்ற வேறுசில விஷயங்கள் செய்தித்தாள்களிலும் கேலிச் சித்திரங்களாகவும் விலாவாரியாக விவாதிக்கப்பட்டன. பதிவு அறையில் மையமாக இருந்த அரசியல் சட்ட ஆவணக்காப்பகம் அதில் உள்ள ஆவணங்களைவிடப் பெரியது.

ஆவணக்காப்பகத்தில் எனக்கு வெளிப்படையாகத் தெரிந்த இன்னொரு முக்கிய அம்சம், ஒரே சாதி அல்லது இனக்குழுவைச் சேர்ந்த ஆட்கள் ஒரு குறிப்பிட்ட ஒழுங்குமுறைச் சட்டத்துக்கு எதிராக நீதிமன்றங்களை நாடினார்கள் என்பது. தெற்காசியப் பெயர்கள் மதத்தையும் சந்ததியையும் குறிக்கின்றன. வழக்குகளின் பெயர்களைப் பார்த்துக்கொண்டிருந்தபோது இதை முதலில் கவனித்தேன். ஒரு வழக்கின் கோப்பை நுணுக்கமாக ஆராய்ந்தபோது, வழக்குமன்றத்துக்குச் சென்றவர்கள் எப்போதும் தங்களது இனக்குழுவின் அடிப்படையில் தங்களை அடையாளப்படுத்திக்கொண்டார்கள் என்பதைக் கண்டேன். சிறுபான்மையினர் (சாதி, மதம்) வழக்குமன்றங்களில் அதிகம்

காணப்பட்டனர். இது அவர்களைக் காப்பாற்றுவது அரசின் கடமை என்பதைத் தீவிரமாக எடுத்துக்கொண்டார்கள் என்பதைக் காட்டுகிறது. வகுப்பு, பாலினம், இனம் ஆகியவற்றால் தேர்தல் அடிப்படையிலான மக்களாட்சியின் மூலம் தங்களுக்குப் பிரதிநிதித்துவம் பெற முடியாதவர்களாக சில இனக்குழுக்களின் உறுப்பினர்கள் இருந்தார்கள். இவ்வாறு தேர்தல் அடிப்படையில் சிறுபான்மையினராக இருப்பவர்கள் அரசமைப்புச் சட்ட வழக்குகளில் அதிகமாக இருந்தார்கள் என்பதற்கு இந்த நூல் ஆதாரம் தருகிறது. அதாவது, அரசமைப்புச் சட்ட ஒழுங்குக் கட்டமைப்பின் மையத்தில் தேர்தல் அடிப்படையிலான மக்களாட்சி நிறுவப்பட்டதால் கீழ்ப்படுத்தப்பட்டோர் பாதிக்கப்பட்டிருப்பது தெளிவாகத் தெரிகிறது. இது சட்டமியற்றலுக்கும் நீதிமன்ற மீளாய்வுக்கும் இடையிலுள்ள முரண்பாட்டால் ஏற்படுகிறது.

இத்தகைய ஆய்வு அனைத்தையுமே உள்ளடக்கியதாக இருக்க முடியாது. எனினும், பம்பாய் முதல் வங்கம் வரையிலான பரப்பையும் ஒழுங்குபடுத்தும் நடவடிக்கைகளையும் பல பெரிய நகரங்கள், சிறிய நகரங்கள், கிராமப்புறங்கள் ஆகியவற்றையும் உட்படுத்த இந்நூல் முயற்சி எடுக்கிறது. அரசமைப்புச் சட்டத்தைப் பற்றி இப்போது இருக்கும் ஆய்வு முடிவுகளின் பெரும்பகுதியானது சொத்து, சுதந்திரமான பேச்சு, மதச் சுதந்திரம் ஆகியவற்றுக்கான குறிப்பிட்ட உரிமைகளின் பரிணாம வளர்ச்சி அடிப்படையில் அமைக்கப்படுகிறது. இந்தக் குறிப்பிட்ட உரிமையின் பரிணாம வளர்ச்சியின் இன்றுவரை உள்ள நிலையை விளக்குவதற்கு இந்த நூல் எழுதப்பட்டிருக்கிறது. இந்த நூலின் பகுப்பாய்வுச் சட்டகம் 1950-களில் வெளிப்பட்ட புதிய ஒழுங்குபடுத்தும் அரசாக இருக்கும். மேலும், (தொழில் உரிமை போன்ற) இதுவரை ஆராயப்படாத குடியுரிமைகள் போன்றவற்றையும் நிர்வாகச் சட்டத்தையும் பற்றிப் போதுமான கவனம் செலுத்துகிறது. சொத்துரிமை, சமய உரிமை, சமத்துவம், பேச்சுரிமை ஆகியவை பற்றிய வினாக்களும் ஆராயப்படுகின்றன.

நூல் அமைப்பு முறை

பின்காலனிய இந்தியாவில் அரசமைப்பு மற்றும் நிர்வாக நடைமுறைகளின் வாயிலாக எப்படி அரசமைப்பியம் ஆட்சிசெய்யும் சட்டகமாக ஆனது என்பதை இந்த நூல்

வெளிப்படுத்த முனைகிறது. குடிமக்களுக்கும் பின்காலனிய அரசுக்கும் ஏற்பட்ட பல்வகை அரசமைப்புச் சட்ட மோதல்களின் சிறிய விவரங்கள் மூலமாக இதைச் செய்கிறது.

நான்கு இயல்களுக்கும் இந்தத் துறையில் ஆதிக்கம் செலுத்துகிற ஒரு வழக்கின் பெயர் தரப்பட்டிருக்கிறது. இது இரண்டு அம்சங்களுக்குத் தரும் பாராட்டாக அமைகிறது: முதலாவது, சட்டபூர்வ வழக்குகள் என்ற முறையில் பொதுச் சட்ட நீதி முறையின் கல்விப்புலத்துக்கு உதவுகிறது. இரண்டாவது, அனைவரும் விரும்பும் சட்டம் சம்பந்தமான படைப்பு என்ற இலக்கிய வளர்ச்சிக்குப் பாராட்டு. ஏர்ல் ஸ்டான்லி கார்டனரின் பெர்ரி மேசன் நாவல்கள் போன்ற சட்டம் சம்பந்தமான திரில்லர்களும், ஜான் மார்ட்டினின் வழக்குமன்ற நாடகங்களும் இந்தியாவில் தொடர்ந்து வரவேற்பு பெறுகின்றன. பெயர்போன வழக்குகளை விறுவிறுப்பான தலைப்புகளுடன் கலித் லத்தீஃப் (கே.எல்.) கவுபா, கைலாஸ் நாத் கட்ஜு போன்ற வழக்குரைஞர்கள் கதையாடல்களாக எழுதினார்கள். அவற்றுக்கு நல்ல விற்பனை.

ஒவ்வொரு இயலும் அரசமைப்புச் சட்ட வழக்குகளில் ஒரு குறிப்பிட்ட தொகுதியைச் சுற்றி வடிவமைக்கப்பட்டிருக்கிறது. இது மூன்று வேலைகளைச் செய்கிறது. முதலாவதாக, அன்றாட வாழ்க்கையில் அரசமைப்புச் சட்டத்தின் ஆழமான நீட்சியை வெளிப்படுத்துகிறது. உணவுப் பழக்கங்கள், குடிப் பழக்கங்கள், உடை அல்லது பாலின நடத்தை ஆகியவற்றை மாற்றுவதன் வழியாகக் குடிமகனின் அன்றாட வாழ்க்கையை மாற்றும் முயற்சி ஒவ்வொரு வழக்கிலும் மையமாக இருக்கிறது. அன்றாடப் பழக்கங்களைப் பற்றி ஆராய்வதன் மூலம், காலனியத்திலிருந்து பின்காலனியத்துக்கு மாறும் காலகட்டத்தில் ஏற்படும் மாற்றங்களை அல்லது மாற்றங்கள் ஏற்படாததை வெளிச்சத்துக்குக் கொண்டுவிடுகிறது. இரண்டாவதாக, அரசமைப்புச் சட்டத்துடன் குடிமகனுக்கு ஏற்படும் அனுபவங்களின் பன்முகத்தன்மையை அறிந்துகொண்டதன் அடிப்படையிலான பகுப்பாய்வு ஒவ்வொரு வழக்கிலும் வெவ்வேறு குடிமக்கள் சம்பந்தப்பட்ட அரசியல் பொருள்களுக்கு முக்கியத்துவம் தருகிறது. இயல்கள் ஒன்றும் இரண்டும் ஒழுங்குமுறை, மதவிலக்கு, சந்தைக் கட்டுப்பாடு ஆகிய புதிய துறைகள் பற்றிப் பேசுகின்றன. இயல்கள் மூன்றும் நான்கும் விபச்சாரம், மாட்டிறைச்சி உண்ணல் ஆகியவை பற்றிப் பழைய ஒழுங்குமுறை விவாதங்கள் சுதந்திர இந்தியாவில்

எவ்வாறு மாற்றம்பெற்றன என்பதை ஆராய்கின்றன. கடைசி இயல் இந்தக் காலகட்டத்தில் வெளிப்பட்ட சட்ட உத்தி அல்லது செயல்முறையின் புதிய அமைப்பைப் பிரதிநிதித்துவப்படுத்துவதாக அமைகிறது.

இயல் 1 பம்பாயில் சுமத்தப்பட்ட கடுமையான மதுவிலக்குச் சட்டத்துக்கு எதிரான வழக்கின் அடிப்படையில் அமைக்கப்பட்டிருக்கிறது. சோதனை வழக்கான அதனால் ஏற்பட்ட பழக்கங்களுக்கு முக்கியத்துவம் தருகிறது. மேலும், எப்படி அரசமைப்புச் சட்ட வழக்குகள் அன்றாடச் சட்டத்துக்கான நடவடிக்கைளைப் பாதிக்கின்றன என்பதையும் முதன்மைப்படுத்துகிறது. அரசமைப்புச் சட்டத்தின் 47-ஆம் பிரிவை நடைமுறைப்படுத்த பம்பாயிலும் பிற மாநிலங்களிலும் கொண்டுவரப்பட்ட மதுவிலக்குச் சட்டங்கள், குடிமக்களின் அன்றாட வாழ்க்கையை ஒழுங்குபடுத்த பின்காலனிய அரசு எடுத்த தொடக்க முயற்சிகளில் ஒன்று. மதுவிலக்குக் கொள்கையானது அரசு தனக்கென்று ஒரு பின்காலனிய அடையாளத்தை ஏற்படுத்திக்கொள்ளும் முயற்சியின் ஒரு அம்சம். குடிப்பழக்கம் என்பது ஒரு வெளிநாட்டுப் பழக்கம் என்று சொல்லித் தன் குடிமக்களைக் குடிப்பதிலிருந்து தடுக்கும் முயற்சி அது. எனினும், அதை நடைமுறைப்படுத்த காலனிய அரசின் செயல்முறைகளையே புதிய அரசும் பின்பற்ற வேண்டியிருந்தது. இதனால், தனிநபர் வாழ்க்கையில் அரசின் தலையீடு பற்றியும், மக்களாட்சியில் காவல் துறையின் இடம் பற்றியும் கேள்விகள் எழுந்தன. வழக்குமன்றம் சென்றவர்களில் பெரும்பான்மையோர் பார்சிகள். மது விற்பனையில் இந்த இனக்குழு பெருமளவு ஈடுபட்டிருந்தது. மக்கள்நலன் என்று வந்துகொண்டிருந்த புதிய கருத்தாக்கத்தையும், சுதந்திரம், சொத்து, இனக்குழுவின் அடையாளம் ஆகியவற்றிடையே உள்ள தொடர்புகளையும் இந்த இயல் ஆராய்கிறது. மேலும், மிகக் குறைவான சட்டபூர்வ வெற்றிகள்கூட அரசுக்குத் தன்னுடைய திறன்களிலுள்ள நம்பிக்கையைக் கலைத்துப்போடுகிறது என்றும் இந்த இயல் காட்டுகிறது.

இரண்டாவது இயல், அத்தியாவசியப் பொருட்கள் சட்டத்துக்கு எழுந்த நிர்வாகச் சட்ட வழக்குகளை ஆராய்கிறது. பொருட்கள் மீதான கட்டுப்பாடுகள் போர்க்காலத்தில் ஏற்பட்ட பற்றாக்குறைகளைச் சந்திக்க ஏற்படுத்தப்பட்டவை. விடுதலைபெற்ற

இந்தியா அவற்றைத் தொடர்ந்து தக்கவைத்துக்கொண்டது. வளர்ச்சித் தத்துவம் கொண்ட அரசின் தேவைகளை நிறைவேற்ற அது நிரந்தரக் கருவியாக ஆகிவிட்டிருந்தது. பொருட்களின் மேலுள்ள கட்டுப்பாடுகள் என்ற அமைப்பு பெர்மிட் - லைசன்ஸ் - கோட்டா அரசு என்பதை நிலைநாட்டிற்று. நேரு காலத்திய அரசில் பொருளாதாரத்தை ஒழுங்குபடுத்தும் ஒரு முறை இது. பொருளாதாரக் குற்றங்களைத் தண்டனைக்குரிய குற்றங்களாக ஆக்கி, சந்தைப் பொருளாதாரத்தைக் கட்டுப்பாட்டுக்குள் கொண்டுவரும் முயற்சி அது. இந்தப் பொருளாதாரக் குற்றவாளிகள் பெரும்பாலும் சிறுவியாபாரம் செய்யும் மார்வாடிகள். இவர்களுக்கு அரசியல்பூர்வமான சட்டப் பாதுகாப்பு மறுக்கப்பட்டது. எனவே, அவர்கள் அரசமைப்புச் சட்டவியம் என்ற மொழியின் வழியாக, புதிய குற்றச் சட்டத்தை எதிர்த்து வழக்கு தொடர்ந்தார்கள். கட்டுப்பாடுகள் அமைப்பு ஊழலுக்கு வழிவகுத்தது என்ற கருத்தை எடுத்துக்கொண்டு, இந்த இயல் கீழ்க்கண்டவாறு வாதிடுகிறது. ஒரு அரசின் சட்ட ஆட்சியினுடைய அடையாளமாக இருப்பது நிர்வாகச் செயல்பாடு. இதை நீதிமன்ற மீளாய்வுக்கு உட்படுத்தும் முறை சட்டத்துக்குப் புறம்பான நிலையிலிருந்தும் ஊழல்மயத்திலிருந்தும் தோன்றியது.

முதல் இரண்டு இயல்களும் அரசியலில் புதிய தளங்களின் மீது (மதுவிலக்கு, பொருளாதாரக் கட்டுப்பாடுகள்) கவனம் செலுத்தினாலும் அடுத்த இரண்டு இயல்களும் பத்தொன்பதாம் நூற்றாண்டிலிருந்து இருந்துவந்த அரசியல் எப்படி அரசமைப்புச் சட்டத்தால் மாறியது என்பதைப் பற்றி ஆராய்கின்றன.

இயல் 3, அரசமைப்புச் சட்டம் இயற்றப்பட்டதால் பசுப் பாதுகாப்பு பற்றிய அரசியல் கிளர்ச்சியில் ஏற்பட்ட மாற்றத்தை ஆராய்கிறது. இந்துக்களுக்கும் இஸ்லாமியர்களுக்கும் உள்ள மதச் சுதந்திரங்களின் அடிப்படையில் பசுப் பாதுகாப்பு பற்றிய விவாதம் நடத்தப்பட்டுவந்தாலும், பசுப் பாதுகாப்புக்கான கோரிக்கைகளை வெளிப்படையாகத் தெரியும் பொருளாதாரக் காரணங்களைக் கொண்டு அரசமைப்பு சந்தித்தது. அரசுக் கொள்கையின் வழிகாட்டும் கோட்பாட்டுப் பிரிவு 48-இல் வைக்கப்பட்டது. பிரிவினைக்குப் பிறகு, மக்களாட்சித் தேர்தல்களுக்குப் பிறகு, வட இந்தியாவில் புதிதாகத் தேர்ந்தெடுக்கப்பட்ட மாநில அரசாங்கங்கள் பசுக் கொலையைத் தடுக்கக் கடுமையான சட்டங்களை நிறைவேற்றி மாட்டிறைச்சி உண்பதைச் சட்டப்படிக்

குற்றமாக்கின. இந்த இயல், இறைச்சி விற்கும் மூவாயிரம் இஸ்லாமியர்கள் கொண்டுவந்த நீதிப் பேராணை மனுவை ஆராய்கிறது. இதுதான் இந்தியாவின் முதல் இனம் சார்ந்த வழக்காக இருக்கலாம். இந்த வழக்குகள் மதச் சுதந்திரத்தை விட்டுவிட்டுப் பொருளாதார உரிமைகளின் அடிப்படையில் இந்தத் தடைகளுக்கு எதிராக வழக்கு தொடுத்தன. மதவுரிமை, சிறுபான்மையினர் உரிமைகள், அரசமைப்பில் மக்களைத் திரட்டுவது ஆகியவை எப்படி அரசியல்தளமாக அரசமைப்புச் சட்டத்தின் வழியாக மாறின என்பதை இந்த இயல் ஆராய்கிறது.

அரசமைப்புச் சட்டப்பிரிவு 23-ஐ நடைமுறைப்படுத்துவதற்காக இயற்றப்பட்ட, விபச்சாரத்துக்கு எதிரான புதிய சட்டங்களை இயல் 4 ஆராய்கிறது. இந்தச் சட்டம் பெண்களை வியாபாரப் பொருளாக ஆக்குவதை முடிவுக்குக் கொண்டுவர ஏற்பட்டது. இந்தியப் பெண்கள் இயக்கத்தின் தேசியவாதிகள் மற்றும் தலைவர்களைப் பொறுத்தவரை சுதந்திரம் என்பது அரசமைப்பின் அடிப்படையிலும், சட்டத்தின் அடிப்படையிலும் சமத்துவத்தைப் பெறுவதும், மேலும் சுதந்திரமாக இருக்கும் ஒரு குடிமகன் சமூகத்தின் ஒழுக்கநெறிக்கு உட்பட்ட தொழிலைச் செய்ய வேண்டும் என்பதும் அவர்களின் நோக்கம். எனினும், பாலியல் தொழில் செய்பவர்கள் பெண்களை வியாபாரப் பொருளாக விற்பதற்கு *(human trafficking)* தடைவிதிக்கும் சட்டங்களை எதிர்த்து அரசமைப்புச் சட்ட வழக்குகளைத் தொடர்ந்தபோது, சட்டமியற்றுவோரும் சமூகத் தொண்டர்களும் விடுதலைக்கு வேறு வகையான கருத்தாக்கத்தைச் சந்திக்க வேண்டியதாயிற்று. தொழில்செய்ய அல்லது பணியாற்ற அவர்களுக்குள்ள அரசமைப்புச் சட்ட உரிமையையும் நாடு முழுவதும் போய்வரத் தரப்பட்டிருக்கும் சுதந்திரத்தையும் வலியுறுத்தினார்கள். புதிய விதிகளின் நடைமுறை ஒழுங்கீனங்களை எதிர்த்து வழக்கு தொடர்ந்தார்கள். பாலியல் தொழிலாளர்களின் வழக்குகளெல்லாம் நீதிமன்றங்களில் குறைந்த அளவே வெற்றிபெற்றன. அதேசமயம், நீதிமன்றத்துக்கு வெளியில் மக்களின் ஒருமித்த கருத்தைத் திரட்டுவதையும், சங்கங்கள் அமைத்துப் போராடுவதையும் கொண்டுவந்தது என்று இந்த இயல் காட்டுகிறது. அதோடு, பாலியல் தொழிலின் அன்றாட வாழ்க்கைக்கு உரிமை கோரும் மொழியைக் கொண்டுவந்தது என்பதையும் முன்வைக்கிறது. பெரும்பாலும் தோல்வியில் முடிந்த வழக்குகளெல்லாம் அரசியல்வாதிகள், அதிகார வர்க்கத்தினர், மத்தியதரப் பெண்

போராளிகள் ஆகியோரிடம் ஏற்படுத்திய பதற்றத்திலிருந்து இது வெளிப்படுகிறது.

முடிவுரை இந்த வழக்குகளிலிருந்து வரும் ஒன்றுக்கொன்று தொடர்புடைய மூன்று மையக் கருத்துகளை அடிக்கோடிட்டுக் காட்டுகிறது: 1) அரசமைப்புச் சட்டம் எப்படி ஒரு அமைப்பாகவும் கருதுகோளாகவும் ஆனது; 2) அரசாங்கத்தின் செயல்பாட்டைப் பொருண்மை சார்ந்த சவால்கள் மூலமாக இல்லாமல் நடைமுறை விதிகள் மூலம் ஏற்றுக்கொண்டது; 3) குடிமக்கள் சிலர் மத்தியில் அரசமைப்புச் சட்டம் பற்றிய விழிப்புணர்வு ஏற்பட்டதன் தொடக்கம்.

விளிம்புநிலைக் குடிமக்களின் செயல்கள் வழியாக அரசமைப்புத் தளம் உருவானதன் தொடக்கத்தை எடுத்துக்காட்டி, இந்திய நீதிமன்றத்துக்கான அதிகாரம் பற்றிய கதையாடலுக்கும், உலகளவில் நீதியாட்சியின் கோட்பாடுகளுக்கும் இந்த நூல் அறைகூவல் விடுக்கிறது. 1980-களில் இந்த மாற்றம் நடைபெறுவதைச் சுட்டிக்காட்டுகிறது. நீதிபதிகளும் அரசியல்வாதிகளும் பன்னாட்டு அரசுசாரா நிறுவனங்களும் (NGO) இதன் முதன்மை நடிகர்களாக இருக்கிறார்கள்.

மக்களின் அரசமைப்புச் சட்டம் பற்றிய மறுசிந்தனை: அரசமைப்புச் சட்டம்

இந்த நூலின் தலைப்பான மக்களின் அரசமைப்புச் சட்டம் என்பது நாம் எப்படி அரசமைப்புகளைப் புரிந்துகொள்கிறோம் என்பதையும், அவற்றோடு மக்களுக்குள்ள உறவை எப்படிக் கற்பனைசெய்கிறோம் என்பதையும் குறிக்கிறது. இந்தியாவில் அரசமைப்புச் சட்ட வரலாறும், நிர்வாக வரலாறும் காலம் கடந்தவையாக ஆகிவிட்டன. இது அமெரிக்க ஐக்கிய நாடுகளுக்கு முற்றிலும் வேறானது. அரசமைப்பியத்துக்கும் அதிகாரம்மிக்க உச்ச நீதிமன்றத்துக்குமான நீண்ட வரலாறு அந்த நாட்டுக்கு உள்ளது. அங்கே அரசமைப்பு வரலாறானது சட்ட வரலாற்றின் பிற துறைகளை மிஞ்சிவிடுகிறது. ஆனால், இந்தியாவில் இருக்கும் ஆவணங்கள் 1960-களுக்கு உரியவை. அவற்றை அரசுப் பணித் தேர்வுக்குத் தயாரிப்பவர்கள் படிக்கிறார்கள். அல்லது ஒரு கோட்பாட்டின் பரிணாம வளர்ச்சியைத் தேடும் பணியில் இருக்கும் வழக்குரைஞர்களுக்கு அவை ஆவணங்களாக இருக்கின்றன.

நீதிபதிகள்தான் மையம்; தீர்ப்புகள்தான் இறுதியானவை. அரசமைப்புச் சட்டத்தை வரலாற்றாசிரியர் புறக்கணிப்பது அதை மேல்மட்ட வரலாறுகளோடும் நேர்க்கோட்டிலான கதையாடல்களோடும் அடையாளப்படுவதால் எழுகிறது. இந்த நூல் ஆய்வுமுறையில் ஒரு மாற்றத்தை ஏற்படுத்துகிறது. அரசமைப்புச் சட்டத்தின் எதிர்பாராத பின்விளைவுக்கும், இருதரப்புக்கும் இடையே ஒத்துணர்வை ஏற்படுத்துவதற்கும், மாற்றி எழுதுவதற்கும் முக்கியத்துவம் தருகிறது.

அரசமைப்புச் சட்டம் ஒரு நடைமுறையாக

ஒரு குறிப்பிட்ட வழக்கில் நீதிமன்றம் என்ன செய்தது என்று கேட்கும்போது, நாம் சட்டக் கோரிக்கைகளை முன்வைக்கும்போது நீதிபதிகள், வழக்குரைஞர்கள், வழக்கு தொடுப்போர் அதில் பங்குகொள்ளும் பிறர் மத்தியில் உள்ள உண்மையான போராட்டங்களைக் கவனிக்கத் தவறிவிடுகிறோம். எனவே, இந்தியாவில் எப்படி அரசமைப்புச் சட்டம் வேலைபார்க்கிறது என்பதைப் புரிந்துகொள்ள மக்கள் (அவர்கள் சட்ட அலுவலர்களோ அல்லது சாதாரணக் குடிமக்களோ) சட்டம் என்பது என்ன என்று நம்புகிறார்கள் என்பதையும், அவர்கள் தங்களது அன்றாட வாழ்க்கையில் முடிவெடுக்கும்போது அந்த அறிவை எவ்வாறு பயன்படுத்துகிறார்கள் என்பதையும் புரிந்துகொள்ள வேண்டும். எரிச்சலூட்டும் இன்னொரு கேள்வி, வழக்கில் யார் வெற்றி பெற்றார்கள் என்பது. இந்தக் கேள்வி நம்மைக் குழப்புவதாக இருந்தாலும் இது பொருளற்றது, சட்டத்தோடு மக்கள் தொடர்ந்து போராடிக்கொண்டிருப்பதை விளக்க உதவாதது. அரசமைப்புச் சட்டத்தை விளக்குவது அரசின் மேல்மட்டத்தாரின் ஏகபோக உரிமை என்பதை இந்த நூல் கேள்விகேட்கிறது; சட்டத்தை வாசித்துப் பொருள்காண்பதில் பல வழிகள் இருக்கின்றன என்பதை ஏற்றுக்கொள்கிறது.

வழக்காடும் நடைமுறையை ஏற்படுத்தும் தற்செயல் நிகழ்வையும், வழக்காடும் முறையையும் பற்றிக் கவனம் செலுத்தி நீதித் தீர்ப்புக்கு முக்கியத்துவம் தராமல் இந்த நூல் பழைய கருத்தாக்கத்துக்கு சவால்விடுகிறது. ஒரே மாதிரியான விவகாரத்தில் வழக்குமன்றத்துக்குப் போனவர்களைப் போலவே நீதிமன்றம் போகாமல் இருக்க முடிவெடுக்கிறவர்களும் இந்த ஆய்வில் முக்கிய இடம்பெறுகிறார்கள். அதேபோல, அரசமைப்புச் சட்ட

வழக்கில் தோற்றவர்கள் மீதும் அதே கவனத்தைச் செலுத்துகிறது. சரியான அரசமைப்பு ஒழுங்கு பற்றி அவர்களது தொலைநோக்கு எப்படிப்பட்டது என்று ஆராய்கிறது. வழக்கில் சட்டரீதியான தோல்வி சட்டவெளிக்கு வெளியே ஏற்பட்ட தோல்வி என்று எல்லா வேளைகளிலும் புரிந்துகொள்ளப்படுவதில்லை. ஒரு நீதிமன்ற வழக்குக்குப் பிறகு அதன் நிலை என்ன என்றும் இந்த நூல் ஆராய்கிறது. அது சட்ட அளவில் முன்னோடியாக இருப்பதன் வழியாக மட்டுல்ல; கீழமை நீதிமன்றங்கள், நிர்வாக நடைமுறைகள், மக்களின் நினைவு ஆகியவற்றில் அதனுடைய தாக்கத்தின் வழியாகவும் ஆராய்கிறது. இவ்வாறான விரிவான இலக்கு நோக்கிய திட்டத்திலிருந்து போராட்டத்துக்கான இடத்துக்கு இட்டுச்செல்கிறது.

அரசமைப்புச் சட்டம் ஒரு காப்பகமாக

எழுதப்பட்ட அரசமைப்புச் சட்டத்தை ஏற்றதால் என்ன மாற்றம் நிகழ்ந்தது? இறையாண்மையுள்ள குடியரசில் ஒரு குடிமகனாக இருப்பதன் பொருள் என்ன? இந்திய நாட்டின் குடிமக்களுக்கு சுதந்திரம் அல்லது உரிமை என்பது என்ன பொருள் தருகிறது? இவற்றுக்கான விடைகள் பிடிபடாமலேயே இருக்கின்றன. இந்தியாவின் காலனி ஆட்சிக் காலம் பற்றிய ஆய்வுகளோடு ஒப்பிடும்போது விடுதலைக்குப் பிறகான இந்திய நாடு அதிகமான வரலாற்றுக் கவனம் பெறவில்லை. அண்மைக் காலம்வரை, விடுதலைக்கு முந்தைய இந்திய ஆய்வில் துறை சார்ந்த பிரிவுகள் வரலாற்றாசிரியர்களின் தளமாக இருந்தன; விடுதலைக்குப் பிறகு அரசியல் அறிவியலாளர்களும் மானுடவியலாளரும் ஆதிக்கம்செலுத்துகிறார்கள். பின்காலனிய அரசுகளின் பதிவுகளைப் பாதுகாப்பதில் குறைவான கவனம்செலுத்துவதும் தொல்பொருள் காப்பகங்களின் நடைமுறைகளும் ஆய்வுகளில் பாதிப்பை ஏற்படுத்தின. விடுதலைக்குப் பிறகு, காலனிய இந்திய வரலாறுகளுக்கு முதுகெலும்பாக இருக்கும் அரசு ஆவணங்களெல்லாம் காப்பகங்களுக்கு அனுப்பப்படுவதில்லை.

இந்த நூல், நேரு காலம் என்று விவரிக்கப்படும் இரண்டு பதின்ம ஆண்டுகளில் கவனம்செலுத்துகிறது. ஜவாஹர்லால் நேரு 1947-ஆம் ஆண்டு தலைமை அமைச்சராக நியமிக்கப்பட்டதில் தொடங்கி 1964-இல் அவரது மறைவோடு முடிகிறது. அரசியலைப் பொறுத்தவரையில் நேரு தலைமையிலான காங்கிரஸ் கட்சி

(அவருடைய தலைமைக்கு 1952-ஆம் ஆண்டுக்குப் பிறகு எதிர்ப்பே இல்லை) தில்லியின் நடுவண் அரசிலும் பெரும்பாலான மாநில ஊராட்சிகளிலும் தொடர்ந்து ஆண்டுவந்தது. இன்றைய சமகால இந்தியாவில் நவீன தாராளமயப் பொருளாதாரக் கொள்கைகளும், சாதி மதம் ஆகியவற்றின் அடிப்படையிலான அரசியலும் ஆதிக்கம்செலுத்துகின்றன. இதற்கு நேர்மாறாக, நேருவின் காலம் சோஷலிசம், மதச்சார்பின்மை, கூட்டுசேராமை ஆகியவற்றின் ஒருமித்த கருத்தால் ஆதிக்கம் செய்யப்பட்டதாக இருந்தது. மையப்படுத்தப்பட்ட திட்டமிடல், நவீன வளர்ச்சித் திட்டங்கள் ஆகியவற்றின் வழியாக, அதன் முக்கிய நோக்கங்கள் ஏழ்மைக்கு எதிரான போராட்டமும், பிரிட்டனைச் சார்ந்திருந்ததைக் குறைத்தலுமாக இருந்தன. அதனுடைய அரசியல் நவீனமாகவும் தாராளத்தன்மை உடையதாகவும் காணப்பட்டது. அடையாளப்படுத்தல் பற்றி இல்லாமல் வகுப்பு பற்றிய விவாதங்களே நடந்தன. அதனுடைய வெளிநாட்டுக் கொள்கை பனிப்போரின்போது கிழக்கு, மேற்கு கூட்டுகளோடு ஒன்றிப்போகாத கொள்கை அடிப்படையில் கூட்டுசேராத கோட்பாட்டோடும் ராணுவமயமாக்கலுக்கான எதிர்ப்போடும் செயல்பட்டது.

நேரு காலத்து அரசாட்சியைப் பற்றி நமக்கு ஒருசிறிதே தெரிகிறது. மாநில உள்ளாட்சி அரசுகளின் பங்கு பற்றி அதிகம் தெரியவில்லை. சாதாரண மக்களின் அன்றாட வாழ்க்கை பற்றியும் ஒன்றும் தெரியாது. ஆனால், இந்த அரசமைப்பு சார்ந்த வழக்குகள், அரசுக்கும் சாதாரணக் குடிமகனுக்கும் இடையிலான ஊடாடல்களின் பரப்பை வெளிக்கொண்டுவருவதால் மதிப்புமிக்கவை. உச்ச நீதிமன்றப் பதிவேட்டு அறை பின்காலனிய இந்தியாவுக்கான புதிய ஆவணக்காப்பகத்தைத் தருகிறது. அதனுடைய கோப்புகளில், நீதிமன்றத்தில் சாட்சியமாகத் தரப்பட்ட உறுதிமொழி ஆவணங்கள், அரசு அறிக்கைகள், செய்தித்தாள் செய்திகள், அச்சடிக்கப்பட்ட தாள்கள் உட்படப் பலவிதமான ஆவணங்கள் இருக்கின்றன. இந்தக் காலகட்டம் பற்றிய செய்திகள் அரசுக் காப்பகங்களில் குறைவாகவே கிடைக்கும். எனவே, நீதிமன்றங்களின் பதிவேட்டு அறை மிகவும் அதிகமான மதிப்பைப் பெறுகின்றன. நேரு காலத்திய அரசாங்கத்தின் பண்பாட்டு நடைமுறைகளையும், அரசின் அதிகாரபூர்வ மொழியாகச் சட்டத்தையும், சட்ட நடை வகையையும் நிறுவனமயமாக்கியதையும் இந்த ஆவணங்கள்

43

வெளிக்கொணருகின்றன. அது மட்டுமல்ல, அரசாங்கத்தை அடையாளங்களிலும் சடங்குகளிலும் ஆட்சி நிர்வாகத்தின் நடைமுறை மொழியிலும் வெளியில் தெரியக்கூடிய ஒன்றாகவும் ஆக்குகின்றன. (ஆட்சி நிர்வாகம் என்று சொல்லும்போது அது நில எல்லைக்கான இறையாண்மையையும் வளர்ச்சியையும் தேசியப் பொருளாதாரத்தை மேலாண்மை செய்வதையும் உறுதிப்படுகிறதைக் குறிக்கும்.)

இப்போது நேருவின் இந்தியா பற்றி வெளிவரும் ஆய்வுகள் எப்படிக் குடிமக்கள் பல இடங்களில் அரசை எதிர்கொண்டனர் என்பதற்கு முக்கியத்துவம் கொடுக்கின்றன. அதன் விளைவாக, பின்காலனிய இந்தியாவில் மாநில அமைப்பு பற்றிய ஆய்வுகள் மேலிருந்துவரும் பண்பாட்டு மையப்படுத்தப்பட்ட அமைப்பு பற்றிப் பேசுகின்றன. இது அரசாங்கம் தயாரித்த ஆவணப்படங்கள், அணிவகுப்புகள், நகரத் திட்டமிடலில் புதிய நடைமுறைகள் ஆகியவை பற்றிய விவாதங்களைப் பகுப்பாய்தல் வழியாக நடக்கிறது. அல்லது மேல்மட்டத்தாரிடையே வெளிப்பட்ட வளர்ச்சி பற்றிய இந்திய மாதிரி பற்றிப் புதிய ஒருமித்த கருத்தின் அறிவுசார் வரலாற்றைத் தேடுதல் வழியாக நடக்கிறது. பெரும்பாலான குடிமக்கள் இந்த மேல்மட்ட விவாதங்களுக்கு வெளியே இருந்தார்கள் என்றும், அவர்கள் பயன்படுத்தும் சொல்லாடல்களால் பெரிதும் குழம்பிப்போனார்கள் என்றும் ஒரு எண்ணம் இருக்கிறது. நேரு போன்ற தலைவர்கள் இந்த இடைவெளி பற்றி அறிந்திருந்தார்கள். மக்களுக்கு அரசின் நடவடிக்கைகள் பற்றியும், மக்களாட்சி அரசியல் பற்றியும் விளக்கத் தொடர்ந்து முற்பட்டார்கள். எனினும், அவர்கள் தங்களுடைய கருத்தாக்க மொழியிலும், ஆங்கிலத்தைப் புரிந்துகொள்வதிலுள்ள இடர்ப்பாடுகளிலும் அகப்பட்டுக்கொண்டார்கள்.

பிரதிநிதித்துவம் என்ற முறை இல்லாதபோது காலனிய அரசு தன் கட்டுப்பாட்டைவிட அடக்குமுறை அதிகாரத்தையே சார்ந்திருந்தது என்பது பொதுவான கருத்து. இனப்பாகுபாட்டு நிலை காலனிய அரசின் நிபந்தனைகளை மீறி நவீன, தாராளமய ஆட்சியை உண்டாக்குவதைக் கடினமாக ஆக்கிற்று. இந்நூல் பின்காலனிய அரசாட்சியின் தன்மையை ஆராய்கிறது. அதாவது, பாகுபாடு நீக்கப்பட்டுப் பொதுமக்களுக்குப் பிரதிநிதித்துவம் அறிமுகப்படுத்தப்பட்டபோது இனப்பாகுபாட்டின் அடிப்படையில்

ஏற்படுத்தப்பட்ட ஆளுகைகளும் முறைகளும் எப்படிச் செயல்பட்டன என்பதை ஆராய்கிறது.

பின்காலனிய அரசின் பெருநோக்கம் சமூகத்தையும் பொருளாதாரத்தையும் மாற்றியமைப்பது ஆகும். இந்தத் திட்டங்களைத் திட்டமிடவும் மறுஆய்வுசெய்யவும் கண்காணிக்கவும் புதிய கருவிகளும் முறைகளும் ஏற்படுத்தப்பட்டன. அரசாங்கத்தின் எல்லாத் தளங்களிலும் புதிய சட்டங்கள் ஆயிரக்கணக்கில் நிறைவேற்றப்பட்டன. ஒன்றரை நூற்றாண்டில் மத்திய அரசால் நிறைவேற்றப்பட்டவை 437 சட்டங்கள், 1958-ல் நிறைவேற்றப்பட்ட உரிமையியல் சட்டங்களின் தொகுப்பில் இவை காணப்படுகின்றன. அவற்றில் 140 சட்டங்கள், விடுதலை பெற்ற முதல் பத்தாண்டுகளில் நிறைவேற்றப்பட்டவை. 191 விதிகளின்படி தண்டனை பற்றிய 73 சட்டங்கள் அதே காலகட்டத்தைச் சார்ந்தவை. பெரும்பாலானவை சமூகப் பொருளாதார ஒழுங்குமுறைப்படுத்தல் அல்லது நிர்வாகச் செயல்முறை பற்றியவை. அதேசமயம், 400 காலனியச் சட்டங்களில் 28 மட்டுமே அவ்வாறு அடையாளப்படுத்தப்பட முடியும். அரசமைப்புச் சட்டம் வருவாயைப் பெருக்கும் விரிவான அதிகாரத்தையும், சட்டமியற்றலில் வரம்பற்ற அதிகாரத்தையும் மத்திய அரசுக்கு வழங்கியிருக்கிறது. 'பாதுகாப்பான, ஆனால் நடைமுறைக்குச் சாத்தியமான சோஷலிசத்தை உண்டாக்கக்கூடிய' மொத்தத் திட்டங்களையும் உருவாக்கத் திட்ட ஆணையம் நிறுவப்பட்டது. ஒழுங்குபடுத்தும் கட்டுப்பாட்டுக்குள் பொருளாதாரம் வந்தது. அமெரிக்க அதிபர் ஃபிராங்க்ளின் ரூஸ்வெல்ட் 'புதிய திட்ட'த்தின் (New Deal) ஒரு பகுதியில் ஏற்படுத்திய முகமைகளைவிட மிகக் கடுமையானது இது. (அமெரிக்காவில் 1933-39-இல் ரூஸ்வெல்ட் பெரும் பொருளாதாரச் சிதைவிலிருந்து (Great Depression) நாட்டை மீட்கப் பல திட்டங்களைக் கொண்டுவந்தார். அது, நியூ டீல் என்றழைக்கப்படுகிறது.) அரசாங்கம் சரக்குகளையும் சேவைகளையும் தயாரிப்பதையும் உற்பத்திசெய்வதையும் முக்கியமானதாக ஆக்கியது. அவற்றைத் தனியார் நிறுவனங்களின் விருப்புவெறுப்புகளுக்கு விட்டுவிடவில்லை. மேலும், புதிய இறக்குமதிக் கொள்கையானது தேசியப் பொருட்களை இந்திய நடுத்தர வர்க்கத்தினர் பயன்படுத்துமாறு கட்டாயப்படுத்தும். மக்களாட்சி நடைமுறைகள் நடைமுறைப்படுத்தப்பட்டுக்கொண்டிருந்த அதேநேரத்தில் காவல் துறையின் அதிகாரங்களும் பெருமளவில் விரிவுபடுத்தப்பட்டன. மக்கள்நலன் என்ற கருத்தில் காவல் துறை அதிகாரங்கள்

ஆழமாக வேரூன்றியிருந்தன. காவல் துறை அதிகாரங்களில் ஏற்பட்ட மாற்றங்களின் வரலாற்றைத் தொடக்கத்திலிருந்து பின்பற்றிவருவதன் மூலம் பொதுமக்கள் என்ற காலனியக் கருத்து பின்காலனியப் பொதுமக்கள் என்ற கருத்துக்கு மாற்றம்பெறுவதை இந்த நூல் வெளிப்படுத்துகிறது. அரசாட்சி என்பது பற்றி வழக்கமாக அனைவருக்கும் தெரிந்த விவரம், கிராமங்களுக்குள் வரிவசூலிப்போர் அணிவகுத்துச்செல்வது, தாய்மார்களுக்குச் சத்துணவின் அவசியத்தைச் சமூகத் தொண்டர்கள் கற்றுத்தருவது, குழந்தைகளுக்கு மருத்துவர்கள் தடுப்பூசி போடுவது, பெரிய அணைக்கட்டுகளைக் கட்ட காட்டுவாசிகள் வெளியேற்றப்படுவது ஆகியவை. ஆனால், இந்த நூல் இந்த அனுபவத்தின் வேறொரு பக்கத்தைக் காட்டுகிறது. மக்கள் வரிசெலுத்த மறுத்தது மட்டுமல்ல; அரசின் வார்த்தைகளைக் கொண்டே அரசுக்கு எதிராகப் பேசத் தொடங்கினர்.

நேருவின் இந்தியாவில் குடியுரிமையின் வெளியில் அதிகமாகத் தெரியும் செயல்முறைகள், அகதிகள், பிரிவினையால் இடம் இழந்த மக்கள் ஆகியோர் தொடர்பான துறையில் ஆய்வு மேற்கொள்வதற்கு உதவியாக அகதிகள் மற்றும் மறுவாழ்வு அமைச்சகத்தின் பதிவேடுகள் இருந்தன. அவற்றோடு பிரிவினைக்குப் பின் பிழைத்துக்கொண்டோரின் வாய்மொழிச் செய்தி, பல்துறைத் திட்டங்களின் பதிவுகள் ஆகியவை உதவின. அகதிகள் அனுபவம் அரசு-சமூக உறவுகளில் இரண்டு மாதிரிகளைத் தருகிறது. ஒன்று, அதிகார வர்க்கத்தின் வன்முறைகளையும் மேலிருந்துவரும் முடிவுகளையும் சந்திப்பதற்குத் தனிக் குடிமக்களின் இயலாமை. இன்னொன்று, சட்ட வாசகத்திலிருந்து விலகிச்செல்லக் கீழ்நிலை அலுவலர்களைக் கட்டாயப்படுத்தும் அகதி முகமைகளின் முக்கியத்துவம். இரண்டு அணுகுமுறைகளிலிருந்தும் பெற்று, அரசின் கற்பனையும் குடிமக்களின் முகமையும் இடையுறவுகொள்ளும் தளமாக அரசமைப்புச் சட்டம் உருவாவது பற்றி இந்தப் புத்தகம் பார்க்கிறது.

அரசுக்கும் அதன் குடிமக்களுக்கும் இடையே அன்றாடம் நிகழும் உறவாடல்களின் அகன்ற நிறமாலையை வழக்குகளின் காப்பகம் படம்பிடிக்கிறது. 1958-ஆம் ஆண்டு சட்ட ஆணைய நிதி நிர்வாகம் பற்றிய அறிக்கை இவ்வாறு வாதிடுகிறது:

நமது நாடு நூற்றைம்பது ஆண்டுகளாக வெளிநாட்டார் ஆட்சியில் தேங்கிப்போய் இருந்ததால், நமது சட்டமன்றங்கள்

நாட்டை எல்லாத் திசைகளிலும் முன்னேற்ற முயன்று கொண்டிருக்கின்றன. வேகமாக முடிவுகளைக் கொண்டுவர வேண்டும் என்ற ஆர்வத்தில், அவை குடிமகனின் முக்கிய அன்றாட வேலைகளில் குறுக்கிடக்கூடிய சட்டங்களை இயற்றுகின்றன. அவற்றின் கொள்கைகள் இடையூறு இல்லாமல் முன்னெடுத்துச்செல்லப்பட, நிர்வாகத்தை முதன்மைப்படுத்த முயல்கிறார்கள். அதனால், நீதிமன்ற அதிகாரங்களைக் கட்டுப்படுத்தும் ஆசைக்கு அடிமைப்பட்டுவிடுகிறார்கள்.

சட்டங்கள் மூலமும் நிர்வாகச் செயல்பாடு மூலமும் புதிய ஆட்சி தனது கொள்கைகளை நடைமுறைப்படுத்த முற்படும்போது, அதனால் பாதிக்கப்பட்டோர் அடிக்கடி நீதிமன்றங்களை நாடுகிறார்கள். எடுத்துக்காட்டுகள்: அச்சிடுவோர் சங்கம் மாணவருக்கான பாடப் புத்தகங்களைத் தயாரிப்பதை மாநில அரசு எடுத்துக்கொண்டதை எதிர்த்து வழக்கு தொடுத்தது. ஒரு பள்ளிச் சிறுமி தனது தாய்மொழியில்தான் படிக்க வேண்டும் என்று கட்டாயப்படுத்திய அரசாணைக்குப் பணிய மறுத்தாள். ஒரு கைம்பெண் தனது வீட்டை ரேஷன் அலுவலகத்துக்காக எடுத்துக்கொண்டதை எதிர்த்தார். திருமணச் சட்டச் சீர்திருத்தத்தால் தான் இரண்டாவது மனைவியைத் திருமணம் செய்ய முடியவில்லை என்பதற்காக ஒரு இந்துவும் மத்திய அரசின் தணிக்கை முறையை எதிர்த்த பொதுவுடைமைக் கட்சி உறுப்பினரும் இவர்களில் அடங்குவர். எனவே, குடிமக்கள் தங்கள் மீது சுமத்தப்படும் சடங்குகள், பிரதிநிதித்துவங்கள், சட்டங்கள் ஆகியவற்றை அதைக் கொண்டுவந்தோர் நினைத்ததுக்கு மாறான வகையில் பார்க்கிறார்கள் என்பது வியப்பளிக்கவில்லை.

அரசமைப்புச் சட்டம் மக்களாட்சி வழக்கமாக

நாடு எப்படி மேலிருந்து ஆக்கப்படுகிறது என்பது பற்றிய ஆய்வுகள் போலில்லாமல் கீழிருந்து அரசு செயலிழக்கச் செய்யப்படுவதையும், சமரசங்கள் செய்யப்படுவதையும் அரசமைப்புச் சட்டம் காட்டுகிறது. இந்தப் புத்தகம் காட்டுவதுபோல, குடிமக்கள் மேல்மட்ட உரையாடலில் நுழைய அரசமைப்புச் சட்டம் பற்றிய வழக்கு வாய்ப்பளித்தது. உயர்மட்ட அதிகாரிகளும் அமைச்சர்களும் உட்பட அரசு நிர்வாகிகள் தங்கள் கொள்கைகளுக்குத் தன்னிலை விளக்கம் தர நீதிமன்றத்துக்கு வருவதற்கு நீதிப் பேராணையும் புதிய அரசமைப்புச் சட்டமும் கட்டாயப்படுத்துகின்றன. மேலும்,

வழக்கு தொடர்பவர்களின் குறிப்பிட்ட உரிமைகோரல்களுக்குப் பதிலளிக்கவும் தேவை ஏற்படுத்துகிறது. அரசமைப்புச் சட்ட நீதிமன்றம் அமைப்பிலும் பொருளிலும் நிர்வாகம் அல்லது சட்டமன்றத் தன்மையில் மாறுபட்டது; இங்கே அரசாங்கத்தைக் குடிமக்கள் சந்திப்பதற்குப் பதிலாக, குடிமக்களை அரசு சந்திக்க வேண்டும்.

எனவே, எதிர்பாராதது நடக்கும் ஒரு இடமாக நீதிமன்றம் ஆனது. 1960-களின் மத்தியிலுள்ள உச்ச நீதிமன்றத்தை ஆராய்ந்தால் மூன்றில் இரண்டு பங்கு வழக்குகளில் அரசாங்கம் ஒரு பக்கமும், தனியாள் அல்லது தனிக்குழு ஒரு பக்கமும் இருப்பது தெரிகிறது. இந்த வகை வழக்குகளில் அரசு 40 விழுக்காடு வழக்குகளில் தோல்வி கண்டது. மேலும், இப்படியான 3,272 முடிவுகளில் 487-இல் குறிப்பிட்ட சட்டமியற்றலின் ஏற்புடைய தன்மையானது வழக்கைத் தொடர்ந்த தனியாளால் வெளிப்படையாகவே எதிர்க்கப்பட்டது. இவற்றில் 128 வழக்குளில் இயற்றப்பட்ட சட்டம் அரசமைப்புச் சட்டத்துக்கு எதிரானது என்றோ அல்லது மொத்தத்தில் ஏற்புடையது அல்ல என்றோ தீர்ப்பளிக்கப்பட்டது. இருபத்தேழு அரசு சட்டங்களிலும் ஒரு பகுதி தவறு என்று எழுபது மாநிலச் சட்டங்கள், 27 மத்தியச் சட்டங்களிலும் தீர்ப்பளிக்கப்பட்டது. குடிமக்களுக்கும் அரசுக்கும் ஏற்பட்ட மோதல்களில் உச்ச நீதிமன்றத்தில் பின்வாங்க நேர்ந்தது இந்தியாவில்தான் அதிகம். சட்டம் என்பது ஒரு ஆட்டக்களம். அங்கே உருவில்லாத புதிய கொள்கைகள் சமூக மாற்றத்தின் விளைவுகளோடு மோதுகின்றன.

மக்களின் அரசமைப்புச் சட்டம் பற்றிய மறுசிந்தனை: மக்கள்

அரசமைப்புச் சட்ட நூல்களில் அதிகமாக இடம்பெறுவோர் மக்கள், நீதிபதிகள், வழக்குரைஞர்கள், அரசியல்வாதிகள் ஆகியோர். கோட்பாட்டின் அடிப்படையில் இயங்கும் ஆய்வில், நீதிபதிகள் முக்கியப் பாத்திரங்களாக வருகிறார்கள். வழக்கு தொடுத்தவர்கள் பற்றியோ, வழக்குகளின் வரலாறுகள் பற்றியோ அதிகம் கவனம்செலுத்துவதில்லை. ஆகவே, இந்தியாவில் அரசமைப்புச் சட்டம் பற்றிய முக்கிய விவாதங்கள் நீதிமன்றக் குறுக்கீடு அல்லது தீவிரச் செயல்பாட்டைச் சுற்றி நிகழ்வது வியப்பளிக்கவில்லை. இந்த விவாதத்தின் மையக் கேள்வி, ஒரு மக்களாட்சியில் நீதிபதிகளின் சரியான பங்கு என்ன என்பதாகும். ஆனால், இந்த நூல் மேற்சொன்ன அணுகுமுறைகளிலிருந்து விலகி அரசமைப்புச்

படம் 0.4 Lawyers of Delhi (1948) இலிருந்து காட்சிகள். தில்லியின் மாவட்ட நீதிமன்றங்களுக்கு வெளியில் தெருக்களில் அகதி வழக்கறிஞர்களும் வாடிக்கையாளர்களும் தொழில் செய்தல்

சட்டத்தின் சமூக வரலாறு பக்கம் செல்கிறது. இந்தியச் சமூக வரலாற்றின் பொருண்மைகளை (கீழ்ப்படுத்தப்பட்டோர், அன்றாட வாழ்க்கை) இந்திய அரசமைப்புச் சட்டத்தோடு (மேல்நிலை அரசியல், நீதிபதிகள், அரசியல் கோட்பாடு) ஒன்றிணைக்கும் முயற்சியில் அரசமைப்பு இனவியல் ஆய்வுமுறைகளை நான் பின்பற்றுகிறேன். அரசாட்சி செய்வது நிறைவேற்றப்படும் செயல்முறைகளையும், ஆளுகின்ற முறை, வரலாற்றிலும், பண்பாட்டுச் சூழலிலும் முயற்சி எடுக்கப்படுகிற, அனுபவிக்கப் படுகிற, எதிர்க்கப்படுகிற, மீளாய்வுசெய்யப்படுகிற உத்திகளையும் அடையாளம் காண்பதன் மூலம் எப்படி அரசமைப்பு முறைகள் செயல்படுகின்றன என்பதை நன்றாகப் புரிந்துகொள்வதற்காக இதை (பார்க்க படம் 0.4) மேற்கொள்கிறேன்.

இந்த நூலின் கதாநாயகர் யாரென்றால் வழக்கு தொடுக்கும் சாதாரணக் குடிமகன்தான். தெற்காசிய வரலாற்றில் ஓர் அரசியல் அங்கமாகக் கவனம் பெறாதவர். இந்தியாவில் வழக்கு தொடுக்கிறவர்களும், ஓர் அரசியல் செயல்பாட்டு வகையாக வழக்கும்கூட பூர்ஷ்வாக்களுக்கு, நடுத்தர வர்க்கத்தாருக்கு உரியதாக அடையாளம் காணப்பட்டன. அப்படி இருக்கும்போது வழக்கு

தொடுப்பது மக்கள்தொகையில் பெரும்பாலோருக்குக் கிடைக்க முடியாத ஒன்றாகவே கருதப்பட்டது. பின்காலனிய இந்தியாவில் மக்களாட்சி அரசியலின் பெரும்பகுதிக் குடிமக்கள் சமூகத்தில் இல்லாமல் அரசியல் சமூகத்திலேயே இருக்கிறது என்பது பொதுவான விவாதம். குடிமக்களுக்குரிய சமூக அரசியலில் தன்னாட்சி, ஆராய்ந்து முடிவெடுத்தல் தனிமனித உரிமைகள் ஆகியவை முக்கியத்துவம் பெறுகின்றன. அவை நீதிமன்றங்கள், ஊடகங்கள் போன்ற முறைசார் நிறுவனங்கள் வாயிலாகச் செயல்படுகின்றன. ஆனால், அரசியல் - சமூக அரசியல் அரங்கத்தின் மீது தனது உரிமையைக் கோரி அதன் விளைவாக நிலையான அரசியல் சாசனம் வரையறுத்த உரிமைகள், சட்டங்கள் ஆகியவற்றின் சட்டகத்துக்குள் இல்லாமல் நேரடியான அரசியல் சமரசப் பேச்சுகளின் வழியாகச் சூழ்நிலைக்குத் தகுந்த, நிரந்தரமற்ற ஏற்பாடுகள் செயல்படுகின்றன. இங்கே சட்டம் என்பது சந்தேகக்கண் கொண்டு பார்க்கப்படுகிறது. ஏனென்றால், உரிமம் இல்லாமல் அமர்வது, கடைகள் நடத்துவது போன்ற சட்டத்துக்குப் புறம்பானவற்றை மறைமுகமாக ஏற்றுக்கொள்வதைச் சட்டப் பயன்பாடு தடுத்துவிடுகிறது.

இந்தப் பார்வையை இந்த நூல் கேள்விக்கு உட்படுத்துகிறது. வழக்குமன்றத்துக்குச் சென்றவர்களில் ஆயிரக்கணக்கானோர் சுதந்திர இந்தியாவில் சமூத்திலும் பொருளாதாரத்திலும் விளிம்புநிலையில் இருப்பவர்களே என்று காட்டுகிறது. பரம ஏழைகள் என்று கருதப்படக்கூடியோர் மிகக் குறைவாக இருந்தாலும்கூட பலர் முறைசாராப் பொருளாதாரத்தில் பங்குபெற்றவர்கள் அல்லது அவர்களது மதம்/பாலினம் காரணமாக விளிம்புநிலைக்குத் தள்ளப்பட்டவர்கள். வழக்கு தொடர்ந்தவர்களில் வெவ்வேறு வகையைச் சார்ந்தவர்கள் இருந்தார்கள். அவர்களில் விலைமாதர், இறைச்சி விற்கும் இஸ்லாமியர், இந்து அகதி, தங்களது வீடுகளிலிருந்து துரத்தப்பட்ட இஸ்லாமியர்கள், காய்கறி விற்பவர்கள், விவசாயப் போராளிகள் ஆகியோர் இவர்களில் அடங்குவர். இந்தியாவில் எல்லாக் குடிமக்களுக்கும் கிடைக்கக்கூடிய வாய்ப்பாக நீதிமன்றம் இருந்தது என்று இந்தப் புத்தகம் கூறவரவில்லை. சமூகப் பொருளாதாரத்தில் மேல்வகுப்பினர் மட்டுமே வழக்காடுவதற்கான உரிமைகள் பெறுகிறார்கள் என்பது தவறு என்றே வாதிடுகிறது.

அமெரிக்க ஐக்கிய நாடுகளில் நீதிமன்றம் செல்வதை, இந்தியாவில் வழக்கு தொடர்வதோடு ஒப்பிடப்படுகிறது. அங்கு போலில்லாமல் இந்தியாவில் அரசுசாராத் தொண்டு நிறுவனங்களாலோ, பொதுநலச் சட்ட நிறுவனங்களாலோ இது நடைபெறுவதில்லை. தேசிய அளவில் சட்டப் பிரச்சாரங்களை ஏற்பாடு செய்வதற்கு அமெரிக்காவில் அமெரிக்கக் குடியுரிமை ஒன்றியம் (American Civil liberties Union) அல்லது பிரிட்டனில் இருப்பதுபோல Haldane Society of Socialist Lawyers போன்ற அமைப்புகள் இந்தியாவில் இல்லை. இந்த நூலில் இடம்பெறும் வழக்குரைஞர்கள் பெரும்பாலும் சாதாரணமானவர்கள். பல்வேறு வழக்குகளை நடத்துபவர்கள். அவர்களை வாடிக்கையாளர்கள் அணுகுவார்கள். எனினும், இந்தியா விடுதலைபெற்ற நேரத்தில் 72,425 வழக்குரைஞர்கள் இருந்தார்கள். இந்தியாவின் மக்கள்தொகையை ஒப்பிடும்போது இந்த எண்ணிக்கை குறைவாகத் தோன்றலாம்; ஆனால், அமெரிக்காவுக்கு அடுத்து உலகில் இங்குதான் அதிக வழக்குரைஞர்கள் இருந்தார்கள். ஆசியாவோடும் ஆப்பிரிக்காவோடும் ஒப்பிடும்போது இந்த எண்ணிக்கை மிக அதிகம். எடுத்துக்காட்டாக, இந்தோனேசியா விடுதலை பெற்றபோது உள்நாட்டு வழக்குரைஞர்கள் 36 பேர்தான். சீனாவின் மக்கள்தொகை இந்தியாவினுடையதைவிட அதிகம். ஆனால், அங்கே 1957-ஆம் ஆண்டு 3,000 வழக்குரைஞர்கள்தான் இருந்தார்கள். முன்னாள் பிரிட்டிஷ் காலனிகளில் நிலைமை மோசமாகவே இருந்தது. கிழக்கு, தெற்கு ஆப்பிரிக்காவில் ஐரோப்பியரல்லாத வழக்குரைஞர்களில் இந்தியாவிலிருந்து சென்றோரே அதிகம்.

1940-களிலேயே இந்தியாவில் வழக்குரைஞர் தொழில் சிறப்பான இடத்தைப் பெற்றிருந்தது. பத்திரிகைகள், வழக்கறிஞர் கூட்டங்கள், குழுக்கள் முதலியன அவர்களுக்கென்று இருந்தன. எதிரெதிர் தரப்புகளில் வாதாடும் வழக்குரைஞர்களுக்கும், வழக்கை விசாரிக்கும் நீதிபதிகளுக்கும் இடையில் தொழில்முறையில் சமூக உறவுகள் இருந்தன. வழக்குரைஞர்களை மத்தியஸ்தம் செய்பவர்களாக அறிமுகப்படுத்த இந்த நூல் இந்த உறவைத்தான் ஆராய்கிறது. விடுதலைக்குப் பிறகு பதின்ம ஆண்டில் வழக்குரைஞர்களும் நீதிபதிகளும் சட்ட வல்லுநர்களும் இந்தியச் சட்ட அமைப்பின் பிரச்சினைகளை ஆராய்வதில் ஈடுபட்டிருந்தார்கள். ஆணைகளின் அறிக்கைகள், பத்திரிகைக் கட்டுரைகள், வாழ்க்கை வரலாறுகள், செய்தித்தாள் தலையங்கங்கள்

ஆகியவற்றின் வழியாக அவர்கள் புதிய சட்ட அமைப்பு பற்றிய தங்களது சங்கடங்களையும் கண்ணோட்டங்களையும் வழக்குரைஞர்களாக எடுத்துரைத்தார்கள்.

மக்கள் பின்காலனியக் குடிமக்களாக

பின்காலனியக் குடிமக்களாக இந்தியரின் உரிமைகோரல்களும் உத்திகளும் காலனிய ஆட்சிக் கால மக்களின் உரிமை கோரல்களோடு ஒப்பிடும்போது எவ்வாறு வேறுபட்டன? இந்தியாவில் உரிமைகள் கோருவதும், உரிமைகள் பற்றிய விழிப்புணர்வும் அரசமைப்புச் சட்டத்தை நிறைவேற்றியவுடன் வந்துவிடவில்லை. காலனிய இந்தியாவில் பொதுத்தளத்தின் துண்டுபட்ட தன்மையிலிருந்தே உரிமைகள் பற்றிய விழிப்புணர்வுத் தேடலுக்கான அறைகூவல்கள் எழுகின்றன. காலனிய இந்தியாவில் தனிமனிதரின் உரிமைகள் பற்றி பிரிட்டிஷ் இந்திய அறிவுஜீவிகளுக்கு மத்தியில் நிகழ்ந்த விவாதங்களில் எப்படி அன்றாட மோதல்கள் இடம்பெற்றன என்பதை இந்தியாவில் தாராளச் சிந்தனை பற்றிய தனது வரலாற்றில் கிறிஸ்டோஃபர் பெய்லி விளக்குகிறார். எடுத்துக்காட்டாக, பிரிட்டனின் இந்திய மாலுமிகள் மோசமாக நடத்தப்பட்டதன் விளைவாக அவர்கள் கப்பல்களைச் சேதப்படுத்திய வழக்குகள் நடந்தபோது பிரிட்டிஷ் சொத்துக்கு இந்தியர்களின் உரிமைகள் பற்றியும் அவற்றுக்கு அவர்களுடைய சம்பந்தம் பற்றியும் விவாதம் எழுந்தது. பேரரசு முழுவதும் புதிய தொழில்களுக்கும் அதிகார வரம்பெல்லைகளுக்கும் உரிமை வேண்டி இந்தியர்கள், குடியுரிமை பற்றிய பல கருத்துகளுக்கு உரிமைகோரினார்கள். எனினும், இத்தகைய உரிமைகளின் வடிவங்களும் உரிமைகோரல்களும் குறிப்பிடத்தக்க வழிகளில் வரையறைக்கு உட்பட்டவையாக இருந்தன.

முதலாவதாக, பிரிட்டிஷ் இந்திய உரிமைகோரல்களை முன்னின்று நடத்தியவர்களுக்கு அவற்றை நடைமுறைப்படுத்தத் திறனில்லை. நீதிமன்றங்களின் அதிகாரங்கள் வெட்டப்பட்டிருந்தன. அப்போது இருந்த பிரதிநிதித்துவ அரசுக்கு மிகக் குறைந்த அதிகாரங்களே இருந்தன. ஆகவே, இந்த உரிமைகோரல்களில் பெரும்பாலானவை பல்வேறு அதிகாரிகளுக்கு மனு செய்வதன் மூலமே நடைபெற்றன. பின்னர், தேசியவாதிகள் இந்தப் பழக்கத்தை, பிச்சைக்கார தாராளக் கொள்கை என்று இழிவாக விவரித்தார்கள். நீதியின்

வழக்குமன்ற நடவடிக்கைக்குரிய ஒரு மாதிரியை முதலில் இருந்த இந்திய தாராளவாதிகள் ஏற்றுக்கொண்டார்கள். ஆனால், அவர்கள் பிரிட்டிஷ் அரசையும் நாடாளுமன்றத்தையும் தங்களது நீதிமன்றமாகக் கருதினார்கள். அங்கே அவர்கள் உள்ளூர் சர்வாதிகாரக் காலனிய அரசுக்கு எதிராக முறையிட முடியும்.

இரண்டாவதாக, உத்தரவாதம் தரப்பட்ட உரிமைகள் இல்லாதபோது, இந்தக் கோரிக்கைகள் பலவும் கிண்டல், மறைமுக அவதூறு, மறைமுக விமர்சனம் ஆகியவை காரணமாக, மிக நுட்பமாகச் செய்யப்பட வேண்டியிருந்தது. பிரதிநிதித்துவ நிறுவனங்கள் இல்லாதபோது, சட்டமும் தெளிவில்லாமல் இருந்ததால் அவர்கள் புதிய வழிகளைத் தேட வேண்டியிருந்தது. இறுதியாக, பெய்லி ஒரு முக்கியமான வேறுபாட்டைக் காட்டுகிறார். உரிமைகளுடைய தனிநபர்களின் (இதுதான் இந்திய தாராளக் கொள்கைக்கு அடிப்படையாக இருந்தது) கோரிக்கைகளுக்கும், பழமையான பழக்கவழக்கம் சார்ந்த உரிமைகள் கொண்டிருந்தவர்களின் கோரிக்கைகளுக்கும் இடையே வேறுபாடு காண்கிறார்.

இவ்வாறு பழமையான பழக்கவழக்கம் சார்ந்த உரிமைகளைக் காக்க வேண்டுமென்று கேட்டவர்கள் பலதரப்பட்டவர்கள். இந்து கைம்பெண்கள் தங்களுக்குச் சொத்தில் வாரிசுரிமை வேண்டும் என்று கேட்டார்கள். வரி விதிப்பை எதிர்த்தார்கள் கோயில் அதிகாரிகள். காலனிய இந்திய இரண்டாவது வரிசை நிலை உரிமைகளை அவர்கள் கேட்டார்கள். இந்த வரிசை நிலை காலனிய அரசு 1772-ஆம் ஆண்டிலும் 1858-ஆம் ஆண்டிலும் தந்த வாக்குறுதிகளின் அடிப்படையில் ஏற்பட்டது. அவற்றின்படி இந்து மற்றும் இஸ்லாமிய மதச் சட்டங்களைத் திருமணத்துக்கும் வாரிசுமுறைக்கும் பயன்படுத்த முடியும். இந்த உறுதிமொழிகள் அரசுக்கும் குடிமக்களின் பல்வேறு குழுக்களுக்கும் இடையே வழக்காடலுக்கான தீவிர மையமாக இருந்தன. தனிப்பட்டோர் களத்தில் காலனிய அரசின் குறுக்கீடு பல தேசியவாதிகளால் எதிர்க்கப்பட்டது. வெளித்தளத்தில் ஆதிக்கம் செலுத்துவதைக் காலனிய அரசு விட்டுக்கொடுத்தாலும், அடிமைப்பட்ட நாட்டுக்குக் குடும்பம், பண்பாடு, இனம் ஆகிய உள்தளத்தில் இறையாண்மையும் மேலாண்மையும் உள்ளன என்று அவர்கள் கருதினார்கள். அண்மை ஆய்வு வாதிட்டதுபோல, இந்து மற்றும் இஸ்லாமியச் சட்டத்தை நடைமுறைப்படுத்துவது ஆன்மீக அதிகாரத்தை

மீட்டெடுத்தது மட்டுமல்ல; சமத்துவம், பெண்ணுரிமை, (தனிநபர்) வேறுபாடு ஆகிய தாராளக் கருத்துகள் வாயிலாக அதை மாற்றவும் செய்தது. மத நூல் சட்டத்துக்கும் ஆங்கிலேய அமெரிக்கச் சட்ட அமைப்புக்கும் இடையேயான குழப்பமான மோதலால் உரிமைகள் வளர்ச்சி அடைந்தன; அமைப்புசார் அரசியல் சிந்தனையால் அல்ல. மேலை நாடுகளில் குடிமை இனக்குழுக்களுக்குள் குழுக்களுக்கான உரிமைகள் பிறந்தன. ஆனால், காலனிய இந்திய உரிமைகளைக் குடிமை இனத்துக்கு, அதாவது நாடு என்பது உண்டாக்கப்படுவதற்கு முன்னரே குழுக்களுக்குத் தரப்பட்டன.

உரிமைகளின் இந்த இரண்டு வகைகளையுமே அரசமைப்புச் சட்டம் மாற்றியது. எல்லாக் குடிமக்களுக்கும் உரிமைகளை வெளிப்படையாக வழங்கிய எழுத்துபூர்வக் குறியீட்டைக் கொண்டுவந்தது. எல்லா வகுப்புகளிலிருந்து வந்த குடிமக்களும் அரசுக்கு முன்னால் உரிமைகள் கொண்ட ஆட்களாகத் தங்களை அடையாளப்படுத்திக்கொண்டார்கள். சில உரிமைகள் ஏற்றுக்கொள்ளப்பட வேண்டும் என்று மனு கொடுத்தவர்கள் அல்லது மறைமுகமான அவதூறுகள் மூலமாக வேலைபார்க்கும் பிரச்சாரகர்கள் ஆகியோர் இவர்களுக்கு முற்றிலும் மாறானவர்கள். இந்த வேறுபாடு வெறும் வார்த்தை அளவில் இல்லை. காலனிய இந்தியாவில் உரிமைகள்கோருதல் ஏற்றுக்கொள்ளப்பட வேண்டிய நிலையில் இருந்தது. அதாவது, ஒரு குடிமகனுக்கு ஒரு உரிமை இருக்கிறதா இல்லையா என்பதே கேள்வியாக இருந்தது. அதற்கு மாறாக, புதிய அரசமைப்பின்கீழ் அது நடைமுறைப்படுத்தப்படும் கேள்வியாக ஆனது. இது உரிமைகள் இருப்பது ஏற்கெனவே உத்தரவாதம் தரப்பட்டுவிட்டது என்ற அனுமானத்தின் அடிப்படையில் ஆனது. சட்டப்படி நடைமுறைப்படுத்தப்படக்கூடிய உரிமையானது கருணைமிக்க ஒரு காலனிய அரசால் அறநெறிக் கோரிக்கையாக அல்லது தனி உரிமையாக உருவாக்கப்பட்ட ஒன்றிலிருந்து வேறுபட்டது.

மேலும், உரிமைகளுடைய தனிநபர்களின் உரிமைகோரலுக்கும் பழக்கவழக்க அடிப்படையிலான உரிமைகளைக் கேட்பதற்கும் இடையிலான வேறுபாட்டை விடுதலைக்குப் பிறகு தொடர்வது கடினமாக ஆயிற்று. பழக்கவழக்கத்திலும் மரபிலும் குறுக்கிடக் கூடாது என்ற வாதம் அந்நிய ஆட்சிக்கும் அதன் இனங்களுக்கும் இடையேயிருந்து துண்டுபட்ட அதிகாரத்தை அடிப்படையாகக் கொண்டிருந்தது. வெளிக் களத்திலிருந்து வாழ்க்கையின்

எல்லாப் பகுதிகளையும் உள்ளடக்கியதாக விடுதலைக்குப் பிறகான அரசு ஆயிற்று. அரசமைப்பானது மதத்தையும் குடும்பத்தையும் மாற்றத்துக்குரிய தளங்களாக அடையாளம் கண்டது. எடுத்துக்காட்டாக, ஒருவர் தன்னுடைய மதத்தைப் பின்பற்றவும், வெளிப்படுத்தவும் உரிமை இருந்தாலும் பொது அமைதி, ஒழுக்கநெறி, சுகாதாரம் ஆகியவை வரம்புக்கு உட்பட்டதாக அந்த உரிமை இருந்தது.

காலனிய ஆட்சியின் அமைப்பிலிருந்து ஏற்பட்ட மிகப் பெரிய மாற்றம் ஒன்று இந்தியாவில் ஏற்பட்டது. உரிமைகளுக்கான கருத்தாக்கத்தின் அடிப்படையாகச் சமமின்மை இருந்தது. இது முழு மாற்றம் பெற்றது. காலனி அரசில் சாதி, வகுப்பு, பாலினம் ஆகியவற்றால் உரிமைகள் நிர்ணயிக்கப்பட்டன. அவை பழக்கவழக்கங்களின் அடிப்படையில் ஏற்பட்டவை. ஆனால், அரசமைப்பு எல்லாக் குடும்பங்களுக்கும் இடையே சமத்துவத்தைக் கொண்டுவந்து, எல்லோருக்குமான உரிமைகளுக்கு ஒரே ஒரு மூலாதாரமாக ஏற்படுத்திற்று. எனினும், அரசமைப்பின் நிறுவனர்கள் எண்ணியதுபோல இது உடனடியான சமூக மாற்றத்தைக் கொண்டுவரவில்லை. காலனிய, காலனியத்துக்கு முந்தைய இந்தியாவில் தனிநபர்களின் உரிமைகோரலுக்கு வரம்புக்கு உட்பட்ட வரலாறு இருக்கும்போது புதிய பின்காலனிய உரிமைகளைக் கோருவது எந்த மூலாதாரங்களிலிருந்து எழுந்தது?

மக்கள், சொத்து, சந்தை

காலனிய சட்ட அமைப்புக்கும், பழமையான தாராளக் கோட்பாட்டுக்கும் மூலக்கல்லாக இருப்பது தனியார் சொத்துரிமைகளைப் பாதுகாத்தல் ஆகும். சொத்துரிமைச் சட்டம் ஒரு சட்டகமாக ஆயிற்று. அதனுள் அரசு அங்கீகாரம் பெற்ற தனியார் உரிமைகளுக்குள் அந்தஸ்து அடிப்படையிலான இன அடையாளங்கள் இணைக்கப்பட முடியும். பல உரிமைகள் ஆபத்தில் இருக்கும்போதுகூட சொத்துரிமைகளின் சொல்லாடல் பயன்படுத்தப்பட்டது. எடுத்துக்காட்டாக, மதச் சடங்கு, அதிகாரம் ஆகியவற்றில் ஏற்பட்ட மோதல்கள் சொத்துரிமைகளின் அடிப்படையில் தீர்க்கப்பட்டன. சொத்துரிமைச் சட்டம் காலனிய இந்தியாவில் உரிமைகளுக்கான ஒரு மாதிரியைத் தந்தது என்றும், அடையாளத்தின் தனியார் கருத்துகளையும் உள்ளூர்க் கருத்துகளையும் இணைத்தது என்றும் டேவிட்

ஜில்மார்ட்டினும் ஜோனதன் ஆக்கோவும் கூறுகிறார்கள். இவ்வாறு மதம் மற்றும் பழக்கவழக்க உரிமைகள் தனிநபர் சொத்தின் உருவங்களாகக் கருத்தாக்கம் பெற்றன. காலனி இந்திய அரசுச் சட்டம் 1935 வழக்கில் ஒரே உரிமை சொத்துக்கான உரிமை என்பது வியப்பளிக்கவில்லை.

எனினும், சொத்துரிமையே அரசமைப்பு அவையின் போராட்டக் களமாக ஆயிற்று. நிலச்சீர்திருத்தங்களையும் சொத்தைப் பகிர்ந்தளித்தலையும் கொண்டுவர அரசுக்கு அனுமதி தரக்கூடிய வகையில் சொத்துரிமைகளை வலுவிழக்கச் செய்ய வேண்டுமென்று பல உறுப்பினர்கள் வாதிட்டார்கள். சொத்தை வைத்திருக்கவும் பெறவும் விற்கவும் அரசமைப்பு உரிமை அளித்திருந்தாலும், அந்த உரிமை பல கட்டுப்பாடுகளுக்கு உட்பட்டது. நிலச்சீர்திருத்தச் சட்டம் சொத்துரிமையை மீறுகிறது என்று அதை முதலில் நீதிமன்ற முடிவுகள் தள்ளுபடி செய்தன. அதனால், நாடாளுமன்றம் அரசமைப்புச் சட்டத் திருத்தம் கொண்டுவந்து உரிமையைக் கட்டுப்படுத்த முனைந்தது. 1950-இல் நிறைவேற்றப்பட்ட முதல் திருத்தமானது பொதுநோக்கங்களுக்காகச் சொத்துகளைப் பெறவோ, சொத்துகளை மேலாண்மை செய்யவோ அரசுக்கு அதிகாரம் தந்தது. அத்தகைய கையகப்படுத்தல்களை நடைமுறைப்படுத்தும் சட்டங்கள் நீதிமன்ற ஆய்வுக்கு உட்பட்டவை என்றும், அடிப்படை உரிமைகளுக்கான வழக்குகளுக்கு உட்பட்டவை இல்லை என்றும் அறிவிக்கப்பட்டது. 1978-இன் 42-ஆம் திருத்தம்வரை சொத்துரிமை குறைக்கப்பட்டுவந்தது. அந்தத் திருத்தம் அடிப்படை உரிமைகள் பிரிவிலிருந்து அதை முழுவதுமாக நீக்கிவிட்டது.

சொத்துரிமை என்பது உரிமைகளின் அமைப்புக்கு முக்கியமாக இருந்தது. அது எப்படிப் பாதுகாப்பே இல்லாத ஒரு உரிமையாக மாறும் அமைப்பாயிற்று? சொத்துக்கு உரிமைகோரல்கள் பேச்சுரிமை, சமத்துவ உரிமை, தனியுரிமை ஆகியவற்றோடு சேர்க்கப்பட்ட விதத்தை இந்தப் புத்தகம் வெளிப்படுத்துகிறது. உரிமைகள் பற்றிய காலனிய ஆட்சி ஒழுங்குமுறையில் பல கோரிக்கைகள் சொத்துரிமையின் வழியாக மாற்றப்பட வேண்டியிருந்தன. இந்தத் தர்க்கவாதத்தை இந்தச் செயல் தலைகீழாக மாற்றிவிட்டது.

அப்படியானால், சொத்து பற்றிய காலனியச் சட்டம் விடுதலைக்குப் பிறகு எப்படி மாறிற்று? ஆவணக்காப்பக

ஆய்வுகளின் அடிப்படையில் பார்க்கும்போது புதிய உரிமைகளின் ஒழுங்குமுறையில் சொத்தின் இடத்தைச் சந்தை எடுத்துக்கொண்டது என்று இந்த நூல் வாதிடுகிறது. அரசமைப்பு பற்றிய அரசியல் பொருளாதாரக் கதையாடல்கள் உண்மையான நிதர்சனமான சொத்தை மட்டுமே (அதாவது நகர, விவசாய நிலம்) கருத்தில் எடுத்துக்கொண்டன. அது இப்போது கேள்விக்குள்ளாக்கப்படுகிறது. பத்தொன்பதாம் நூற்றாண்டின் பிற்பகுதிலேயே காலனிய இந்தியாவில் சந்தை ஆட்சியில் ஒரு முக்கிய அம்சமாக அது ஆகிவிட்டது. ஆனால், பின்காலனிய ஆட்சியில் அது மைய இடத்தை எடுத்துக்கொண்டது. ஒரே நேரத்தில் தொழில்மயமாக்கவும் சொத்தை மீண்டும் விநியோகிக்கவும் முற்பட்டது. பண்பாட்டைப் பொருளாதாரத்தோடு ஒட்டியமைக்கும் ரித்து பிர்லாவின் நூலை அடிப்படையாகக் கொண்டு உரிமைகளின் புதிய ஒழுங்கமைவு எப்படி நுகர்வு, உற்பத்தி, வணிகம் ஆகிய கேள்விகளின் அடிப்படையில் வளர்ந்தது என்று இந்தப் புத்தகம் காட்டுகிறது.

விடுதலை பெற்ற இந்தியாவில் மக்களாட்சி பற்றிய ஆய்வுகள் தேர்தல்கள், பிரதிநிதித்துவம் ஆகியவற்றுக்கே முக்கியத்துவம் கொடுத்தன; நீதிமன்ற நடைமுறை பற்றிக் கவனம்செலுத்தவில்லை. நாட்டைப் புரட்சிகரமாக மாற்ற முயலும் புதிய அரசின் முன்னெடுப்புகளுக்கு எதிரான நீதிப் பேராணை மனுக்களை முக்கிய நிகழ்வுகளாக இந்த நூல் கருதுகிறது. முக்கிய நிகழ்வு என்பது செயல்படுதலில் புதிய வகைகள் வெளிப்படக்கூடிய ஒன்று. இது மரபுசார்ந்த வகைகளை மறுவரையறை செய்கிறது; அதை அரசியல் குழுக்களின் பல வகைகள் பெறக்கூடும். இந்த முக்கிய நிகழ்வுகள் இந்திய அரசமைப்பியத்தின் புதிய வாரிசு வரிசையாக ஆகின்றன. இது குடிமக்களின் அன்றாடச் செயல்பாடுகளிலிருந்து உண்டாகிறது. ஹானா அரென்டின் வார்த்தைகளில் சொல்ல வேண்டுமென்றால், தனியார்த் தேவைகள் பொதுமக்களுக்கான முக்கியத்துவம் பெறும் கலப்புக்களமாக அரசமைப்பு மாறிய நடைமுறையை இந்த நூல் ஆராய்கிறது.

1
காவலரின் மூக்கு பற்றிய வழக்கு
பம்பாயில் மதுவிலக்கை அமல்படுத்தல்

பம்பாயில் 1951-ஆம் ஆண்டு கோடை காலம் அசாதாரணமான வெப்பத்துடன் இருந்தது. மே 29 அன்று இரவு உணவுக்குப் பின்னர், அரசு அலுவலரான மத்திய வயதுக்கார பொற்ராம் குர்ஷீட் பெசிக்காக்கா, சூட்டைத் தாங்க முடியாமல் அதிலிருந்து தப்பிக்க தெற்கு பம்பாயில் காரில் சென்றுகொண்டிருந்தார். இரவு 9.30 மணிக்கு வுட்ஹவுஸ் சாலையிலுள்ள அவருடைய வீட்டுக்குத் திரும்பியபோது, நின்றுகொண்டிருந்த ஒரு வண்டிக்குப் பின்னாலிருந்து சிலர் திடீரென்று வெளிப்பட்டு அவருடைய ஜீப்புக்கு முன்னால் நின்றார்கள். அவர் உடனே பிரேக் போட்டு வளைத்தாலும் அவர்களை மோதாமல் தவிர்க்க முடியவில்லை. அவருடைய ஜீப் மூன்று பேரை இடித்துத் தள்ளிவிட்டது. இரண்டு பெண்களை முன்சக்கரங்கள் இடித்துவிட்டன. ஒரு ஆளைச் சிறிது தூரம் பம்பர் இழுத்துச்சென்றது. அந்த இடத்தில் இருந்த ஒரு காவலர், பெசிக்காக்காவிடமிருந்து மது வாடை வீசியதாக அறிக்கை அளித்தார். பெசிக்காக்கா கட்டுப்பாடில்லாமல் கவனக்குறைவாக காரோட்டினார் என்று அவர் மேல் இந்தியக் குற்றவியல் சட்டத்தின்படி வழக்கு பதிவுசெய்யப்பட்டது. மேலும், அப்போதுதான் இயற்றப்பட்டிருந்த பம்பாய் மதுவிலக்குச் சட்டத்தின்படியும் வழக்கு பதிவுசெய்யப்பட்டது. உரிமம் இல்லாமல் மது அருந்துவது சட்டப்படிக் குற்றம்.

பக்கத்தில் இருந்த காவல்காரர் ஒருவர், பெசிக்காக்கா சாதாரண வேகத்தில் கவனமாக காரோட்டி வந்தார் என்று வழக்கு விசாரணையின்போது வாக்குமூலம் அளித்தார். மேலும், பெசிக்காக்கா மேல் மதுவாடை வீசினாலும், ஒளி பட்டவுடன் அவருடைய விழிகள்

சிமிட்டின என்றும், அவருடைய பேச்சு தெளிவாக இருந்தது என்றும், நல்ல நடத்தை உள்ளவர் என்றும், நேராக நடக்க முடியும் என்றும் மருத்துவ அறிக்கை உறுதிப்படுத்தியது. பெசிக்காக்கா மது போதையில் காரோட்டவில்லை என்று காவல் துறை மருத்துவர் சாட்சியமளித்தார். பாதிக்கப்பட்டவர்களுக்குக் கடுமையான காயங்களை ஏற்படுத்தியிருந்தாலும், பெசிக்காக்கா கண்மூடித்தனமாகக் கவனமில்லாமல் காரோட்டினார் என்ற வழக்கை நீதிமன்றம் தள்ளுபடி செய்தது. எனினும், பம்பாய் மதுவிலக்குச் சட்டத்தின்கீழ் அவருக்குத் தண்டனை தர உயர் நீதிமன்றம் முடிவெடுத்தது. உரிமம் இல்லாமல் மது அருந்துவது சட்டப்படி குற்றம் என்று கருதியது. குடித்தவர் போதையில் இருந்தாரா, செயல்பட முடியாமல் இருந்தாரா என்பதெல்லாம் வழக்குக்குத் தொடர்பில்லாதவை. அரசுத் தரப்பு அவர் மது அருந்தியிருந்தார் என்பதை நிரூபித்துவிட்டால், சட்டத்துக்கு விரோதமாக மது அருந்தவில்லை என்பதை நிரூபிப்பது குற்றம்சாட்டப்பட்டவருடைய பொறுப்புதான். பெசிக்காக்காவுக்கு ஓராண்டு சிறைத்தண்டனை விதிக்கப்பட்டு ஆர்தர் சாலை சிறையில் அடைக்கப்பட்டார். பம்பாய் மதுவிலக்குச் சட்டத்தின்கீழ் தண்டனை அளிக்கப்பட்ட ஆயிரக்கணக்கான பேரில் பெசிக்காக்கா ஒருவர். 1964-ஆம் ஆண்டு மதுவிலக்கு தளர்த்தப்படும்வரை நானூறாயிரம் பேர் இந்தச் சட்டத்தின்கீழ் தண்டிக்கப்பட்டார்கள்.

பம்பாயிலும் பிற மாநிலங்களிலும் கொண்டுவரப்பட்ட மதுவிலக்குச் சட்டங்கள் ஒரு பின்காலனிய அரசு தன்னுடைய குடிமக்களின் அன்றாட வாழ்க்கையை ஒழுங்குபடுத்தும் முதல் முயற்சி. மதுவிலக்கு என்பது புதிய அரசாட்சியின் இலக்காக அரசமைப்புச் சட்டத்தில் எழுதப்பட்டிருந்தது. தனக்கென்று பின்காலனிய அடையாளத்தை ஏற்படுத்துவதற்கான அரசின் முயற்சியாக இந்தக் கொள்கை அமைந்தது. ஆனால், அதை நடைமுறைப்படுத்த காலனிய ஆட்சியின் செயல்முறைகளையே புதிய அரசும் சார்ந்திருந்தது. மது அருந்துவது என்ற பிரச்சினையின் மையமாகத் தனிமனிதச் சுதந்திரம் இருந்தது. எனினும், தனிமனித உரிமையைச் செயல்படுத்துவதாக மது அருந்துவது இருந்தாலும்கூட, குடிப்பது ஒருவர் தன் கட்டுப்பாட்டை இழக்கச்செய்துவிடும். மது குடிப்பதை ஒழுங்குபடுத்துவதற்கு அது கொண்டுசெல்லப்படுவதைக் கட்டுப்படுத்துவதும், எங்கு மது அருந்தலாம் அருந்தக் கூடாது என்று இடங்களை உண்டாக்குவதும் தேவைப்படும். இது மக்களும்

உடைமைகளும் இயங்குவதற்கான உரிமையைக் கட்டுப்படுத்தும். இவ்வாறு மதுவிலக்குச் சட்டம் எதுவும் மக்கள், உடைமை, வாழ்க்கை, சுதந்திரம் ஆகியவை பற்றிய புதிய அரசமைப்புச் சட்ட உரிமைகளோடு ஒத்துப்போக வேண்டியிருக்கிறது.

சர்வாதிகார ஆட்சிகளோடு ஒப்பிடும்போது, தாராளக் கொள்கையுடைய நாடுகள் தங்களுடைய குடிமக்களின் உணவுப் பழக்கத்தைக் கட்டுபடுத்துவது கடினம். அதற்கான அதிகார அமைப்புகளை ஏற்படுத்துவது அவ்வளவு எளிதல்ல. காலனி ஆட்சியின்போது உண்டாக்கப்பட்ட அரசின் அமைப்புகளும், அதிகார எந்திரங்களும் மக்களின் விருப்பத்தைப் பிரதிபலிக்க வேண்டிய அவசியமில்லை. ஆனால், பின்காலனிய அரசோ மக்களின் விருப்பத்தை நிறைவேற்றுவதாகச் சொல்லிக்கொள்வதால், அவற்றைப் பயன்படுத்துவது புதிய சித்தாந்தத்துக்கு முரணாக இருக்கிறது.

அரசாட்சியின் முதன்மையான எந்திரங்கள் எப்படி ஒன்றோடொன்று இடைவினை புரிகின்றன என்பதற்கு மதுவை ஒழுங்குபடுத்துவது ஒரு எடுத்துக்காட்டு. ஒரு அமெரிக்க ஆய்வு கூறுவதுபோல, “மது குடிப்பதைக் கட்டுப்படுத்தும் அரசு முயற்சியானது பொது நிர்வாகத்தின் வேறு பிற பெரிய பிரச்சினைகளைவிட அதிகப் பிரச்சினைகளை ஏற்படுத்துகிறது. குடிப்பது என்பது சமூக ஒழுக்கநெறி விதிகள், மதச் சடங்குகள், தனிப்பட்ட விருப்புகள் ஆகியவற்றை அடிப்படையாகக் கொண்டது. இது மக்கள் மத்தியில் பல வேறுபாடுகளைக் கொண்டுள்ளது. மருத்துவ முறைப் பயன்பாடு, குற்றச் சட்டம், உரிமம் வழங்குதல், குறிப்பிட்ட இடங்களில் ஒழுங்குபடுத்தல், வரி, உடல்நலப் பாதுகாப்பு வழிமுறைகள் ஆகியவை சார்ந்த நிர்வாக அமைப்புகள் தேவைப்படும்.

பத்தொன்பதாம் நூற்றாண்டிலிருந்து மது விற்பனையை ஒழுங்குபடுத்தும் வரலாறு இருந்தாலும், மதுவிலக்குக்கு எதிரான பெருமளவிலான பிரச்சாரங்கள் இருந்தாலும், இந்தப் பிரச்சினை பற்றி அதிகமான விவரங்கள் கிடைப்பதில்லை. இந்தியாவில் மதுவிலக்கு வரலாற்றை ஆராயும் ஆய்வாளர்கள் குடிப்பழக்கத்தை மாற்ற முயன்றதை அரசாங்கத்தின் பூர்ஷ்வா திட்டமாகப் புரிந்துகொண்டிருக்கிறார்கள். ‘கீழ் வகுப்’பினரால் பயன்படுத்தப்பட்ட எதிர்ப்பு உத்திகளையும் பார்க்கிறார்கள். பம்பாய் அருகிலுள்ள பழங்குடி மக்களின் குடிப்பழக்கம் பற்றிய

ஆய்வுகளின்படி, அவர்கள் மத்தியில் சிறிது காலமே அந்த இயக்கம் இருந்தது. அது வட்டிக்கடைக்காரர்களையும், நில உரிமையாளர்களையும் பாதித்தது. ஆனால், அரசின் அதிகார முயற்சிகளையும், தேசியவாதிகளின் நட்புறவு முயற்சிகளையும் மீறி குடிப்பழக்கங்கள் மாறாமலே இருந்தன. மதுவிலக்கின் சமூக வரலாறுகள் காட்டுவது என்ன? மதுவிலக்கு என்றால் நடுத்தர வர்க்கத்தாரின் அரசியல். இதை எதிர்த்துநிற்கும் மக்களின் மீண்டுவரும் தன்மையை வரலாறுகள் காட்டுகின்றன. இவ்வாறு மதுவிலக்கும் கள்ளுண்ணாமையும் சந்தித்த தோல்வியானது மக்களுக்கும் அரசாங்கத்துக்கும் இடையேயான இடைவெளியை உறுதிப்படுத்திற்று.

இந்த இடைவெளியைப் புரிந்துகொள்ள வேண்டும். அரசாங்கத்தோடு ஒரு குடிமகன் மோதும் வழியை பெசிக்காக்காவின் வழக்கும், அதற்கு முன்னாலும் பின்னாலும் ஏற்பட்ட சட்டபூர்வமான எதிர்ப்புகளும் காட்டுகின்றன. இந்த வழக்குகளுக்கு என்று அரசமைப்புச் சட்டம் ஒரு வெளிக் கட்டமைப்பு தரவில்லை. ஆனால், அந்த அமைப்புக்குள்ளேயே மதுவிலக்கை எதிர்க்க முடியும், சம்ரசம் காண முடியும். பெசிக்காக்காவின் வழக்கு இரண்டு காரணங்களுக்காக முக்கியமானது. முதலாவதாக, குடிமக்கள் தங்களது அன்றாட வேலைகளைப் பார்த்துக்கொண்டிருக்கும்போது, அவர்கள் மதுவிலக்குச் சட்டங்களின் பிடிகளில் எப்படிச் சிக்கிக்கொள்கிறார்கள் என்பதற்கு ஒரு எடுத்துக்காட்டு அது. இரண்டாவதாக, பெசிக்காக்காவினுடைய அரசமைப்புச் சட்டம் சார்ந்த உத்தி மதுவிலக்கு அதிகாரத்தைச் சட்ட அமைப்பின் மூலம் எப்படி வீழ்த்த முடியும் என்ற முக்கியமான மாற்றத்தைக் காட்டுகிறது. 1950-களில் ஏற்படுத்தப்பட்ட மதுவிலக்கும் அதன் முடிவும் இந்த நீதிமன்ற வழக்குகள் மூலமும், அரசமைப்புச் சட்ட அடிப்படையிலும் வடிவமைக்கப்பட்டன. மதுவிலக்கு பற்றிய விவாதம் தனிப்பட்டோரையோ பொதுமக்களையோ ஒழுங்குபடுத்தும் கேள்வியிலிருந்து அரசாங்கத்தையே ஒழுங்குபடுத்தும் கேள்விக்கு நகன்றபோது பெசிக்காக்காவின் வழக்கு ஒரு திருப்புமுனையாக இருந்தது.

அரசமைப்புச் சட்டத்தை வரைந்தவர்கள் எதிர்பார்த்திருக்காத வழிகளில் மதுவிலக்கு பற்றிய விவாதத்தை அரசமைப்புச் சட்டம் மாற்றியது. இந்தப் பிரச்சினையை அரசமைப்புச் சட்டத்துக்குள்

கொண்டுவருவதன் மையமாக எது இருக்கிறது? பொதுநலனுக்கும் தனிப்பட்ட விருப்புகளுக்குமான முரண்பாடு. இந்த இயல், இந்தியாவில் மது விற்பனையை ஒழுங்குபடுத்துவதன் வரலாற்றை ஆராய்ந்து, பின்காலனிய நலத்திட்ட அரசின் செயல்முறையினுள் பம்பாயின் மதுவிலக்குக் கொள்கையை வைத்துப் பார்க்கிறது. அடுத்து, மதுவிலக்குப் பிரச்சினை தொடர்பான வழக்கின் மூன்று வடிவங்களை ஆராய்கிறது. அவை, மதுவிலக்கைப் புகுத்துவதற்கு அரசமைப்புச் சட்ட அடிப்படையிலான சவால்; மதுவிலக்கை அமல்படுத்துவதற்கு நடைமுறை அறைகூவல்; அன்றாடக் குற்ற வழக்குகளின் மேல் இந்த அரசமைப்பு சார்ந்த சட்ட வழக்கின் தாக்கம் ஆகியவை. இறுதியாக, சட்டத்தின் மூலம் சமூகத்தை மாற்ற முடியும் என்ற அரசாங்கத்தின் நம்பிக்கை மீது இவ்வழக்கு ஏற்படுத்தும் தாக்கத்தை இந்த இயல் ஆராய்கிறது.

ஒழுக்கநெறியுடைய நாட்டை நோக்கி: மதுவிலக்கும் தேசியமும்

பெசிக்காக்காவைக் கைது செய்தது பம்பாய் மதுவிலக்குச் சட்டத்தின்படி. அந்தச் சட்டம் 1946-ஆம் ஆண்டு காங்கிரஸ் கட்சி அரசின் மதுவிலக்குக் கொள்கையின் ஒரு பகுதியாக இயற்றப்பட்ட கடுமையான, கொடுமையான சட்டம். மாநிலம் முழுவதும் நான்கு ஆண்டுகளில் படிப்படியாக முழு மதுவிலக்கைக் கொண்டுவர அரசாங்கம் முடிவெடுத்தது. ஓராண்டுக்கு 25 விழுக்காடு மதுப் பயன்பாடு குறைக்கப்பட்டு, இதற்காக பம்பாய் மதுவிலக்குச் சட்டம் 1949-ஆம் ஆண்டு இயற்றப்பட்டது. எந்த விதமான போதைப்பொருளை இறக்குமதிசெய்வதையும் ஏற்றுமதிசெய்வதையும் உற்பத்திசெய்வதையும் விற்பதையும் வாங்குவதையும் வைத்திருப்பதையும் பயன்படுத்துவதையும் நுகர்வதையும் அல்லது எந்தக் கள் இறக்கும் மரத்திலிருந்தும் கள் வடிப்பதையும் தடைசெய்கிறது. விதிவிலக்குகளும் இருந்தன: சட்டத்தின்படி உரிமம், பெர்மிட், கடவுச்சீட்டு ஆகியவற்றின் மூலம் விதிவிலக்கு பெற முடியும். இவை சில நிபந்தனைகளுக்கு உட்பட்டவை. மது அருந்துவதையும் வைத்திருப்பதையும் குற்றமாக இந்தச் சட்டம் ஆக்கிற்று. இது அமெரிக்க, ஐரோப்பிய நாடுகளிலும், கனடாவிலும் இருந்த மதுவிலக்கு விதிகளுக்கு மாறானது. அந்த நாடுகள் உற்பத்தியையும் விநியோகத்தையுமே கட்டுப்படுத்தின.

மதுவிலக்கைக் கொண்டுவர முயன்ற பிற சோதனைகளிலிருந்து பம்பாய் மதுவிலக்குச் சட்டம் ஏன் மாறுபட்டதாகத் தோன்றுகிறது? காலனிய இந்தியாவில் மது உற்பத்தியும் விற்பனையும் அரசின் திட்டமாக ஆகிவிட்டன என்பதே மாறுபாடு. பம்பாயில், 'பம்பாய் அக்பாரி (அக்பாரி என்றால் கடினத் தண்ணீர் என்று பொருள்) சட்டம் (1878)'-இன்படி ஒழுங்குபடுத்தப்பட்டது. அது குறைந்த அளவு இழப்பீடு கொடுத்து அதிகப்படியான வருவாயை உண்டாக்கும் ஒரு சட்டம். லாபங்களை அதிகமாக்கும் ஆசையில், மது விற்க உரிமையுள்ளதாக அரசாங்கம் தன்னை மட்டுமே ஏற்படுத்திக்கொண்டது. குறிப்பிட்ட பகுதிகளில் தயாரிக்கவும் விற்கவும் உரிமை பெற உரிமங்களை ஏலம் விட்டது. இது இடைத்தரகர்களை உருவாக்கிற்று. பெரும்பாலும் அவர்கள் கிராமப் பொருளாதாரத்துக்கு அப்பாற்பட்டவர்கள். அவர்களுக்கு மதுவால் வரும் வருவாயை அதிகரிக்க வாய்ப்புகள் இருந்தன. முதலீடு செய்யும் செல்வ வளம் கொண்ட பார்சிகள் பம்பாயில் மது விற்பனையில் ஆதிக்கம் செலுத்தினார்கள். இந்த இயலின் பிற்பகுதியில் மது விற்பனையில் பார்சிகள் ஈடுபட்டதால் ஏற்பட்ட விளைவுகளைப் பார்ப்போம்.

கிராமம் சார்ந்த மது உற்பத்தியானது வரி ஏய்க்க நிறைய வாய்ப்புகள் கொடுத்தது. எனவே, மது வடிக்கும் தொழிற் சாலைகளை மையப்படுத்தும் அமைப்பை பம்பாய் அக்பாரிச் சட்டம் கொண்டுவந்தது. அதோடு மது குடிப்பதில் புதுப் பழக்கங்களையும் கொண்டுவந்தது. எடுத்துக்காட்டாக, மிகவும் பரவலாகக் குடிக்கப்பட்டுவந்த கள்ளுக்கு அதிக வரி விதித்தார்கள். ஏனென்றால், அதை அதிக நாட்கள் வைத்திருக்க முடியாது. மேலும், மது தயாரிக்கும் மையங்களில் கள்ளைத் தயாரிக்க முடியாது. எதிர்ப்புகள் இருந்தாலும், தொழிற்சாலைகளில் தயாரிக்கப்பட்ட மதுவைக் குடிக்கும் பழக்கம் அதிகமாயிற்று. பம்பாய் அரசு 1892-இல் மௌரா சட்டத்தைக் கொண்டுவந்தது. மௌரா (இலுப்பைப் பூ) மலர்களைச் சேகரிப்பதையும் விற்பதையும் அது தடைவிதித்தது. இந்தப் பூக்களை பம்பாயின் பழங்குடி மக்கள் உணவுக்காகவும் தீவனத்துக்காகவும் மது தயாரிக்கவும் பயன்படுத்தினார்கள்.

வருவாய்கள் பாதிக்கப்படாமல் இருக்கும் அளவுக்கு மதுவை ஒழுங்குபடுத்த குற்றவியல் சட்டம் பயன்படுத்தப்பட்டது. கள்ளச்சாராயம் காய்ச்சுவது, விற்பது ஆகிய வழக்குகள்தான் மிக அதிகம். ஒரு எடுத்துக்காட்டு: பெலிடோன்ஜி பரோர்ஜி என்பவர்

மது வடிப்பவர். அவருடைய உரிமம் காலாவதி ஆகிவிட்டது. அவரிடம் சாராயம் காய்ச்சுவதற்கான பாத்திரங்களைக் காவல் துறை கண்டுபிடித்து அக்பாரிச் சட்டப்படி அவரைக் கைதுசெய்தது. இவ்வாறு மௌராப் பூக்களை விற்பவர்கள், வாங்குபவர்கள் மீது வழக்கு பதிவுசெய்யப்பட்டாலும் அப்போது பிரிட்டிஷ் அரசுக்கு வருவாய் கிடைக்கும் வழியைப் பாதுகாப்பதுதான் முக்கிய நோக்கமாக இருந்தது.

இதற்கு நேர்மாறாக, பின்காலனிய இந்தியாவின் மதுவிலக்குக் கொள்கையின் நோக்கமோ சமூகச் சீர்திருத்தம் மட்டுமாகவே இருந்தது. வருவாய்த் தேவைகள் இல்லை. சமூகத் தீமைகளுக்கு மதுதான் அடிப்படை என்று மத்திய வர்க்கத்தினரின் மதுவிலக்கு இயக்கங்கள் கருதின. அதுவும் குறிப்பாக, தொழிலாளர் வர்க்கத்தினருக்கு இது தீங்கிழைக்கிறது என்று கருதினார்கள். மது அருந்துதல் இந்தியப் பண்பாட்டுக்குப் புறம்பானது என்று அழுத்தமாகச் சொன்னார்கள். இப்படிப்பட்ட மது எதிர்ப்பு இயக்கங்கள் தனிவுரிமைக்கு எதிரானவை என்று பிரிட்டனின் தாராளமயச் சிந்தனை குற்றம்சாட்டிற்று. ஆனால், இந்தியத் தாராளத்தன்மையில் ஒரு கூறாக மது அருந்தாமை இருந்தது. இப்படிப்பட்ட கருத்து வந்ததற்கு இரண்டு காரணங்கள்: ஒன்று, மது அருந்துதல் இந்தியப் பழக்கவழக்கங்களுக்கு எதிரானது என்ற நம்பிக்கை. இன்னொன்று, மதுவால் காலனிய அரசு பெருமளவு லாபம் சம்பாதித்தது என்பது. மது இந்த நாட்டுக்கு அந்நியமானது என்பதை நிரூபிப்பது கடினம். ஆனால், காலனிய அரசால் குடிப்பழக்கத்தில் நிறைய மாற்றங்கள் ஏற்பட்டன. குறிப்பாக, எப்படிப்பட்ட மது, எவ்வளவு மது குடிப்பது, எங்கே குடிப்பது ஆகியவற்றில் மாற்றங்கள் ஏற்பட்டன. வரிவசூல் கொள்கைகள் தொழிற்சாலைகளில் தயாரிக்கப்பட்ட கீழ்த்தரமான மதுவைக் குடிப்பதை ஊக்கப்படுத்தின. வீட்டில் இறக்கும் கள்ளையும், வடிக்கும் மொகராவையும் ஆதரிக்கவில்லை. உரிமங்கள் வழங்கும் விதிகளும் குடிப்பதை மதுக்கடைகளுக்கும் மதுக்கூடங்களுக்கும் மாற்றிவிட்டன. அவை வயல்வெளிகளுக்கும் கிராமங்களுக்கும் தொலைவில் இருந்தன.

மதுவிலக்கு என்பது 1920-களில் காங்கிரஸ் கட்சியின் ஆக்கபூர்வத் திட்டமாக மாறிற்று. மோகன்தாஸ் காந்தி அதைப் பிரபலப்படுத்தினார். இது மூன்று விஷயங்களை இணைத்தது. 1) இதனால் பேரரசுக்குக் கிடைக்கும் வருவாயைக் குறைப்பது. 2)

இந்துக்களுக்கும் முஸ்லிம்களுக்கும் இடையே பொது மேடையை உருவாக்குவது. 3) உலகளாவிய மது அருந்தாமை இயக்கத்தின் தாக்கம். தேசியவாதிகளுக்கும் காலனிய அரசுக்கும் இடையே உள்ள வேறுபாடுகள் பம்பாய் மதுவிலக்கு விசாரணைக் குழுவுக்கு முன்னால் வைக்கப்பட்ட சாட்சியத்தில் தெளிவாகியது. அங்கே பிரிட்டிஷ் உறுப்பினர்களும், மது விற்பனையாளர்களும் இருக்கும் நிலையே தொடர வேண்டும் என்பதை ஆதரித்தார்கள். கடுமையான தடைகளும் மதுவிலக்கும் வேண்டும் என்று இந்தியப் பிரதிநிதிகள் வாதிட்டார்கள்.

1921, 1930-களில் நடந்த ஒத்துழையாமை இயக்கங்களின்போது காங்கிரஸ் கட்சித் தொண்டர்கள் மதுக்கடைகளில் மறியல் நடத்தினார்கள்; குடிப்பவர்களைத் தடுத்துநிறுத்த முயன்றார்கள். மதுக்கடைகளுக்கு அடிக்கடி போகிறவர்களை, மதுபோதை எதிர்ப்பியக்கத் தொண்டர்கள் குறித்துவைத்து அவர்களது குடும்பங்களுக்கும் சாதி அமைப்புகளுக்கும் தெரிவித்தார்கள். பம்பாய் மாகாணத்தில், சமூக அழுத்தமும் சமூகப் புறக்கணிப்பு அச்சுறுத்தல்களும் குடியைக் குறைப்பதில் நல்ல வெற்றிபெற்றன. பம்பாயில் மறியல் நடத்தியதன் வெற்றியைக் கண்ட ஆட்சியர் டில்லானி, இதனால் வரி வருவாய் குறைந்துவிடும் என்றும், நகர வரவுசெலவுக் கணக்கைப் பாதிக்கும் என்றும் எச்சரித்தார். மது விற்பனை குறைந்தது. அதோடு மது உரிம ஏலம் எடுப்பவர்களின் எண்ணிக்கையும் சரிந்து ஏலத் தொகையும் குறைந்தது. மதுவிலக்கைக் காலனிய ஆட்சியைக் கலைக்கும் முயற்சியாகக் காலனிய அலுவலர்கள் பார்த்தார்கள்; மது அருந்தாமையின் மதிப்பீடுகளோடு அது தொடர்புடையது என்பதை அவர்கள் அறியவில்லை.

எனினும், குடிப்பழக்கத்தை வெளிநாட்டுப் பழக்கம் என்றும், அது இந்தியத் தொழிலாளர்களையும் உழவர்களையும் நிலைகுலையவைக்கிறது என்றும், இதனால் இந்தியச் சமூகமே பாதிக்கப்படுகிறது என்றும் காந்தி கருதினார். சுயராஜ் என்ற தன்னாட்சி என்பது வெளிநாட்டு ஆதிக்கத்திலிருந்து விடுபடுவது மட்டுமல்ல, வெளிநாட்டுப் பழக்கவழக்கங்களிலிருந்து விடுபடுவதுமாகும் என்றார். மொத்த மதுவிலக்கை அவர் முன்னிறுத்தினார். உடனடியாக மதுவிலக்கைக் கொண்டுவர இந்தியாவைவிடச் சிறந்த நாடு வேறு எதுவும் இல்லை என்றார். தொழிலாளர் வர்க்கத்தின் உயிர்த் துடிப்பை மது உறுஞ்சுகிறது;

எனவே, அவர்களை அவர்களிடமிருந்தே காப்பாற்ற உதவ வேண்டும் என்றார். தனது சுருக்கமான கட்டுரையில் மதுவிலக்கு தொடர்பான தேசிய ஒருமித்த கருத்து பற்றிக் குறிப்பிடுகிறார். அதில், குடிப்பழக்கம் ஏழைகளுக்கான பிரச்சினை; ஐரோப்பா அல்லது அமெரிக்காபோல இந்தியாவின் மேல்தட்டுப் பண்பாட்டுப் பிரச்சினை இல்லை. எனவே, ஏழைகளை அவர்களிடமிருந்தே காப்பாற்ற வேண்டும். இதில் அறிவொளி பெற்ற வர்க்கங்கள் தலையிட வேண்டும். குடிகாரன் ஒரு நோயுற்ற மனிதன்; அவன் தன்னைத்தானே காப்பற்றிக்கொள்ள முடியாது என்று எழுதினார்.

மேலும், மது அருந்துவதை நிறுத்த வெறும் பேச்சுகளாலும் பிரச்சாரங்களாலும் முடியாது என்பதை காந்தி அறிந்திருந்தார். "மக்கள் ஏன் குடிக்கிறார்கள்?" என்று கேட்டு அவரே பதில் சொன்னார். "அவர்கள் நோய்க் கூடாரங்களில் மூச்சுத்திணறிக் கிடப்பதால் குடிக்கிறார்கள்," என்றார். குடிக்கும் ஏழைகள் மேல் அவர் பரிதாபப்பட்டார். அவர்களுடைய அன்றாடப் பரிதாப நிலைகளிலிருந்து தப்பிக்க அவர்களுக்கு இருக்கும் ஒரே வழி இதுதான் என்பதை அறிந்திருந்தார். அவர் தன் தொண்டர்களிடம் குடிகாரர்களின் வீடுகளுக்குச் சென்று குடியின் தீமைகளை எடுத்துச்சொல்லுமாறு தூண்டினார். அதேபோல், மது விற்பதை விற்பவர்கள் நிறுத்த வேண்டும் என்று கேட்க வேண்டும் என்றும், மதுக்கடைகளில் மறியல்நடத்த வேண்டும் என்றும் தொண்டர்களிடம் கூறினார்.

அவர்களுடைய நிலை முன்னேற வேண்டும், அவர்களைப் பேச்சின் மூலம் நல்வயப்படுத்த வேண்டும் என்பது முக்கியமான தேவை என்றாலும், மதுவைத் தடுப்பதற்குச் சட்டத்தைப் பயன்படுத்தித்தான் ஆக வேண்டும் என்று அழுத்தமாகச் சொன்னார். காலனிய அரசு தன்னுடைய வருவாய்த்தளத்தை விட்டுக்கொடுக்காது என்பது அவருக்குத் தெரியும். எனவே, கீழேயிருந்து தரப்படும் அழுத்தம் உறுதியாக இருக்கும்வரை இது நடக்காது என்று கருதினார். கட்டாயப்படுத்தினால் இந்தியாவை மதுவிலிருந்து தெளிவிக்க முடியாது என்ற வாதத்தை அவர் ஏற்கவில்லை. குடிக்க விரும்பியவர்களுக்கு வசதிகள் தர வேண்டும் என்ற வாதத்தையும் நிராகரித்தார். மக்களின் குற்றங்களுக்கு அரசாங்கம் துணைபோவதில்லை என்று எழுதினார். "கெட்ட நடத்தையுள்ள வீடுகளுக்கு உரிமம் தருவதில்லை; அவற்றை ஒழுங்குமுறைக்கு உட்படுத்துவதில்லை. திருடர்கள் திருடுவதற்கான

வசதிகளை அரசாங்கம் செய்துதருவதில்லை. திருட்டையும் விபசாரத்தையும்விட மோசமானதாக நான் குடியைக் கருதுகிறேன். இரண்டுக்கும் அதுதானே மூல காரணம்?"

1928-இல் பரோட்லியில் காங்கிரஸ் கட்சி உறுப்பினர்களிடையே பேசும்போது, ஆங்கிலேயர்களை வெளியில் அனுப்புவதால் மட்டுமே நாம் தன்னாட்சியை நிறுவ முடியாது என்பதை முதன்மையாக எடுத்துக்கூறினார் காந்தி. சுயராஜ்ஜியம் என்பது யாருடைய இடையூறுமில்லாமல் பன்றித் தொழுவத்தில் பன்றிகளைப் போல உரிமை பெறுவது அல்ல என்றார். எனவே, தன்னாட்சியில் மக்கள் நல்வாழ்வை உண்டாக்க மதுவிலக்கு தேவை. "அனைத்து இந்தியாவுக்கும் என்னை ஒரு மணி நேரத்துக்குச் சர்வாதிகாரியாக நியமித்தால், எல்லா மதுக்கடைகளையும் இழப்பீடு தராமல் மூடிவிடுவதுதான் நான் முதலில் செய்வதாக இருக்கும். குஜராத்தில் கள்ளிறக்கும் பனைகளை எல்லாம் அழித்துவிடுவேன்," என்று அறிவுறுத்தினார்.

அரசாங்க ஆணையின் மூலமாக சமூக மாற்றத்தை வலியுறுத்துவது காந்தி வழக்கமாகக் கொண்டிருந்த கருத்து இல்லை. மக்களுடைய மனமாற்றத்தின் மூலமே சமூகச் சீர்திருத்தம் வரும் என்று சொன்னவர் அவர். பசுப் பாதுகாப்பு, தீண்டாமை, சுத்தம் சுகாதாரம் ஆகிய வளர்ச்சிப் பணிகளுக்கான கட்டுமானத் திட்டங்களுக்கெல்லாம் அவர் சட்டம், கட்டாயப்படுத்தல் ஆகியவற்றுக்கு எதிராகப் பேசிவந்தார். காந்தியின் கருத்துப்படி, கட்டி எழுப்பும் வேலையும் சீர்திருத்தமும் மட்டுமே நாட்டை உருவாக்கும் திட்டத்துக்கான கடமைகளில்லை. மாறாக, செயல்திறனைத் திரும்பப்பெறுவதற்கு 'தான்' என்ற மனித ஆளுமையும் தேவை. மற்ற அனைத்தையும் காட்டிலும் குடி மட்டுமே 'தான்' என்பதற்குக் குந்தகம் விளைவிக்கிறது. செயல்திறனை அழித்துவிடுகிறது.

1939 தேர்தலில் காங்கிரஸ் கட்சி பல மாகாணங்களில் ஆட்சி அமைக்க வழிவகுத்தது. மெட்ராஸ், பிஹார், மத்திய மாகாணங்கள், பம்பாய் ஆகியவை மதுவிலக்கைப் படிப்படியாகக் கொண்டுவந்தன. பம்பாயில் 1939-இல் மதுவிலக்கு கொண்டுவரப்பட்டதை காந்தி பாராட்டினார். அழுக்கடைந்த வீடுகளும், நெரிசலான சந்துகளும், குடியிருக்க முடியாத சேரிகளும் நிறைந்தது பம்பாய் நகரம். அது மதுவிலக்கைக் கொண்டுவந்த பிறகு முதன்முறையாக அழகுமிகு நகரமாக ஆகும் என்றார். மதுவிலக்கு கொண்டுவந்தது தொழிலாளர்

வர்க்கங்களைக் கெடுக்கும் குடியை நீக்கிய பிறகுதான், ஏழைகளின் நிலையை மேம்படுத்தும் பிரச்சினையைக் கையிலெடுத்தது பம்பாய் நகரசபை. நவீன இந்திய நகரின் மாதிரியான பம்பாய், மதுவிலக்கைச் சோதித்துப்பார்ப்பதற்குத் தயாராக இருந்தது வியப்புக்குரியது இல்லை. காலனிய எதிர்ப்பு தேசியம் அதற்கே உரிய நவீனத்தை ஏற்படுத்தியதும், பணக்காரர்களின் ஆடம்பரக் குடிப்பழக்கமும், வறுமைக்கு உட்பட்ட தொழிலாளர்களின் போதைப் பழக்கமும் உள்ள பம்பாயின் கீழ்த்தட்டு மக்களை மீட்டெடுக்கச் சிறந்த வழியாக மதுவிலக்கைத் தவிர வேறு எது இருக்க முடியும்? நகர்ப்புற ஏழைகளின் சிக்கல்களுக்கான எளிதான தீர்வாக மதுவிலக்கு காணப்பட்டது. சுத்தம், ஒழுக்கம் என்று அது சொன்ன மொழியானது சாதி, வகுப்பு பேதங்களுக்கு எதிர்ப்புக் குரலோடு ஒத்துப்போனது.

காந்திதான் மதுவிலக்குப் பிரச்சினையை முன்னெடுத்து வலியுறுத்தினார் என்பது உண்மைதான். அதேசமயம், கட்சியில் பலரும் அதை ஆதரித்தார்கள் என்பதையும் கருத்தில்கொள்ள வேண்டும். மதுவிலக்குப் பிரச்சாரங்களில் பெண்கள் பெருந்திரளாகப் பங்கெடுத்தது முதன்மையான நிகழ்வு. அனைத்திந்தியப் பெண்கள் மாநாடு தனது திட்டத்தில் மதுவிலக்கை முதன்மையானதாக எடுத்துக்கொண்டது. பொருளாதாரப் பகுப்பாய்வு, ஒழுக்கநெறி ஆகியவை ஒரு புறம் இருக்க, உடலுக்கு மது என்ன கேடு விளைவிக்கிறது என்பதை அறிவியல் தரவுகளைக் காட்டி மதுவிலக்குக்கு ஆதரவு தேடப்பட்டது. மதுவிலக்கு பற்றி காங்கிரஸ் கட்சி வெளியிட்ட துண்டறிக்கையின் முன்னுரையில், மதுவிலக்கு இந்தியாவில் வெற்றிபெற முடியுமானால் அது மத அடிப்படையால் அல்லாமல், நாட்டின் நலனுக்காகவும் பொருளாதார வளர்ச்சிக்காகவும்தான் இருக்கும் என்று ஜவாஹர்லால் நேரு எழுதினார். மேலும், குடியால் குடும்பங்களில் ஏற்படும் பாதிப்பைப் பற்றிய சமூகப் பொருளாதார ஆய்வுகள் மேற்கொள்ளப்பட்டு முடிவுகள் அனைவருக்கும் தெரிவிக்கப்பட்டன. எனவே, குடிமக்களின் ஒழுக்கநெறிகள் பற்றிய அக்கறையைவிட, அவர்களின் சமூக, பொருளாதார நலன்களின் மேலுள்ள அக்கறை பெரிதாக இருந்தது.

அடுத்து, மதுவிலக்குக்கு அடிப்படையான இன்னொரு கருத்தும் இருந்தது. மதுவிலக்கால் வலிமையான தொழிலாளர் சக்தி கிடைக்கும். இவ்வாறு நாட்டைக் கட்டியமைப்பதில் காங்கிரஸ்

கட்சியின் முக்கியப் பங்காக மதுவிலக்கு இருந்தது. 1931-இல் அடிப்படை உரிமைகளும் பொருளாதாரக் கோட்பாடுகளும் கொண்ட கராச்சி சாசனத்தின் ஒரு பகுதியாக மதுவிலக்கு இருந்தது. 1938-இல் தேர்தல் அறிக்கையில் சேர்க்கப்பட்டிருந்தது. மதுவிலக்கைச் சட்டபூர்வமாக ஆக்குவதில், தேர்ந்தெடுக்கப்பட்ட ஒரு அரசில் அதை அறிமுகப்படுத்துவது முக்கியமானதாக ஆனது. 1939-இல் பம்பாய் அரசின் முயற்சிகளை காந்தி பாராட்டினார். எனினும், தேர்ந்தெடுக்கப்பட்ட அரசு அதைக் கொண்டுவந்ததாலேயே மதுவிலக்கு மேலிருந்து சுமத்தப்பட்டது என்றாகாது என்றார். 1920-லிருந்து அது தேசியத் திட்டத்தின் பகுதியாக இருந்தது. எனவே, தேசியக் கருத்தின் நிறைவாக அது ஆயிற்று. இந்தக் கருத்திலிருந்து மாறுபடுவோர் கடுமையாக விமர்சிக்கப்பட்டார்கள். காங்கிரஸின் கிளையான காங்கிரஸ் சோஷலிசக் கட்சியின் சட்டதிட்டங்களில் மதுவிலக்கை விட்டுவிட்டதாக ஆச்சாரிய நரேந்திர தேவைக் கடிந்துகொண்டார் காந்தி.

மதுவிலக்கை அரசமைப்புச் சட்டமாக்கல்

1946-இல் அரசமைப்புச் சட்டப்பேரவையானது புதிய அரசின் நோக்கங்களை (Directive Principles of State Policy) அரசமைப்புச் சட்டத்தின் 4-ஆம் பகுதியில் தெளிவாக்கியது. இந்தக் கோட்பாடுகள் சட்டபூர்வமாக நடைமுறைப்படுத்தப்படத் தேவையில்லை எனினும், அவை வருங்கால அரசுகளுக்கு வழிகாட்டிகளாகக் கருதப்பட்டன. சமூகப் பொருளாதார நீதியை நிலைநாட்டுவதையும், வருவாயில் உள்ள ஏற்றத்தாழ்வுகளைக் குறைப்பதையும் கடமைகளாகக் கொண்ட வழிகாட்டுக் கோட்பாடுகள் சமூகப் பாதுகாப்பு அமைப்பைக் கொண்டுவருவதை உறுதிப்படுத்தின. எல்லா இனங்களுக்கும் பொதுவான ஒரே மாதிரிக் குடிமைச் சட்டம், செல்வத்தைப் பகிர்ந்தளித்தல், பசு வதையைத் தடுத்தல் ஆகியனவும் இடம்பெற்றன. இந்த இயலுக்கு மிக முக்கியமான ஒன்றும் இருந்தது: அரசமைப்புச் சட்டத்தில் 47-ஆம் பிரிவானது மருத்துவக் காரணங்களுக்காகத் தவிர உடல்நலத்துக்குப் பாதிப்பு ஏற்படுத்தும் போதை தரும் மருந்துகளையும் பொருட்களையும் பயன்படுத்துவதைத் தடைவிதிக்க அரசு முயலும் என்று கூறுகிறது.

பி.ஆர்.அம்பேத்கர் சட்ட வரைவுக் குழுவுக்குக் கொண்டுவந்த வரைவுச் சட்டத்தில் மதுவிலக்கு இடம்பெறவில்லை. அரசமைப்புச்

சட்ட இறுதி வரைவின்போது நடந்த விவாதத்தில் திருத்தம் கொண்டுவரப்பட்டது. சில உறுப்பினர்கள் அரசமைப்புச் சட்டம் இந்திய ஒழுக்கநெறிக்கும், விடுதலை இயக்க இலக்குகளுக்கும் புறம்பானது என்று குற்றம்சாட்டினார்கள். "நாங்கள் வீணையோ கித்தாரோ வேண்டுமென்று கேட்டோம். ஆனால், ஆங்கிலேய பேண்டு வாத்தியத்தின் இசைதான் நமக்குக் கிடைத்திருக்கிறது," என்று அனுமந்தையா கூறினார். "வரைவுசெய்த குழுவின் உறுப்பினர்கள் சிறந்த வழக்கறிஞர்களாக இருந்தாலும், அவர்கள் விடுதலை இயக்கத்தில் பங்குகொள்ளாதவர்களாக இருப்பதுதான் இதற்குக் காரணம்," என்றார். "சட்டங்களிலும் விதிகளிலும் அவர்கள் நன்கு தேர்ச்சிபெற்றவர்களாக இருக்கலாம். அவை விடுதலைக்கு முன்னால் உருவாக்கப்பட்டவை. ஆனால், இந்தியாவுக்காக அரசமைப்புச் சட்டத்தை உண்டாக்க அது போதாது," என்று கருதினார்.

மதுவிலக்கைச் சேர்க்க வேண்டும் என்ற திருத்தத்தைக் கொண்டுவந்த முஸ்லிம் உறுப்பினர் காஜி சையத் கரிமுதீன், மதுவிலக்குக்கு எதிராக காந்தியடிகள் வாழ்நாள் முழுவதும் பிரச்சாரம் செய்திருக்கும்போது அது அரசமைப்புச் சட்டத்தில் எங்கும் குறிப்பிடப்படாமல் இருப்பது வியப்பளிப்பதாகக் கூறினார். அரசமைப்புச் சட்டத்தில் மதுவிலக்கைச் சேர்த்த அமெரிக்க முன்னுதாரணத்தைச் சுட்டிக்காட்டினார். அந்தப் பிரிவைச் சேர்க்காமல் விடுவது காந்தியடிகளின் விருப்பத்தை நிராகரிப்பதாகும் என்றார். மெட்ராஸிலிருந்து வந்திருந்த முஸ்லிம் லீக் உறுப்பினர் முகம்மது இஸ்மாயில் சாகிப், அரசமைப்புச் சட்டத்தில் மதுவிலக்கு இடம்பெற வேண்டும், ஏனென்றால் இவ்விஷயத்தில் கருத்து வேறுபாடே இல்லை என்று வலியுறுத்தினார். இவ்வாறு இந்து பழமைவாதிகள், காந்தியர்கள், முஸ்லிம் லீக் ஆகியோரை ஒன்றுசேர்க்கும் மேடையாக மதுவிலக்கு ஆனது. காந்தியடிகள் கொல்லப்பட்ட ஆறு மாதங்களுக்குப் பிறகு அவருடைய பெயர் கொண்டுவரப்பட்டது எதிர்ப்புக்கு வழியில்லாமல் செய்துவிட்டது.

மதுவிலக்கைச் சேர்த்தது மேலைநாட்டு வகை அரசமைப்புச் சட்டத்துக்கு மறுவாழ்க்கை கொடுப்பதுபோல ஆயிற்று. சோஷலிசம், மையத்திலிருந்து அதிகாரத்தை நீக்கிய அரசாங்கம் முதலான தேசிய இயக்கத்தின் பல உறுதிமொழிகளை நிறைவேற்ற

அரசமைப்புச் சட்டம் தவறிவிட்டது என்று தியாகி தனது முடிவுரையில் வேதனைப்பட்டார். அவர் பேசியது:

> நமது அரசமைப்புச் சட்டத்தில் மதுவிலக்கைக்கூடச் சேர்க்க முடியவில்லை என்றால், வேறு எதற்காக நாம் இங்கு அனுப்பப்பட்டிருக்கிறோம்? நாம் புரட்சிகளைப் பற்றிப் பேசிக்கொண்டிருக்கிறோம்... ஆனால், நாம் நமது அரசமைப்புச் சட்டத்தில் இந்தச் சிறு சீர்த்திருத்தத்தைக்கூடக் கொண்டுவர முடியவில்லை என்றால், அந்தப் புத்தகம் கையால் தொடக்கூடத் தகுதியில்லாதது. அரசமைப்புச் சட்ட வரைவில் மதுவிலக்கு இல்லையென்றால் அதில் காந்தி இல்லை. ஏனென்றால், மது இருக்கும் இடத்தில் காந்தி இல்லை.

இவ்வாறு மதுவிலக்கு ஆவணத்தையும் காந்தியோடு தொடர்புபடுத்தி அதை நவீனமாகவும் ஒழுக்கநெறி சார்ந்ததாகவும் ஒரே நேரத்தில் ஆக்கிற்று. “மறுகட்டமைப்புத் திட்டங்களின் அடிக்கல் மதுவிலக்கு. அதன் வழியாக மனிதனை மனத் தெளிவுள்ளவனாக ஆக்குகிறோம். தரமான வாழ்க்கையின் உண்மை மதிப்பீடுகளைக் கற்றுத்தருகிறோம். இழிவை நீக்குகிறோம். குடும்பத்துக்கும் கிராமத்துக்கும் நல்ல சூழலை உருவாக்குகிறோம்,” என்று பம்பாய் அமைச்சர் ஒருவர் கூறினார். மையத்திலிருந்து அதிகாரத்தை நீக்குதல், கிராம ஆட்சிகள், புரட்சிகரமாக நிலத்தைப் பகிர்ந்து வழங்குதல் ஆகியவையெல்லாம் நாட்டைப் புரட்சிகரமாக மாற்றியமைத்திருக்கும். ஆனால், அவை போலின்றி இப்போதிருக்கும் சட்டகத்துக்குள்ளேயே மதுவிலக்கை நடைமுறைப்படுத்த முடியும்.

பம்பாய் சட்டமன்றத்தில் மதுவிலக்கு அமைச்சர், “கட்டுப்பாடற்ற உரிமையுள்ள சிந்தனையும், உரிமம் தேவையில்லாத தனிநபர் சுதந்திரமும், பரம்பரை பரம்பரையாகக் குடிக்காத இந்தியர்களைக் குடிக்கவைப்பதற்கு பிரிட்டிஷார் புகுத்தியவை,” என்று பேசினார். “பிரிட்டிஷ் கல்வி அமைப்பு இந்திய இளைஞர்களின் மனங்களைக் கெடுத்துவிட்டது. அவர்கள் மதத்தையும் மரபையும் சாத்திரங்களையும் எதிர்த்துக் கேள்விகேட்கிறார்கள். கண்மூடித்தனமாக பிரிட்டிஷாரைப் பின்பற்றுகிறார்கள். ஆங்கிலேயர்கள் குடித்ததால் இவர்களும் குடிக்கிறார்கள்,” என்றார். மேலும், மதுவும் தனிநபர் குடியுரிமை வேண்டும் என்ற கருத்தும் பிரிட்டிஷார் கொடுத்த நச்சுப் பரிசுகள் என்றும், அவற்றைச் சுதந்திர இந்தியக் குடியரசில் தடுக்க வேண்டும் என்றும் கூறினார்.

மதுவிலக்குக் கொள்கையை முன்மொழிந்தோருக்கு அமெரிக்காவில் அதன் தோல்வி பற்றித் தெரியும். ஆனால், அது அவர்களைத் தடுக்கவில்லை. அமெரிக்கப் பண்பாடும் சமூக வழக்கங்களும் குடிக்குச் சமூக மரியாதையைத் தந்தன. ஆனால், இந்தியப் பண்பாடோ காலம்காலமாகக் குடியையும் குடிகாரர்களையும் வெறுத்தது என்று மொரார்ஜி தேசாய் வாதிட்டார்.

குடிபோதை இல்லாத குடிமக்களை உருவாக்கல்: குடிப்பதைக் கட்டுப்படுத்தல்

1946-ஆம் ஆண்டு தில்லியில் அரசமைப்புச் சட்டப்பேரவை கூடியபோது, அது சமூகப் பொருளாதார மாற்றங்களைக் கொண்டுவர அரசாங்கத்துக்கு அதிகாரம் தரும் அரசமைப்புச் சட்டத்தை நோக்கமாகக் கொண்டிருந்தது; தனிநபர் உரிமையானது கட்டுப்பாடுகளுக்கு உட்பட்டதாக இருந்தது. ஆகவே, அரசமைப்பு உறுதியளித்த சுதந்திரத்துக்கான உரிமையானது கட்டுப்பாடுகளுக்கு உட்பட்டது. இந்தியாவின் இறையாண்மை, ஒருமைப்பாடு, நாட்டின் பாதுகாப்பு, வெளிநாடுகளோடு நட்புறவு, பொது அமைதி, கண்ணியம், ஒழுக்கம் ஆகியவற்றுக்காக இவை தேவைப்பட்டன. நீதிமன்ற அவமதிப்பு, அவதூறு, குற்றமிழைக்கத் தூண்டுவது ஆகியவற்றைத் தடுக்கவும் இந்தக் கட்டுப்பாடுகள் தேவை.

மதுவிலக்குக்கு இருந்த சிறிதளவு எதிர்ப்பு நான்கு காரணிகள் கொண்டிருந்தது: தாராளநிலைப் பரந்த நோக்கு, சிறுபான்மையினர் உரிமைகள், பொருளாதார இழப்பு, ஒப்பந்தத்தின் புனிதத் தன்மை. உரிமைத் தத்துவத்துக்கு எதிரானது மதுவிலக்கு. ஹேமச்சந்திர காண்டேகர் இதை முன்வைத்தார். சட்ட முன்வரைவு மன்றத்தில் அவருடைய முதல் உரையின்போது ஹரோல்ட் லாஸ்கியின் 'Liberty in the Modern state' நூலிலிருந்து மேற்கோள் காட்டி, ஆளுமை வளர்ச்சிக்கு எதிரானது மதுவிலக்கு என்று வாதிட்டார். ஆளுமை வளர்ச்சிதான் இந்தியக் குடிமக்களின் இலக்காக இருக்க வேண்டும் என்றார். அடக்குமுறை, சமூகத் தடைகள் இல்லாமல் இருந்தால்தான் உண்மையான ஆளுமை வளர்ச்சி ஏற்படும் என்றார். ஆனால், தனிநபர் உரிமைக்கான அவரது விவாதம் எடுபடவில்லை.

குடிப்பவர்களை மனிதர்களாகக் காட்டி, குடிப்பதை ஒரு நோயாக இல்லாமல், சமூகச் சடங்காகக் காட்ட காண்டேகர் முயன்றார்.

குடிப்பவர்களில் பெரும்பாலோர் (90%) குடிகாரர்கள் இல்லை. அவர்கள் தேவையற்று சிரமத்துக்கு உட்படுத்தப்படுவார்கள். அதேசமயம், ஒரு சதவீதக் குடிகாரர்கள் கள்ளச்சாராயத்தைத் தேடிப்போவார்கள். அது இதைவிட ஆபத்தானது என்பதை உறுப்பினர்கள் நினைவில்கொள்ள வேண்டும் என்று வலியுறுத்தினார். அவர் தீண்டப்படாத (தலித்) வகுப்பைச் சார்ந்தவர். அவர் சாதி இந்துக்களுக்கும் மற்றவர்களுக்கும் இடையே உள்ள உணவுப்பழக்க வேறுபாட்டை மறைமுகமாகக் குறிப்பிட்டார்.

மேலும், மதுவிலக்குக்கு ஒருமித்த ஆதரவு இருப்பதையும் கேள்விக்குறியாக்கினார். பல கிறிஸ்தவர்களுக்கும் பார்சிகளுக்கும் சமூக வாழ்க்கையில் குடிப்பது ஒரு பகுதி. அவர்கள் மதுவிலக்கை ஆதரிக்கவில்லை. ஜெய்பால் சிங் முண்டா ஒரு பழங்குடியினப் பிரதிநிதி. அவர் தீவிரமாகச் சிறுபான்மையினரின் உரிமைகளுக்காக வாதாடினார். மது (குறிப்பாக, அரிசி பியர்) பழங்குடியினரின் கொண்டாட்டங்களில் முக்கியமான இடம்பெற்றிருக்கிறது என்று வலியுறுத்தினார். மத உரிமைகளை மீறுவதாக இருப்பதால் சட்டத்திருத்தம் தீமை விளைவிக்கும் என்று வாதிட்டார். ஆதிவாசிகளின் சுய ஆட்சி பாதிக்கப்பட்டது என்ற வாதத்தை எதிர்கொண்டவர்கள், குடிப்பழக்கத்தைப் பழங்குடியினர் விட்ட பிறகு அவர்கள் பல நன்மைகளை அனுபவித்தார்கள் என்று வாதிட்டார்கள். பிறகு, கிறிஸ்தவர்களுக்கும் யூதர்களுக்கும் அவர்களுக்குத் தேவையான மதச் சடங்குகளுக்குரிய ஒயினுக்கு விலக்கு அளிக்கப்படும் என்று உறுதிகூறப்பட்டது. எனினும், தலித்துகளிடமிருந்தும் பழங்குடியினரிடமிருந்தும் மதுவிலக்குக்கு எதிர்ப்பு வந்தது. கள்ளுண்ணாமை அல்லது மது அருந்தாமை என்ற கருத்தாக்கம் சில சாதி விதிகளின் மறுஉருவாக்கம் என்பதைத் தெளிவுபடுத்துகிறது. அவை எல்லோருக்கும் பொதுவானவை இல்லை என்று காட்டுகிறது.

அடுத்து, வரி வருவாயில் இழப்பு ஏற்படும் என்பது இன்னொரு காரணி. குற்றம், உடல்நலம் பாதிக்கப்படுதல், திறமைக் குறைவு ஏற்படுதல் ஆகியவற்றால் ஏற்படும் சமூக இழப்பு இந்த வருவாய் இழப்பைவிட மூன்று மடங்கு அதிகம் என்று ஆட்சிமன்ற உறுப்பினர்கள் குறிப்பிட்டார்கள். வேறு சிலர் இதற்கு மக்களாட்சி அடிப்படையிலான ஆதரவை எடுத்துச்சொன்னார்கள். மெட்ராஸ் அனுபவத்தைக் காட்டி, அங்கே ஆண்டுக்கு 170 மில்லியன் ரூபாய்

இழப்பு ஏற்பட்டாலும் மதுவிலக்கைக் கொண்டுவந்த காங்கிரஸ் கட்சியே மீண்டும் தேர்ந்தெடுக்கப்பட்டதை ஆதாரமாகக் காட்டினார்கள். இந்த விஷயங்களையெல்லாம் தள்ளிவிட்டு பி.ஜி.கேர், "மதுவைப் பயன்படுத்துவோரின் ஒழுக்கநெறியை மது பாதிக்கவில்லை என்று வாதிட முடியாது," என்றார். மது அருந்துவது நல்லதுக்கும் கெட்டதுக்குமுள்ள வேறுபாட்டைக் காட்டும் ஒளிவிளக்கை அணைத்துவிடுகிறது என்றார். எனவே, ஒழுக்கநெறியின்பாற்பட்ட முடிவை எடுக்க முடியாதவாறு குடிப்பவர்களை அது தடுத்துவிடுகிறது. அவர்களுடைய உரிமைகள் தனிநபர் சுதந்திரத்தோடு தொடர்புடையவை இல்லை. குடிகாரர்களின் உரிமையை அரசு தடுப்பது சரிதான் என்று கேர் வலியுறுத்தினார். ஏனென்றால், தற்கொலை செய்துகொள்வதற்குத் தனியாள் சுதந்திரம் இருக்க முடியாது என்பது அவரது வாதம். பம்பாயின் முதல் மதுவிலக்கு அமைச்சர் எல்.எம்.பட்டீல் இன்னும் தெளிவாகச் சொன்னார். தனியாள் உரிமை என்பதை முன்வைப்பவர்கள், குடியுரிமை தன்னை அழித்துக்கொள்ள எந்த அரசும் அனுமதிக்க முடியாது என்பதை மறந்துவிடக் கூடாது என்றார். எனவே, தனிநபர் உரிமை என்ற கருத்தாக்கமே மாற வேண்டும் என்பது அவருடைய கருத்து. சமூகச் சட்டமியற்றல் தனி உரிமைகளைக் கட்டுப்படுத்துவதன் வரலாறு.

எனவே, பெரும்பான்மையோர் ஆதரவுடன் பிரிவு 47 இந்திய அரசமைப்புச் சட்டத்தில் சேர்க்கப்பட்டது. சத்துணவு, வாழ்க்கைத் தரம் ஆகியவற்றை உயர்த்துவதற்கும் பொதுமக்களின் உடல்நலத்தை மேம்படுத்துவதற்கும் அரசு தன்னை அர்ப்பணித்துக்கொண்டது. உடல்நலத்துக்குக் கேடு விளைவிக்கும் போதை தரும் மதுக்களையும் போதைப் பொருட்களையும் எடுப்பது — மருத்துவக் காரணங்களுக்குத் தவிர — தடைவிதிக்கப்படுகிறது.

விடுதலைக்குப் பிறகு பல மாநிலங்கள் மதுவிலக்கைச் சோதனையாகக் கொண்டுவந்தன. பம்பாயும் மெட்ராஸும்தான் மதுவிலக்குக் கொள்கையில் நீண்ட வரலாறு உடையவை. அவை முழு மதுவிலக்கைக் கொண்டுவந்தன. இரண்டு மாகாணங்களின் தலைவர்களும் மதுவிலக்குக்குத் தங்களை அர்ப்பணித்துக்கொண்டார்கள். 1950-களின் தொடக்கத்தில், மதுவிலக்கைக் கொண்டுவருவதால் ஏற்படக்கூடிய பாதிப்புகளை ஆராய்வதற்குப் பல மாநிலங்கள் குழுக்களை அமைத்தன. இரண்டு மாகாணங்களும் 1951-லும் 1956-லும் தோல்வி அடைந்ததால்

75

மதுவிலக்கைத் திரும்பப்பெற முடிவெடுத்தன. இந்த இரண்டு மாநிலங்களும் ஏற்கெனவே இருந்த நிலைக்குப் போகவில்லை. மது அருந்துவதற்கு பெர்மிட்டுக்கு விண்ணப்பிக்க வேண்டும் என்ற ரேஷன் முறையைக் கொண்டுவந்தன. மற்ற மாநிலங்கள் சில மாவட்டங்களை மதுவிலக்கு மாநிலங்களாக அறிவித்து அவற்றில் மது விற்பனையைக் கவனமாகப் பார்த்துக்கொண்டன. மாகாணங்களில் இப்படிப் பல்வேறு வகைப்பட்ட அணுகுமுறை இருந்தாலும், மதுவிலக்கு விசாரணைக் குழு நாடு முழுவதும் 1958 ஏப்ரல் 1 அன்று மதுவிலக்கு கொண்டுவர வேண்டும் என்று பரிந்துரைத்தது.

இதற்காக, மாநிலங்கள் கடுமையான சட்ட விதிகளை இயற்ற வற்புறுத்தப்பட்டன. கள்ளச்சாராயம் காய்ச்சுவதைத் தடுக்க வேண்டும், பிரச்சாரம் செய்ய வேண்டும், உணவு விடுதிகளிலும் மதுக்கடைகளிலும் மகிழ்மன்றங்களிலும் விருந்துகளிலும் மதுவைத் தடைசெய்ய வேண்டும், அரசு அலுவலர்களும் ராணுவத்தினரும் குடிக்கக் கூடாது என்று மதுவிலக்கு விசாரணைக் குழு தன் முடிவுகளைக் குறிப்பிட்டது. பொதுமக்கள் இன்னும் அதிகமாக ஒத்துழைப்பு தர வேண்டும், மதுவிலக்குக் குற்றவாளிகளைத் தண்டிப்பதில் நீதிபதிகள் கடுமையாக இருக்க வேண்டும், காவலர்கள் கவனத்துடன் இருக்க வேண்டும் என்றது. இதற்கிடையில் குடிப்பதற்கு எதிராகப் பயன்படுத்தப்பட்ட மொழி கடுமையாக இருக்கிறது என்ற வாதம் முன்வைக்கப்பட்டது. எதிர்ப்புக் குரல் கொடுத்த உறுப்பினரான பி.கோனடா ராவ், "குடிப்பது குற்றமாக இருக்கலாம். ஆனால், கடுமையான வார்த்தைகளைத் தேவையின்றிப் பயன்படுத்தக் கூடாது. ஒழுக்கநெறியின் வழு, குற்றம், பாவம் என்று சொல்லிக் குடிப்பதைத் துரோகம்போல ஆக்கக் கூடாது," என்று எதிர்ப்பு தெரிவித்தார்.

சட்டத்தின் மூலம் மதுவிலக்கு கொண்டுவந்தது பழக்க வழக்கத்தையும் ஒழுக்கநெறிகளையும் அமைக்கும் முயற்சி. 1949-ஆம் ஆண்டில் பம்பாய் மதுவிலக்குச் சட்டமானது அரசின் அதிகாரம், பொறுப்பு ஆகியவற்றின் விரிவாக்கப்பட்ட கருத்தாக்கத்தின் பிரதிபலிப்பு. அந்தச் சட்ட வரைவு பத்து கட்டளைகளைக் கொண்டது. அரசின் அனுமதிச்சீட்டு இல்லாமல் யாரும் மதுவை உற்பத்திசெய்வது, காய்ச்சுவது, வைத்திருப்பது, ஏற்றுமதிசெய்வது, இறக்குமதிசெய்வது, கடத்துவது, விற்பது, வாங்குவது, குடிப்பது, பயன்படுத்துவது கூடாது. மேலும்,

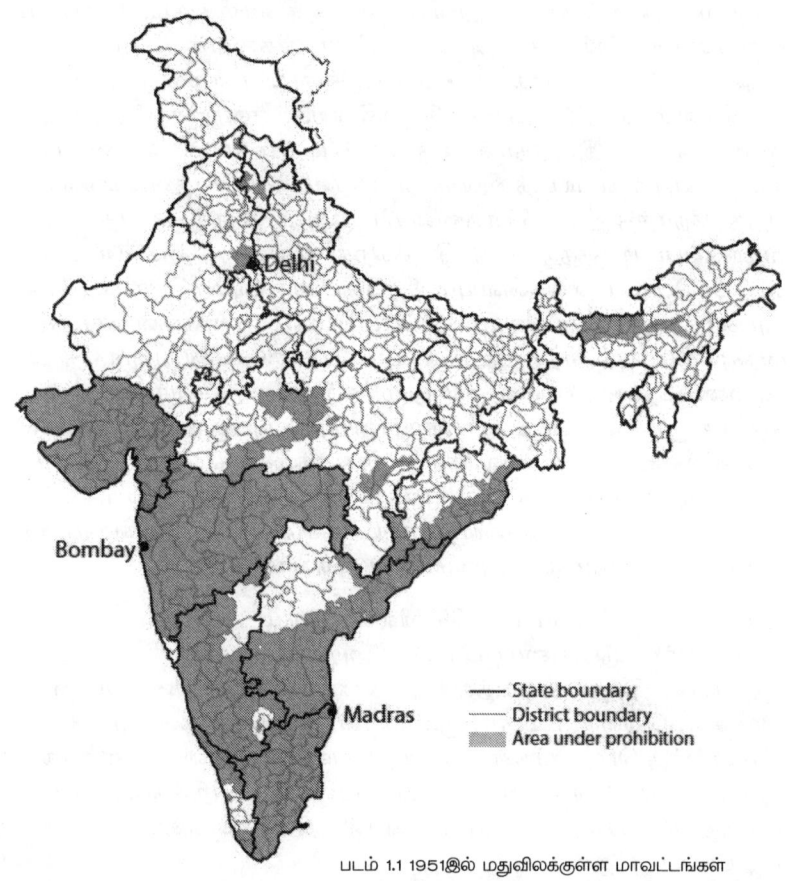

படம் 1.1 1951இல் மதுவிலக்குள்ள மாவட்டங்கள்

மதுவை வைத்திருப்பது, குடிப்பது, உற்பத்திசெய்வது, புட்டிகளில் அடைப்பது, ஏற்றுமதிசெய்வது ஆகியவை பிணையில் வர முடியாத குற்றங்கள் என்று இந்தச் சட்டம் அறிவித்தது. மேலும், மதுக்கூடத்தைத் திறப்பதும், அதற்கு ஆதரவு தருவதும் அபராதம் விதிக்கப்படக்கூடிய குற்றங்கள் ஆயின. மதுக்கூடத்தில் யார் இருந்தாலும் அவர் குடித்திருப்பதாகவே கருதப்படுவார். குடிப்பதும், தெருக்களில் தாறுமாறாக நடப்பதும் தண்டனைக்குரியவை. மதுவைப் பயன்படுத்துவதைப் பாராட்டுவதும் மதுவிலக்குச் சட்டத்துக்குப் புறம்பாகக் குடிமக்கள் யாரையாவது குடிக்கத் தூண்டி உற்சாகப்படுத்துவதும் குற்றங்களாகும்.

காவல் துறைக்கும், மதுவிலக்கு அதிகாரிக்கும் பம்பாய் மதுவிலக்குச் சட்டம் அதிக அதிகாரங்களைக் கொடுத்தது. மதுவிலக்கு அலுவலர்களும் எல்லாக் காவலர்களும் மது காய்ச்சும் கருவிகளும் பாத்திரங்களும் இருக்கின்றன என்று சந்தேகப்படக் காரணங்கள் இருந்தால் எந்தக் கிடங்கையும் வீட்டையும் கடையையும் கட்டிடத்தையும் போக்குவரத்துச் சாதனங்களையும் எந்த நேரத்திலும் சோதனையிட அவர்களுக்கு அதிகாரம் வழங்கப்பட்டிருந்தது. மது இருக்கிறது என்று சந்தேகப்பட்டால் எந்தப் பொட்டலங்களையும் திறந்துபார்க்கவும், பொருட்களை அபகரிக்கவும் செய்யலாம். இப்படிப்பட்ட குற்றங்கள் எதற்கும் கைதுசெய்யவும், எந்த இடத்தையும் சோதனைசெய்யவும் தேடல் ஆணை தேவையில்லை. மேலும், குற்றமிழைத்தவர்கள் என்று சந்தேகத்துக்கு உட்பட்டவர்கள் யாரையும் வழக்கு நடத்தாமலேயே சிறையிலடைக்கலாம். அவர்களது இயக்கத்தைக் கட்டுப்படுத்தலாம். இவ்வாறு, மதுவிலக்குக் கொள்கை பிற குற்றங்களுக்குப் பயன்படும் குற்றவியல் சட்டம், குற்றவியல் நடைமுறைச் சட்டம் ஆகியவற்றை மீறிச் செயல்படும் ஒரு அமைப்பை உருவாக்கியது.

இந்தச் சட்டத்தின்படி விதிவிலக்குகளும் அளிக்கப்பட்டன. அனுமதிச்சீட்டு அமைப்பின்படி அரசாங்கம் சில தனிப்பட்ட ஆட்களை இந்தச் சட்டத்துக்குள் கொண்டுவரவில்லை. ராணுவ வீரர்கள், வெளிநாட்டார், முன்னாள் இளவரசர்கள் ஆகியோர் விதிவிலக்கு பெற்றார்கள். மேலும், மதுவுக்கு அடிமையானவர்கள் குடிக்காமல் இருந்து அவர்களது உடல்நலம் பாதிக்கப்படுவதாக மருத்துவச் சோதனை சொன்னால் அவர்களுக்கும் பெர்மிட் வழங்கப்பட்டது.

குடிப்பதைத் தடுக்க மாநிலக் காவல் துறையினருக்குப் புதிய மதுவிலக்கு ஆட்சி அதிக அதிகாரங்களைக் கொடுத்தது. தொடக்க நாட்களில், இந்தக் குற்றத்துக்கான தண்டனைகளாக அபராதமும் சிறைவாசமும் இருந்ததால் மக்களிடம் இந்தச் சட்டம் அச்சத்தை ஏற்படுத்திற்று. இந்தச் சட்டம் பம்பாயில் நிறைவேற்றப்பட்ட 1949-ஆம் ஆண்டு மதுவிலக்குக் குற்றங்கள் 19,814 பதிவுசெய்யப்பட்டன. 11,748 பேர் தண்டனை பெற்றார்கள். 1948-இல் அது 9,063 குற்றப் பதிவுகளாகவும், 3,465 தண்டனை பெற்றவர்களாகவும் இருந்தது. கள்ளச்சாராயம் காய்ச்சும் குற்றம் குறைந்தது. ஆனால், மது வைத்திருப்பதற்கும் குடிப்பதற்குமான குற்றங்கள் அதிகரித்தன. ஆள் பற்றாக்குறையால் சிறப்பு மதுவிலக்குக் காவலர்கள்

நியமிக்கப்பட்டார்கள். அவர்கள் அரசுப் பணியாளர்கள் இல்லை என்றாலும் அவர்களுக்குச் சிறப்பு அதிகாரங்கள் வழங்கப்பட்டன.

காவலர்கள் எல்லா இடங்களிலும் திடீர் சோதனை செய்ய முடியும், யாரையும் குறிவைக்க முடியும். பம்பாய் செய்தித்தாள்களில் அன்றாடம் நடந்த கைதுகளின் எண்ணிக்கையை வெளியிடத் தனி இடம் ஒதுக்கப்பட்டது. ரயில்களும் ரயில் நிலையங்களும் திடீர் சோதனைக்கு உள்ளாயின. பயணிகளும் பணியாளர்களும்கூடக் கைதுசெய்யப்பட்டனர். காவலர்களுக்குத் தனியிடங்களில் நடக்கும் விருந்துகள் பற்றித் தகவல் தரப்பட்டு அங்கு சோதனைகள் நடத்தினார்கள். மேல்தட்டு, நடுத்தட்டு வீடுகளில் சோதனை நடந்தன. கந்தலிலி நகராட்சித் துணைத் தலைவர் தொடங்கி, தாசில்தார் ஊர்த் தலைவர் வரை என வழக்கறிஞர்கள், மருத்துவர்கள், பெரிய வர்த்தகர்கள் என்று எல்லோரும் கைதுசெய்யப்பட்டார்கள். செய்தித்தாள்களில் பெயர்கள் வெளியிடப்பட்டு அவமானப்படுத்தப்பட்டார்கள். பெண்களும் விதிவிலக்கு இல்லை. தானேயில் சமைக்கப் பயன்படுத்தும் ஒயின் வைத்திருந்ததாகக் கத்தோலிக்கப் பெண்கள் குறிவைக்கப்பட்டார்கள். பம்பாயில் விபச்சார விடுதி நடத்திய அசினா சுல்தானா அகப்பட்டுக்கொண்டார். கள்ளச்சாராயம் காய்ச்சுவதிலும் நகரங்களில் விநியோகிப்பதிலும் பெண்கள் ஈடுபட்டிருந்தார்கள். பரோடாவில் தனது முதல் நாள் பணியில் வாடிக்கையாளர்களுக்குக் கள்ளச்சாராயம் விநியோகித்ததாக எட்டுப் பெண்களை ஒரு பெண் காவலர் கைதுசெய்தார். மதுவிலக்கும் அதைச் சட்டமாக நடைமுறைப்படுத்தியதும் மாகாணத்தின் அன்றாடப் பேச்சாகிவிட்டன.

விதிவிலக்கான சட்டங்களும் நடைமுறைகளும் இந்தியச் சட்டத்துக்குப் புதியவை அல்ல. ஆனால், அவை பெரும்பாலும் போர்க்காலங்களிலும், புரட்சிப் பயங்கரவாத வழக்குகளின்போதும், ஆயுதம் தாங்கிய கொள்ளைகளின்போதும் பயன்படுத்தப்பட்டன. ஆனால், பயங்கரவாதிகளுக்கும் கொள்ளையர்களுக்கும் பயன்படுத்திய சட்டங்களை மதுவிலக்குக் குற்றம் செய்தவர்களுக்கு எதிராக ஏன் பயன்படுத்த வேண்டும்?

பின்காலனிய அரசு தன்னுடைய குடிமக்களோடு கொண்டிருக்கும் உறவை எப்படிப் பார்த்தது என்பதில் இதற்கான விடை இருக்கிறது. காங்கிரஸ் கட்சிக்குள் மேலோங்கி ஒலித்த குரல்கள் மதுவையும், போதைப் பொருட்களையும் அரசு தடுக்க வேண்டும் என்று

நம்பின. ஏனென்றால், அவை மக்களை அழித்தன என்று கருதின. பம்பாய் பிரதமர் பி.ஜி.கேர் மதுவிலக்கைக் கொண்டுவந்தார். அவர்தான் மதுவிலக்கை அரசமைப்புச் சட்டத்தின் வழிகாட்டும் கொள்கையில் சேர்க்க வேண்டும் என்றவர். ஏனென்றால், அது தனிநபர் உடல்நலத்துக்குக் கேடு, அதேசமயம் மக்களிடம் குற்றம் அதிகரிப்பதற்கும், தொழிலாளரின் திறமையும் உற்பத்தித்திறனும் குறைவதற்கும் அதுவே காரணம் என்றார். இவ்வாறு அரசு இதைக் கொண்டுவந்தது குறித்து விவாதங்கள் எழுந்தன. ஷிப்பன் லால் சாக்சேனா, "முப்பத்தைந்து கோடி வருவாய் இழப்பு ஏற்பட்டாலும் இந்தக் குற்றம் அதிகம் காணப்படும் தொழிலாளர்கள், அரிசனக் குடும்பங்கள் ஆகியவற்றின் குடிகாரக் குடும்பங்களின் சேமிப்பு 100 கோடியாக இருக்கும்," என்று வாதிட்டார். "அரிசனங்களும் தொழிலாளர்களும் அவர்கள் உழைத்துச் சம்பாதித்ததைக் குடியில் செலவழித்துவிடுவார்கள். அவர்களுக்கு அதன் மோசமான விளைவுகள் புரியாததால், அவர்களையும் அவர்களது குடும்பங்களையும் பாதுகாப்பது அரசின் கடமை," என்றார்.

இவ்வாறு அரசின் திட்டத்தை குடிமக்கள் ஏற்றுக் கொள்பவராகத்தான் இருந்தார்கள், பங்களிப்பாளர்களாக இல்லை. நேரு கால இந்தியாவில் அதிகம் முன்னிறுத்திக் காட்டப்படுபவர், சிறுபிள்ளைத்தனமான, அரசின் பாதுகாப்பும் அங்கீகாரமும் தேவைப்படும் குடிமகனாக இருந்தார் என்று சிரிருப ராய் எழுதுகிறார். இப்போது நமக்குக் குடிப்பவரைப் பற்றிய இரண்டு கண்ணோட்டங்கள் கிடைக்கின்றன: முதலாவது, அறிவு சார்ந்த முடிவை எடுக்கத் தகுதியில்லாதவர், பழங்குடியினர், தொழிலாளர், அரிசனர், மேலே தூக்கிவிடப்பட வேண்டிய கீழ்த்தட்டினர் ஆகியோர். கீழ்மட்டத்தினர் குடிப்பது பற்றி அவமானம் அடைந்தாலும் அதை விட்டுவிடத் தகுதியில்லாதவர்களாக இருக்கிறார்கள் என்பதை மொரார்ஜி தேசாய் வலியுறுத்தினார். "மதுக்கடைகள் ஒட்டுமொத்தமாக மூடப்பட்டுவிட்டால் எவ்வளவு நன்றாக இருக்கும்! நாங்கள் குடியை விட்டுவிட உறுதிமொழி எடுக்கிறோம். ஆனால், மதுக்கடைகளைக் கடந்துபோகும்போது சோதனை அதிகமாகிறது, எங்களால் தடுக்க முடியவில்லை. குடிக்கத் தொடங்கிவிடுகிறோம்," என்று சூரத்தில் ஏழை மக்கள் அவரிடம் சொன்னதாக அழுத்தம் திருத்தமாகச் சொல்கிறார்.

குடிகாரர்களில் இரண்டாவது வகை, கெட்ட குடிமக்கள் என்ற பிம்பமாக வருகிறது. இதனால், அரசுக்கு வருவாய் இழப்பு என்பது

இவர்களுக்கு நன்றாகத் தெரியும். ஆனால், அவர்கள் தங்களது சுயநலப் பழக்கங்களில் தொடர்ந்து ஈடுபட்டுத் தங்களையும் சமூகத்தையும் சீரழிக்கிறார்கள். கள்ளச்சாராயத்தைக் குடிப்பதற்கு மக்கள் புதுப்புது வழிகளைக் கண்டுபிடித்தார்கள். இதைப் பற்றிச் சொல்லும்போது ஒரு பம்பாய் சட்டமன்ற உறுப்பினர் அவர்களைப் பைத்தியங்கள் என்றும், மனநிலை பாதிக்கப்பட்டவர்கள் என்றும் வர்ணித்தார். பம்பாய் மதுவிலக்குச் சட்டத்தின்படி கடுமையான தண்டனை கொடுப்பதை ஆதரித்த அவர், இந்த மக்களின் நலத்தைப் பாதுகாப்பது அரசின் நோக்கமாக இருக்க வேண்டும், அவர்களைப் பேணிக்காக்க வேண்டும், அதற்குத்தான் சிறைச்சாலைகளும் மருத்துவமனைகளும் இருக்கின்றன என்று வாதிட்டார்.

பின்காலனிய அரசின் கண்ணோட்டத்தில், மதுவிலக்குக்கு ஒருமனதான ஆதரவு இருக்கிறது என்பதற்கு தேர்தல்களில் அந்தக் கட்சி பெற்றது ஒரு ஆதாரம். குடிக்க வேண்டுமென்று சொல்பவர்கள் சிறுபான்மையினர்; அவர்களை அவர்களிடமிருந்தே காப்பாற்ற வேண்டும். சமூத்தைச் சீரழிக்க விடாமல் அவர்களைத் தடுக்க வேண்டும். மதுவிலக்கு என்ற இலக்கு இருக்கிறது; ஆனால், கள்ளத்தனமாகக் குடிக்கும் விகாரப் போக்கின் விளைவும் இருக்கிறது. எனவே, வழக்கத்துக்கு மாறான நடவடிக்கைகள் தேவைப்படுகின்றன. அவை அரசமைப்புச் சட்டத்தின் வாயிலாக நியாயப்படுத்தப்பட வேண்டும்.

குடிப்பது அடிப்படை உரிமை:

நுசர்வாஞ்சி பல்சாரா X பம்பாய் அரசு

மதுவிலக்கு ஆட்சிக்கு முதல் அடி 1950 ஏப்ரல் 13 அன்று கிடைத்தது. ஃபிராம் நுசர்வாஞ்சி பல்சாரா என்பவர் பம்பாய் அரசுக்கு எதிராக பம்பாய் உயர் நீதிமன்றத்தில் ஒரு (செயலுறுத்தும் நீதிப் பேராணை) ரிட் மனு தாக்கல் செய்தார். வெளிநாட்டு மதுவை வைத்திருப்பதற்கும் குடிப்பதற்கும் அவருக்குள்ள உரிமையைச் செயல்படுத்த அவர் அனுமதிக்கப்பட வேண்டுமென்று கேட்டார். மதுவிலக்குச் சட்டங்களுக்குச் சட்டபூர்வமான அறைகூவல்கள் புதியன இல்லை. பம்பாயில் 1939-ஆம் ஆண்டு மதுவிலக்கைக் கொண்டுவர காங்கிரஸ் கட்சி அரசின் முயற்சி பம்பாய் உயர் நீதிமன்றத் தீர்ப்பால் தடைப்பட்டது. ஏற்கெனவே இருந்த மது உரிமச் சட்டத்தைத் திருத்தி, பழைய கொள்கையின்

அடிப்படையில் கட்டப்பட்ட ஒரு தொழிலை எச்சரிக்கையோ இழப்பீடோ இன்றி ஒரு கையெழுத்தால் அழிப்பதற்கான மதுவிலக்கைத் திணிக்கும் முயற்சியை உயர் நீதிமன்றம் தடுத்தது. வெளிப்படையாக மதுவிலக்கைக் கொண்டுவர ஒரு சட்டத்தை இயற்றும் தேவை பற்றி அரசுக்கு எச்சரிக்கையாக முதலில் ஏற்பட்ட இந்த வழக்கு அறைகூவலாக இருந்தது. மதுவிலக்கின் இலக்கு, தேசிய நலன் என்ற பெயரால் அரசமைப்புச் சட்டத்தின் சொத்துரிமையைப் பற்றியது ஆகியவற்றை அது அடிப்படையாகக் கொண்டிருந்தது.

புதிய அரசமைப்புச் சட்டத்தில் தரப்பட்ட உரிமைகளின் அடிப்படையிலும் பல்சாராவின் மனு இருந்தது. பம்பாய் மதுவிலக்குச் சட்டம் தன்னுடைய பேச்சு, செயல் உரிமையைக் கட்டுப்படுத்துகிறது என்றும், சமமாக நடத்தப்பட வேண்டிய உரிமையை மீறியது என்றும் வாதிட்டார். மேலும், நீதிப் பேராணை கேட்டு நீதிமன்றத்தை அணுக 226-ஆம் பிரிவின்படி அவருக்கு அரசமைப்புச் சட்டம் அதிகாரம் அளித்திருக்கிறது. அதன்படி, அடிப்படை உரிமைகள் மீறப்பட்டதற்காகவும் பொது நோக்கத்துக்காகவும் நீதிப் பேராணையை வழங்க உயர் நீதிமன்றத்துக்கான அதிகாரத்தை விரிவுபடுத்தியிருக்கிறது. பல்சாரா ஒரு புதிய வகையான வாதி. பொதுநலனைக் கருத்தில்கொண்ட குடிமகன் என்று அவரை விவரிக்கலாம். அவர் ஒரு பார்சி இதழாளர். பம்பாயிலிருந்து வெளிவரும் 'ஜேம். இ. ஜேம்ஷட்' என்ற குஜராத்தி நாளிதழில் பல ஆண்டுகள் பணிபுரிந்தவர். 1950-களில் நாடாளுமன்றத் தேர்தலில் சுயேட்சை வேட்பாளராக பம்பாய் தெற்கில் போட்டியிட்டவர்.

பம்பாய் மதுவிலக்குச் சட்டம் மீது பல்சாரா இருமுனைகளில் தாக்குதல் நடத்தனார். மதுவிலக்கு ஆணையால் தடைசெய்யப்பட்ட பொருட்களின் வெளிநாட்டு மது, யூடி கோலான், லெவண்டர் நீர், சாராயம் கலந்த மருத்துவச் சாராயம், மருந்துக்கான ஒயின் ஆகியவற்றை வைத்திருக்கவும் குடிக்கவும் அல்லது வேறு வகையில் பயன்படுத்தவும் அவருக்குள்ள உரிமையை அனுமதிக்க நீதிப் பேராணை தர வேண்டும் என்று உயர் நீதிமன்றத்தை வேண்டினார். சாராயம்/மது வைத்திருக்கவும் குடிக்கவும் அவருக்குரிய உரிமையை நீதிமன்றம் ஏற்கவில்லை என்றால், மது அருந்துவதற்கான சம உரிமையை அரசமைப்புச் சட்டச் சம உரிமை தருகிறது என்றும், ஆதலால் படைவீரர்கள், வெளிநாட்டினர் போன்ற பலதரப்பட்ட

மக்களுக்குத் தரப்படும் அனுமதி முறையை நீதிமன்றம் நீக்க வேண்டும் என்றும் வாதிட்டார். குடிப்பதை ஆதரித்துப் பேசுவதைக் குற்றமாக்குவது அவருடைய பேச்சுரிமையைத் தடுக்கிறது என்று வலியுறுத்தினார். மேலும், மக்களில் யாரையும் ஊக்கப்படுத்துவதும் தூண்டுவதும் என எந்தச் செயலும் மதுவிலக்குச் சட்டத்தை மீறுவது என்று சொல்லும் பிரிவு அவருடைய இந்த நீதிப் பேராணை மனுவுக்குக்கூட நீட்டிக்கப்படலாம் என்று எதிர்ப்பு தெரிவித்தார். இறுதியாக, புதிய கூட்டாட்சி அடிப்படையிலான அதிகாரப் பகிர்வுகள், மாநிலங்களுக்கு இடையேயான வணிகத்தில் குறுக்கிடுவதற்கும், மாகாணத்துக்குள் வெளிநாட்டு மதுவை இறக்குமதிசெய்வதைக் கட்டுப்படுத்துவதற்கும் மாகாணத்துக்கு அதிகாரம் தரவில்லை என்று வாதிட்டார். பல தளங்களில் பம்பாய் மதுவிலக்குச் சட்டம் தாக்கப்படுவதால், பம்பாய் உயர் நீதிமன்றம் அந்தச் சட்டம் மொத்தத்தையும் அரசமைப்புச் சட்டத்துக்குப் புறம்பானது என்று அறிவிக்கும் என்று நம்புவதாகச் சொன்னார்.

விசாரணையின் தொடக்கத்தில், மதுவிலக்குச் சட்டத்தை மொத்தமாக நீக்கிவிடும் பேச்சுக்கு இடமில்லை என்பதை உயர் நீதிமன்றம் ஏற்றுக்கொண்டது. ஏனென்றால், குடிப்பதை அரசாங்கம் ஒழுங்குபடுத்த முடியும் என்பதை அரசமைப்புச் சட்டம் தெளிவாக்கியிருக்கிறது. இருப்பினும், பன்வகைத்தன்மை என்ற கோட்பாட்டைப் பயன்படுத்துவது அனுமதிக்கப்படலாம் என்று அறிவித்தது. சில பிரிவுகள் சட்டத்துக்குப் புறம்பானவை. அரசமைப்புச் சட்ட அதிகாரத்துக்கு அப்பாற்பட்டது என்று அறிவிக்கும் அதிகாரம் அது. அதேசமயம், சட்டத்தின் மொத்த அமைப்பையும் ஏற்றுக்கொண்டது.

மதுவிலக்கைச் சுமத்தவும், சொத்தைப் பறிமுதல்செய்யவும் அரசாங்கத்துக்கு அதிகாரம் உள்ளது என்பதை பம்பாய் உயர் நீதிமன்றம் ஏற்றுக்கொண்டது. ஆனால், ஆல்கஹால் மதுக்களை மட்டும் ஒழுங்குபடுத்தவே சட்டமன்றத்துக்கு அதிகாரம் உள்ளது என்றும், எல்லா போதை மருந்துகளையும் ஒழுங்குபடுத்த முடியாது என்றும் அறிவித்தது. ஆகவே, சாராயத்திலிருந்து பெறப்படும், ஆனால் குடிப்பதற்குப் பயன்படுத்தாத திரவங்களை, யூடி கோலான், மருந்துகள் போன்றவற்றை இந்தச் சட்டத்தின் மூலம் தடுக்க முடியாது. மதுவுக்குப் பதிலாக இந்தப் பொருட்களைப் பயன்படுத்த முடியும் என்பதை நீதிமன்றம் ஏற்றுக்கொண்டாலும், அவற்றைப் பயன்படுத்துவதைச் சட்டபூர்வமாகத் தடுக்க முடியாது

என்றது. அப்படிப்பட்ட தடை 19-ஆம் பிரிவான சொத்தை வாங்குவதையும் வைத்திருப்பதையும் தரும் உரிமையை மீறுவதாக ஆகும். மேலும் அப்படிப்பட்ட மருந்துகள், மேற்பூச்சுகள் ஆகியவற்றுக்குக் கட்டுப்பாடுகள் விதிப்பது அரசு அறிவித்திருக்கும் பொது உடல்நல, சமூகநல நோக்கங்களைப் பறிக்கும். இவ்வாறு, குடிப்பதை அடிப்படை உரிமை என்று நீதிமன்றம் ஏற்றுக்கொள்ளாவிட்டாலும், சாராயத்தைக் கொண்டிருக்கும் திரவங்களை வைத்திருக்கும் உரிமையானது குடிமக்களுக்கு சொத்துக்கு அளிக்கப்பட்ட உரிமையாகும் என்று உயர் நீதிமன்றம் வாதிட்டது.

மேலும், தூண்டுவதையும் ஊக்கப்படுத்துவதையும் குற்றமாக ஆக்குவது பிரிவு 19-இன்கீழ் தரப்பட்ட பேச்சுச் சுதந்திரத்தை மீறுவதாகவும் தீர்ப்பளித்தது. கட்டுப்பாடு செல்லும், ஏனென்றால் ஒழுக்கநெறிகளை அது ஒழுங்குபடுத்துகிறது என்று பம்பாய் தலைமை வழக்கறிஞர் சி.பி.தட்டாரி வாதிட்டார். இந்த ஒழுக்கநெறி என்பது மதம் சார்ந்தது என்று நீதிபதிகள் சுட்டிக்காட்டினார்கள். ஏனென்றால், அண்டை மாகாணங்கள் இதை ஒழுங்குபடுத்த நடவடிக்கை எடுக்கவில்லை. பொதுக் குடியுரிமை, சட்டத்தின்படி சமத்துவம் என்று உணர்வுகள் வெவ்வேறு இடங்களில் வெவ்வேறு விதமான ஒழுக்கநெறி அளவுகோல்களோடு எப்படி இருக்க முடியும் என்று தலைமை நீதிபதி கேட்டார்.

அரசமைப்புச் சட்டம் உறுதிசெய்த சமத்துவத்துக்கான உரிமையை பெர்மிட் முறை மறுக்கிறது என்கிற வாதத்தை பம்பாய் உயர் நீதிமன்றம் கவனத்தில் எடுத்துக்கொண்டது. இந்தச் சட்டத்தின்படி பெர்மிட்கள் தரும் முறை ஒரு குடிமகனுக்கும் இன்னொரு குடிமகனுக்கும் இடையில் பாகுபாட்டை உண்டாக்குகிறது என்று பல்சாரா தனது மனுவில் குறிப்பிட்டிருந்தார்.

ராணுவத்தினருக்குத் தரப்பட்ட விதிவிலக்கு எந்த அறிவுசார் காரணத்தின் அடிப்படையிலும் தரப்படவில்லை. ராணுவம் மற்ற இந்தியக் குடிமக்களிலிருந்து வேறாக நடத்தப்பட வேண்டும் என்பதை நீதிபதிகள் நிராகரித்தார்கள். இந்தியா ஒரு ராணுவ ஆட்சியின்கீழ் இல்லை; ராணுவத்துக்கென்று தனி உரிமைகள் இருக்க முடியாது என்றது உயர் நீதிமன்றம். ராணுவத்தை மற்ற பொது ஊழியர்களிலிருந்து வேறுபடுத்திக்காட்டும் முயற்சியை நீதிபதிகள் கடுமையாக விமர்சித்தார்கள். பொது ஒழுங்கைப் பராமரிப்பது பொறுப்புகளில் மிக உயரியது என்று சொல்ல

முடியாது. ஏனென்றால், காவல் துறையினருக்கும் அதே மாதிரியான பொறுப்பு தரப்பட்டிருக்கிறது. அவர்களுக்கு எந்த விதிவிலக்குகளும் இல்லை. ராணுவப் பணி அனைத்திந்தியப் பணி என்பதையும் நீதிபதிகள் ஏற்கவில்லை. அவர்கள் சிறிது காலம் பம்பாய்க்கு மாற்றப்பட்டால் அவர்கள் மதுவிலக்குச் சட்டத்தின்கீழ் வர மாட்டார்கள் என்று சொல்ல முடியாது.

போர் என்ற கடுமையான வேலையின்போது அவர்கள் உயர்தரமான மனநிலை கொண்டிருக்க வேண்டும், அதை உறுதிசெய்ய வேண்டும், அதற்கு அவர்களுக்கு விதிவிலக்கு அளிக்க வேண்டும் என்று தலைமை வழக்கறிஞர் கூறினார். அதற்கு, இடுப்பளவுத் தண்ணீரில் நின்று நாள் முழுவதும் பாடுபடும் உழவர்களுக்கும், ஆழமான சுரங்கத்தில் வேலைபார்க்கும் தொழிலாளர்களுக்கும் ஏன் விதிவிலக்கு தரப்படவில்லை என்று பல்சாராவின் வழக்கறிஞர் எதிர்க்குரல் எழுப்பினார். அரசுத் தரப்பு வாதத்தை அதற்கு எதிராகவே பல்சாராவின் வழக்கறிஞர் திருப்பினார். ஒரு நாளின் முடிவில் குடிப்பது மக்களை அவர்களது கடமைகளைச் செய்வதைத் தகுதியற்றவர்களாக ஆக்கிவிடுகிறது என்றால், ராணுவத்தினரை எப்படிக் குடிக்க அனுமதிக்கலாம்? தனது தீர்ப்பில் தலைமை நீதிபதி, “பொதுநலனுக்கு விரோதமான ஒன்றைச் செய்ய ராணுவம் ஏன் அனுமதிக்கப்பட வேண்டும்? சட்டம் விதித்த சமூகச் சீர்திருத்த அளவுகளுக்கு ராணுவம் ஏன் கட்டுப்பட்டு நடக்கக் கூடாது?” என்று கேட்டார். ராணுவத்துக்கு விதிவிலக்குகள் தருவது பற்றி பம்பாய் உயர் நீதிமன்றத்தின் அறைகூவல் காலனிய ஆட்சிக் காலத்தில் ராணுவம் அனுபவித்த சிறப்பு நிலையிலிருந்து மாற்றத்தை ஏற்படுத்திற்று. அது பிற பின்காலனிய நாடுகளில் ராணுவம் பெற்றிருந்த சலுகைகளையும் கேள்விகேட்க வைத்தது.

வெளிநாட்டுப் பயணிகளுக்கு உயர் நீதிமன்றம் அளித்த விதிவிலக்கையும் நீக்கிற்று. அவர்கள் பிற நாடுகளிலிருந்து வரும் இந்தியப் பயணிகளைப் போலவே நடத்தப்பட வேண்டும் என்றது. விடுதலைக்கு முன்னர் நாம் இந்தியரல்லாதவருக்குத் தரப்பட்ட சிறப்பு வரவேற்புகளைக் கடிந்தோம்; இப்போது விடுதலைக்குப் பிறகும் அதே பழக்கத்தைச் சட்டமியற்றல் மூலம் தொடர்வது வியப்பளிக்கிறது என்றது.

முன்னாள் இளவரசர்களுக்கு விலக்கு அளிக்கும் அமைப்பையும் உயர் நீதிமன்றம் கேள்விகேட்டது. பின்காலனிய இறையாண்மை

பற்றிய வாதத்தை வலியுறுத்தியது. இந்திய ஒன்றியத்தில் இணைத்துக்கொள்ளப்பட்ட சிற்றரசுகளின் ஆட்சியாளர்களுக்கு அரசமைப்புச் சட்டரீதியான பல வாக்குறுதிகள் தரப்பட்டிருந்தன. எடுத்துக்காட்டாக, சமூகத்தில் முதலிடம், அவர்களது பட்டங்களுக்கு மரியாதை, அவர்களுக்கு அரசு மானியங்கள் தொடர்வது முதலியன அவற்றில் அடங்கும். எதிர்ப்பு இருந்தாலும் சிற்றரசுகள் இந்தியாவோடு பிரச்சினை இல்லாமல் இணைவது அவசியம் என்று அரசு கருதியது. ஒரு அரசின் உரிமைகள், சலுகைகள், மாண்புகளில் அரசு தலையிட முடியாது என்ற தலைமை வழக்கறிஞரின் வாதம் நீதிமன்றத்தில் எடுபடவில்லை. அப்படியானால் குடிப்பதற்கான உரிமை தனிப்பட்டவர் உரிமை என்று ஏற்றுக்கொள்வதாகாதா? சிற்றரசர்களுக்குக் குடிக்க உரிமை இருந்ததென்றால் அதை எப்படிப் பிற இந்தியர்களுக்குத் தர மறுக்க முடியும்?

அடுத்து, தடுப்புக் காவலைப் போன்ற அதிகாரங்களை பம்பாய் மதுவிலக்குச் சட்டம் தந்திருப்பதை பம்பாய் உயர் நீதிமன்றம் கடுமையாகக் கண்டித்தது. இருபத்து நான்கு மணிநேரத்துக்குள் ஒரு நீதிபதியின் முன்னர் கைதுசெய்யப்பட்டவர் நிறுத்தப்பட வேண்டியது அவசியமில்லை என்ற தடுப்புக் காவல் விதியை அனுமதிக்க மறுத்தது. ஏனென்றால், அந்த உரிமை அரசமைப்புச் சட்டத்தில் உறுதிசெய்யப்பட்டது. சட்டமன்றம் தடுப்புக் காவலில் கைதுசெய்யச் சட்டங்கள் இயற்ற அனுமதிக்கப்பட்டிருக்கிறது. இருந்தாலும், அப்படிப்பட்ட சட்டம் பொது ஒழுங்கை நிலைநாட்டவும் முக்கியச் சேவைகள் தருவதை உறுதிசெய்யவும் மட்டுமே பயன்படுத்த வேண்டும். மதுவிலக்குச் சட்டம் இவ்விரண்டுக்கும் தொடர்பு இல்லாததால், காவல் துறை யாரையாவது நீதிமன்றத்துக்குக் கொண்டுசெல்லாமல் பதினைந்து நாட்கள் வைத்திருக்க அனுமதிக்கும் சட்டம் செல்லத்தக்கது அல்ல என்று நீதிமன்றம் தீர்ப்பளித்தது. ஏனென்றால், அந்தச் சட்டம் ஒருவர் சுதந்திரமாக இயங்கவும், நாட்டின் எந்தப் பகுதியிலும் வசிக்கவும் தரப்பட்டிருக்கும் அரசமைப்பு உரிமையை மீறுவதாகும். இந்த அசாதாரணமான அதிகாரங்கள் நியாயப்படுத்தக்கூடியவை என்றும், பம்பாயில் பொது அமைதியை அச்சுறுத்தும் அளவுக்குக் குடிப்பழக்கம் அதிகம் ஆகிவிட்டது என்றும் சட்டமன்றம் சொன்ன வாதத்தை நீதிபதிகள் உறுதியாக நிராகரித்தனர்.

புதிய குடியரசுக்கு ஒரு சோதனை வழக்கு

இவ்வாறு 1950 ஆகஸ்ட் 23 அன்று மாநிலச் சட்டமன்ற அதிகாரங்கள், சாராயம் கலக்காத பானங்களையும் மருந்துத் தயாரிப்புகளையும் பயன்படுத்துவதைச் சட்டபூர்வமாகத் தடுக்க முடியாது என்று பம்பாய் உயர் நீதிமன்றம் ஒருமனதாகத் தீர்ப்பளித்தது. வெளிநாடுகளிலிருந்து இந்தியாவுக்கு வருகைபுரிபவர்களை வேறுபடுத்தும் பெர்மிட் முறையை நீதிமன்றம் நீக்கியது. அதுபோலவே ராணுவத்தினரையும் சாதாரணக் குடிமக்களிடமிருந்து வேறுபடுத்த முடியாது என்று கூறியது. குடிப்பதை ஆதரிப்பதையும் மதுவுக்கான விளம்பரங்களை வெளியிடுவதையும் குற்றம் என்று சொன்ன பிரிவையும் நீக்கிவிட்டது. சட்டத்தில் மேலும் சட்டபூர்வமானவை இல்லை என்று நீதிமன்றம் கூறிய பகுதிகளை நடைமுறைப்படுத்துவதையும் தடைசெய்தது. மேலும், மது குடிக்க பல்சாராவுக்கு அரசு அனுமதி வழங்க வேண்டும். அவரைக் குடிகாரர் என்று வகைப்படுத்தக் கூடாது. அப்படிச் செய்வது அவர் ஒழிக்கநெறி தவறியவர் என்ற எண்ணத்தை ஏற்படுத்துமாதலால் அதை ஏற்கவில்லை. மேலும், மதுவிலக்குக் கொள்கை தோற்கும்படியான எதையும் பல்சாரா செய்வதில்லை என்று உறுதிமொழி தர வேண்டும்.

1930-களில் உயர் நீதிமன்றத்தின் தீர்ப்பானது மதுவிலக்கு ஆட்சியை முடிவுக்குக் கொண்டுவந்தது. அதோடு ஒப்பிடும்போது பம்பாய் அரசு இவ்விஷயத்தில் தனக்கு அதிகமான பாதிப்பில்லை என்று நம்பிற்று. எனவே, அமைச்சரவை இந்தத் தீர்ப்புக்கு எதிராக உச்ச நீதிமன்றத்தில் மேல்முறையீடு செய்யவில்லை. எனினும், ராணுவத்துக்கும் வெளிநாட்டினருக்கும் பெர்மிட்டுகள் தருவதை நீக்கியது பாதுகாப்பு வெளியுறவுத் துறை அமைச்சகங்களிலிருந்தும் ராணுவ அதிகாரிகளிடமிருந்தும் எதிர்ப்புகளைக் கிளப்பிற்று. விதிவிலக்குகளை ஏற்படுத்துவது இறையாண்மையின் ஏற்றுக்கொள்ளப்பட்ட ஒரு வழிமுறையாக இருந்தது. நீதித் துறை தேர்ந்தெடுக்கப்பட்ட சட்டமன்றத்துக்கு அந்த அதிகாரத்தை நீக்கிவிட்டது.

இதுவுமே ஒரு ஆபத்தான முன்னுதாரணமாகக் கருதப்பட்டது. அப்போதைய துணைப் பிரதமர் சர்தார் பட்டேல் பம்பாயின் பிரதமர் கேருக்கு ஒரு கடிதம் எழுதினார். மேல்முறையீடு செய்வதில்லை என்று அமைச்சரவை எடுத்த முடிவை மறுபரிசீலனை செய்ய வேண்டும் என்று கேட்டுக்கொண்டார்.

உச்ச நீதிமன்றத்தை எப்படி அணுகுவது என்பது பற்றிய தலைமை வழக்கறிஞரின் குறிப்பை கேர் அனுப்பிவைத்தார். அதில், "நமது அரசமைப்புச் சட்டம் ஏற்கெனவே எதிர்ப்பாக இருக்கிறது. நீதித் துறை இன்னும் அதிகமாகத் தலையிடுவதை நாம் ஏற்க முடியாது. என்னுடைய கருத்துப்படி, அரசமைப்புச் சட்ட விவகாரங்களில் உயர் நீதிமன்றத் தீர்ப்பு சரியில்லாமல் இருப்பதால் மேல்முறையீடு செய்ய வேண்டும்," என்று குறிப்பிட்டிருந்தார். பட்டேலின் எதிர்வினை அதிகமாகவே இருந்தது. அவருக்கும் அரசுக்கும் மதுவிலக்கு பற்றி ஒரே மாதிரியான சிந்தனை இல்லை. 1939-இல் மாகாணங்களில் மதுவிலக்குக் கொள்கை விதியை நடைமுறைப்படுத்துவது பற்றிக் கோபமடைந்தார். முழுத் தோல்வி என்று அதை வர்ணித்தார். சில மாகாணங்களில் மக்கள் அதிகம் குடிப்பதற்கு அது வழிவகுத்தது என்றார்.

இப்படிப்பட்ட மனநிலை எங்கிருந்து வந்தது? விடுதலை பெற்ற இந்தியாவை உருவாக்குவதற்கு மதுவிலக்குக் கொள்கை மிக முக்கியம் என்று முழங்கினார்கள்; சமூக, பொருளாதார, ஒழுக்கநெறி வளர்ச்சிக்கு தேவை என்றும், மக்களின் ஒருமித்த ஆதரவைப் பெற்றிருக்கிறது என்றும் போற்றினார்கள். தனது மக்களின் நன்மைக்காகப் பாடுபடும் ஒரு அரசால் தரப்படும் கசப்பு மருந்து என்று அதன் கடுமையான கட்டுப்பாடுகளைப் பார்த்தார்கள். இது, பொறுப்பில்லாத காலனிய அரசு மதுவால் வருவாய் தேடியதற்கு நேர்மாறாக இருந்தது என்றார்கள். ஆனால், பல்சாராவின் மனுவே பொதுமக்களின் ஒருமித்த கருத்து என்ற அனுமானத்தை உடைத்தது. குடியரசில் அனைவரும் சமம், சமத்துவம் என்ற கொள்கைகள் மீறப்பட்டால், மதுவிலக்கு எப்படிப் பின்காலனியக் குடியரசின் வாக்குறுதியைப் பிரதிபலிக்க முடியும்? வெளிநாட்டார், ராணுவ வீரர்கள், இளவரசர்களுக்குத் தரப்பட்ட விதிவிலக்குகளை எதிர்த்த பல்சாராவின் விவாதங்கள் ஊடகங்களில் கவனத்தை ஏற்படுத்தின. ஏனென்றால், அது காலனிய ஆட்சிக்கும் குடியரசு ஆட்சிக்குமுள்ள ஒற்றுமைகளைக் காட்டிச் சங்கடத்தில் ஆழ்த்தியது. தேசிய விடுதலை இயக்கத்தின் முக்கியப் புகார்களில் ஒன்று, வெளிநாட்டாருக்கு அதிகமான வசதி செய்துதரும் பாகுபாட்டைப் பற்றியது. இளவரசர்களும் பழைய நிலப்பிரபுத்துவ அமைப்பின் பிரதிநிதிகளும் விடுதலை இயக்கத்தில் ஈடுபடவில்லை. அது மட்டுமல்ல, பல இளவரசர்கள் பிரிட்டிஷாருடன் சேர்ந்துகொண்டு அவர்களது சிற்றரசுகளில் விடுதலை இயக்கத்தை நசுக்கினார்கள். கடைசியாக, இடைஞ்சலான

கேள்வி ராணுவத்தைப் பற்றியது. ராணுவம் ஒரு காலனிய நிறுவனம். அதில் மேலைநாட்டு முறைப்படியான அலுவலர்கள் முதன்மையான இடங்களில் இருந்தார்கள். மது குடிப்பதை அடிப்படையாகக் கொண்டது அவர்களது சமூக வாழ்க்கை. நீதிப் பேராணை ஒரு தனிநபரின் உரிமைகளை நிலைநிறுத்த வடிவமைக்கப்பட்டது. ஆனால், அதன் தொடக்க நிலைகளிலேயே அது எல்லாக் குடிமக்களின் உரிமைகளுக்கானது என்று பார்க்கப்பட்டது. செய்தித்தாள்கள் வழக்கை மதுவிலக்குச் சோதனை வழக்கு என்று குறிப்பிடத் தொடங்கின. மதுவிலக்கு ஆணையர் பன்சாலி உட்பட்ட அரசு அதிகாரிகளும் இந்தச் சொற்றொடரைப் பயன்படுத்தினர். பல்சாரா மாலையில் ஒரு கோப்பை மது குடிப்பதற்காக இந்த மனுவைக் கொடுக்கவில்லை என்பது தெளிவு. அவர் மத்தியதர வர்க்கத்தினர், அவருக்கு நல்ல நண்பர்களின் தொடர்புகளும் உண்டு. அவர்களுக்குத் தேவையென்றால் கள்ளச்சந்தையில் மது வாங்கியிருக்க முடியும், கவனமாக இருக்க அலுவலர்களுக்குக் கையூட்டு கொடுத்திருக்க முடியும். அல்லது தெரிந்த மருத்துவரிடமிருந்து மருத்துவச் சான்று பெற்று அனுமதிச்சீட்டு பெற்றிருக்க முடியும். ஆனால், அவர் நீதிமன்றத்துக்குச் சென்றது அரசமைப்புச் சட்டத்தை ஆதாரமாகக் காட்டுவதற்காகத் தெரிந்தே செய்த செயல். அதனால், நீண்ட கால விளைவுகள் ஏற்படும் என்பது அவருக்குத் தெரியும்.

இவ்வாறான சோதனை வழக்குகள் இங்கிலாந்திலும் இந்தியாவிலும் 1920-களிலிருந்தே இருந்துவந்திருக்கின்றன. ஆட்சி விரிவடைந்த பிறகு 1940-களின் பிற்பகுதியில் அவற்றின் எண்ணிக்கை உச்சத்தைத் தொட்டது. முதலில் வந்த வழக்குகள் வரி, வர்த்தகம் சம்பந்தப்பட்டவை. ஆனால், 1940-களின் பிற்பகுதியில் அவற்றுக்கு இந்தச் சொற்றொடர்கள் பயன்படுத்தப்பட்டன. பல்சாரா வழக்குக்கு முந்தைய சோதனை வழக்குகளில் எப்படிப்பட்ட வழக்கு உத்திகள் கையாளப்பட்டன என்பதைக் காட்டுகின்றன. தூய்மைப் பணியாளர் வழக்கு ஒன்று. நகரவையின் துப்புரவுப் பணியாளர் பம்பாய் துப்புரவுப் பணியாளர் வேலை நிறுத்தத்தில் பங்குகொண்டார். அவர் 1949-ஆம் ஆண்டு அத்தியாவசியச் சேவைகள் சட்டத்திலிருந்து தப்பிக்க முயன்றார். இன்னொன்று, தனிப்பட்டோர் தெரு வழக்கு. நகரமன்றம் பல தனியார் தெருக்களைப் பொதுத் தெருக்களாக அறிவித்தது. அதற்கு, தேநீர் விற்பவர் தொடர்ந்த வழக்கு. தேநீர்க் கடைகள் நடத்த உரிமம் வாங்க வேண்டும் என்பதை எதிர்த்து தேநீர் விற்பவர்

வழக்குமன்றம் போனார். சட்டத்துக்கு உட்படுவதன் விளைவுகளை சோதனை வழக்கு எடுத்துச்சொன்னது. வழக்கு நடத்தும் உத்திகளைத் தீர்மானித்தது. விடுதலைக்குப் பிறகு நீதிமன்றக் கட்டமைப்பு மாற்றியமைக்கப்பட்டது. அதன்படி, பம்பாயில் கீழமை நீதிமன்றங்களின் வரையறை உயர்த்தப்பட்டது. இதை எதிர்ப்பவர்கள் இந்த மாதம் உயர் நீதிமன்றத்தில் தீர்மானிக்கப்படும் சோதனை வழக்குகளில் வாய்ப்பைக் குறைக்கும் என்று கூறினார்கள்.

ஒரு வழக்கு எப்படி சோதனை வழக்கு என்று அழைக்கப்பட்டது என்பது தெளிவாகத் தெரியவில்லை. 1949-இல் குஷாலதாஸ் அத்வானி வழக்கு ஒரு சோதனை வழக்காகக் கருதப்பட்டு பம்பாய் உயர் நீதிமன்றத்தில் முன்னுரிமை தரப்பட்டது. ஏனென்றால், தனியார் வீடுகளைப் பொது நோக்கத்துக்காக எடுத்துக்கொள்ளும் அரசின் அதிகாரங்களை எதிர்த்து இதுபோன்று 160 வழக்குகள் இருந்தன. அதுபோலவே, பால் மாவு வழக்கில் காபிக் கடைக்காரர் பால் மாவைப் பயன்படுத்துவது பாலை ரேஷன் பொருளாக ஆக்கிய ஆணையை மீறவில்லை என்று ஒரு நீதிபதி தீர்ப்பளித்தார். அவர் அந்த வழக்கை ஒரு சோதனை வழக்கு என்றார். ஏனென்றால், அவர் முன்னால் இருந்த 300 வழக்குகளின் முடிவுகளை இது பாதிக்கும் என்றார்.

பிற வழக்குகளில் அரசால் சோதனை மேற்கொள்ளப்படுகிறது. ஒன்று, வட்டிக்கடைக்காரர் சோதனை வழக்கு. இதில், உரிமம் பெறாமல் வட்டித் தொழிலில் ஈடுபட்டதற்காக மகன்லால் என்ற பிரபலமான தொழிலதிபர் மீது அரசு வழக்கு தொடர்ந்தது. இவ்வழக்கு 1946 பம்பாய் வட்டிக்கடைச் சட்டத்தை நடைமுறைப்படுத்துவதன் தகுதியைச் சோதிப்பதாக இருந்தது. இந்தச் சூழல்கள்போல் பல்சாரா வழக்கு இல்லை. மதுவிலக்குச் சட்டத்தை எதிர்த்து நிறைய மனுக்கள் வரவில்லை. அரசும்கூட இந்தச் சட்டத்தைச் சோதனைக்கு உட்படுத்துவதில் ஆர்வம் காட்டவில்லை. முந்தைய சோதனை வழக்குகளில் இருந்த வாதிகள் மீது போடப்பட்ட வழக்கு ஒரு விதம். இங்கு பல்சாரா கைதுசெய்யப்படவோ, மதுவிலக்குச் சட்டத்தின்கீழ் வழக்குப் பதிவுசெய்யப்படவோ இல்லை. அவருடைய மனு இதுபோன்ற வழக்குகளில் நூற்றில் ஒன்று இல்லை. இப்போதைய அரசமைப்புச் சட்ட வழக்குகள் மனுதாரருடைய உரிமையோ சொத்தோ பறிக்கப்படும் சூழலில் வந்தவை. ஆனால், பல்சாராவின் மனுவோ

கொள்கை அடிப்படையில் உருவாக்கப்பட்டது. சோதனை என்பது இங்கே மதுவிலக்குக் கொள்கை பற்றியது மட்டுமில்லை; அரசமைப்புச் சட்டத்தின் சாத்தியக்கூறுகள் பற்றியதும்கூட.

இதை மனதில் கொண்டு, நீதிமன்றங்கள் நடைமுறைப் பாதுகாப்புகள் விஷயத்தில் தாராளமாகவே நடந்துகொண்டன. பல்சாரா நீதிப் பேராணை மனு தாக்கல் செய்திருந்தார். முதலாவது, அந்த நீதிப் பேராணை மனு இந்த வழக்குக்கு உகந்ததில்லை என்ற பிரச்சினையைச் சந்திக்க வேண்டியிருந்தது. செயலுறுத்தும் நீதிப் பேராணை ஒரு நிவாரணம் பெறும் முறை இல்லை என்று பம்பாய் வழக்கறிஞர்கள் வாதிட்டார்கள். ஒரு அதிகாரி என்ன செய்ய வேண்டும் என்று கட்டாயப்படுத்தவே முடியும், எதைச் செய்யக் கூடாது என்று தடுக்கப் பயன்படுத்த முடியாது என்றார்கள். முற்காலத்தில், சரியான நிவாரணம் கேட்காததாலேயே நீதிப் பேராணை மனுக்கள் தோற்றுப்போயின். ஆனால், பல்சாரா வழக்கில் அவர் தனது மனுவைச் சரியான முறையில் திருத்த அனுமதி அளித்தது. அவர் வேறு வகையான நிவாரணங்கள் கேட்க வேண்டியதாயிற்று. ஒரு நீதிமன்றத்துக்குப் போய், எனது உரிமைகள் பாதிக்கப்படுகின்றன, எனக்கு நிவாரணம் கொடுங்கள் என்று கேட்டால், அவருடைய பாதிப்பு உண்மையாக இருந்தாலும், சரியான நிவாரணம் கேட்கவில்லை என்பதற்காக நீதிமன்றம் அவரது கோரிக்கைகளை மறுக்க முடியுமா என்று ஒரு நீதிபதி கேட்டார்.

இந்த நீதிப் பேராணை மனுவை பம்பாய் உயர் நீதிமன்றம் ஏற்றுக்கொண்டது முக்கியத்துவம் வாய்ந்தது. ஏனென்றால், பக்கத்து மாகாணமான மத்தியப் பிரதேச உயர் நீதிமன்றம் இதுபோன்ற ஒரு செயலுறுத்தும் நீதிப் பேராணை மனுவைத் தள்ளுபடி செய்தது. மதுவிலக்குச் சட்டம் அரசமைப்புச் சட்டத்துக்கு உட்பட்டதா என்ற கேள்வியைச் சாதாரண நடைமுறைக் காரணங்களுக்காகத் தள்ளுபடி செய்தது. பல்சாராவைப் போலவே மனுதாரர் கைதுசெய்யப்படவில்லை. விதிவிலக்குக்கான மனுவும் மறுக்கப்படவில்லை. ஆனால், மனுதாரரின் சட்ட உரிமை எதுவும் மறுக்கப்படாததால், அது அறிவிப்பை வெளியிட முடியாது என்று நீதிமன்றம் தீர்ப்பளித்தது. குடிமக்களின் உரிமைகளை முன்னெடுப்பதில் நீதிமன்றங்கள் தமது பங்கை உணர்ந்திருந்தன. பெரும்பாலான சிவில் வழக்குகளில் வெற்றிபெற்ற வாதிக்கு சட்டச் செலவினங்களைத் தோற்றவர்கள் தர வேண்டும்.

தலைமை வழக்கறிஞரும் செலவினங்களை பல்சாரா தர வேண்டும் என்று வற்புறுத்தினார். எனினும், பல்சாரா வழக்கு சில முக்கிய விஷயங்களில் வெற்றிபெற்றதை நீதிமன்றம் கவனிக்காமல் விட முடியாது என்று கூறியது. இது நீதிமன்றத்தின் அசாதாரணமான தாராள நிலையின் விளைவாக இருந்ததால், செலவினங்கள் பற்றி எந்த ஆணையும் தரவில்லை.

பம்பாய் உயர் நீதிமன்ற அமர்வில் ஒருவர் நீதிபதி தெண்டோல்கர். அவர் பல்சாராவுக்கு ஆதரவாக வாக்களித்தார். இறுதியில், அவர் பம்பாய் மதுவிலக்குச் சட்டத்தின் பிற பிரிவுகளையும் விமர்சனத்துக்கு உள்ளாக்கினார். இரண்டு ஆண்டுகள் கழித்து, புது தில்லியில் நடந்த பன்னாட்டு மாநாட்டில் பேசும்போது, "ஒரு மனிதனின் வீட்டை அதிரடிச் சோதனை செய்யக் காவல் துறைக்கு அதிகாரம் வழங்கிய பம்பாய் மதுவிலக்குச் சட்டம் ஐநா சட்டத்தை மீறியதாகும்," என்றார். ஒரு மனிதன் மாலை வேளைகளில் குடிக்கிறான் என்று வைத்துக்கொள்வோம். அதைக் கொடும் குற்றம் என்று கருதி அதைச் சோதிக்கக் காவல் துறை அவரது வீட்டைத் தீவிரச் சோதனை செய்ய உரிமை தரும் ஒரு சட்டம் தவறானது ஆகும். ஏனென்றால், ஒரு இல்லத்தின் தனியாள் இறையாண்மையில் அது குறுக்கிடுவதாக ஆகும். அது ஐநா மனித உரிமைகள் அறிக்கையின் 12-வது பிரிவை மீறுகிறது என்று அவர் வாதிட்டார். தனியாள் இறையாண்மை என்ற உரிமை இந்த மரபில் எப்போதும் வலியுறுத்தப்பட்டுவந்திருக்கிறது என்றும், இல்லம் என்பது வேறு எந்த இடத்தைவிடவும் தெய்வீகமான ஒன்றாகக் கருதப்பட்டுவந்திருக்கிறது என்றும் அறுதியிட்டுச் சொன்னார். எனினும், வெறித்தனமான அதீத மதுவிலக்குச் சட்டம் தனிநபருக்குரிய அந்தரங்க வாழ்வில் குறுக்கிடுகிறது. ஒருவர் தீவிரவாதிகளின் ரகசியச் சந்திப்பில் கலந்துகொள்கிறாரா, நாட்டுக்கு எதிராகச் சதி செய்கிறாரா என்று புலனாயவோ, ஆயுதங்கள் தாங்கிய, கொலைகாரக் கொள்ளையர்களைக் கண்டுபிடிப்பதற்காகவோ காவலர் அடாவடிச் சோதனை செய்யவில்லை; மாறாக, ஒரு புட்டியில் ஒரு அவுன்ஸ் விஸ்கி இருக்கிறதா அல்லது ஒரு கோப்பையில் சாராய வாசனை வீசுகிறதா என்று கண்டுபிடிக்க அதிரடிச் சோதனை செய்வது கற்பனைக்கு அப்பாற்பட்டது என்றார்.

பல்சாரா வழக்கு ஒருபுறம், தனிநபர் உரிமைக்காக நின்ற நீதித் துறையின் ஆர்வம் என்ற அதேவேளையில் மக்கள்

பார்வைக்கான பொது நிகழ்ச்சியாகவும் அமைந்தது. நீதிமன்றத்தில் ஒவ்வொரு நாளும் மக்கள் நிறைந்து காணப்பட்டார்கள். வழக்கும் விசாரணைகளும் ஆங்கில, உள்ளூர் மொழிச் செய்தித்தாள்களில் விரிவாக எழுதப்பட்டன. முதல் நாளில் நீதிபதிகள் வருவதற்கு முன்னரே நீதிமன்ற அறைக்குள் வர அனுமதி கேட்டுப் பெருங்கூட்டம் காத்திருந்தது. கதவுகள் திறக்கப்பட்டவுடன் வசதியான இடங்களுக்குப் போட்டாப்போட்டி இருந்தது என்று செய்தித்தாள்கள் குறிப்பிட்டன. வழக்காடிய தரப்பினரின் வாய்மொழி விவாதங்கள் வரிக்குவரி விடாமல் கொடுக்கப்பட்டன. ‘பாம்பே க்ரானிக்கள்’ என்ற செய்தித்தாள் நீதியரசர் தீர்ப்பு சொன்ன அன்று உயர் நீதிமன்றத்தில் வெளிச் சாலைகள் நிரம்பி வழிந்தன என்று எழுதின. பூனா ரயில் நிலையத்தில், தீர்ப்பு பற்றிய விவரங்களைத் தாங்கிவரும் பம்பாய் செய்தித்தாள்களுக்காக ஒரு கூட்டம் காத்திருந்தது. வழக்கின் முடிவு பற்றி அறிய செய்தித்தாள் அலுவலகத் தொலைபேசிகள் ஒலித்துக்கொண்டே இருந்தன.

தெருமுனைகளிலும் உணவு விடுதிகளிலும் இதுதான் பேச்சு. இவ்வாறு, மதுவிலக்கு வழக்கு ஒரு சட்ட விளக்க நிகழ்வாக ஆகிவிட்டது. பொதுமக்களின் கற்பனையில் அது வெறும் பல்சாரா வழக்கு மட்டுமல்லை; அது எல்லோரும் சம்பந்தப்பட்ட ஒரு நிகழ்வு.

வழக்கு பம்பாய் சட்டப் பணியின் ஒட்டுமொத்த நினைவு நிலையைப் பதிவுசெய்தது. வழக்குமன்றத்தில் நடந்த சொற்போர் நினைவுகூரப்பட்டது. சோலி சோர்ப்ஜி இந்தியாவின் முன்னணித் தலைமை வழக்கறிஞர். அவர் பம்பாய் உயர் நீதிமன்றத்துக்குத் தன்னுடைய சக மாணவர்களுடன் வந்ததை நினைவுகூர்கிறார். அப்போது என்ஜினியர் என்பவர், மதுக்கூடம் இல்லாத ஒரு குடியரசு ஒரு பழங்காலச் சின்னம் என்று சொன்னதைக் குறிப்பிட்டார். பம்பாய் முதன்மை வழக்கறிஞர் தஃப்தாரி, “மனுதாரர் ஒரு விஸ்கிப் புட்டிக்காக வந்தார், ஒரு நறுமணக் குப்பியோடு சென்றார்,” என்றார்.

பல்சாரா வழக்கு இன்னொரு மாநிலத்தில் இதுபோன்ற ஒரு வழக்கு தொடரத் தூண்டியது. மத்தியப் பிரதேசத்தில் ஷியோ சங்கர் என்பவர் மத்தியப் பிரதேச மதுவிலக்குச் சட்டத்துக்கு எதிராக வழக்கு தொடர்ந்தார். அவர் எழுப்பிய வாதங்களும் ஏறக்குறைய பல்சாராவின் வாதங்களைப் போலவே இருந்தன. அவர் பல்சாரா வழக்கு முடிவையே சார்ந்திருந்தார். மத்தியப் பிரதேச உயர் நீதிமன்றமும் ஆசியர் அல்லாதவர்களுக்கும்

ராணுவத்தினருக்கும் தரப்பட்டிருந்த விதிவிலக்குகளைக் கடுமையாகச் சாடியது. மத்தியப் பிரதேசச் சட்டமன்றமும் அப்போதுதான் மதுவிலக்குச் சட்டத்தைக் கொண்டுவந்தது. பல்சாரா தீர்ப்பைக் கருத்தில்கொண்டு, சட்ட வரைவை அதற்குத் தக்கவாறு திருத்திக்கொண்டது.

தீர்ப்பு வந்த உடன் பம்பாய் ராணுவ அதிகாரியின் வசம் இருந்த மது இருப்புகளெல்லாம் மூடி முத்திரை வைக்கப்பட்டன. எனினும், அரசாங்கம் பொதுவாக இந்தத் தீர்ப்பைக் கண்டுகொள்ளாமல், சில வாரங்கள் வெளிநாட்டார்களுக்கும் ராணுவத்தினருக்கும் முன்னாள் அரசர்களுக்கும் அனுமதிச்சீட்டுகள் கொடுத்துவந்தது. இதைக் கேள்விப்பட்ட பல்சாராவின் வழக்கறிஞர், உயர் நீதிமன்றத் தீர்ப்புக்குப் பின்னரும் அரசு பெர்மிட் தருகிறதா என்று கேட்டு, மதுவிலக்கு இயக்குநருக்கும் பம்பாய் ஆட்சியருக்கும் கடிதம் எழுதினார். உயர் நீதிமன்ற ஆணைப்படி நிரந்தர விதிவிலக்கு ஆணையை வழங்குவதுவரை தனது கட்சிக்காரருக்குத் தற்காலிக அனுமதி வழங்க வேண்டும் என்று கேட்டார்.

அரசு வழக்கறிஞர் பல்சாரா பெர்மிட்டுக்கான படிவத்தில் விண்ணப்பிக்க வேண்டும் என்றும், அவர் கேட்ட மற்ற விவரங்கள் அவருக்கு அளிக்கப்பட்ட தீர்ப்புக்குத் தொடர்பில்லை என்றும் பதிலளித்தார். அதனால், விவரங்கள் தரப்பட முடியாது என்று அறிவுறுத்தினார். ஆனால், உயர் நீதிமன்ற ஆணைப்படி பெர்மிட் தரப்படுவதற்குத் தான் உரியவர் என்றும், அதனால் தான் கேட்காமலேயே இடைக்கால பெர்மிட் வழங்க வேண்டும் என்றும் பல்சாரா கேட்டார். மேலும் ராணுவத்தினர், வெளிநாட்டவர், முன்னாள் மன்னர்கள் யாரும் விண்ணப்பிக்கவில்லை. அவர்களுக்குத் தரப்பட்ட விதிவிலக்குகள் உயர் நீதிமன்றத்தில் நீக்கப்பட்டுவிட்டன. எனவே, அவர்களுக்கு அனுமதி வழங்குவது பாகுபாடு காட்டுவதாக ஆகும் என்று சுட்டிக்காட்டினார். மேலும், மனுதாரர் என்ற முறையில் மட்டுமில்லாமல் நாட்டின் குடிமகனாகவும் அவர் கேட்ட விவரத்தைப் பெற அவருக்கு உரிமம் உண்டு என்றும், ஒரு வாரத்தில் பதில் கிடைக்காவிட்டால் நீதிமன்ற அவமதிப்புக்காக உயர் நீதிமன்றத்தில் மனு செய்ய வேண்டியிருக்கும் என்றும் எச்சரித்தார். அதாவது, குடிப்பதற்குத் தனது தனிப்பட்ட உரிமையை நிலைநாட்டுவது மட்டுமல்ல; மதுவிலக்கு அதிகாரத்தை எதிர்ப்பது தொடரும் என்பதைத் தெளிவாக்கினார்.

இவையெல்லாம் சேர்ந்து, உயர் நீதிமன்றத் தீர்ப்பை எதிர்த்து உச்ச நீதிமன்றம் செல்ல அரசு முடிவெடுக்கத் தூண்டியது. தொலைதூர தில்லியில் இருந்த உச்ச நீதிமன்றம் பிரமாண்டமான இடத்தில் அமையவில்லை. உச்ச நீதிமன்றம் புதிதாக அமைக்கப்பட்டது. நாடாளுமன்றக் கட்டிடத்தின் ஒரு பகுதியில் செயல்பட்டது. புதிய கட்டிடம் கட்டப்பட்டுக்கொண்டிருந்தது. பம்பாய் உயர் நீதிமன்றத்தில் கூட்டம் நிறைந்து காணப்படும். ஆனால், உச்ச நீதிமன்றம் ஒருசில வழக்குகளையே விசாரித்ததால் பெரும்பாலும் காலியாகவே இருந்தது. இருந்தாலும், இந்த வழக்கு முக்கியத்துவம் வாய்ந்தது. சர்தார் பட்டேல் இந்தியாவின் தலைமை வழக்கறிஞராக மோதிலால் செட்டல்வட்டை வழக்கை நடத்துமாறு பணித்தார். செட்டல்வட்டுக்குத் துணையாக ஃபாரி, தேசாய், சீர்வை இருந்தனர். பல்சாராவுக்காக என்ஜினியர், ஜி.என்.ஜோஷி, கோலா, நானி பல்கிவாலா வாதாடினர். பம்பாய் உயர் நீதிமன்றத்தில் உரைவீச்சு இருந்தது. இங்கு சட்டத்தின் நுணுக்கமான விவகாரங்கள் முக்கியம் பெற்றன. தக்கை - பொருள் என்ற கோட்பாடு பற்றியும், (அதாவது, குறிப்பிட்ட விஷயத்தில் மத்திய அரசுக்கு எந்த அளவுக்குச் சட்டமியற்ற அதிகாரம் இருக்கிறது என்பதைத் தீர்மானிக்கும் சட்டக் கருத்தாக்கம்) சட்டத்தின் வர்த்தகப் பிரிவு பற்றியும் மட்டுமே விவாதங்கள் நடந்தன. அரசமைப்பு அமர்வு பம்பாய் உயர் நீதிமன்றத் தீர்ப்பைப் பெருமளவு மாற்றியது. ஒரே ஒரு முக்கிய விதிவிலக்கை மட்டும் விட்டுவிட்டது.

அனுமதி வழங்கும் அமைப்பு சமத்துவத்துக்கு எதிரானது என்ற உயர் நீதிமன்றத் தீர்ப்பை உச்ச நீதிமன்றம் மாற்றியது. ராணுவத்துக்கும் வெளிநாட்டுத் தூதுவர்களுக்கும் மது அருந்த அனுமதி வழங்கப்படலாம் என்றது. ராணுவத்தினர் சில நோக்கங்களுக்காகத் தனியான பிரிவாகக் கருதப்படலாம் என்று தீர்ப்பளித்தது. ஏனென்றால், அவர்களுக்கென்று மரபுகளும் வாழ்க்கைமுறைகளும் உள்ளன. அவர்கள் ஆபத்துகளைச் சந்திக்கவும் வழக்கத்துக்கு மாறான செயல்களைச் செய்யவும் தேவையான மனவுறுதிகளும் அவர்களுக்குத் தேவைப்படும். மேலும், பயணிகளாகவும் தூதுவர்களாகவும் வந்துபோகும் வெளிநாட்டார் ஒரு தனி அமைப்புக்குள், அதாவது தற்காலிகமாகக் குடியிருப்பவர்கள் என்ற வகைக்குள் வருவார்கள்.

பேச்சுரிமை மறுப்பு, தடுப்புக் காவலில் சிறைப்படுத்துவது ஆகிய கட்டுப்பாடுகளை உச்ச நீதிமன்றம் நீக்கிற்று. சாதாரணமாகக்

குடிக்கப்படாத ஒரு திரவத்தை அல்லது பொருளை — அது பம்பாய் மதுவிலக்குச் சட்டத்தில் நோக்கங்களை தோல்வியடையச் செய்துவிடும் என்ற காரணம்காட்டி — சட்டபூர்வமாகப் பயன்பாட்டைச் சட்டம் தடுக்க முடியாது என்பதை ஏற்றுக்கொண்டது. லாவண்டர் நீர், யூடி கோலான் போன்றவற்றைப் பயன்படுத்துவதைச் சட்டம் மறுக்க முடியாது.

இந்தத் தீர்ப்பின் முக்கியத்துவத்தை முதன்மை வழக்கறிஞர் சீர்வை குறைத்து மதிப்பிட்டார். "மனுதாரர் போதை தரும் மதுவைக் குடிக்க வாயைத் திறந்துகொண்டிருந்தார். ஆனால், அவர் குடிக்க அனுமதிக்கப்பட்டதெல்லாம், மருந்துக்கான ஒயினையும் எரி சாராயத்தையும்தான்," என்றார். மனுதாரர் அவர் கேட்டுவந்ததைப் பெற முடியவில்லை என்று சொல்லி நறுமணம் தரும் தூய்மைக்கு அவர் போகட்டும் என்றார். ஆனால், இந்த விதிவிலக்கு இந்தியாவில் மதுவிலக்கு ஆட்சியைத் தகர்த்தது.

சட்டத்தின் காரணமாக மதுவிலக்குக் குற்றங்கள் பெருமளவு குறைந்துவிட்டன என்று மதுவிலக்கு ஆணையர் தனது அறிக்கையில் கூறினார். கடுமையான தண்டனையே அதற்குக் காரணம் என்றார். ஆனால், உயர் நீதிமன்ற உச்ச நீதிமன்றத் தீர்ப்புகளுக்குப் பிறகு, கள்ளச்சாராயம் காய்ச்சுவது குறைந்தாலும் கள்ளச்சாராயம் குடிப்பது அதிகமானது.

மதுவிலக்குச் சட்டத்தின்படி நீதிமன்ற நடைமுறைகள்

பெசிக்காக்கா வழக்கில் அவரது வாதம் இரண்டு விஷயங்களை அடிப்படையாகக் கொண்டிருந்தது. தான் மது அருந்தவில்லை என்றும், தனது சுவாசத்தில் மது வாடை வீசியதற்குத் தான் குடித்திருந்த மருந்துதான் காரணம் என்றும் வாதிட்டார். இரண்டாவதாக, தான் அருந்தியது மதுவா டானிக்கா என்பதை நிரூபிக்க வேண்டிய பொறுப்பு அரசாங்கத்துடையது என்று குறிப்பிட்டார். இவை இரண்டும் பல்சாரா வழக்கு தீர்ப்புகளை அடிப்படையாகக் கொண்டவை.

பல்சாரா தீர்ப்புக்கு வந்தவுடன், நறுமண ஆல்கஹாலும் ஒப்பனைப் பொருட்களும் கடைகளில் உரிமம் இல்லாமல் விற்கப்படுகின்றன என்று செய்தித்தாள்கள் முதல் பக்கத்தில் எழுதின. ஆறு மாதங்களுக்குப் பிறகு, இந்தியாவில் தயாரிக்கப்பட்ட போதை மருந்தான டிஞ்சர் சிஞ்சர்பெரிஸ் மிட்டிஸ் என்பது

மதுவுக்குப் பதிலாகக் குடிக்கப்படுகிறது என்றும், அதன் விற்பனை பல மடங்கு கூடிவிட்டது என்றும் 'டைம்ஸ் ஆஃப் இந்தியா' எழுதியது. அதனுடைய உற்பத்தி இரண்டு ஆண்டுகளில் 36,000 பவுண்டுகளிலிருந்து 3,80,000 பவுண்டுகளாக அதிகரித்தது. இதுபோன்ற வேறு டானிக் வகைகளும் அதிகம் விற்பனை ஆயின. ரோமா என்கிற சத்து மருந்து 1952-இல் 1,000 பவுண்டு உற்பத்திசெய்யப்பட்டது. அது 1953-இல் 17,654 பவுண்டாக உயர்ந்தது. விடுதிகள், உணவு விடுதிகள், பலசரக்குக் கடைகள், இதரக் கடைகள் என்று எல்லா இடங்களிலும் இந்த மருந்துகள் கிடைப்பதாக பம்பாய் அரசு புகாரளித்தது.

இந்த டானிக்குகளுக்கு செய்தித்தாள்களில் நிறைய விளம்பரங்கள் வந்தன. BGPhos என்ற மருந்தை பெசிக்காக்கா குடித்ததாகச் சொன்னார். அவருடைய உடல்நலம் பாதிக்கப்பட்டதால் அதை அருந்தியதாகச் சொன்னார். அவருடைய வேலைப்பழுவின் காரணமாக அவருடைய உடல் நலிந்ததால் அவர் BGPhos உட்பட்ட சத்து மருந்துகளைக் குடிக்க வேண்டியதாயிற்று.

பெசிக்காக்காவை மாவட்ட நீதிபதி விடுவித்தார். ஆனால், உயர் நீதிமன்றத்தில் அரசு மேல்முறையீடு செய்தது. பெசிக்காக்காவின் விவாதங்களை ஏற்காமல் உயர் நீதிமன்றம் ஒரு மாதக் கடுங்காவல் தண்டனையுடன் 500 ரூபாய் அபராதமும் விதித்தது. உயர் நீதிமன்றம் BGPhos பற்றிய விவாதத்தை ஏற்கவில்லை. மருத்துவர் உணவுக்குப் பின்னால் அதைக் குடிக்கச் சொன்னார் என்பது சாத்தியமில்லாதது. ஏனென்றால், உணவுக்கு முன்னால் குடிக்க வேண்டும் என்று புட்டியில் குறிப்பிடப்பட்டுள்ளது என்று நீதிபதிகள் கூறினார்கள். மேலும், நீதிமன்றத்தில் BGPhos புட்டி சமர்ப்பிக்கப்பட்டபோது அதில் ஆல்கஹால் வாடை இல்லை, வைட்டமின் பி மணம்தான் இருந்தது. உச்ச நீதிமன்றத்தை பெசிக்காக்கா அணுகினார். அவருடைய முதல் மேல்முறையீடு நிராகரிக்கப்பட்டது. உச்ச நீதிமன்றத் தீர்ப்புகளுக்குப் பிறகு அதை விவாதிப்பது பயனற்றது என்று செய்தித்தாள்கள் எழுதின. அதேசமயம், குற்றத்துக்கான ஆதாரத்தைத் தர வேண்டிய பொறுப்பு குற்றம்சாட்டப்பட்டவருக்கு இருப்பது பற்றி வருத்தம் தெரிவித்தது. மது அருந்தியிருக்கிறார் என்பதை நிரூபிக்க ஆதாரம் உறுதியான தரத்தில் அமைக்கப்படவில்லை. ஆதாரம் ஒரு காவல்காரரின் உணர்வு மிகுந்த மூக்கில்தான் இருக்கிறது என்று

நீதிமன்றம் கூறியது. இதனால், குடிமக்கள் ஒழுக்கமற்ற ஆட்களால் துன்பத்துக்கும் அச்சுறுத்தலுக்கும் உள்ளாவார்கள் என்றது.

உச்ச நீதிமன்றத் தீர்ப்பு ஒருமனதாக இல்லை; ஒரு நீதிபதி எதிர்த்துத் தீர்ப்பளித்தார். இரண்டு தரப்பு நீதிபதிகளுடைய விளக்கத்தின் முரண்பாடுகளைக் காட்டி பெசிக்காக்கா மறுஆய்வு மனு தாக்கல் செய்தார். இந்த வழக்கு முக்கியமான அரசமைப்புக் கொள்கைகளை உட்படுத்தியதாதலால் ஒரு அரசமைப்பு அமர்வால் விசாரிக்கப்பட வேண்டும் என்று கேட்டுக்கொண்டார். மருந்துகள், டானிக்குகள், வாசனைப் பொருட்களின் பயன்பாடு குற்றம் என்பதை உச்ச நீதிமன்றம் ஏற்கெனவே நீக்கிவிட்டபோது *BGPhos* குடிப்பது எப்படிக் குற்றமாகும் என்று கேட்கப்பட்டது. பெசிக்காக்காவுக்கு வழங்கப்பட்ட தண்டனை அவருடைய மூச்சுக்காற்றில் ஆல்கஹால் வாசனை வந்தது என்றது. ஆகவே, அவர் ஆல்கஹாலை ஏதொவொரு வகையில் குடித்திருக்க வேண்டும் என்று ஒரு காவலருடைய அறிக்கையின் அடிப்படையில் தரப்பட்டது.

எப்படிப்பட்ட ஆல்கஹால், எவ்வளவு ஆல்கஹால் குடிக்கப் பட்டது என்பதை உறுதிசெய்ய எந்தச் சோதனையும் மேற்கொள்ளப்படவில்லை என்று அவருடைய வழக்கறிஞர்கள் எதிர்ப்பு தெரிவித்தார்கள். வாய் அல்லது வயிற்றிலிருந்து திரவம் எடுக்கப்பட்டு சோதிக்கப்படவில்லை. ரத்த, சிறுநீர் சோதனை செய்யப்படவில்லை. வாடை வந்தது என்பதுதான் ஒரே சோதனை. பெரும்பான்மையான நீதிபதிகள் ஆல்கஹால் வாடை நடுநிலையானது என்றார்கள். அது குற்றம் அல்லது குற்றமின்மை என்று இரண்டுக்குமே பொருந்தும். எனவே, வாடை மூலம் கண்டுபிடிக்கப்பட்ட ஆல்கஹால் வாடையானது தடைசெய்யப்பட்ட ஆல்கஹாலிருந்து வந்தது என்று நிரூபிக்க வேண்டியது அரசுத் தரப்பின் கடமை. பல்சாரா வழக்கை இதற்கு ஆதரவாக நீதிமன்றம் காட்டியது.

உச்ச நீதிமன்றத் தீர்ப்பு ஏற்கெனவே பம்பாய் மதுவிலக்குச் சட்டத்தின்கீழ் அளிக்கப்பட்ட தண்டனைகளைப் பற்றிக் கேள்விகள் எழுப்பக் காரணமாக இருந்தது. இந்தத் தண்டனைகளெல்லாம் தாமாகவே காலாவதி ஆகிவிடுமா? அல்லது இவற்றுக்கெனத் தனியாகச் சட்டபூர்வ நடவடிக்கைகள் எடுக்கப்பட வேண்டுமா? 1950 முதல் அனுமதிச்சீட்டு இல்லாமல் மது அருந்திய நாற்பதாயிரம் பேர் தண்டனை தரப்பட்டிருந்தார்கள்.

இந்த வழக்குகளிலெல்லாம் நிரூபிக்க வேண்டிய பொறுப்பு குற்றம்சாட்டப்பட்டவருக்கே இருந்தது. பல வழக்குகளில் குற்றம்சாட்டப்பட்டவர்கள் காலி டிஞ்சர் புட்டிகளையும் வேறு மருந்துகளையும் ஆதாரமாகக் காட்டியிருந்தார்கள். அவை தள்ளுபடி செய்யப்பட்டன. ஆனால், பம்பாய் அரசுக்குச் சங்கடம் விளைவிக்கும் வகையில், குற்றச்சாட்டுகளில் நீதிமன்றங்கள் புதிய பிரதிவாதத்தையும் நிரூபணத்துக்கான அளவுகோலையும் சார்ந்திருந்தன.

பிப்ரவரி 1954-இல் பந்தராவில் குடியிருந்த சல்தானா என்பவரைக் காவல் துறை கைதுசெய்தது. அவர் குடித்துவிட்டு கலாட்டா செய்ததாகப் பக்கத்து வீட்டுக்காரர்கள் புகார் கொடுத்தார்கள். மருத்துவ ஆய்வு அவர் குடித்திருந்ததை உறுதிசெய்தது. சல்தானா தரப்பு வாதம், அவர் ஹாலல் ஒயினை ஐந்து அவுன்ஸ் அளவில் காவலர் வருவதற்கு முன்னர் குடிந்திருந்தார் என்பதாகும். அந்த ஒயின் உடல்நலத்தை மீட்டெடுக்கும் டானிக் என்றும், வைட்டமின்கள் நிறைந்தது என்றும் பதிவுசெய்யப்பட்டிருந்தது. பிரிட்டனிலும் காலனிய நாடுகளிலும் 1930-களிலிருந்து பரவலாகப் பயன்பட்டுவந்திருந்தது. ஆனால், மாவட்ட நீதிபதி அவருடைய வாதத்தை நிராகரித்துவிட்டார். ஏனென்றால், அவர் ஹாலல் ஒயினைக் குடித்ததற்கு எந்தச் சான்றும் இல்லை. மேலும், ஹாலல் ஒயின் இரண்டு அவுன்ஸ்தான் வழக்கமான அளவு, ஐந்து இல்லை என்று கூறி தள்ளுபடி செய்திருந்தார். உயர் நீதிமன்றத்துக்கு மேல்முறையீடு செய்த சல்தானா விடுதலை செய்யப்பட்டார். வழக்கமாக, ஹாலல் ஒயினை யாரும் சாட்சியங்களை வைத்துக் குடிப்பதில்லை என்றும், சல்தானா ஆதாரம் எதுவும் தர வழியில்லை என்றும் தீர்ப்பளித்தது. மேலும், அவர் குடித்திருப்பதாகச் சொன்ன ஐந்து அவுன்ஸ் என்பது அவர் சொன்ன மருத்துவச் சாட்சியத்தின்படியே இருந்தது. எனவே, அவருடைய வார்த்தையை நீதிமன்றம் ஏற்றுக்கொள்ள வேண்டியிருந்தது. மேலும், ஆல்கஹாலுள்ள மருந்து எதையும் குடிப்பதைத் தடுப்பது குடிமக்களின் உரிமையை மீறுவதாகும் என்று உச்ச நீதிமன்றம் குறிப்பிட்டதையும் பம்பாய் உயர் நீதிமன்றம் சுட்டிக்காட்டியது.

குற்றத்தை நிரூபிக்க வேண்டிய பொறுப்பு மாறியதை மாவட்ட நீதிபதிகள் எல்லா வழக்குகளுக்கும் பயன்படுத்தத் தொடங்கினார்கள். எடுத்துக்காட்டாக, பம்பாயில் கள்ளச்சாராயம்

மூன்று புட்டிகளும், சாராயம் காய்ச்சும் கருவிகளும் வைத்திருந்ததாக ஒரு பழங்குடியினர் குற்றம்சாட்டப்பட்டார். அவர் அந்தக் கருவிகளைப் பயன்படுத்தியதற்கான ஆதாரம் எதுமில்லை என்பதால் அவர் சாராயம் காய்ச்சிய குற்றச்சாட்டிலிருந்து விடுவிக்கப்பட்டார். அதேபோல, கோலி இனத்தவர் இருவர் சாராயம் காய்ச்சும் கருவிகளுடனும் காலிப் பானைகளுடனும் பிடிபட்டார்கள். ஆனால், சாராயம் காய்ச்சத் தேவையான எல்லாப் பொருட்களும் அங்கே இல்லாததால் அவர்கள் விடுவிக்கப்பட்டார்கள். இந்த முடிவுகள் நிர்வாகத்தினருக்கு எரிச்சலூட்டின; நீதி பிறண்டுவிட்டது என்று விவரித்தனர்.

1963-இல், இந்தியாவில் கிடைக்கும் டிஞ்சர் வகைகளின் எண்ணிக்கை அதிகம் என்று திட்டக்குழு எதிர்ப்பு தெரிவித்தது. பிரிட்டிஷ் பார்மகோபியா 1932-இல் முப்பத்து நான்கு வகை டிஞ்சர்களை 1963-இல் பாதியாகக் குறைத்துவிட்டது என்று சுட்டிக்காட்டியது. ஆனால், இந்தியன் பார்மகோபியா 1955-இல் நாற்பத்தியிரண்டு வகைகளைக் காட்டியது. பிரதான மருத்துவ விற்பனையாளர்களை நேர்கண்ட திட்டக்குழு, டிஞ்சர்கள் மருத்துவக் காரணங்களுக்குப் பெரும்பாலும் பயன்படுத்தப் படுவதில்லை என்று முடிவெடுத்தது. அவற்றின் மருத்துவப் பயன்பாடுகள் குறைந்துவிட ஆல்கஹால் கலக்காத புது மருந்துகள் வந்துவிட்டன. மேலும், ஆங்காங்கே நடத்திய சோதனைகளின்படி, விற்கப்படும் டிஞ்சர்கள் பல போலி ஆல்கஹால் உள்ளவை. பிற உற்பத்தியாளர்கள் காது வலி மருந்துகளையும், கண் மருந்துகளையும் அதிக ஆல்கஹாலுடன் தயாரித்தார்கள். எனவே, டிஞ்சர்கள் தயாரிப்பதை விட்டுவிட்டு நவீன மருந்துகளுக்குப் போக வேண்டும் என்றும், தொழிற்சாலைகளில் தயாரிக்கப்படும் கண், காது மருந்துகளை நிறுத்த வேண்டும் என்றும் திட்டக்குழு கூறியது.

மேலும், நீதிப் பேராணை கேட்டு பல வழக்குகள் வந்தது மதுவிலக்கு ஆட்சியின் வீரியத்தைக் குறைத்து, விடுதலை வழங்கப்படுவது அதிகமானது. புதிய நடைமுறை விதிகள் உருவாக்கப்பட்டன. வாடையை வைத்து மட்டும் ஒருவரைக் கைதுசெய்ய முடியாததால், சம்பந்தப்பட்டவரை மருத்துவச் சோதனை செய்ய வேண்டும் என்று காவலர்கள் அறிவுறுத்தப்பட்டார்கள். எனினும், காவலர் சட்டம் அல்லது சாட்சியச் சட்டத் தீர்ப்பு ஒருவரை மருத்துவப் பரிசோதனை செய்யக் கட்டாயப்படுத்த முடியாது என்று பம்பாய்

உயர் நீதிமன்றம் தீர்ப்பளித்தது. மேலும், காவலரைத் தாக்கிய விவகாரத்தில் ஒருவரை அவர் தற்காப்பு என்ற சட்டபூர்வமான உரிமையைப் பயன்படுத்தினார் என்று கூறி விடுவித்தது.

அடுத்து, எவ்வகையான மது அருந்தப்பட்டிருக்கிறது என்பதை உறுதிசெய்வதும் கடினம். நூற்றுக்கணக்கான வழக்குகளில், தடுக்கப்பட்ட மதுக்களும் அனுமதிக்கப்பட்ட சாராய வகைகளும் ஒருமாதிரியான பாதிப்புகளையும் தாக்கங்களையும் ஏற்படுத்துகின்றன, ஒருமாதிரியான மணத்தை உடையவையாக இருக்கின்றன என்று மருத்துவர்கள் சாட்சியமளித்தார்கள். ஆகவே, எல்லா வகை மருத்துவர்களின் கூட்டமைப்பு மதுவிலக்குக்கு எதிர்ப்பு தெரிவித்துப் பத்திரிகைகளுக்குத் திறந்த கடிதம் எழுதியது. மருத்துவத்தில் மதுவின் பயன்பாட்டைச் சுட்டிக்காட்டி உடல்நலத்துக்காக மதுவிலக்கு என்ற அரசின் வாதத்தை நிராகரித்தது.

அதிகமான மதுவிலக்கு வழக்குகள் விடுதலையில் முடிந்தன. இது அரசாங்கத்தைச் சங்கடத்துக்கு உள்ளாக்கிற்று. குற்றமிழைத்த வர்களைக் கண்டுபிடிப்பதிலுள்ள பிரச்சினையால் அரசு அலுவலர்கள் பிரச்சினைக்கு உள்ளாகிறார்கள். குற்றமற்றவர்கள் சிரமத்துக்கு உள்ளாகிறார்கள். குடிப்பதைக் கண்டுபிடிக்கக் காவலர்கள் பயன்படுத்திய முறைகளால் குற்றவாளிகள் தப்பிவிடுகிறார்கள். இந்த முறைகள் பேச்சு, நடத்தை ஆகியவற்றை ஆராய்வதில் அமைந்தவை. இந்நிலையில், கீழ்நிலையிலுள்ள ஒரு காவலர் இவற்றைப் பயன்படுத்தி ஒருவர் குற்றவாளி என்று அனுமானிக்க முடியுமா? பெசிக்காக்கா வழக்கில் மறைமுகமான விமர்சனம் என்னவென்றால் தண்டனை ஒரு காவலரின் நுகர்வு உணர்வை மட்டும் சார்ந்திருந்தது என்பதுதான். மருத்துவச் சாட்சியம் நம்பத் தகுந்தது. தனிப்பட்ட சாட்சி தர யாரும் முன்வருவதில்லை என்றபோது அரசு குற்றத்தைத் தீர்மானிக்க அறிவியல் அடிப்படையிலான ஒரு முறையைக் கண்டுபிடிக்க வேண்டியதாயிற்று.

மதுவிலக்கு ஆணையம் மூச்சுச் சோதனையைத் தேர்ந்தது. ஏனென்றால், அது துல்லியமான முடிவுகளைத் தந்தது. மேலும், சோதனை நடத்துபவர் மருத்துவத்திலோ வேதியியலிலோ தேர்ந்தவராக இருக்க வேண்டும் என்பதில்லை. வேதியியல் சோதனைகளைப் போல இல்லாமல், மூச்சுச் சோதனை உடனுக்குடன் முடிவைச் சொல்லிவிடும். செலவும் குறைவு. ரத்தப்

பரிசோதனைகளின் முடிவுகள் காலதாமதமாகக் கிடைத்தன. மேலும், இந்தச் சோதனைகள் நம்பிக்கையில்லாத வாய்மொழிச் சாட்சியத்தின் இடத்தைப் பிடித்துக்கொள்ளும்.

எனினும், ஆணையம் இதனால் ஏற்படும் சட்டச் சிக்கல்கள் பற்றிக் கவனமாக இருந்தது. இந்தச் சோதனை அரசமைப்புச் சட்டத்தின் 20-ஆம் பிரிவுக்கு எதிரானதாக இருக்கிறது என்பதால் நீதிமன்றங்கள் ஏற்குமா என்பது ஒரு கேள்வி. நினைவுதப்பிய ஒருவரிடம் மாதிரிகள் எடுப்பது அவருடைய அடிப்படை உரிமையைப் பாதிப்பதாக ஆகுமா? மூச்சுச் சோதனையை விருப்பம் இல்லாத ஒருவரிடம் கட்டாயமாக நடத்தலாமா? சோதனைக்கு உட்பட மறுப்பவர் மீது சட்டப்படி நடவடிக்கை எடுக்க முடியுமா? இவை பற்றி ஆணையம் பல வழக்கறிஞர்களிடம் ஆலோசனை நடத்தியது. அமெரிக்க முன்னுதாரணங்களை ஆராய்ந்தது. கடைசியில், மாறுபட்ட கருத்துகளைத் தவிர்ப்பதற்காக, மூச்சுச் சோதனைகளை ஏற்க சட்டப்படி நடவடிக்கை எடுக்க வேண்டும் என்று தீர்மானித்து 1947-இலிருந்து தன்னம்பிக்கை மிகுந்த ஆட்சியைப் போல இல்லாமல், நீதிமன்றங்கள் பற்றி அரசாங்கம் எச்சரிக்கையாக இருந்தது. இந்தச் சிக்கலைச் சட்டம் இயற்றுவதன் மூலம் தீர்க்க முடியுமா என்பது பற்றி உறுதியில்லாமல் இருந்தது.

பொதுநலன், தனியார் நலன்கள், பார்சி நலன்கள்

முதலில் பார்க்கும்போது, பல்சாராவின் மனு பொதுநல வழக்குபோல் தோன்றுகிறது. தனிநபர் சுதந்திரம், சமத்துவம் பற்றிய கேள்விகளை எழுப்புகிறது. பல்சாரா ஒரு இதழாளர், பொதுநல அக்கறையுள்ள குடிமகன். மதுவிலக்குக்கு எதிரான பொதுநலவாதியின் குரலாக அவருடைய மனு பார்க்கப்படலாம். அதேபோல, பெசிக்காக்காவின் வழக்கை மதுவிலக்குச் சட்டத்தின் பிடியில் சிக்கிய தனிநபரின் வழக்காகக் கருதலாம். அவர் தண்டனையிலிருந்து தப்ப பல உத்திகளைச் சோதித்துப்பார்க்கிறார் என்றும் கருத முடியும். இருவருமே பார்சிகள் என்பது எதேச்சையான ஒற்றுமையா? தனிநபர் உரிமைகளை, தகுதி (அந்தஸ்து), வகுப்பு, சாதி (இனம்) ஆகிய பரந்த கருத்தாக்கங்களுக்குள் வைத்து எப்படிப் பார்ப்பது?

பல்சாரா இறந்துவிட்டார். ஒருசில ஆவணங்களையே விட்டுச்சென்றார். எனவே, அவர் ஏன் நீதிமன்றம் சென்றார்

என்பதைக் கண்டுபிடிக்க முடியவில்லை. ஆனால், அவர் அதிகமாகப் பணம் வாங்கும் வழக்கறிஞர்களை ஏற்பாடு செய்தார் என்பதை வைத்துப் பார்க்கும்போது அவர் தனிப்பட்ட ஆளாக இதைச் செய்யவில்லை என்று அனுமானிக்கலாம். அவர் இதழாளர். மதுவிலக்கால் அச்சு ஊடகம் பெரிதும் பாதிக்கப்பட்டிருந்தது. மது தொடர்பான விளம்பரங்கள் தடைசெய்யப்பட்டுவிட்டன. ஆங்கில நாளிதழ்கள் மதுவிலக்குக்கு எதிராக இருந்தன என்பதை வாசகர்கள் கண்டுகொள்ளாமல் இருக்க முடியாது என்பதைத் திட்டக்குழு வலியுறுத்தியது. மதுவிலக்கு பற்றி அச்சு ஊடகம் நம்பிக்கை வைக்காமலேயே எழுதிற்று. 'டைம்ஸ் ஆஃப் இந்தியா', 'பம்பாய் க்ரானிக்கிள்' ஆகிய இதழ்கள் மதுவிலக்கால் ஏற்படும் அதிக பாதிப்புகளை வெளிச்சமிட்டுக்காட்டின. 1963-இல் மதுவிலக்கைத் தளர்த்தியதை ஆங்கிலப் பத்திரிகைகள் வரவேற்றன. அறியாமைக்கு எதிராக நல்லறிவுக்குக் கிடைத்த வெற்றி, பகுத்தறிவுக்கும் ஞானத்துக்கும் தாமதமாகத் திரும்பிவந்திருக்கிறோம் என்று பாராட்டின. பம்பாயின் 'டைம்ஸ் ஆப் இந்தியா' நல்லறிவுக்கும் துணிவுக்கும் மூன்று வாழ்த்துரைகள் கூறி வரவேற்றது.

அதேபோல, பெசிக்காக்கா ஒரு அரசாங்கப் பணியாளர் என்பதை அவரும் ஊடகமும் வெவ்வேறு வழிகளில் விளம்பரப் படுத்தினார்கள். பெசிக்காக்கா தன் அரசுப் பணி பற்றி அடிக்கடி நினைவுபடுத்திக்கொண்டார். பொதுப்பணியில் இருப்பதாலும், பிற அரசு ஊழியர்களுடன் தொடர்பு வைத்திருப்பதாலும் அவருக்கு ஏற்பட்ட அழுத்தங்களைக் குறிப்பிட்டார். காவல் ஆணையர் முதலானவர்களிடம் அவர் சட்டத்துக்கு எதிராகப் போகக்கூடியவரில்லை என்பதைக் காட்டிக்கொள்ள வேண்டியதாயிற்று. அவருக்குத் தண்டனை தந்தால் வேலையிலிருந்து நீக்கப்படுவார் என்றும், அவர் தனியார் நிறுவனத்தில் பணியாற்றினால் அத்தகைய சூழ்நிலை ஏற்பட்டிருக்காது என்றும் அவருடைய வழக்கறிஞர்கள் வாதிட்டார்கள். ஆனால், அரசுத் தரப்பு அவர் பொது ஊழியராக இருப்பதால் அவர் மதுவிலக்குச் சட்டத்துக்கு அவமானம் விளைவித்துவிட்டார் என்று கூறி அவருக்கு அதிகபட்சத் தண்டனைகள் தரப்பட வேண்டும் என்று வாதாடியது. இந்த வழக்கில் சில ஊடகங்கள் அவர் அரசு ஊழியர் என்பதால் அதிகக் கவனம் செலுத்தின. பெரிய ஆட்கள் மதுவிலக்குக் குற்றம் செய்த ஆதாரங்களை விரிவாய் எடுத்துரைத்தன. பொதுநல அமைச்சரின் பணியாளர் அமைச்சரின் வீட்டிலேயே சாராயம் காய்ச்சிய

செய்தி முதல் பக்கத்தில் இடம்பெற்றது. பம்பாய் மதுவிலக்குச் சட்டத்தைப் பற்றி சட்டபூர்வ அறிக்கை தந்த ஒருவரே மதுவிலக்குக் குற்றத்துக்குத் தண்டனை பெற்றார் என்ற செய்திக்கு அதிக விளம்பரம் தரப்பட்டது.

அவருடைய அரசுப் பணியோடு, அவரது இனம் பற்றிய அடையாளமும் ஒரு காரணமாக இருந்தது. பல்சாராவும் பெசிக்காக்காவும் பார்சிகள் என்பதை மறுக்க முடியாது. பம்பாய் கோட்டையில் குடியிருக்கும் பார்சிகள் என்று அவர்கள் இருவருமே தங்களை அடையாளப்படுத்திக்கொண்டார்கள். பல்சாரா பல ஆண்டுகளாக ஒரு பத்திரிகையில் இதழாளராகப் பணிபுரிந்துவந்தவர். அது ஒரு குஜராத் நாளிதழ். அதிகமாகப் பார்சிகள் வாசிப்பது.

பம்பாய் மது விற்பனையில் பார்சி தொழிலதிபர்கள் ஆதிக்கம் செலுத்திவந்தார்கள். பார்சிகள் சோரஸ்ட்ரியர்கள். அவர்கள் முஸ்லிம்களின் கொடுமையிலிருந்து தப்பிக்க பாரசீகத்திலிருந்து எட்டாம் நூற்றாண்டில் குடி பெயர்ந்தனர். அவர்கள் தங்களுக்குள்ளேயே நெருக்கமான உறவுவைத்திருப்பவர்கள். காலனிய ஆட்சியின்போது பொருளாதாரத்தில் முன்னேறினார்கள். 1864-ஆம் ஆண்டு ஆய்வின்படி, மாகாணத்தில் மது விற்பனையாளர்களில் 21 சதவீதத்தினர் பார்சிகள். ஆனால், அவர்கள் மொத்த மக்கள்தொகையில் 5 விழுக்காடுதான். பார்சிகளின் இரண்டாவது பெயர் டோடிவாலா, ஜின்வாலா, தருவாலா ஆகியவை. இது அவர்கள் எவ்வளவு தூரம் மது விற்பனையோடு தொடர்புகொண்டிருந்தார்கள் என்பதைக் காட்டியது. பார்சி வியாபாரங்களை எதிர்த்து மறியல்நடத்தினார்கள். 1921-ஆம் ஆண்டு பம்பாயில் நடந்த பிரின்ஸ் ஆஃப் வேல்ஸ் கிளர்ச்சியின்போது பார்சிகள் தாக்கப்பட்டார்கள். அவர்களது கடைகளுக்குத் தீ வைக்கப்பட்டது. ஏனென்றால், வெளிநாட்டுப் பொருட்கள், மது ஆகியவற்றை எதிர்ப்புப் புறக்கணிப்புப் போராட்டம் நடத்தப்பட்டபோது தேசிய இலக்குகளை அவர்கள் மதிக்கவில்லை என்பதே காரணம். பார்சிகளுக்கு எதிரான வன்முறையைப் பற்றி காந்தி கவலை தெரிவித்தாலும், பார்சிகள் மது விற்பனையை விட்டுவிட வேண்டும் என்று சொன்னார். கல்லுடைப்பதும் பிச்சை எடுப்பதும்கூட மது விற்பதைவிடச் சிறந்தது என்றார். பார்சிகள் மதுவிலக்கோடு சேர வேண்டும் என்றும், மது விற்பனையோடு இணைந்து அவர்களது

பெயரைக் கெடுத்துக்கொள்ள வேண்டாம் என்றும் கூறினார். *1939*-ஆம் ஆண்டு காங்கிரஸ் அரசு மதுவிலக்கை அமல்படுத்த நலத் துறை அமைச்சராக ஒரு பார்சியை நியமித்தது.

1930-களில் மதுவிலக்குக்கான எதிர்ப்பு பெரும்பாலும் மதுத் தொழிலில் ஈடுபட்ட சாதி, இனக்காரர்களிடமிருந்து வந்தது. பார்சிகள் அதிகம் இருந்தாலும், பின்தங்கியவர்களான பண்டாரிகளும் தலித்துகளும் அதில் தொடர்பு வைத்திருந்தார்கள்.

மதுவிலக்கைப் பெரும்பாலான பார்சிகள் தங்களது தொழிலுக்கும் வாழ்க்கைமுறைக்கும் எதிரான பொருளாதாரத் தாக்குதல் என்று பார்த்தார்கள். (படம் *1.2*) *1930*, *1940*-களில் மதுவிலக்குச் செயல்பாடுகளிலிருந்து தங்களைப் பாதுகாக்க வேண்டுமென்று காலனிய அரசைக் கேட்டுக்கொண்டனர். நாட்டு மது, வெளிநாட்டு மது, கள் விற்பனையாளர்கள் (அதில் பார்சிகள் அதிகம்) பிரிட்ஷாருக்கும் காந்திக்கும் இடையே ஒப்பந்தத்தை — மதுக்கடைகளை அமைதியான முறையில் செய்வதாக ஏற்பட்ட ஒப்பந்தத்தை எதிர்த்து மனு செய்தார்கள். பார்சி பஞ்சாயத்து

Parsis are rather partial to toddy and many drink it daily. That women also enjoy imbibing toddy is fairly obvious from this picture.

படம் 1.2 பார்சி பெண்கள் குடிப்பது.

பார்சிககளுக்கு கள் மிகவும் பிடிக்கும்; தினமும் குடிப்பார்கள். பெண்களும் கள் குடித்துக் களித்திருப்பார்கள் என்பது இந்தப் படத்திலிருந்து தெளிவாகிறது.

என்ற இன அமைப்பு ஒரு தீர்மானத்தை நிறைவேற்றிற்று. 1939-இல், பம்பாய் அரசின் மதுவிலக்குச் சோதனைகள் பார்சி மத நம்பிக்கைகளில் குறுக்கிடுகின்றன என்றும், மதம் சார்ந்தவர்களின் நலன்கள் பாதிக்கப்படும் என்றும், 1858-ஆம் ஆண்டு விக்டோரியா பேரரசியின் அறிவிப்புக்கு எதிரானது என்றும் அது அறிவித்தது.

எனினும், விடுதலையானது பார்சிகளுக்கும் அரசுக்கும் இடையேயான உறவுகளை மாற்றியது. பெரும்பான்மை மக்களாட்சியால் சிறுபான்மை இனக்குழுவான பார்சிகள் தங்களது தாக்கத்தை இழந்தார்கள். அதிகார பீடத்துக்கு அருகில் போக முடியவில்லை.

1930-களில் மதுவிலக்கின் தொடக்க காலச் சோதனைகளின்போது பார்சிகள் அரசிடமும் காங்கிரஸ் கட்சியிடமும் மதுவிலக்கை நீக்குமாறு மனு செய்தனர். 1939 மார்ச் 29 அன்று பார்சி மதுவிலக்கு எதிர்ப்புக் குழு, மதுவிலக்கானது சமூகத்தில் எல்லாப் பிரிவினரையும் பாதித்தாலும் பார்சிகளின் மத, சமூக, பொருளாதார வாழ்க்கையைப் பாதித்ததாகவே குறிப்பிட்டது. 1939-இல் பார்சி மக்களால் மிகப் பெரிய எதிர்ப்புக் கிளர்ச்சி நடத்தப்பட்டது. பல நூற்றாண்டுகளாக அவர்கள் மேற்கொண்டுவந்த தொழிலை நடத்துவதற்கான உரிமைகளை, காங்கிரஸ் கட்சியின் மதுவிலக்குக் கொள்கை மீறிவிட்டது என்று வாதிட்டார்கள். தங்களது வாழ்க்கையை ஜெர்மனியில் யூதர்கள் சந்தித்த கொடுமைகளோடு ஒப்பிட்டார்கள்.

பார்சி இனத்தின் மதச் சடங்குகளில் மதுப் பயன்பாடு பற்றித் தங்கள் மத நூல்களில் ஆதாரம்காட்டி பார்சிகள் தங்களது சமூக வாழ்க்கையில் மதுவிலக்குக் கொள்கை நேரடியாகத் தலையிடுகிறது என்றும், 1858 விக்டோரியா பேரரசியின் அறிவிப்புக்கு எதிரானது என்றும் கூறினர். எனவே, சிறுபான்மை மத நம்பிக்கைகளில் மதுவிலக்கு குறுக்கிடுகிறது என்றது. மேலும், 1939-ஆம் ஆண்டு இந்திய அரசு ஆணையின்படி சொந்தக்காரருக்கு இழப்பீடு கொடுக்காமல் பொதுக் காரியத்துக்கு இடத்தையோ வியாபார நிலத்தையோ எடுக்க அனுமதிக்கவில்லை என்று வாதிட்டது. மேலும், மதுவிலக்கானது தொழில்களை மூடி நல்லெண்ணத்தை அழிக்கிறது; உரிமம் வழங்குவதன் மூலம் மது விற்பனை தேசியமயமாக்கப்பட்டுவிட்டது என்று கூறியது. பார்சிகள் தங்கள் வாதங்களுக்கு ஆதரவாக தொழிலுக்கும் அறக்கட்டளைகளுக்கும் பொதுவழிக்கும் தந்த பங்களிப்பை எடுத்துக்காட்டினர்.

இங்கே மதச் சுதந்திரத்தையும் உடைமைகளுக்கான உரிமையையும் முதன்மைப்படுத்தக் காரணம், காலனிய இந்தியாவில் இவ்விரண்டும் வலுவாக்கப்பட்டன. இந்தியப் புரட்சிக்குப் பிறகு 1858-இல் விக்டோரியா அரசி இவற்றைக் காப்பதாக வாக்குறுதி அளித்திருந்தார்.

ஆயினும், இந்த இரண்டு உறுதிமொழிகளையும் விடுதலைக்குப் பிறகு தொடர்வது கடினமாக இருந்தது. மதச் சுதந்திரம் சமூகச் சீர்திருத்தம் உட்படப் பல கட்டுப்பாடுகளுடன் வந்தது. மேலும், தொழிலைத் தேசியமயமாக்குவதையும் நிலச்சீர்திருத்தத்தையும் கொண்டுவர அரசாங்கம் முயன்றது. இது சொத்துரிமையை நீர்த்துப்போகவைத்தது. காலனிய ஆட்சியில் மதம் முதலான தனிப்பட்ட உரிமைகள் முக்கியம் பெற்றிருந்தன. ஆனால், விடுதலைக்குப் பின் தேசியம் முன்னிறுத்தப்பட்டது. பார்சிகள் ஒரு மேலைநாட்டுமயமாக்கப்பட்ட மதச் சிறுபான்மையினர். அவர்கள் தேசிய நலனான மதுவிலக்குக்கு எதிராகத் தங்களது நலனை முன்வைக்க முடியுமா? 1949-இல் மதுவிலக்கு கொண்டுவரப்பட்டவுடன் பார்சிகள் அதிகம் பாதிக்கப்பட்டார்ள். ஆகவே, மதுவிலக்கு நிவாரணக் குழுவானது வேலை இழந்தவர்களுக்காக நிவாரண உதவிகளை ஏற்பாடு செய்தார்கள்.

பார்சி மதுவிலக்கு எதிர்ப்புக் குழுவின் இரண்டு வாதங்களும் பல்சாரா வழக்கிலும் எழுப்பப்பட்டன. மதுவிலக்கை அமல்படுத்த அதிகாரப் பயன்பாடுகள், தனியார் வீடுகளில் நுழைந்து தேடுவது, வெறும் சந்தேகத்தின்பேரில் தனிநபர் சுதந்திரதைப் பறிப்பது ஆகியவை. காவல் துறையின் அராஜகம் பற்றியும், பிளாக்மெயில் செயல்பாடுகள் அதிகமாவது பற்றியும் கவலை எழுந்தது. ஆசியர்களுக்கும் ஆசியர்கள் அல்லாதவர்களுக்கும் இடையில் இருந்த பாகுபாட்டைச் சுட்டிக்காட்டியது. இனப் பாகுபாடுகளைத் தொடர்வது காங்கிரஸ் அரசுக்கு ஆதரவு அளித்த இந்தியர்களுக்கு ஒரு அவமானம் என்றது.

1930-களில் இந்த வாதங்களுக்கு அதிகம் பலனில்லை. அப்போது வாழ்க்கைக்கும் உரிமைக்கும் பொதுவான பாதுகாப்பு இல்லை. காங்கிரஸ் கட்சியின் மாகாண அரசு அதிகாரங்கள் பிரிட்டிஷ் ஆளுநருக்கு உட்பட்டவை. ஐரோப்பியர்களுக்கு வழங்கப்பட்ட சலுகைகளைப் பார்சிகள் கேட்டபோது அதைக் காங்கிரஸ் கட்சி நிராகரித்துவிட்டது. அவர்கள் இந்த நாட்டின் குடிமக்கள் என்றது. பார்சிகளின் எண்ணிக்கையைவிட அதிகமான எண்ணிக்கையில்

குடிக்கும் தொழிலாளர்களுக்கு ஒளி கொடுக்கும் சமூகச் சீர்திருத்தத்தை நூறாயிரம் பார்சிகள் தடுக்க வேண்டுமா என்று காந்தி கேட்டார்.

பெசிக்காக்கா வழக்குக்குப் பிறகு பார்சிகளின் மத்தியக் குழுவும் பிற அமைப்புகளும் மதுவிலக்குக் கொள்கையின் எல்லா அம்சங்களையும் ஆராய ஒரு தனிக் குழுவை பம்பாய் அரசு நியமிக்க வேண்டும் என்று கேட்டன. சட்டத்தை மாற்றி மதுவிலக்குக் கொள்கையை ஊக்குவிக்க அரசு மேற்கொண்ட முயற்சிகளை இந்தக் குழுக்கள் சந்தேகத்துடன் நோக்கின. நீதிமன்றத்தைப் பார்சிகள் நாடுவார்கள் என்று எதிர்பார்த்ததுதான். அவர்கள் ஆங்கிலோ இந்தியச் சட்ட அமைப்போடு தொடர்புடையவர்கள். அவர்கள் பத்தொன்பதாம் நூற்றாண்டிலேயே நீதிமன்ற அமைப்பை அதிகம் பயன்படுத்தியவர்கள். வழக்கு தொடரும் பார்சிகளும் பார்சி வழக்கறிஞர்களும் விஷயம் தெரிந்தவர்கள். பல்சாரா வழக்கில் ஒவ்வொரு வழக்கிலும் வாதாடியவர்களில் எட்டில் ஏழு பேர் பார்சிகளே. இவ்வாறு, தனிப்பட்டோர் உரிமைகளில் இன அடையாளம் முக்கியப் பங்கு வகித்தது.

இறுதியாக, பல்சாரா ஒரு பார்சி என்பதாலேயே அவர் நீதிமன்றத்தில் வெற்றிபெற்றார் என்று கருதப்பட்டது. பெரும்பாலும் படி, கொடைத் தன்மையுள்ள மத்தியதர இனம் இன்பதால் பார்சிகள் நேரு அரசின் மாதிரிக் குடிமக்கள்.

பார்சிகளின் பொருளாதார நோக்கங்களுக்காக மதுவிலக்கு ஆட்சியைத் தாக்க அரசமைப்புச் சட்டம் ஒரு கருவியாகப் பயன்படுத்தப்பட்டது. எனினும், பார்சிகளும் இனநலன்களும் அடையாளமும் வழக்காடுவதற்கு சில உத்திகளைத் தந்தாலும், அவர்கள் விரும்பியது கிடைக்கவில்லை. உண்மையில், கிடைத்த வெற்றிகள் மிகக் குறைவு. மது விற்பனை திவாலாகிவிட்டது அல்லது சட்டத்துக்கு வெளியே செயல்பட்டது. இருந்தாலும், பார்சிகள் முன்னின்று நடத்திய வழக்கு வேறு குழுக்களுக்குப் பல வழிகளைத் திறந்துவிட்டது. புதிய அரசைக் கேள்விகேட்க ஒரு முக்கியப் பாதையைக் காட்டியது.

மதுவிலக்கு, சட்டம், பின்காலனிய இறையாண்மை

பின்காலனிய இறையாண்மை என்பது முரண்பாடான தர்க்க நிலை. காலனிய ஆட்சியின் அதிகாரவர்க்க முறைகள் ஒருபுறம்; உரிமை பெற்ற நாட்டின் வெளிப்பாடு இன்னொரு புறம். நீதிமன்ற வழக்கால் மதுவிலக்குக் கொள்கைகள் ஒவ்வொரு முறையும் தடைப்படும்போது அரசு எரிச்சலடைவது இதைக் காட்டுகிறது. பம்பாய் அரசு அடிக்கடி திருத்தங்களும் அரசாணைகளும் கொண்டுவர வேண்டியதாயிற்று. குடித்திருக்கிறார் என்று ஒருவர் மேல் சந்தேகம் ஏற்பட்டால் மருத்துவப் பரிசோதனைக்கு உட்படுத்த மதுவிலக்கு அலுவலர்களுக்கும் காவலர்களுக்கும் அதிகாரம் வழங்க பம்பாய் அரசு முடிவெடுத்தது. மக்கள் எதிர்த்தாலும், அவர்களைக் கட்டாயமாகச் சோதனைக்கு உட்படுத்துவது சட்டபூர்வமாக்கப்பட்டது. மேலும், ஆல்கஹால் கலந்த திரவம் குடிக்கப்படக்கூடியதா என்று முடிவெடுக்க ஒரு வல்லுநர் குழுவை அமைக்கும் பிரிவையும் அரசு கொண்டுவந்தது.

சட்டம் இயற்றுவது குடிமக்களின் அடிப்படை உரிமைகளை எடுத்துக்கொள்ள முடியவில்லை என்று தோன்றியது. நான்கு ஆண்டுகளில் நான்காவது திருத்தத்தைக் கொண்டுவந்த மதுவிலக்கு அமைச்சர், "என்ன செய்வது? ஒரு ஓட்டையை அடைத்தவுடன் இன்னொன்று சந்தைக்கு வந்துவிடுகிறது," என்றார். ஒரு உறுப்பினர், அரசு ஒவ்வொரு அமர்விலும் மதுவிலக்கு பற்றிப் புதிதாக ஒன்றைக் கொண்டுவருகிறது என்றார். அரசு எவ்வளவு கஷ்டமான சட்டங்கள் இயற்றினாலும், மக்கள் விதிகளை மீறப் புது மாற்று வழிகளைக் கண்டுபிடித்தார்கள். அரசு செயலிழந்துபோய்விட்டது என்பதற்கு, சந்தையில் டிஞ்சர்கள் விற்பனை கூடியது ஒரு எடுத்துக்காட்டு. இதைக் கட்டுப்படுத்த அரசு 1940-ஆம் ஆண்டு மருந்துகள் சட்டத்தைத் திருத்தியது. பல்சாரா தீர்ப்புக்குப் பிறகு, பிற மாநிலங்களிலிருந்து எத்தில் ஆல்கஹாலும் டிஞ்சர்களும் வருவதை மாநில அரசால் தடுக்க முடியவில்லை. காவல் துறையினரும் எரிச்சலடைந்தார்கள்.

மதுவிலக்கை நடைமுறைப்படுத்த என்ன சட்ட நடவடிக்கைகள் எடுக்க வேண்டும் என்று கேட்டதற்கு, அரசமைப்புச் சட்டத்தைத் திருத்தினால் ஒழிய எந்தச் சட்ட மாற்றமும் பயன்படாது என்று பம்பாய் அரசு பதில் சொன்னது. அடிப்படை உரிமைகளும், அரசுக் கோட்பாட்டு வழிகாட்டும் கொள்கைகளும் மாநில அரசின் அதிகாரத்தைக் கட்டுப்படுத்தின.

பெசிக்காக்கா தீர்ப்பும், அதைத் தொடர்ந்த தீர்ப்புகளும் ஒரு அபூர்வமான சுழற்சியை ஏற்படுத்தின. பெசிக்காக்கா வழக்கால், மது குடித்த குற்றங்களுக்குத் தண்டனை வாங்கித்தருவது கடினமாக ஆகிவிட்டது என்று அரசு ஏற்றுக்கொண்டது. நடைமுறை சார்ந்த சட்டப் பிரச்சினைகளைக் கொண்டு விடுதலை பெறுவது எளிதானது. நிர்வாகம் கடினமான சட்டங்களைத் திருத்தங்கள் மூலம் கொண்டுவந்தால், அவை நீர்த்துப்போகும். எனவே, நிறையப் பேர் மீது மதுவிலக்குக் குற்றம் சுமத்தப்பட்டால் பலரைத் தண்டிக்க முடிவதில்லை. இவ்வாறு மதுவிலக்குச் சட்டத்தால் பயன்கள் குறைந்தது, செலவு அதிகரித்தது. ஆண்டுக்கு 4.5 கோடி ரூபாய் செலவாயிற்று. 1959-இல் கொண்டுவரப்பட்ட திருத்தங்கள் பற்றிக் குறிப்பிட்டபோது ஒரு பத்திரிகையின் தலையங்கம் இதை விளையாட்டு என்று விவரித்தது. காலனிய ஆட்சியின்போது நீதியைக் கொடுக்க அந்த அரசு தவறிவிட்டது என்று தேசியவாதிகள் குற்றம்சாட்டினர். ஆனால், இப்போது மக்களாட்சி நடைபெறுகிறது. ஒரு அரசமைப்புப்படி மக்களால் தேர்ந்தெடுக்கப்பட்ட அரசுதான் மதுவிலக்குச் சட்டம் கொண்டுவந்தது. காலனிய அரசிலிருந்து விடுபட்டதற்கு ஒரு அறிகுறியாக அது கருதப்பட்டது. ஆனால், அடுத்தடுத்து வந்த அரசமைப்பு சார்ந்த வழக்குகள் இந்த ஆட்சியிலும் அநீதியும் பொறுப்பை ஏற்காமல் நடப்பதும் தொடர்வதைக் காட்டின.

மதுவிலக்குச் சட்ட விவகாரத்தில் அரசுக்கு என்ன செய்வதென்று தெரியவில்லை. 1963-ஆம் ஆண்டு பம்பாயில் முதலில் வசந்தராவ் நாயக் ஒரு மாற்றத்தைக் கொண்டுவந்தார். நாற்பது வயதுக்கு மேற்பட்டவர்களுக்கு மது அருந்த அனுமதி வழங்கினார். பியரையும் கள்ளையும் ஆல்கஹால் அளவு 3.5%-இல் விற்க அனுமதி அளித்தார். கள்ளச்சாராயம் காய்ச்சுவதைத் தடுக்க அதை நியாயப்படுத்தினார். நஞ்சைவிடக் கொடிய கள்ளச்சாராயம் குடித்து மக்கள் உடல்நலத்தைக் கெடுத்துக்கொள்வதைத் தடுப்பதே நோக்கம் என்றார். இந்த நடவடிக்கை மதுவிலக்கு ஆட்சியினுடைய முடிவின் தொடக்கம்.

பெரும்பான்மை மக்களுக்காகப் பேசியதாக அரசு சொன்னாலும் சட்டத்தை நடைமுறைப்படுத்துவதில் ஏற்பட்ட தோல்விகளும், அதனால் பொதுமக்கள் சட்ட ஓட்டைகளைப் பயன்படுத்திக் கொண்டதும் அரசு தனது நிலையை மாற்றவைத்தன. முதலில் மதுவிலக்குக்கு மக்களின் ஆதரவு இருக்கிறது என்று அரசு

சொன்னது. மதுவிலக்கு எல்லா இந்தியச் சட்டமன்றங்களிலும் ஆதரவு பெற்றிருப்பதாக ஒரு பம்பாய் ஆளுநர் கூறினார். பம்பாய் சட்டமன்றத்திலும் ஒருவர்தான் பம்பாய் மதுவிலக்குச் சட்டத்துக்கு எதிராக வாக்களித்தார். மக்களின் விருப்பம் அவர்களின் பிரதிநிதிகளால் வெளிப்படுகின்றன என்றார். இல்லையென்றால், மக்களாட்சி கேலிக்கூத்தாகிவிடும் என்பது அவரது வாதம். ஆனால், மக்கள் மது குடிப்பதை எதிர்ப்பதாகத் தெரியவில்லை என்பது அரசுக்கு ஓர் அதிர்ச்சி என்று ஒரு பத்திரிகை எழுதியது. பம்பாய் மதுவிலக்கு அலுவலரை, சாதிநீக்கம் செய்யப்பட்ட ஒருவரைப் போல் மக்கள் பார்க்கிறார்கள் என்று அரசு வருந்தியது.

அதேசமயம், மனுதாரர்களும் நீதிமன்றங்களும் மக்களால் தேர்ந்தெடுக்கப்பட்ட ஒரு அரசைச் சந்திக்க வேண்டியிருந்தது. பல்சாரா தனது வெற்றியைப் பற்றிக் குறிப்பிட்டபோது, “அரசுக்கு எதிராக வெற்றிபெற்றதில் மகிழ்ச்சியடையவோ பெருமைப்படவோ ஒன்றுமில்லை. ஏனென்றால், அது மக்களால் தேர்ந்தெடுக்கப்பட்ட அரசு,” என்றார். ஆனால், அந்த அரசு தனது குடிமக்களின் உரிமைகளை மதிக்காமல், பொதுக் கருத்தை ஏற்காமல் இருந்தபோது உயர்/உச்ச நீதிமன்றத்தை அணுகுவதைத் தவிர வேறு வழியில்லை. மேலும், ஒரு இதழாளராக அந்தத் தீர்ப்பை ஒரு சாதனை என்று கருதினார். ஏனென்றால், பேச்சுச் சுதந்திரத்தையும் கருத்தை வெளிப்படுத்தும் உரிமையையும் அவரது மனு காத்தது.

அரசமைப்புச் சட்டம் ஒரு அரசியல் களமாக

அரசமைப்புச் சட்டத்தை தாராளக் கொள்கையுடைய பூர்ஷ்வாக்களின் அரசியல் என்று கூறி, அதனால் சாதாரணப் பொதுமக்களுக்கு அது பொருத்தமில்லாதது என்று ஒதுக்கிவிட முடியும். எனினும், மதுவிலக்கு வழக்குகள் காட்டுவதுபோல அரசமைப்பு வழக்குகள் பொதுமக்களின் பார்வைக்குரிய காட்சிகளாக ஆயின. மத்தியதர வர்க்கத்தினர் அரசுக்கு எதிராகப் பயன்படுத்திய உத்திகளைக் கீழ்த்தட்டுப் பொதுமக்களும் பயன்படுத்தத் தொடங்கினார்கள். இவ்வாறு, பல்சாரா தனியொருவருக்கு பெர்மிட் வேண்டும் என்று கேட்டது பொதுமக்களின் நலனைக் காக்கும் ஒரு வழக்கமாக ஆயிற்று. இதனால், விதிகளையும் நடைமுறைகளையும் நீதிமன்றங்கள் எளிதாக்கின.

இதனால், நீதிமன்றத்தின் இடமே தெளிவுபெற்றது — மதுவிலக்குச் சட்டங்களை மாற்றியமைக்க நீதிமன்றம் அறிவுறுத்தியதால், திட்டக்குழுவின் அறிக்கை சட்டமியற்றுவோருக்கும் நீதித் துறைக்கும் உள்ள வேறுபாட்டை வெளிச்சமிட்டுக்காட்டியது. சட்டமியற்றுபவர் ஒரு குறிப்பிட்ட குற்றத்தை நீக்குவதற்கு முக்கியத்துவம் தருகிறார். நீதிபதி ஒரு சட்டத்தை மொத்த சட்ட அமைப்பின் பின்னணியில் பார்க்கிறார். எடுத்துக்காட்டாக, பஞ்சாக்களின் சாட்சியத்தை ஏற்க நீதிமன்றம் மறுத்துவிட்டது. அவர்கள் எப்போதும் வழக்கமாகச் சாட்சி சொல்பவர்கள் என்று கூறிவிட்டது. இதை மதுவிலக்கு ஆணையம் குறிப்பிட்டது. வழக்கமாக இந்தச் சாட்சியங்கள் நம்பக்கூடியவையாக இல்லை என்று நீதிமன்றம் தனது அனுபவத்தை வைத்துச் சொன்னது. காவலர் மீது நீதிமன்றங்கள் அனுதாபம் காட்டுவதில்லை. அடுத்து, (ஒரு நிகழ்வைக்) கண்ணால் பார்த்த சாட்சிகள் ஒத்துழைப்பு தருவதில்லை. நம்பக்கூடிய சாட்சியம் இல்லாதபோது நீதிமன்றம் சந்தேகத்தின் பலனைக் குற்றம்சாட்டப்பட்டவருக்குக் கொடுக்க வேண்டியிருந்தது. இதனால்தான், அதிகமானோர் விடுவிக்கப்பட்டார்கள் என்று திட்டக்குழு கூறிற்று; குற்ற வழக்கு கொண்டுவரும் அரசுத் துறை செயலிழந்துபோனது. பொதுவாகவே, காவலர் மீது நீதித் துறை நம்பிக்கை வைப்பதில்லை என்பதும் ஒரு காரணம்.

தாராளக் கொள்கையுடைய அரசமைப்பு அரசியலுக்கும் தெரு அரசியலுக்கும் இடையே உள்ள வேறுபாடும் குறைந்துவிட்டது. இரண்டையும் பற்றிய நேரு காலத்து நிலையைப் பார்க்கும்போது இது தெரியும். நீதிமன்றங்களிலும் தெருக்களிலும் இருந்த எதிர்ப்பை மக்களால் தேர்ந்தெடுக்கப்பட்ட அரசுக்கு சவாலாகப் பார்த்தார்கள். நேருவுக்குப் பிந்தைய காலகட்டத்தில் மக்களால் தேர்ந்தெடுக்கப்பட்ட அரசு திரும்பத் தாக்கியது. மக்கள் இயக்கங்களை அடக்கியது. நீதிமன்றத் தீர்ப்புகளை நிராகரித்தது. அரசியலல்லாத நடத்தை ஒரு லட்சிய நடத்தை ஆனது.

எனினும், அரசமைப்புச் சட்டம் வித்தியாசம் காட்டிற்று. சமூக அமைப்பு என்று அரசு சொல்வதை எதிர்க்கக்கூடிய ஒரு இடத்தைத் தந்தது. அரசாங்கம் அனுபவித்த மக்களாட்சி என்ற சட்டபூர்வத் தலைமையைக் கேள்விகேட்க அனுமதித்தது. அதற்கு ஒரு எடுத்துக்காட்டு மதுவிலக்குக் கொள்கை. அதன் சமூக விவாதங்கள் மேல்மட்டத் திட்டங்களுக்கு எதிர்ப்பை முதன்மைப்படுத்தின.

இது பெரும்பாலும் கடைநிலையினர் விடாப்பிடியாக இருந்ததன் மூலம் நடைபெற்றது. அரசின் இதுபோன்ற திட்டங்களை அடிமட்டத்தினர் எதிர்த்தாலும், அவர்கள் அரசின் வலுக்கட்டாயத்துக்கு அடிபணிய வேண்டியதாயிற்று.

அதேசமயம், அரசமைப்புச் சட்டத்துக்கு எதிரான சட்டப் போராட்டம், அரசின் அமைப்புகளோடு மோதல் நடைபெறக்கூடிய சாத்தியக்கூறுகளைக் காட்டிற்று. காந்திக்கு மிக விருப்பமான திட்டம் மதுவிலக்கு. அதனால், அவருடைய இறப்புக்குப் பிறகு அதற்கு ஒரு ஒழுக்கநெறிப் புனிதத்துவம் தரப்பட்டது. இதனால், மதச் சுதந்திரம் அல்லது பொருளாதார வளர்ச்சியின் அடிப்படையில் அதைக் கேள்விகேட்பது கடினமானதாயிற்று. இருப்பினும், மதுவிலக்குக் கொள்கை எதிர்ப்பாளர்கள் வேறு காரணங்கள் சொன்னார்கள். மதுவிலக்கால் அரசின் வருவாய் இழப்பும், நடைமுறைச் செலவினங்களும் அதிகமாயின, அதனால் விளைவுகள் எதுவும் உறுதிப்படுத்தப்படவில்லை என்று விவாதித்தார்கள். (படம் 1.3) கே.என்.ராஜ் என்ற பொருளியலறிஞர், 1.5 பில்லியன் ரூபாய் வரி இழப்பானது கள்ளச்சாராயம் விற்பவர்களால் ஏற்படும்போது மதுவிலக்கை ஓர் ஆடம்பரப் பொருளாகக் கொள்ள வேண்டும் என்றார். ஆனால், பொருளாதாரம் பற்றிய விவாதம் ஒழுக்கநெறிப் பேச்சின் முன்னால் தோற்றுப்போனது. மதுவிலக்கு ஆதரவாளர்களைப் பழமைவாதிகள் என்று விவரித்ததும் பயனற்றதாயிற்று.

படம் 1.3 அதிகார வெறியேறிய மொரார்ஜி தேசாய் மதுவிலக்குக்கு இன்னும் அதிகமான தியாகங்கள் வேண்டும் என்று கேட்கிறார். Film India, January 1953.

சட்டபூர்வ அறைகூவல் இரண்டு முனைகளில் விவாதம் நடத்த அனுமதித்தது. முதலாவது, மதுவிலக்குச் சட்டங்கள் மக்களாட்சித் தலைமைக்கு எதிரானவை என்பது ஒரு கருத்தாக்கம். இரண்டாவது, அந்தச் சட்டங்களைப் பயன்படுத்தித் தண்டனைகள் பெற்றுத்தருவதில் அரசு தோல்வி அடைந்துவிட்டது என்ற நிலையில் அரசமைப்புச் சட்ட இயல், சரியான நிர்வாக நடைமுறை ஆகியவை பற்றிய சிந்தனைகள் தோன்றின. இவ்விரண்டும் அரசின் கொள்கையை விமர்சிக்க வழிவகை தந்தன. காந்தியை ஒரு வாசகர் மேற்கோள்காட்டி காவல் துறைக்கு அரசாங்கம் அதிக அதிகாரங்கள் தருவதை எதிர்த்தார். காவல் துறைக்கு முழு அதிகாரம் தருவதை மகாத்மா எதிர்த்தார். ஏனென்றால், அது உண்மையான மக்களாட்சிக்கு விரோதமானது. மேலும், முடிவு செயல்முறைகளை நியாயப்படுத்தாது என்றார் அவர். இது கொண்டுவரப்படும் வரைவுச் சட்டத்தின் மூலம்தான் மதுவிலக்கைச் செயல்படுத்த முடியும் என்றால் மக்கள் அதை ஆதரிக்கவில்லை என்பதை அரசு ஏற்றுக்கொண்டதாக ஆகும் என்று எழுதினார்.

மதுவிலக்கானது காவல் துறையின் ஆட்சி என்று (போலிஸ் ராஜ்) பார்க்கப்பட்டது. இது மக்களாட்சித் தத்துவத்துக்கு நேரெதிரானது. மதுவிலக்குக்கு எதிரான மருத்துவர்கள் திறந்த கடிதம் ஒன்றில், “சட்டமன்ற உறுப்பினர்களில் 6 விழுக்காட்டினர்தான் குடிப்பதாக ஏற்றுக்கொண்டிருக்கிறார்கள். எனவே, சட்டம் 94 விழுக்காடு மது அருந்தாதவர்களால் குடிப்பவர்களுக்கு எதிராகக் கொண்டுவரப்பட்டிருக்கிறது. மிருகத்தனமான பெரும்பான்மையினரின் சிறுபான்மையினருக்கு எதிரான சட்டம் இது. எனவே, வலுக்கட்டாயமாக இது திணிக்கப்பட்டிருக்கிறது. இது மக்களாட்சி இல்லை,” என்றார்கள். அதாவது, சட்டமன்றம் 6 சதவீத மக்கள்தொகை சம்பந்தப்பட்ட விவகாரத்தில் சட்டம் இயற்றியிருக்கிறது. அதுவும், குடிகாரர்கள் என்று ஒப்புக்கொண்டவர்களின் எதிர்ப்பையும் மீறியது. பெரும்பான்மையினர் என்ற கருத்து பலமுறை எழுப்பப்பட்டது. அரசமைப்புச் சட்டப்பேரவையில் கண்டேசர் இது பற்றிப் பேசினார். மதுவைவிட வேறு சிலவும் தலைக்கு ஏறுகின்றன. அவற்றில் அதிகாரமும் ஒன்று. பெரும்பான்மைக் கட்சி அதற்கு உட்பட வேண்டாம் என்றார். பம்பாய் உயர் நீதிமன்றத்திலும் பல்சாரா வழக்கில் இது எதிரொலித்தது. தலைமை நீதிபதி, “அதிகாரம் ஒரு போதை,” என்றார். பல்சாராவின் வழக்கறிஞர் அது மிக மோசமான போதைப் பொருள் என்று சேர்த்துக்கொண்டார்.

இங்கே கேலிச்சித்திரங்கள் காட்டுவதுபோல (படம் 1.4, 1.5, 1.6) அரசாங்கம் அதிகார போதையில் இருந்துகொண்டு தனது குடிமக்களைக் கவனிப்பதில்லை என்ற கருத்தை மக்கள் ஏற்றுக்கொண்டார்கள்.

இந்தியாவின் மதுவிலக்குக் கதையானது சட்டத்தின் பயன் பற்றி இந்திய அரசைச் சிந்திக்கவைத்தது. நீதிபதி டெக்சந்த் ஒவ்வொரு சட்டமும் மக்களின் விருப்பத்தைப் பிரதிபலிக்கிறது என்று சொல்வது முழுவதும் சரியில்லை என்றார். ஒருமனதான ஆதரவு இருந்தால் சட்டத் திருத்தங்களுக்குத் தேவை இருக்காது. சமூகம் பற்றிய சட்டங்களில் மக்களின் ஒருமித்த ஒப்புதல் இல்லாவிட்டால் அவை பயனற்றவையாக ஆகிவிடும். கீழ்ப்படியாமையும் தப்பித்தலும் வலிமையாகக் குடிகொண்டிருக்கும்போது சட்டம் இயற்றுபவர்களும் நீதிமன்றங்களும் சட்டங்களுக்கு மக்களைக் கீழ்ப்படியவைக்க முடியாது என்று சந்த் கருதினார். காங்கிரஸ் கட்சித் தலைவர் தேபார், "இந்தியா அமெரிக்கா போன்றில்லை. சட்ட வழிமுறை தோற்றாலும் அது மதுவிலக்குக்கு ஆதரவு இல்லை என்று காட்டாது," என்று எதிர்வாதம் செய்தார். மதுவிலக்கில் கைதுசெய்யப்பட்டவர்கள் அதிக எண்ணிக்கை ஆனது மதுவிலக்குச் சட்டங்களின் அபத்தத்தைக் காட்டிற்று. பதினான்கு ஆண்டுகளில் மதுவிலக்குக் குற்றத்துக்காகத் தண்டிக்கப்பட்டவர்களின் எண்ணிக்கை நானூறாயிரம் இருந்தது என்பதைச் சுட்டிக்காட்டிய முதல்வர் நாயக், மதுவிலக்கைத் தளர்த்திவிட்டால், குறைந்த தண்டனை பெற்றவர்களின் மாநிலத்தை ஆண்டுகொண்டிருப்பேன் என்றார்.

படம் 1.4 காங்கிரஸ் உயர்மட்டக் குழு அதிகார வெறியில். Shankar's Weekly, August 12, 1962.

படம் 1.5 1952-55 இல் திட்டம், வளர்ச்சி அமைச்சராக இருந்த பிரஹம் பிரகாஷ் யாதவ் மது விலக்கு, சட்டமறுப்பு இயக்கத்தைக் கொண்டுவந்து விடும் என்று எச்சரிக்கிறார். Shankar's Weekly, April 8, 1956.

படம் 1.6 மதுவிலக்கும் தனியார் தொழில்முனைவோரும், Shankar's Weekly, June 22, 1956

ஓய்வுபெற்ற காவல் துறை அலுவலர் ஒரு பத்திரிகைக்குத் தொடர் கட்டுரைகள் எழுதினார். அவற்றில் பம்பாயில் குற்றங்களைக் குறைக்க வேண்டுமென்றால் மதுவிலக்கை நீக்க வேண்டும் என்று குறிப்பிட்டார். வன்புணர்வு, கொலை, வழிப்பறி ஆகியவற்றைவிட மதுவிலக்குக் குற்றங்களுக்குக் காவல் துறை அதிக முக்கியத்துவம் கொடுக்க வேண்டியிருந்தது. அவர்களுக்கு அது மட்டும் குறை இல்லை. அவர்களாலும் கொஞ்சம் குடித்து ஓய்வெடுக்க முடியாமல்போயிற்று. மேலும், மதுவிலக்கால் புதிய குற்றவாளிகள் பெருகுகிறார்கள். கடத்தல் தொழில் செய்பவர்கள், சாராயம் காய்ச்சுபவர்கள் அதிகமானார்கள். அவர்கள் அவர்களைப்

போன்றவர்களிடமிருந்தும் காவலர்களிடமிருந்தும் காத்துக்கொள்ள முரடர்களை நியமித்தார்கள். இந்தப் புதிய அச்சுறுத்தலைக் கவனிக்க வேண்டிய காவலர்கள் சட்டத்துக்குப் புறம்பான ஆல்கஹாலைத் தேடிக்கொண்டிருந்தார்கள்.

சரியாக நடைமுறைப்படுத்தப்பட முடியாத சட்டம் எல்லாச் சட்டங்களையும் பயனற்றதாக ஆக்கிவிடுகிறது என்று பல நீதிபதிகள் கருதுகிறார்கள் என்று திட்டக்குழு கூறியது. பயன்படுத்தப்பட முடியாத சட்டங்கள் மக்கள் நலனுக்கு அறைகூவல் விடுத்தன. விடுதலை பெற்ற தொடக்க காலங்களில் சமூகச் சீர்திருத்தத்துக்குச் சட்டத்தைப் பயன்படுத்த வேண்டும் என்ற நம்பிக்கை இருந்தது. அந்த நம்பிக்கையில் இப்போது பெரிய மாற்றம் ஏற்பட்டது. முழு மதுவிலக்கு ஆட்சியும் நீதிமன்றங்கள் வழியாக மாற்றியமைக்கப்பட்டது. இந்நிலையில், மதுவைக் கள்ளத்தனமாகக் கடத்துபவர் பம்பாய் வழக்கறிஞர்போல் கறுப்பு உடை அணிவார், மதுவை வழக்கறிஞர்கள் வைத்திருக்கும் 'பிரீஃப் கேசில்' கொண்டுசெல்வார் என்பது ஒரு நகைமுரண்.

2
அதிகப்படி உருப்படிகள் வழக்கு
வணிகப் பண்டங்களுக்குக் கட்டுப்பாடுகள், சந்தை நிர்வாகம், நிர்வாகச் சட்டம் இயற்றல்

1948 நவம்பர் 28 அன்று இரவு, எண் 197 ரயில் பம்பாயிலிருந்து 80 மைல் தொலைவில் இருக்கும் தொழில் நகரமான கான்பூருக்கு, தூங்கிக்கொண்டிருக்கும் நூற்றுக் கணக்கான பயணிகளைச் சுமந்து சென்றுகொண்டிருந்தது. வண்டி போய்க்கொண்டிருந்த போதே இட்ராசி நகர ரயில் நிலையக் காவலருக்குத் தந்திச் செய்தி ஒன்று வந்தது. முதல் இரண்டாம் வகுப்புகளில் வரும் மார்வாடிப் பயணிகள், சட்ட விரோதமாகப் பருத்தி ஆடைகள் கடத்துவதாக வந்த எச்சரிக்கை அது. ரயில் நிலையக் காவல் துறைத் துணைக்கண்காணிப்பாளர் பிரீதம் சிங் நவம்பர் 29 அன்று மதியம் இட்ராசி நிலையத்துக்குள் ரயில் வந்தபோது அதை நிறுத்தினார்.

லக்னோ முதல் வகுப்புப் பெட்டியில் ஹரிசங்கர், கோமதிதேவி பக்ளா ஆகிய மார்வாடித் தம்பதியை சிங் கண்டுபிடித்தார். அவர்களுடன் மூன்று பணியாளர்களும் இருந்தார்கள். பெட்டியைச் சோதித்தபோது, குளியல் அறையிலும், மெத்தையின் கீழும், சாமான்களோடும், வேலைக்காரர்களுடைய போர்வைக்குள்ளுமாக 493 பவுண்டு துணி பதுக்கிவைத்திருந்ததைக் கண்டுபிடித்தார். அதைக் கொண்டுபோக பக்ளாவிடம் சரியான அனுமதிச்சீட்டு இல்லை. துணியும் அவர்களுடைய பயணச்சீட்டும் பறிமுதல் செய்யப்பட்டன. 1946 அவசரத்தேவைப் பொருட்கள் சட்டத்தின்படியும், 1948 பருத்தித் துணிச் சட்டத்தின்படியும் வழக்குப் பதிவு செய்யப்பட்டது.

பக்ளாக்கள் செய்த குற்றம் என்ன? பண்டங்கள் சட்ட விரோதமானவை அல்ல, ஆபத்தானவையும்

அல்ல. அவர்கள் வரி ஏய்ப்பு எதுவும் செய்யவில்லை. சட்டத்துக்குப் புறம்பாக எல்லை தாண்டிப் பொருட்களைக் கொண்டுசெல்லவும் இல்லை. எனினும், பண்டங்களைக் கொண்டுசெல்ல அனுமதிச்சீட்டு இல்லாததே கட்டுப்பாடு அமைப்பை மீறியதாகச் செய்தது. விடுதலை பெற்ற இந்தியாவின் தொடக்க காலத்தில் இருந்த பொருளாதாரக் கட்டுப்பாடுகள்தான் இதற்குக் காரணம். இந்தக் கட்டுப்பாடுகள் பொருளாதாரப் பண்டம், முதலீடு, விற்பனை, விலை, செய்துமுடிக்கப்பட்ட பண்டங்கள் ஆகியவற்றைக் கட்டுப்படுத்தும் சட்டங்கள். இவை காலனிய அரசால் இரண்டாம் உலகப்போரின்போது கொண்டுவரப்பட்டவை. போர்க்காலத்தில் உற்பத்தியைத் திரட்டவும் நுகர்வுப் பொருள் தட்டுப்பாடு ஏற்படாமல் தடுக்கவும் கொண்டுவரப்பட்டவை. கடுமையான அவசரநிலைச் சட்டம் என்று இவற்றைச் சொன்னார்கள். கட்டுப்பாடுகள் நீதிமுறைகளைப் பின்பற்றவில்லை. காந்தியும் தேசியவாதிகளும் கடுமையாக அவற்றைக் கண்டித்தார்கள். ஆனால், விடுதலைக்குப் பிறகு பின்காலனிய அரசும் வளர்ச்சிக்காக, தேசியப் பொருளாதாரத்தைத் தேடுதல் என்ற பெயரில் இதே கட்டுப்பாடுகளை மேற்கொண்டது. இந்தச் சட்டத்தின் காலக்கெடு பல முறை நீட்டிக்கப்பட்டது. 1955-இல் அத்தியாவசியப் பொருட்கள் சட்டம் (ESA) ஒன்று அனைத்தையும் உள்ளடக்குமாறு கொண்டுவரப்பட்டது.

ESA பிரிவின்கீழ் பக்ளாக்களைக் குற்றம்சாட்டினார்கள். அதன்படி, நிரூபிக்க வேண்டிய பொறுப்பு குற்றம்சாட்டப்பட்டவருக்கு இருந்தது. உடனடி விசாரணை, மேல்முறையீடு எண்ணிக்கையும் குறைவு. மேலும், இந்தச் சட்டத்தின்கீழ் தரப்பட்ட எந்த ஆணையையும் நீதிமன்றத்துக்குக் கொண்டுசெல்ல முடியாது. பக்ளாக்களும் அவர்களது வழக்குறைஞர்களும் அவர்களுக்கு எதிரான சாட்சியங்கள் கனமானவை என்று அறிந்தே இருந்தார்கள். அவர்கள் பல மாதங்களாகக் காவலரின் கண்காணிப்பில் இருந்துவந்தார்கள். அவர்களுக்கு எதிராகப் பலமான சாட்சியங்களைச் சேர்த்திருந்தார்கள். மாவட்ட நீதிமன்றத்தில் விசாரணைக்கு வந்தது. பக்ளாக்கள் முதலில் உயர் நீதிமன்றத்திலும் பிறகு உச்ச நீதிமன்றத்திலும் அரசமைப்பு வரம்புக்குள் ESA இல்லை என்று வழக்கு தொடர்ந்தார்கள். அவர்களுடைய வாதங்களுக்குப் பல தளங்கள் இருந்தன. அவற்றில் முக்கியமானவை இரண்டு: பிரிவு 21-இன்கீழ் பக்ளாக்களின் உரிமை மீறப்பட்டது; ESA-யின் பெரும்பகுதி சட்டத்துக்குப் புறம்பானது; சட்டமன்றம் தன்னுடைய

அதிகாரங்களை, சட்டம் இயற்றும் அதிகாரம் இல்லாதவர்களிடம் ஒப்படைத்துவிட்டது.

விவாதங்களின்போது, பிரிவு 19 பொருளாதார வாழ்க்கையை ஒழுங்குபடுத்த அரசுக்கு உரிமை இருக்கிறது என்பதை மறுக்காது என்பதை எதிர்த்துச் சொல்ல முடியவில்லை. ஆனால், அதிகார வர்க்கத்தினருக்கு அதிகப்படியான அதிகாரம் தரப்பட்டிருக்கிறது என்ற குற்றச்சாட்டு ஏற்கக்கூடியதாக இருந்தது. உச்ச நீதிமன்றத்தில் பக்ளாக்களின் மேல்முறையீடு தோற்றது. ஆனால் இந்த வழக்கின் முடிவில், அதிகார வர்க்கத்தினருக்கு அதிக அதிகாரம் தருவது பற்றிய விவாதத்தைத் தொடங்கிற்று. இந்த இயல், பண்டங்கள் அனுப்பப்படுவதைப் பற்றிய சட்டச் சிக்கல்களை ஆராய்கிறது. பண்டங்களைக் கட்டுப்பாட்டுக்குள் வைத்திருக்கும் ஆட்சியால் பாதிக்கப்பட்டவர்கள் எப்படி அதை எதிர்த்தார்கள் என்பதை ஆராய்கிறது. பொருளாதாரச் சீர்திருத்தங்கள் பின்பற்ற வேண்டிய தரங்கள் நீதியான நடைமுறைகளுக்கும் மக்களாட்சி விழுமியங்களுக்கு உட்பட்டவையாகவும் இருக்க வேண்டும் என்பதை அது எப்படி வலியுறுத்தியது என்பதையும் காட்டுகிறது.

பண்டங்களைக் கட்டுப்படுத்தும் அமைப்பு 'பெர்மிட்-லைசென்ஸ்-கோட்டா' ஆட்சி. தனியார் தொழில்களையும் வணிகத்தையும் நடத்தத் தேவையான உரிமங்களையும் ஒழுங்குமுறைகளையும் கொண்ட விரிவான அமைப்பு அது. விடுதலை இந்தியாவில் ஏற்படுத்தப்பட்டது. மக்களின் அன்றாட வாழ்க்கைக்கும் பொருளாதாரத்துக்கும் மையமாக இந்தக் கட்டுப்பாடுகள் இருந்தன. ஆனால், வரலாற்று ஆசிரியர்களும் சமூக அறிவியலாளர்களும் இவற்றில் கவனம் செலுத்தவில்லை. அவை ஊழலுக்கு வழிவகுத்தன என்று மட்டுமே அவற்றை அடையாளம் கண்டார்கள். விடுதலைக்குப் பிந்தைய வரலாறுகளில் இது இல்லாதது வியப்பளிக்கிறது. ஏனென்றால், பண்டங்களுக்கு விதிக்கப்பட்ட கட்டுப்பாடுகள் தொழிற்சாலைகள் அல்லது இறக்குமதிகள் ஆகியவற்றைக் கட்டுப்படுத்தியதைவிட அதிகமான தாக்கத்தை மக்களிடம் ஏற்படுத்தின. ஆனால், இவை இரண்டுக்கும் மட்டும்தான் ஆய்வுகளில் அதிக முக்கியம் கொடுத்திருக்கிறார்கள்.

கட்டுப்பாடுகள் அதிகமுள்ள பொருளாதார அமைப்பில் ஊழல் இருக்கும் என்று பால் ப்ராஸ் குறிப்பிட்டார். மேலும், பின்காலனிய இந்தியாவை வர்ணிக்க சட்டத்தின் ஆட்சி என்பது போன்ற பாராட்டுக் கருத்துகளைத் தவிர்க்க வேண்டும்

என்றார். மாறாக, ஊழல்மிக்க அதிகாரிகளின் ஆட்சி என்று அதைக் குறிப்பிட்டார். இதற்கு மாறாக என்னுடைய விவாதம் இருக்கும். சட்டத்தின் ஆட்சி என்பதன் அடையாளமாக இந்திய அதிகாரிகளின் செயல்பாட்டை நீதித் துறையின் மீள்பார்வைக்கு உட்படுத்துவது இருந்துவந்திருக்கிறது. இது சட்டத்துக்குப் புறம்பான நடத்தையால் வந்தது என்பது எனது (ஆசிரியரின்) வாதம். இந்த நடத்தையும் அவசரகால அதிகாரங்களைத் தவறாகப் பயன்படுத்தியதால் ஏற்பட்டது. ஊழல் வேரூன்றி இருந்தது. சிறுவணிகர்களும் வியாபாரிகளும் தங்களுக்கு அரசியல்ரீதியான சட்ட உரிமை மறுக்கப்பட்டபோது நிர்வாகச் சட்டத்தின் மூலம் அவர்களது குடியுரிமையைத் தேடினார்கள். மார்வாடி இனத்தார் போன்றவர்கள் இதில் அடங்குவர். பொருளாதாரத்தை அரசு கட்டுப்பாட்டுக்குள் கொண்டுவந்ததை எதிர்த்தார்கள். கீழ்நிலை அதிகாரிகளின் ஒழுங்குமுறைக்கு உட்படாத கைகளில் கட்டுப்பாடு இருந்தது. இதை எதிர்த்தார்கள்.

இந்தியாவில் காலனிய ஆட்சியின்போது நிர்வாகச் சட்டம் அளவோடுதான் இருந்துவந்தது. விடுதலைக்குப் பிந்தைய உரிமைகள் பற்றிய, நிர்வாகச் சட்டம் பற்றிய கேள்விகள் வந்தன. இதனால், பண்டங்களுக்கான கட்டுப்பாடுகள் சட்ட அறிஞர்கள், ஃபோர்ட் ஃபவுண்டேஷன் போன்ற அமைப்புகள் ஆகியவற்றின் முக்கியக் கவனத்தைப் பெற்றன. நிர்வாகச் சட்டம் பற்றிய அறைகூவல்கள் தேவைகளின் பொருளாதார நோக்கங்களின் பொருளாதாரக் குடிமக்கள், உரிமைகளின் குடிமக்கள் ஆகியவற்றுக்கு இடையேயான வேறுபாட்டை நீக்கிவிட்டன. இவை இரண்டும்தான் நவீன அரசியல் பொருளாதாரத்தின் தன்மை என்று மிஷல் ஃபூக்கோ சொன்னார்.

பின்காலனிய இந்தியாவில் ஆட்சியின் ஒரு செயல்பாடாகப் பொருளாதாரம் ஆனது. இது சட்டத்தால் கொண்டுவரப்பட்டது. இதை ஆராய்வதில் பண்டங்களைக் கட்டுப்படுத்தும் அமைப்பு மிக முக்கியமான ஒன்று. சந்தை (உற்பத்தி, நுகர்வு, சில்லறை வணிகம் ஆகிய அன்றாட நிகழ்வுகளின் மொத்தம்) பின்காலனிய அரசுக்குப் பதற்றம் தரும் காரணியாக இருந்தது. இப்படிப்பட்ட ஆய்வு இதை முன்னணிக்குக் கொண்டுவருகிறது. இதன் எதிர்வினையாக அரசு சட்டத்தின் மூலமாக எல்லாத் தளங்களிலும் பொருளாதாரச் செயல்பாட்டில் ஊடுருவத் தொடங்கிற்று. எப்படி இருப்பினும், அரசின் கொடுமையான ஒழுங்குமுறை அதிகாரம் ஒருபக்கம்.

உரிமையுள்ள பொருளாதாரச் செயல்பாட்டாளர்களாகக் குடிமக்கள் இருப்பது இன்னொருபுறம். இவை இரண்டுமே ஏற்றுக்கொள்ள வேண்டியதாயின. இதை நிர்வாகச் சட்டத்துக்கு எழுந்த அறைகூவல்கள் காட்டின.

சந்தையை ஆட்சிசெய்வதை எதிர்ப்பதில் அரசு அதிகாரம், பொருளாதார வல்லுநர்கள், திட்டமிடுபவர்கள் ஒருபுறமும் சிறுவியாபாரிகள், வணிகர்கள், சில்லறை வியாபாரிகள் இன்னொரு புறமும் இருக்க இதில் அரசமைப்புச் சட்டம் ஒரு வழியாக வெளிப்பட்டது. இந்திய மூலதனம், சட்டம் ஆகியவற்றுக்கு இடையேயான தொடர்பு பற்றிய ஆய்வு வழக்கமாக மூலதனம் என்ற அருவமான கருத்தாக்கம் மீது கவனம் செலுத்தியது. அல்லது பெரிய வர்த்தகர்கள், தொழிலாளர்கள் ஆகியோரின் பங்களிப்பைப் பற்றி ஆய்வுசெய்தது. உண்மையில், பண்டங்களின் மேலுள்ள கட்டுப்பாடுகள் உள்ளூர் வணிகர்கள், முக்குக்கடை சில்லறை வணிகர்கள் ஆகியோரின் பொருளாதாரச் செயல்பாட்டையும் உள்ளடக்கியவை. பக்ளாக்களின் மனுவையும் அதைத் தொடர்ந்து கட்டுப்பாடுகள் அமைப்பை எதிர்த்து ஏற்பட்ட சட்ட வழக்குகளையும் பயன்படுத்தி, இந்தியச் சந்தையின் அன்றாட வாழ்க்கை அரசமைப்புச் சட்ட உலகத்தோடு செய்யும் இடைச்செயல்பாட்டு வழிகளையும் இந்த இயல் விவரிக்கிறது.

போர்க்காலக் கட்டுப்பாடுகள்

பருத்தி ஆடை ஆணையையும் *ESA*-ஐயும் மீறியதாக பக்ளாக்கள் கைதுசெய்யப்பட்டார்கள். அவை இரண்டுமே போர் சமயத்தில் கொண்டுவரப்பட்டவை. காலனிய அரசின் குறிக்கோள் எப்போதும் அரசின் தேவைகளுக்காக இந்தியப் பொருளாதாரத்தைக் கட்டுப்படுத்தித் தன்கீழ் வைத்திருப்பதாகவே இருந்தது. இதற்காக, தொழிலிலும் விவசாயத்திலும் குறுக்கிட்டது. எனினும், இரண்டாம் உலகப் போர் தொடங்கியவுடன் கட்டுப்பாட்டின் தன்மை மாறிற்று. இன்றைய போரின் தன்மை மக்களின் அன்றாட வாழ்க்கையை அரசு கட்டுப்படுத்துவதன் பரப்பையும் ஆழத்தையும் அதிகப்படுத்துகிறது என்று பொருளாதார வரலாற்றாசிரியர்கள் எழுதுகிறார்கள். பிரிட்டன் மீது அதிரடித் தாக்குதல், கிழக்குப் போர்முனையில் ஜப்பானியப் படையெடுப்பு அச்சுறுத்தல், இந்திய தேசியவாதிகளின் ஒத்துழையாமை, புரட்சி என்று காலனிய அரசு 1942-இல் மூன்றுமுனைத் தாக்குதல்களை எதிர்கொண்டது.

அதிகாரத்துக்கு எதிரான இந்த அறைகூவல்கள் காலனிய அரசு தனது ஆதிக்கத்தை விரிவுபடுத்தத் தூண்டின. இதற்கு முன்னர் இல்லாத அளவு இந்தியச் சமூகத்திலும் பொருளாதாரத்திலும் ஊடுருவக் காரணமாயின. இவை ராணுவத்துக்கு ஆள்சேர்ப்பு, நேசநாட்டு ராணுவங்களுக்குத் தேவையானவற்றை எடுத்துக்கொள்ளல், ரேஷன், செய்தியைக் கட்டுப்படுத்தல், தடுப்புக்காவல் ஆகியவற்றின் மூலம் நடந்தன. இதற்கிடையில் காங்கிரஸ் கட்சி மாகாண அமைச்சரவைகளிலிருந்து 1939-ஆம் ஆண்டு விலகிக்கொண்டது. 1942-இல் தேசியத் தலைவர்கள் பெருமளவில் தடுப்புக்காவலில் வைக்கப்பட்டார்கள். இதனால், 1935-ஆம் ஆண்டு இந்திய அரசுச் சட்டம் தந்த அரசமைப்புப் பாதுகாப்பின்படி காலனி அரசு எந்தக் கட்டுப்பாடுமில்லாமல் ஆட்சிசெய்ய முடிந்தது.

காலனிய இந்தியா போருக்காகத் தயாரிக்கப்பட வேண்டியிருந்ததால், அதனுடைய உற்பத்தியெல்லாம் போர் முயற்சிக்கு முடுக்கிவிடப்பட்டது. நுகர்வுப் பொருட்கள் அத்தியாவசியத் தேவைக்காக மட்டுமே அனுமதிக்கப்பட்டன. இந்திய அரசுச் சட்டத்தின்படி, பண்டங்கள் மேலுள்ள கட்டுப்பாடு முழுவதும் மாகாணங்களுக்கு உரியவையாக இருந்தன. மையப் பட்டியலில் ஒன்று மட்டும்தான் இருந்தது (எண் 34). தொழிற்சாலைகளை ஏற்படுத்துவதை உள்ளடக்கியது. இந்த வளர்ச்சியானது கூட்டு அரசால் மக்கள் நலனுக்காகத் தீர்மானிக்கப்படும். இதற்கு நேர்மாறாக, மாகாணப் பட்டியலில் அந்த மாகாணத்துக்குள் வர்த்தகம் இடம்பெற்றது; அதோடு, பண்டங்களை உற்பத்திசெய்வதும், தருவதும், விநியோகிப்பதும் தொழிற்சாலைகளை வளர்ப்பதும் இருந்தன. இந்த நிலையில் காலனிய அரசு, இந்திய அரசுச் சட்டத்தின்படி அவசரச் சட்டத்தைக் கொண்டுவந்து பொருளாதாரத்தைத் தன் கட்டுக்குள் கொண்டுவந்தது.

இதைத் தொடர்ந்து, 1939-இல் இந்தியப் பாதுகாப்புச் சட்டத்தை (DIA) கொண்டுவந்தது. இது மத்திய அரசுக்கு அளவற்ற அதிகாரத்தைக் கொடுத்தது. எடுத்துக்காட்டாக, இந்தியப் பாதுகாப்புக்குத் தேவை என்று கருதப்படும் சட்டங்களைக் கொண்டுவர அதிகாரம் வழங்கப்பட்டது. சட்டம் ஒழுங்கை நிலைநாட்டவும், பொதுப் பாதுகாப்புக்காகவும், மக்களுக்குத் தேவையான பொருட்களையும் சேவைகளையும் பராமரிக்கவும்

சட்டங்கள் இயற்றலாம். மக்களின் வாழ்க்கைக்குத் தேவைப்படும் எந்தப் பொருளையும் ரேஷன் முறையில் கொடுக்கத் தேவையான தரவுகளை அரசாங்கம் சேகரிக்க வேண்டும். குறிப்பாக, எந்தப் பொருளையும் ஒழுங்குபடுத்தவும், உற்பத்தியைத் தடுக்கவும், பதப்படுத்தவும், சேகரிக்கவும், இடம் விட்டு இடம் கொண்டுசெல்லவும், கைப்பற்றவும், பயன்படுத்தவும் DIA விதிகள் அரசுக்கு அதிகாரம் அளித்தன. அரசு எந்தப் பொருள் மீதும் விற்பதற்குத் தடைவிதிக்கலாம். அல்லது விற்குமாறு கட்டாயப்படுத்தலாம். விலையையும் நிர்ணயிக்கலாம்.

DIA விதிகள் அரசு முழுமையாகச் சந்தைகளைக் கட்டுக்குள் வைக்க வழிவகுத்தன. மருந்துகள், உணவு, உப்பு, சமையல் எண்ணெய், பருத்தி ஆடைகள் ஆகிய அவசியப் பொருட்களின் விலையைக் கட்டுப்படுத்தவே தொடக்கத்தில் இவை பயன்படுத்தப்பட்டன. இவற்றின் உச்ச விலைகள் நிர்ணயிக்கப்பட்டன. ஜப்பான் போரில் குதித்த பிறகு இரும்பு, எஃகு போன்ற தொழில் பொருட்களுக்கும் நீட்டிக்கப்பட்டன. இரும்பு, எஃகு சட்டம் 1943-இன்படி மத்திய அரசு உரிமம் இல்லாமல் அல்லது இரும்பு எஃகு ஆணையரின் எழுத்துபூர்வ ஆணை இல்லாமல் யாரும் இரும்பையும் எஃகையும் வாங்கவோ விற்கவோ முடியாது.

வங்கத்தில் தொடர்ந்து உணவுப் பற்றாக்குறையும் பஞ்சமும் நிலவியதால், உணவுத் துறை 1943-ஆம் ஆண்டு தொடங்கப்பட்டது. அத்தியாவசியப் பொருட்களுக்குக் கட்டுப்பாடுகள் விதிக்கப்பட்டதுபோலவே உணவு தானியங்களுக்கும் கட்டுப்பாடுகள் விதிக்கப்பட்டன. இறுதியில், 1943-ஆம் ஆண்டு குடிமைப்பொருள் விநியோகத் துறை தொடங்கப்பட்டது. எல்லா நுகர்வுப் பொருட்களின் உற்பத்தியும் விநியோகமும் இதன் கட்டுப்பாட்டுக்குள் வந்தன. அதேசமயம், கள்ளச்சந்தையையும் பதுக்கலையும் தடுக்க நடவடிக்கைகள் மேற்கொள்ளப்பட்டன. 1947-ஆம் ஆண்டுவாக்கில் சந்தையில் பால் பாய்ன்ட் பேனாவிலிருந்து நைலான் சட்டைகள்வரை சந்தைப் பொருட்கள் அனைத்தும் கட்டுப்படுத்தப்பட்டன. இரண்டு துறைகளும் இணைக்கப்பட்டன. ஒரு மாகாண அமைச்சர் குறிப்பிட்டதுபோல, உணவு பொது விநியோகத் துறை சந்தையில் ஒன்றுக்கொன்று அனைத்துப் பொருட்களும் தொடர்புடையவை ஆதலால் கட்டுப்பாடுகள் வேகமாகப் பெருகின:

தானியங்கள் மீது கொண்டுவரப்பட்ட கட்டுப்பாடு எரிபொருளுக்கும், அடுத்து சர்க்கரைக்கும் உருளைக்கிழங்குக்கும் அதிலிருந்து புளிக்கும் புளியிலிருந்து மிளகாய்க்கும் போய் வெங்காயம்வரை சென்றது. ஒரு பொருளுக்குத் தட்டுப்பாடு அல்லது விலை அதிகம் வந்தது என்றால் உடனே அந்தப் பொருளுக்குக் கட்டுப்பாடு கொண்டுவர அந்த முறையீடு ஒரு சாக்காக ஆனது. அலுவலகங்களில் பெர்மிட்டுகளும் லைசென்ஸ்களும் வாங்கவரும் கூட்டம் பெருகியது. வரிசைகள் நீண்டுகொண்டே போயின.

விரிந்துகொண்டேபோன கட்டுப்பாட்டு அமைப்பானது பண்டங்கள் மீது அரசுக்கு என்ன வேண்டுமென்றாலும் செய்ய அனுமதி கொடுத்தது. உற்பத்தி, விநியோகம், விற்பனை, வாங்குதல், சேமிப்பு ஆகியவற்றைக் கட்டுப்படுத்த விரிவான உரிம அனுமதிகள் மூலம் நிர்வாக அலுவலர்கள் எல்லாப் பண்டங்கள் மீதும் ஆதிக்கம்செலுத்தினர். எடுத்துக்காட்டாக, ரப்பர் பயிரிட வேண்டுமென்றால், ரப்பர் வாரியத்திலிருந்து உரிமம் பெற வேண்டும். இது ரப்பர் கட்டுப்பாடு உற்பத்தி ஆணை 1946-இன்கீழ் வரும். அடுத்து, ரப்பரை விற்க, அதுவும் அரசு நிர்ணயத்த விலையில் விற்க உரிமம் பெற வேண்டும். அதுமட்டுமல்ல, அதைச் சேமித்துவைக்கவும் ஓரிடத்திலிருந்து இன்னொரு இடத்துக்குக் கொண்டுசெல்லவும் அனுமதிச்சீட்டு வாங்க வேண்டும்.

DIA சட்டங்களின்படி ஒவ்வொரு பொருளுக்கும் ஒரு ஆணையரை ஒவ்வொரு மாகாணத்திலும் நியமிக்க வேண்டும். இவ்வாறு உரிமம் வழங்கும் முறையால் பெருமளவில் பொருளாதார அதிகார வர்க்கம் பெருகியது.

இந்த அலுவர்களின் அதிகாரங்கள் வெவ்வேறானவை. எனினும், அவை எல்லாமே வணிகத்திலும் பண்டங்களைப் பயன்படுத்துவதிலும் முக்கியமான கட்டுப்பாடுகளைச் சுமத்த முடிந்தது. அவர்களுடைய அதிகார வரம்புகளை நிர்ணயிக்க எந்த அளவுகோல்களும் இல்லை. அதேபோல, பாதிக்கப்படுவோரின் நலன்களைப் பாதுகாக்கவும் எதுவுமில்லை. உற்பத்தியாளர்களுக்கும் விற்பனையாளர்களுக்கும் நுகர்வோருக்கும் நிர்வாக அலுவலர் தவறாகத் தனது அதிகாரத்தைப் பயன்படுத்தினால் அதிலிருந்து பாதுகாக்க எதுவும் இல்லை. உரிமங்கள் வழங்க எந்த விதிகளும் இல்லை. காரணம் இன்றி அலுவலரின் விருப்பத்துக்கு ஏற்ப பல உரிமங்களை நீக்கிவிடலாம். எடுத்துக்காட்டாக, பருத்தி,

பருத்தி ஆடை கொண்டுசெல்ல ஒரு துணி ஆணையர் அனுமதிகள் வழங்குவார். உரிமம் பெற்றவர் தவறான தகவல்கள் கொடுத்திருந்தால் அல்லது நிபந்தனைகளை மீறினால், அல்லது உரிமம்பெற்றவர் உரிமத்தை வைத்திருக்கத் தகுதியில்லாதவர் என்று ஆணையர் கருதினால் உரிமத்தைத் தற்காலிகமாக நிறுத்திவைக்க அதிகாரம் அவருக்கு இருந்தது. 1946 உணவுப்பண்டங்கள் சட்டம் முன்னறிவிப்போ காரணமோ இல்லாமல் உரிமம் நீக்கப்படலாம் என்று அதிகாரம் கொடுத்தது.

ஒரு உரிமம் தருவதற்கு மறுத்தாலோ அதைத் திரும்பப்பெற்றாலோ அதை எதிர்த்து முறையிட எந்த நடைமுறையும் இல்லை. உரிமம் பெற்றவர் மீது எந்த நிபந்தனைகளையும் சுமத்த அலுவலருக்கு அதிகாரம் இருந்தது. அதேபோல, அதிகாரி நினைத்தால் அவர் விருப்பப்படி பொதுவான நிபந்தனைகளிலிருந்து ஒருவருக்கு விலக்கு அளிக்க முடியும். மேலும், ஒரு நிர்வாக அதிகாரியின் முடிவே இறுதியானது. அதை எதிர்த்து உயர் அதிகாரிகளிடம் செல்ல முடியாது. இது நிர்வாகிகளுக்கு வணிகர்கள் மீது அதிகப்படியான அதிகாரத்தைக் கொடுத்தது. ஏனென்றால், அவர்கள் ஒரு தொழிலை மூடிவிட முடியும். அதற்கு நிவாரணம் காண எந்த வழியும் இல்லை.

DIA காலனியச் சட்ட இயலுக்கு ஒரு உதாரணம். அது ஒரு எலும்புக்கூடு போன்ற சட்டம். செயல்படுத்துவதற்கு அதிக அதிகாரங்களை அளித்து சட்டமன்றங்களின் அதிகாரங்களை எடுத்துக்கொண்டது. அதனுடைய விதிகள் அரசு அதிகாரிகளுக்கு ஒவ்வொரு பண்டத்தையும் நிர்வகிக்க ஆணைகள் பிறப்பிக்க அனுமதியளித்தன. பருத்தி போன்ற சில முக்கியப் பண்டங்கள் ஒன்றுக்கும் மேற்பட்ட ஆணைகளால் ஒழுங்குபடுத்தப்பட்டன. கீழ்நிலை அதிகாரிகளுக்கு அனுமதியளிக்கும் நிபந்தனைகள் மீது முடிவு எடுக்கும் அதிகாரம் உட்பட சட்டங்களை உண்டாக்கும் அதிகாரமும் தரப்பட்டது.

பண்டங்களுக்கான கட்டுப்பாடுகளுக்கு இவ்வளவு விரிவான சட்டங்கள் இருந்தாலும் இந்த அமைப்பால் பெரும்பான்மையான நோக்கங்களை நிறைவேற்ற முடியவில்லை. போர்க்காலத்துக்கான உற்பத்தி இலக்குகளை அடைய முக்கியத்துவம் தரப்பட்டது. ஆதலால், அரசால் விலையைக் கட்டுப்படுத்த முடியவில்லை. உணவுப்பொருட்களின் வீக்கம் வேகமாக அதிகரித்தது. அத்தியாவசியப் பொருட்களின் பற்றாக்குறை அதிகமானது.

1943-இல் வங்கப் பஞ்சத்தை இந்த அமைப்பால் தடுக்க முடியவில்லை என்பது இதன் தோல்வியைக் காட்டிற்று. பஞ்சத்தில் உணவுப்பொருள் பற்றாக்குறையால் ஒரு கோடி மக்கள் இறந்தார்கள். பருத்தி ஆடைப் பற்றாக்குறை தீவிரமாக இருந்தது. வங்க எழுத்தாளர் நபெந்து கோஷ் எழுதிய 'இவர்களுக்கு ஆடை கொடுங்கள்' சிறுகதை ஒரு ஏழை விவசாயி தனது மனைவிக்கு ஒரு சேலை வாங்க நடத்தும் போராட்டத்தை விவரிக்கிறது. கிழிந்துபோன ஒரே சேலையைக் கட்டிக்கொண்டிருக்கும் தனது மனைவிக்கு நேர்மையான வழியில் இரண்டாவது சேலை வாங்க முடியாதலால், திருட முயன்றபோது கைதுசெய்யப்படுகிறார். இதற்கிடையில், அவமானத்தால் அவர் மனைவி தற்கொலை செய்துகொள்கிறார்.

பத்தாண்டுகள் கழித்து இதுபற்றி ஆய்வுசெய்த மகாவீர் பிரசாத் ஜெயின், பற்றாக்குறையைப் போக்க கொண்டுவரப்பட்ட கொள்கைகள் தாமதமாக, அதுவும் பற்றாக்குறை மிக அதிகமான பிறகே கொண்டுவரப்பட்டன என்று கூறுகிறார். அவ்வப்போதைய தேவைக்கேற்ப முடிவெடுக்கும் மனப்பான்மை அது. நீண்ட காலத் திட்டமிடல் சிறிதும் இல்லை. எடுத்துக்காட்டாக உற்பத்தி, விநியோகம் ஆகியவற்றுக்கான கட்டுப்பாடுகள் கொண்டுவரப்படுவதற்கு முன்னரே விலைக் கட்டுப்பாடு தொடங்கப்பட்டது. இதனால், பதுக்கலும் கறுப்புச்சந்தையும் அதிகமாயின. வங்கப் பஞ்சத்தின் காரணங்களை ஆராய்ந்த ஒரு அரசுக் குழு, "வங்க ஏழைகள் அவர்களுடைய பொறுப்பில்லாத சூழல்களுக்குப் பலியானார்கள். நிர்வாகம் சீர்குலைந்து போயிருந்தது," என்று ஏற்றுக்கொண்டது.

ஆனால், கட்டுப்பாடுகள் தோற்றுப்போனதற்குக் காரணம் மோசமான கொள்கை மட்டும் அல்ல. அரசாங்கத்துக்குப் பொதுமக்களின் ஆதரவு பரவலாக இல்லாததே காரணம் என்று அதிகார வர்க்கத்தினரும் கல்விப்புலத்தாரும் ஏற்றுக்கொண்டார்கள்.

விலைகளைக் கட்டுப்படுத்துவது அரசாங்கத்துக்குத்தான் பயனுள்ளதாக இருந்தது என்று மக்கள் கருதினார்கள் என்பதாகச் செய்தித்தாள்கள் எழுதின. இதனால், ராணுவத்துக்கும் தொழில் உற்பத்திக்கும் சரக்குகளை அரசாங்கம் எடுத்துக்கொண்டது; பொதுமக்கள் கறுப்புச்சந்தையை நம்ப வேண்டியிருந்தது. விலைவாசி உச்ச கட்டத்துக்கு உயர்ந்தது. எடுத்துக்காட்டாக, 1942-இல் ஆறு மாதங்களில் தக்காளி விலை ஆறு மடங்கு

உயர்ந்தது. ஆட்டிறைச்சியின் விலை 59% உயர்ந்தது. பங்கீட்டு முறை பொருட்கள் நியாயமாக விநியோகிக்கப்படுவதை உறுதிசெய்யவில்லை. ஒரு சிறு நகரத்தில் வசிப்பவர் வரிசைகளில் நிற்பதற்கு எந்த விதிகளும் ஒழுங்குமுறைகளும் இல்லாததால் எல்லாக் கடைகளிலும் கூட்டம் நெருக்கியடித்துக்கொண்டிருந்தது. உடல் வலிமை உள்ளவர்களால்தான் ரேஷன் பொருட்களை வாங்க முடிந்தது என்று எழுதினார். பம்பாய் பல்கலைக்கழகப் பொருளியல் அறிஞர்கள், நாட்டில் பொருட்களை மக்களிடமிருந்து பெற வேண்டுமென்றால் அதற்குத் தேவைப்படும் மனவளத் தகுதிகள் மக்களிடம் இல்லை என்று 1943-இல் அடையாளம் கண்டார்கள். 'மக்களிடமிருந்து பொருட்களைப் பெற வேண்டுமென்றால் மக்களுக்குத் தங்கள் உரிமைகள், கடமைகள் பற்றி முழுமையாகத் தெரிந்திருக்க வேண்டும். மக்கள் எந்தத் துன்பத்தையும் மகிழ்ச்சியுடன் ஏற்க ஆயத்தமாக இருக்க வேண்டும். நிர்வாகம் திறமையுடனும் ஊழலின்றியும் இருக்க வேண்டும். நிர்வாகம் மக்களுடைய ஆதரவை ஒரு வேலையை முடிக்கப் பெறக்கூடியதாக இருக்க வேண்டும்,' என்று அறிக்கை தந்தது. அரசாங்கத்துக்கும் மக்களுக்கும் இடையில் நம்பிக்கை இருக்க வேண்டும். ஆனால், இந்த நம்பிக்கை சிதைந்துவிட்டது. அதற்குக் காரணம் உள்ளூர் அலுவலர்களுக்கும் அதிகாரம் தரப்பட்டதுதான். அவர்கள் ஊழலும் அதிகார அடுக்குமுறையும் கொண்டவர்களாய் இருந்தார்கள். ஒருசார்பாக நடந்துகொண்டார்கள். மக்களின் தேவைகள் என்ன என்று அவர்களுக்குத் தெரியவில்லை.

கட்டுப்பாட்டுக் கொள்கை மக்கள் கண்களில் சட்டபூர்வமானதாக இல்லை என்ற எண்ணம் இருந்தது. ஏய்ப்பு, சுரண்டல், சட்டத்துக்கு உட்படாமை ஆகியவை சாதாரணக் குடிமக்களிடம் காணப்பட்டன. பல வழக்குகள் வந்தன. இந்த நேரத்தில் ஒன்றைக் கருத்தில்கொள்ள வேண்டும், போர்க்காலக் கட்டுப்பாடுகள் இந்தியாவுக்கு மட்டுமே உள்ளது அல்ல. ஆனால், இந்த அமைப்பில் மக்களுக்குப் பங்கு உண்டு என்பதை மக்கள் ஏற்றுக்கொள்ளுமாறு காலனிய அரசால் செய்ய முடியவில்லை. இதற்கு மாறாக, அமெரிக்காவில் இதுபோன்ற திட்டம் கொண்டுவந்தபோது, மக்கள் ஒத்துழைப்பை உறுதிசெய்துகொண்டார்கள். கள்ளச்சந்தையில் பொருள் வாங்க மாட்டோம் என்று மக்களை உறுதிமொழி எடுக்கச்செய்தார்கள். மக்களே கண்காணிக்க உதவினார்கள்.

இங்கே பகிர்வு-கட்டுப்பாடு அமைப்பால் பற்றாக்குறையையும் விலை உயர்வையும் கட்டுப்படுத்த முடியவில்லை என்று மக்கள் புரிந்துகொண்டார்கள். அதை எந்தக் குற்றவுணர்வும் இல்லாமல் நடக்கவிட்டாமல் தடுத்துவிட்டார்கள். அமைச்சர் எம்.எ.சீனிவாசன் மைசூரில் கட்டுப்பாட்டை மேற்பார்வை செய்தார். அவர் கட்டுப்பாடுகளை மீற மக்கள் மிகவும் கெட்டிக்காரத்தனமாகச் செயல்பட்டார்கள் என்றார். கட்டுப்பாடு அமைப்பைக் குடிமக்கள் தங்களுக்குத் தகுந்தவாறு பயன்படுத்திக்கொண்டார்கள். அதேசமயம், அரசாங்கம் பெருமளவில் ஊழல் வளரும் இடமாகவும் இருந்தது.

இதற்கு, பண்டங்கள் மீதான கட்டுப்பாடு வித்தியாசமான அமைப்புமுறை கொண்டதாக இருந்ததும், புதிதாக உண்டாக்கப் பட்டுள்ள நிர்வாக அலுவலர்களின் படிநிலைகளும்தான் காரணம். கீழ்நிலை அலுவலர்களுக்குத் தரப்பட்ட அதிகாரத்தால் ஊழல் வளர்ந்தது. இந்த அலுவலர்கள் தற்காலிகப் பணியில் இருந்தவர்கள் என்று எல்லோருக்கும் தெரியும். அவர்களுக்கு நிரந்தர அலுவலர்களுக்குள்ள பணிப்பாதுகாப்பு இல்லை. இந்நிலையில், ஊழல் எல்லோருக்கும் தெரிந்தே நடந்தது. பண்டங்கள் மீது கட்டுப்பாடுகள் அரசினைக் குடிமக்களுக்குள் கொண்டுவந்துவிட்டது.

பண்டங்களுக்குக் கட்டுப்பாடுகள் கொண்டுவரப்பட்டதைக் கடுமையாக எதிர்த்தது காந்திதான். சுதந்திர இந்தியாவில் இதை ஒழிக்க வேண்டும் என்று அவர் விடாப்பிடியாகச் சொல்லிவந்தார். விடுதலை பெற்ற பிறகு காந்தி மேற்கொண்ட பிரச்சாரம் முக்கியம் பெற்றது. அவருடைய உடனடி இலக்குகள் மத நல்லிணக்கத்தைக் கொண்டுவருவதும், உணவுப்பொருட்கள் மீது கட்டுப்பாடுகளையும் பகிர்வையும் நீக்குவதும்தான் என்று அறிவித்தார். அரசாங்கம் கட்டுப்பாடு விதிப்பதை அவர் தொடர்ந்து எதிர்த்துவந்தார். மேலிருந்து சுமத்தப்படும் கட்டுப்பாடுகள் எப்போதுமே தீயவைதான் என்றார். ஆடைகளுக்கான கட்டுப்பாடு பற்றி விவாதித்தபோது தீர்வுகள் மேலிருந்து வரக் கூடாது என்றும் கீழிருந்து வர வேண்டும் என்றும் கருதினார்.

அவருடைய எண்ணப்படி, கட்டுப்பாடுகள் சார்ந்திருப்பதை ஏற்படுத்திவிடுகின்றன. அரசின் கொள்கை மக்களை அடைத்துவைத்துவிட்டு அவர்கள் சொந்தக் காலில் நிற்கப் பயிற்சி தராதவரை நாடு தன்னிறைவு பெறாது. பண்டங்கள் மீது

கட்டுப்பாடுகள் விதிப்பது குறுகிய கால நலனைத் தரக்கூடிய ஒரு நடவடிக்கை. பொறுப்புள்ள ஒரு அரசு இந்த இக்கட்டான சூழலில் குடிமக்களை ஈடுபடுத்த வேண்டும் என்றார் காந்தி. மேலும், போக்குவரத்தை மேம்படுத்த வேண்டும், சிறுவிவசாயிகள் மீது அக்கறைகாட்ட வேண்டும், விவசாய உற்பத்தியைப் பெருக்க வேண்டும் என்றார். மக்கள் தாங்களாகவே பொறுப்பேற்க வேண்டும், துணிப் பற்றாக்குறையைப் போக்க காதி நூற்க வேண்டும் என்று வற்புறுத்தினார். மக்கள் தங்களுக்கே உண்மையானவர்களாக இருக்க வேண்டும். அமைச்சரவையின் ஒருசிலர் கைகளில் முடிவெடுக்கும் பொறுப்பை விடக் கூடாது.

மேலும், விலையைக் கட்டுப்படுத்துவது சிறுவிவசாயிகளைப் பாதித்தது என்று எடுத்துக்காட்டினார். ஆனாலும், கட்டுப்பாட்டை நீக்குவதால் விலைவாசி உயரும் என்பதை ஒத்துக்கொண்டார். ஆனால், எந்த விலை உயர்வும் சிறுவிவசாயிக்கு சாதகமாக இருக்க வேண்டும், இடைத்தரகர் கைகளில் போகக் கூடாது என்று தெளிவுபடுத்தினார். ஏழை விவசாயிகளுக்கு உதவுவது நகர மக்களின் கடமை என்பதை அவர்களுக்குத் தினமும் நினைவுபடுத்த வேண்டும் என்றார். ரேஷனை நீக்குவது அதிருப்திக்கு வழிசேர்க்கும் என்று மற்றவர்கள் சொன்னபோது, துணிப் பற்றாக்குறையைப் போக்க விநியோகம் தீர்வாகாது; அல்லது ஆடைத் தொழிற்சாலைகளை நாட்டுடைமையாக்க வேண்டும். இரண்டுக்கும் பதிலாகக் குடிமக்கள் தங்கள் உடைகளை நெய்துகொள்ள வளங்கள் தர வேண்டும் என்றும் சொன்னார்.

போர்க்காலத்தில் கட்டுப்பாடுகளால் இந்தியர்கள் பட்ட துன்பங்களை சீனிவாசன் இவ்வாறு விவரிக்கிறார்: "கட்டுப்பாடுகள் துன்பங்களைக் கொண்டுவந்தன. துன்பங்கள் வெறுப்பைக் கொண்டுவந்தன. வெறுப்பு ஏமாற்றுவேலை, ஏய்ப்பு, கள்ளச்சந்தையைக் கொண்டுவந்தது; கள்ளச்சந்தை ஊழலைக் கொண்டுவந்தது."

புதிய குடியரசில் கட்டுப்பாடுகளும் உரிமையும்

இரண்டாம் உலகப் போரின்போது பல நாடுகளும் ஏதோ ஒரு வகையிலான விலைக் கட்டுப்பாட்டையும் பங்கீட்டு முறையையும் கடைப்பிடித்தன. ஆனால், அமெரிக்காவிலும் மேற்கு ஐரோப்பிய நாடுகளிலும் போர் முடிந்த வேகத்தில் அமைப்புகள் முடிவுக்குக்

கொண்டுவரப்பட்டன. அப்போது இருந்த அதிருப்தியையும் காங்கிரஸ் கட்சியைச் சேர்ந்த காந்தியர்களின் எதிர்ப்பையும் கருத்தில் கொண்டு இந்தியாவிலும் பண்டங்கள் மீதான கட்டுப்பாடுகள் அதுபோல நீக்கப்பட்டுவிடும் என்ற எதிர்பார்ப்பு இருந்தது. விடுதலை பெற்ற இரண்டு மாதங்களுக்குள் உணவு அமைச்சர் ராஜேந்திர பிரசாத், மக்களால் தேர்ந்தெடுக்கப்பட்ட அரசால் நிர்வகிக்கப்பட்டாலும் கட்டுப்பாடுகளை மக்கள் விரும்பவில்லை என்று குறிப்பிட்டார். காங்கிரஸ் கட்சிக்குள்ளும் பிளவு இருந்தது. கட்டுப்பாடுகளை நீக்க வேண்டும் என்ற தீர்மானத்தைத் தலைமை தோற்கடித்தது.

1948-இல் சிறிது காலம் மட்டுமே கட்டுப்பாடு நீக்கப்பட்டது. ஆனால், மற்ற நாடுகளில் பின்பற்றப்பட்ட நடைமுறைக்கு எதிராக, பின்காலனிய இந்தியாவில் பண்டங்கள் மீதான கட்டுப்பாடு அதிகமானது. "போரில் நேரடியாக ஈடுபட்டிருந்த நாடுகள் அல்லது மிக அதிகமான அழிவுக்கு உள்ள நாடுகள்கூடப் பொருளாதாரக் கட்டுப்பாடுகளை நீக்க வழிவகை தேடிவந்தன. ஆனால், இந்தியா மட்டும்தான் கட்டுப்பாடுகளைத் தொடரவும் வேறு பல துறைகளில் நீட்டிக்கவும் முனையும் ஒரே விடுதலை பெற்ற மக்களாட்சி நாடு," என்று இந்திய வணிகர் சங்கத் தலைவர் குறிப்பிட்டார்.

பொருளாதார நெருக்கடி தொடர்ந்ததால், தற்காலிக நடவடிக்கையாக 1946-இல் பண்டங்கள் மீதான கட்டுப்பாடு நீட்டிக்கப்பட்டது. ஆனால், அதுவே அத்தியாவசியப் பொருட்கள் சட்டம் 1988 (பண்டங்கள் சட்டம்) மூலமாக நிரந்தரமான நடைமுறை ஆனது. போர்க்காலப் பண்டங்கள் மீதான கட்டுப்பாடு ஒரு அவசரநிலை நடவடிக்கையாக இயங்கியது. 1946-இல் அவசரநிலை அதிகாரபூர்வமாக நீக்கப்பட்டது. அப்போது இருந்த கட்டுப்பாடுகளும் தாமாகவே காலாவதி ஆகிவிடும் என்று எதிர்பார்க்கப்பட்டிருக்கலாம். இனி பண்டங்கள் மீதான கட்டுப்பாடு மாகாணங்களின் அதிகாரத்துக்குள் வந்துவிடும் என்றும் கருதப்பட்டது. இதற்கிடையில் நேரு தலைமையிலான இடைக்கால அரசு பொறுப்பேற்றது. விடுதலைக்கான ஆயத்தங்கள் மேற்கொள்ளப்பட்டன.

இடைக்கால அரசு இந்திய அரசுச் சட்டத்தில் திருத்தம் செய்யுமாறு பிரிட்டிஷ் நாடாளுமன்றத்தைக் கேட்டுக்கொண்டது. அதன்படி, வர்த்தகம் தொடர்பான மையச் சட்டசபைக்குத் தற்காலிக அதிகாரம் கொடுக்குமாறு கேட்டது. மையச் சட்டசபை பழைய கட்டுப்பாடுகளை நீக்கி அவற்றின் இடத்தில் 1946 அத்தியாவசியப்

பொருட்கள் விநியோகச் சட்டத்தைக் கொண்டுவந்தது. அதன்படிதான் பக்ளா மீது வழக்கு தொடரப்பட்டது. ESA-யின் செயல்பாடு கால வரையறைக்கு உட்பட்டது. பண்டங்களை ஒழுங்குபடுத்த மைய அரசின் அதிகாரம் ஐந்து ஆண்டுகளில் காலாவதி ஆகிவிடும். அதற்குள் விலைவாசி உயர்வு, பற்றாக்குறை ஆகியவற்றால் ஏற்பட்ட பொருளாதார அவசரநிலைப் பிரச்சினை தீர்ந்துவிடும் என்று எதிர்பார்க்கப்பட்டது. அத்தியாவசியப் பொருள் என்று அறிவிக்கப்பட்ட எந்தப் பொருளின் உற்பத்தி, விநியோகம், வணிகம் ஆகியவற்றைக் கட்டுப்படுத்தவும் ஒழுங்குபடுத்தவும் அரசுக்கு ESA அதிகாரம் அளித்தது. சரியான விலைகளில் சமத்துவத்துடன் விநியோகிக்க இது தேவைப்பட்டது.

ESA உரிமங்கள் தரும் அமைப்பு மூலம் எந்தப் பொருளையும் உற்பத்திசெய்வதை ஒழுங்குபடுத்துவதற்கு மத்திய அரசுக்கு அதிகாரம் அளித்தது. அதோடு பயிர்செய்யும் நிலத்தை அதிகரிப்பது, விலைகளைக் கட்டுப்படுத்துவது, அத்தியாவசியப் பொருட்களைச் சேமிப்பது, கொண்டுசெல்வது, விநியோகிப்பது ஆகியவற்றை ஒழுங்குபடுத்துவது, சேமித்துவைப்பதை அளவுக்குள் வைத்திருப்பது, குறிப்பிட்டவர்களுக்கு மட்டுமே பண்டங்களை விற்பது, பொதுநலத்துக்கு விரோதமான எந்தப் பரிமாற்றங்களையும் தடுப்பது ஆகியவற்றுக்கும் அதிகாரம் தந்தது. ஒவ்வொரு அத்தியாவசியப் பொருளுக்கும் ஒரு ஆணையர் நியமிக்கப்பட்டார். அவருக்கு அதீத அதிகாரங்களும் கடமைகளும் தரப்பட்டன. அவர் உற்பத்தியிலும் விநியோகத்திலும் ஈடுபட்டவர்களின் கணக்குகளைச் சோதிக்கவும், தேடல் ஆணை இல்லாமல் சோதனை இடவும் அதிகாரம் தரப்பட்டது.

அரசாங்கம் ESA-ஐ எதிர்த்து நீதிமன்றத்துக்கு எடுத்துச்செல்ல முடியாதவாறு பாதுகாப்பு தர முயன்றது. இவ்வாறு பிரிவு 3-இன்படியான ஆணைகள் எந்த நிலையிலும் செல்லுபடியாகும் என்றது. ESA-யின் ஆணை எதுவும் நீதிமன்றத்தில் கேள்விகேட்கப்பட முடியாது. இறுதியாக, அதன் சட்டத்தின்படி ஏற்பட்ட எந்தச் சேதத்துக்கும் அலுவலர்கள் மீதோ அரசாங்கம் மீதோ வழக்கு தொடர முடியாது. ஆகவே, நிர்வாகிகள் வணிக நலன்கள் மீது அக்கறை எடுக்க முடியாமலாயிற்று.

ESA 1949-ஆம் ஆண்டு காலாவதியாக வேண்டும். ஆனால், பற்றாக்குறையையும் பணவீக்கத்தையும் காரணம்காட்டி அரசு நீட்டிக்கொண்டேபோயிற்று. ESA-யும் பண்டங்கள் மீது

கட்டுப்பாடும் ஒரு தற்காலிகத் தீர்வு என்று அரசு சொன்னது. பல நீட்டிப்புகளுக்குப் பிறகு, காலாவதி ஆகும் நாள் நெருங்கிவந்த வேளையில் பண்டங்களின் கட்டுப்பாட்டுக்கான நாடாளுமன்றப் பொறுக்குக் குழு (*Parliamentary Select Committee*) ஒன்றை அரசாங்கம் அமைத்தது. இதற்கு ஒரு நாடாளுமன்ற உறுப்பினர் தலைவர். இந்தக் குழு இப்போதுள்ள கட்டுப்பாடுகளை ஆராய்ந்து அமைப்பைச் சீர்படுத்தும். கட்டுப்பாடுகள் கேட்டையே விளைவிக்கின்றன என்பதை ஏற்றுக்கொண்ட குழு, ஆனால் அவற்றைத் தொடர வேண்டும் என்று சொன்னது. அவற்றை நேர்மறையான நோக்கங்களுக்குப் பயன்படுத்த முடியும் என்றும், நாடு முழுவதும் செயல்படுத்த முடியும் என்றும் காரணம் சொன்னது. நாடாளுமன்றம் அந்தக் குழுவின் பரிந்துரையை ஏற்று அரசமைப்புச் சட்டத்தில் திருத்தம் செய்தது. 1955-ஆம் ஆண்டு பண்டங்கள் சட்டம் ஒன்றை நிறைவேற்றிற்று. அதன் மூலம், மைய அரசு எல்லாவற்றையும் உள்ளடக்கிய நிரந்தரச் சட்டத்தின் வழியாகப் பண்டங்களைக் கட்டுப்படுத்தும் அதிகாரத்தை அரசுக்குக் கொடுத்தது.

காலனிய அரசு கொண்டுவந்த போர்க்கால அவசரநிலை நடவடிக்கையை எப்படி அதை எதிர்த்துக்கொண்டிருந்த ஒரு அமைப்பு, பின்காலனியக் குடியரசில் பதவிக்கு வந்த பிறகு ஏற்றுக்கொள்ள முடியும்? அரசு தனது அதிகாரத்தைக் குடிமக்கள் மீது பரவலாகப் பயன்படுத்த முடியும் என்பதை ஒரு நவீன அரசின் தன்மையாகக் காண்கிறார்கள். இந்திய அரசமைப்புச் சட்டமே அவசரநிலையை ஒரு நிறுவனமாக ஆக்கிவிட்டது. ஒரு குறிப்பிட்ட காலத்துக்கு மக்களின் குடியுரிமைகளை நிறுத்திவைக்கும் அசாதாரணமான அதிகாரத்தை அரசுக்குக் கொடுத்தது. கட்டுப்பாடுகள் வேறு பரிமாணத்தை இந்தியாவில் பெற்றன. இது பொருளாதாரச் சிக்கல், அரசியலைப் பொறுத்தமட்டில் நடுநிலையானது என்பதால் மட்டுமல்ல. அவசரநிலை ஒரு வளர்ச்சியடையாத பொருளாதாரத்தால் ஏற்படும் ஒரு நிலையான நிபந்தனையாகவும் பார்க்கப்பட்டது. கட்டுப்பாடுகளைத் தொடர்வது பின்காலனிய அரசு தனது குடிமக்களோடு கொண்டுள்ள தொடர்பின் அடையாளம் ஆனது. அதோடு பொருளாதாரத்தை நிர்வகிக்க மையமாக்கப்பட்ட திட்டமிடுதலை ஒரு கருவியாக ஏற்பதற்கும் அது அவசியமாகிறது. இவைதான் நேரு அரசு கட்டுப்பாட்டைத் தொடர்வதற்கான காரணங்கள். இந்திய அரசமைப்புச் சட்டம் அதன் எல்லாக் குடிமக்களுக்கும்

பொருளாதார நியாயம் கிடைக்க உறுதியளித்தது. அரசமைப்பு இயற்றும் குழுவிடம் அப்போதைய கவர்னர் ஜெனரல் பேசும்போது உறுப்பினர்களின் பொறுப்புகளைப் பற்றிக் குறிப்பிட்டார். மக்களின் மகிழ்ச்சியையும் வளத்தையும் உறுதிப்படுத்துவது அவர்களது பொறுப்பு என்றார். மேலும், சமநிலையிலான பொருளாதாரத்தைக் கட்டமைப்பதும், வருங்காலச் சமூகம் உணவு உடை அவசியப் பொருட்கள் பற்றாக்குறை ஏற்படாமல் பாதுகாப்பதும் அவர்கள் கடமை என்றார்.

நேருவும் சபையின் முதல் வேலை சுதந்திர இந்தியாவை அரசமைப்புச் சட்டத்தின் வழியாக, பட்டினியால் வாடும் மக்களுக்கு உணவளிப்பதும் ஆடை இல்லாதவர்களுக்கு உடையளிப்பதும் ஆகும் என்றார். இன்னொரு உறுப்பினர், அரசமைப்புச் சட்டம் கிராம மக்களுக்கு உணவும் உடையும் கிடைக்க உறுதிசெய்ய வேண்டும் என்றார். ஏனென்றால், அவை கிடைக்காததால்தான் வெளிநாட்டு ஆட்சியிலிருந்தும் பழக்கவழக்கங்களிலிருந்தும் விடுதலை வேண்டும் என்ற கோரிக்கை எழுந்தது என்றார்.

இந்த அறிவிப்புகளெல்லாம் விடுதலை பெற்ற மக்களாட்சி தனது குடிமக்களுக்கு வாழ்க்கையின் அடிப்படை வசதிகளை உறுதிசெய்ய வேண்டும் என்று எதிர்பார்க்கப்பட்டதைக் காட்டின. எனினும், உணவும் உடையும் மக்கள் பெற வேண்டும் என்பது உரிமை என்பதைவிட அரசின் பொறுப்பு என்பதில் அரசமைப்புச் சட்டம் கொடுத்திருக்கிறது என்று ஏற்றுக்கொள்ளப்பட்டது. பொதுநலனுக்காக நாட்டின் பொருள் வளங்களின் சொத்துரிமையும் கட்டுப்பாடும் பரவலாக்கப்பட வேண்டும். இதை உறுதிசெய்ய அரசாங்கம் கொள்கைகளை வகுக்க வேண்டும் என்று அரசமைப்புச் சட்டம் வழிகாட்டியது. செல்வமும் உற்பத்தி வழிகளும் பொதுநலனுக்கு ஊறுவிளைவிக்கும் வகையில் குவிக்கப்படக் கூடாது. அவ்வாறு நடைபெறச்செய்வதாகப் பொருளாதார அமைப்பின் நடவடிக்கை இருக்கக் கூடாது என்பதை அரசு உறுதிசெய்ய வேண்டும். அன்றாடத் தேவைப் பொருட்கள் கிடைப்பது பற்றிய அக்கறையில் இது வந்தது. போட்டியின் செயல்பாடு சொத்துரிமை ஒரு இடத்தில் குவிவது, அத்தியாவசியப் பொருட்களின் கட்டுப்பாடு ஆகியவற்றில் முடிய அனுமதிக்கக் கூடாது என்பது மூல வாசகம். இதனால், சந்தையின் சாதாரண நடவடிக்கைகளில் அரசு தலையிட வேண்டியது

கடமை ஆயிற்று. எனினும், இந்தச் சிக்கலை உரிமை என்று இல்லாமல் பொறுப்பு என்று ஆக்கியபோது குடிமக்கள் இவற்றை அரசமைப்புச் சட்டத்தின் வழியாகப் பெற முடியாமல்போயிற்று. அனந்த சயனம் அய்யங்கார் இவ்வாறு புகாரளித்தார்:

> மனித வாழ்க்கைக்கு உணவும் உடையும் முக்கியம். மக்களுக்கு உணவும் உடையும் அரசு தரும் என்று அரசமைப்புச் சட்டத்தில் ஒரு வார்த்தை இருக்கிறதா? வங்கப் பஞ்சத்தில் 35 லட்சம் பேர் மடிந்ததிலிருந்து நாம் ஒரு பாடமும் கற்கவில்லை. இந்தியாவில் ஒருவரும் பட்டினியால் சாக மாட்டார்கள் என்பதை வருங்கால அரசுகள் மீது சுமத்த ஒரு வார்த்தையாவது அரசமைப்புச் சட்டத்தில் இருக்கிறதா? ஒரு மனிதன் உயிர் வாழ்வதே உறுதியில்லாதபோது ஒவ்வொருவருக்கும் அரசியல் உரிமைகள் இருக்கும் என்று சொல்வதால் என்ன பயன்?

ஒரு அவசரநிலையால் காவல் துறைக்கு அதிக அதிகாரங்கள் தருவது குடியரசுகளின் அரசமைப்புச் சட்டங்களில் இருப்பது வழக்கம்தான். ஆனால், பின்காலனிய இந்தியாவில் வித்தியாசமாக இருந்தது என்னவென்றால் இந்த அதிகாரங்கள் ஒரு நிரந்தரமான கருவியாக ஆக்கப்பட்டுவிட்டன என்பதுதான். பொருளாதாரத்தை ஒரு தேசிய அவசரநிலையாகப் பார்க்க வேண்டிய அவசியம் விடுதலைக்குப் பத்தாண்டுகளுக்கு முன்னர் இருந்த நிலையால் ஏற்பட்டது. அப்போது பஞ்சம் தலைவிரித்தாடியது. நாடு வளர்ச்சி குன்றி இருந்தது. ஆகவே, பண்டங்களையும் சேவைகளையும் ஒழுங்குபடுத்துவதன் மூலமே பொருளாதார நெருக்கடியைச் சமாளிக்க முடியும் என்று புதிய அரசு நம்பியது.

பொருளாதாரத்தை மேலாண்மை செய்வதில் இந்த அணுகு முறையால் ஏற்படும் மக்கள்நல அரசு மேலிருந்து இயக்கப்படுகிறது. மக்களின் தேவைகள் என்னவாக இருக்கும் என்ற அனுமானத்தில் செய்யப்படுகிறது. மக்களின் பிரதிநிதிகள் எடுத்துச்சொல்லும் உண்மையான தேவைகள் எடுத்துக்கொள்ளப்படுவதில்லை. இதனால், பொருளாதாரக் கட்டுப்பாடுகளுக்கு மக்களின் ஆதரவு இருப்பதில்லை. இந்திய அரசுக்கு அதன் பிரதிநிதித்துவம் தேர்ந்தெடுக்கப்பட்ட அரசாங்கத்தால் மட்டும் ஏற்படவில்லை. பொருளாதாரத் திட்டமிடல் மூலம் நாட்டின் பொருளாதாரத்தை வளமான பாதையில் வழிநடத்துவதிலும் பெறப்பட்டது. இவ்வாறு நாட்டின் இறையாண்மை அதிகாரங்கள் நேரடியாகக் குடிமக்களின் பொருளாதார நலனோடு தொடர்புடையவையாக இருந்தன.

மக்களின் பொருளாதார நலனுக்கான தேவைகள் மக்களின் விருப்பங்களையும் மீறிநின்றன. தேர்தல்கள், ஊடகங்கள், சந்தைகள் ஆகியவற்றின் மூலமாக வெளிப்படும் விருப்பங்களுக்கு எதிராக அது இருக்கலாம். சிலசமயம், மீறுவதாகக்கூட இருக்கலாம்.

முதல் ஐந்தாண்டுத் திட்டத்தின்போது, அப்போதைய பொருளாதாரச் சூழலில் அத்தியாவசியப் பொருட்களைத் தருவதற்கு சுதந்திரமான சந்தை தகுந்த அமைப்பு இல்லை என்று திட்டக்குழு கருதியது. ஏனென்றால், பற்றாக்குறைகளாலும் பன்னாட்டு மாற்றங்களாலும் பொருளாதாரம் அழுத்தத்தைச் சந்திக்க நேரும். இது வருங்காலத்தில் சரிசெய்யப்படும். அதுவரை, அரசு அசாதாரண நடவடிக்கைகளை அவற்றைச் சமாளிக்க எடுக்க வேண்டியிருக்கும். கட்டுப்பாடுகள் பற்றாக்குறைப் பொருட்களை சமமாகப் பங்கிடத் தேவையென்று தொடக்கத்தில் நியாயப்படுத்தப்பட்டன. ஆனால், பற்றாக்குறை போன பிறகும் கட்டுப்பாடுகள் தொடர்ந்தன. எடுத்துக்காட்டாக, சர்க்கரைத் தயாரிப்பு அதிகரித்தாலும் அதற்கான கட்டுப்பாடு தொடர்ந்தது. வெளிநாட்டுச் செலவாணியை ஈட்டுவதற்காக ஏற்றுமதிசெய்யக் கட்டுப்பாடு தேவை என்று சொல்லப்பட்டது.

பண்டங்கள் கட்டுப்பாட்டுக் குழுவானது திட்டக்குழுவின் ஆதரவால் கட்டுப்பாடுகளை நிரந்தரமாக ஆக்கிவிட்டது. கட்டுப்பாடுகள் பலதரப்பு விருப்பங்களைச் சமநிலைப்படுத்தவும் குறிப்பிட்ட வகைகளுக்கான சுதந்திரத்தைக் கட்டுப்படுத்தவும் முடியும், வேறுசிலருக்கு ஊக்கத் தொகைகள் தரவும் அரசுக்கு வாய்ப்பளிக்கும் என்று திட்டக்குழு கூறியது. போர்க்காலத்தின்போது கட்டுப்பாடுகள் கொண்டுவரப்பட்டதால் சமாதானக் காலத்தில் திட்டமிடப்பட்ட பொருளாதாரத்தில் அதன் பாடு தெரியாமல்போயிற்று என்று குறிப்பிட்டது. இப்போது ஏழை மக்களின் குறைந்தபட்சத் தேவையை நிறைவுசெய்ய அது தேவை. மேலும், பணக்காரர்களின் ஆடம்பரங்களைத் தடுக்கவும் வேலையில்லாத ஆட்களின் சக்தியை நேரடியாக மூலதனம் செய்யவும் அரசு திட்டமிடவும் உதவும். காலனிய அரசின் பல அமைப்புகள் தொடரப்படுவதை நியாயப்படுத்த இந்த வாதம் கூறப்பட்டது. பொருளாதாரக் கட்டுப்பாடுகள் அறிவுசார் பொதுத்தன்மையால் இயங்குகிறது என்று சொன்னது. ஆகவே, அதை வளர்ச்சிக்குப் பயன்படுத்த முடியும் என்றது.

கட்டுப்பாடுகள் சட்டபூர்வமாக இருக்க வேண்டுமென்றால் அவை ஒரு பகுதியினரின் நலன்களைத் தாண்டி அரசியல் செயல்பாடுகளுக்கு உட்படாமல் இருக்க வேண்டும். மேலும், நாடாளுமன்றத்தால் அல்லாமல் ஒரு நடுநிலையான வல்லுநர்களால் வழிநடத்தப்பட வேண்டும். கட்டுப்பாடுகளை நடைமுறைப்படுத்துவதில் அரசியல்வாதிகள், குடிமைச் சமூகம், இனக்குழுக்கள் ஆகியவற்றின் தலையீடு இருக்கக் கூடாது. இப்படிச் செய்வது அமெரிக்கா போன்ற மக்களாட்சி நாடுகளில் கடைப்பிடிக்கப்பட்ட பங்கீடு, கட்டுப்பாடுகள் ஆகிய முறைகளிலிருந்து முற்றிலும் மாறுபட்டதாக இருக்கும். எதிர்க்கட்சியான சோஷலிஸ்ட் கட்சிகூட இப்போதைய அமைப்பில் மக்கள் நம்பிக்கை இழந்துவிட்டார்கள் என்று சுட்டிக்காட்டினாலும், பண்டங்கள் மீதுள்ள கட்டுப்பாடுகளை ஆதரிக்கவே செய்தது. மக்களின் அதிருப்திக்கு அரசு அதிகாரங்களிடம் அவை இருப்பதே காரணம் என்றது. எனவே, அதிகாரத்தை அரசுத் துறைகளிலிருந்து தேர்ந்தெடுக்கப்பட்ட மக்கள் பிரதிநிதிகளிடம் விடப்படும் என்று உறுதியளித்தது.

1948 பருத்தி ஆடை ஆணையின்கீழ்தான் பக்ளாக்கள் சிறையில் அடைக்கப்பட்டார்கள். அதை எதிர்த்து வழக்கு தொடுத்தார்கள். இது பொருளாதாரத்தை ஒழுங்குபடுத்த இருந்த அமைப்புகளுக்கு ஒரு எடுத்துக்காட்டு. இந்த ஆணையானது போருக்குப் பின் கொண்டுவரப்பட்டது. ஏனென்றால், அப்போது நாட்டின் பல பகுதிகளில் ஆடைப் பஞ்சம். நிலைமை எவ்வளவு மோசமாகப் போனது என்றால், பல நகரங்களில் பிணங்களில் சுற்றிய ஆடைகளைத் திருடினார்கள் என்று செய்தி பரவியது. கடைகளின் முன்னால் கலவரம் வெடிக்கும் என்ற அச்சம் இருந்தது.

இந்த ஆணை எல்லாப் பொறுப்புகளையும் ஆணையரிடம் கொடுத்தது. பருத்தி உற்பத்தி, நூல் நூற்றல் முதலியவற்றிலிருந்து ஒவ்வொரு நிலையையும் ஒழுங்குபடுத்த அவருக்கு அதிகாரம் தரப்பட்டது. அந்த ஆணையின்படி கைத்தறித் தொழிலுக்குத் தேவையான நூல் கிடைப்பதை உறுதிசெய்தது. எந்திர நூற்பாலைகளைக் கட்டுக்குள் கொண்டுவந்தது. ஆடை விலைகளை நிர்ணயித்தது. நாடு முழுவதும் சீரான விநியோகத்தை உறுதிசெய்தது. பதுக்கலைத் தடுத்தது. இந்தக் கட்டுப்பாடுகளை அமல்படுத்த எல்லாத் துணியிலும் நூலிலும் உற்பத்திசெய்யப்பட்ட தேதி குறிக்கப்பட்டது. நாடு மண்டலங்களாகப் பிரிக்கப்பட்டது.

நூலாடை இவற்றுக்கிடையே கொண்டுசெல்லப்பட ஆணையர் அனுமதி வேண்டும். இவ்வாறு அனுமதிச்சீட்டு முறை கொண்டுவரப்பட்டதால் பருத்தி வணிகத்தில் புதிய ஆட்கள் நுழைந்தார்கள். புதிய சில்லறை வியாபாரிகள் நில இடங்களில் இந்த உரிமங்களைப் பழைய ஆட்களுக்கே விற்றார்கள். இது லாபத்தின் அளவைக் குறைத்தது. புதிய ஆட்கள் வந்ததால் பல நகரங்களில் மொத்த வியாபாரிகள் தங்கள் பொருளாதார நிலையை இழந்தார்கள். நாட்டில் வியாபார வலைத்தளங்கள் சரிந்தன.

விலை, விநியோகக் கட்டுப்பாடுகள் அமைப்பு மிகவும் சிக்கலாக இருந்தது. அதோடு வழக்கமான வணிக வழிகள் மாறிப்போயின. இதனால், ஏற்கெனவே உரிமம் பெற்ற வியாபாரிகளுக்குக் கடுமையான இடைஞ்சல்கள் ஏற்பட்டன. கட்டுப்பாடுகளுக்கான ஆணைகளை ஏமாற்றுவதற்கான ஆசைகளும் ஏற்பட்டன. அவற்றைப் புரிந்துகொள்வதும் கடினமாக இருந்தது. தெரிந்தோ தெரியாமலோ எல்லா வியாபாரிகளும் கட்டுப்பாடுகளை ஏமாற்றினார்கள். ஒழுங்குமுறைகளின்படி நடந்தால் அது அவர்களுடைய தொழிலை அழித்துவிடும்.

இந்த ஆணைகள் மிகவும் குழப்பம் தருவதாக இருந்தன. நாடாளுமன்றக் குழு ஒன்று இந்தப் பண்டங்கள் மீதான கட்டுப்பாடுகளை மறுஆய்வு செய்தது. அதனால்கூடப் பல ஆணைகளின்கீழ் வந்த அறிவிப்புகளைப் பெற முடியவில்லை. பல நிர்வாகிகளும்கூட அவர்களாலும் அன்றைய நிலவரம் பற்றி அவர்கள் உறுதியாக இல்லை என்று ஒத்துக்கொண்டார்கள். பருத்தி ஆடை ஆணைகளால் வணிகர்கள் அதிகமான எழுத்து வேலை செய்ய வேண்டியதாயிற்று. எடுத்துக்காட்டாக, பம்பாய் மில்கள் ஓராண்டுக்கு 577 பவுண்ட்களைப் பலதரப்பட்ட அலுவலர்களுக்கு அனுப்ப வேண்டியிருந்தது. துல்லியமாகக் குறித்த நேரத்தில் அனுப்பாவிட்டால் அபராதம் விதிக்கப்படும்.

புதிய பொருளாதாரக் குற்றவாளி

இந்தியாவில் கட்டுப்பாடுகள் அமைப்பு குற்றவாளிகளில் புதிய ஒரு வகுப்பை உண்டாக்கிவிட்டது. அதை சமூகப் பொருளாதாரக் குற்றம் என்று பின்னர் கூறினார்கள். இந்தக் குற்றங்களில் முதல் பட்டியலில் பதுக்கல், கள்ளச்சந்தை, வரி ஏய்ப்பு, உணவுக் கலப்படம், உரிமங்களில் சட்டவிரோதமாக நடத்தல் ஆகியவை

அடங்கும். இந்தப் புதிய குற்றங்கள் இந்தியக் குற்றச் சட்டத்தில் இடம்பெறவில்லை. உலகப் போருக்கு முந்தைய குற்றங்களில் சூதாட்டம், உணவுக் கலப்படம், கள்ளநோட்டு அச்சடித்தல் ஆகியவை புதிய உடன்படிக்கைகளில் இடம்பெற்றன.

புதிய சமூகப் பொருளாதாரக் குற்றங்கள் நாட்டின் பொருளாதார முன்னேற்றத்தைத் தடுப்பதாக அமைந்தன. இந்தக் குற்றங்களால் பாதிக்கப்பட்டவர்கள் அரசாங்கமும் நுகர்வோரில் ஒரு பகுதியரும்தான். இந்தக் குற்றம் ஏமாற்றுதலால் நடந்தது. இதில் வன்முறை இல்லை. சட்ட ஆணையம் இந்தக் குற்றங்களை நாட்டைப் பாதுகாப்போடு ஒப்பிட்டது. பொருளாதார நெருக்கடியில் அல்லது ஒரு நல்ல சமூகக் கட்டமைப்பை உருவாக்குவதில் ஒவ்வொரு தானியத்தின் தூய்மையும் காக்கப்பட வேண்டும். தீயதின் ஒவ்வொரு புள்ளியும் அழிக்கப்பட வேண்டும். பண்டங்கள் சட்டத்தை மீறினால் கடுமையான தண்டனை கொடுக்கப்பட வேண்டும். இப்படியெல்லாம் பரிந்துரைத்தது. மக்களின் உடல்நலத்தைப் பாதிக்கும் குற்றங்கள் நசுக்கப்பட வேண்டும் என்றும், பொருளாதாரக் குற்றங்களை எதிர்த்துப் போராடும் சட்ட ஆயுத சாலையில் கூர்மையான பயனுள்ள ஆயுதங்கள் இருக்க வேண்டும் என்றும் கூறியது.

கட்டுப்பாடு அமைப்புக்கு விதிவிலக்கான குற்றவியல் சட்டம் உதவியாக இருந்தது. சமூகப் பொருளாதாரக் குற்றவாளிகளுக்கு அபராதங்களைவிடவும் மிகக் கடுமையான தண்டனைகள் தேவைப்படுகின்றன என்று நம்பப்பட்டது. மேலும், இந்தக் குற்றம் வழக்கமான ஒழுக்கநெறிகளுக்குள் வராது. ஏனென்றால், இந்தக் குற்றங்கள் சிக்கலானவை. பொது அமைப்புகள்கூட இந்தச் சட்டங்களை மீறின.

ESA, பண்டங்கள் சட்டத்தை மீறினால் மூன்றாண்டு சிறைத்தண்டனையும் அபராதமும் விதிக்கப்பட்டன. இந்தக் குற்றங்களில் சம்பந்தப்பட்ட ஆடை போன்ற பொருட்கள் கையகப்படுத்தப்பட்டன. பக்ளா வழக்கில் அவருடைய வேலைக்காரர்கூடத் தண்டிக்கப்பட்டார். அதேபோல, நிறுவனங்களின் இயக்குநர்களும் மேலாளர்களும் தண்டனைக்கு உள்ளாவார்கள். இந்த வழக்குகளில் குற்றவாளிகள் அல்ல என்று நிரூபிக்க வேண்டிய பொறுப்பு குற்றம்சாட்டப்பட்டவருடையது.

மிகவும் கடுமையானது என்னவென்றால், கட்டுப்பாடுச் சட்ட வழக்குகளை 1873 குற்ற நடைமுறைச் சட்டத்தின்கீழ் நேரடியாகச் சந்திக்க வேண்டும். வழக்கமாக, இப்படிப்பட்ட வழக்குகளில் பண்டங்களின் மதிப்பு இருநூறு ரூபாய்க்குக் கீழ் இருக்க வேண்டும். அதிகபட்சத் தண்டனை இரண்டு ஆண்டு சிறை. சிறு குற்றங்களுக்குத்தான் இப்படிப்பட்ட உடனடி 'summary trial' விசாரணை நடத்தலாம். வேகமாகத் தீர்வுகள் பெற இப்படி நடத்தப்படும். ஆகவே, நடைமுறைத் தேவைகளைப் பின்பற்ற வேண்டியதில்லை. எடுத்துக்காட்டாக, குற்றம்சாட்டப்பட்டவர் சாட்சியங்களை ஒரு முறைதான் குறுக்கு விசாரணை செய்யலாம். மேல்முறையீட்டுக்கும் வாய்ப்பு குறைவு, இல்லை என்றுகூடச் சொல்லலாம். இப்படிப்பட்ட அசாதாரண நடவடிக்கைகள் தேவைப்படும் என்பதற்கான அரசாங்கத்தின் காரணங்களை ஒரு விவாதம் தெளிவுபடுத்தும்.

ESA 1949-ஆம் ஆண்டு திருத்தப்பட்டது. அதன்படி, உணவு தானியம், ஆடை தொடர்பான கட்டளைகளை மீறும் வழக்குகளில் சிறைத்தண்டனை அவசியம். நீதிபதி எழுத்துபூர்வமாகக் காரணம் கொடுத்தால்தான் விதிவிலக்குகள் கொடுக்க முடியும். மேலும், இவற்றைக் கடத்துவதற்குப் பயன்படும் வண்டிகளும் விலங்குகளும் கையகப்படுத்தப்படலாம்.

தண்டனை தருவதில் நீதிபதி தன்னிச்சையாகச் செயல்படுவதை 1949-ஆம் ஆண்டு ESA திருத்தம் நீக்கியது. நீதிபதிகள் குறைவான தண்டனைகள் தந்ததால் இந்தத் திருத்தம் செய்யப்பட்டது. கல்கத்தா வழக்கறிஞர் பிரபு தயாள் இந்தத் திருத்தத்தை எதிர்த்தார். நீதிபதிகள் கடுமையான தண்டனை கொடுக்காததற்குக் காரணம் கட்டுப்பாடுகளை மக்கள் விரும்பவில்லை என்பதுதான் என்றார். வேறு நாடாளுமன்ற உறுப்பினர்களும், "கட்டுப்பாடு ஆணைகளை மக்கள் மீறுவதற்குக் காரணம் பண்டங்களின் பற்றாக்குறைதான். ரேஷன் கடைகள் உட்படக் கடைகளில் கிடைக்கும் சரக்குகளின் தரம் மோசமாக இருந்தது. எனவேதான், கறுப்புச்சந்தைக்கு மக்கள் போகிறார்கள்," என்றார்கள். ஒரு தந்தை தனது குழந்தைகளுக்குக் கள்ளச்சந்தையில் உணவு வாங்கினால் அவர் கிரிமினல் குற்றவாளியா?

ESA-க்குக் கொண்டுவரப்பட்ட திருத்தங்கள் பெருவாரியான ஆதரவுடன் நிறைவேறின. பொருளாதாரக் குற்றங்களுக்குச் சில நாடுகளில் மரணதண்டனைகூட வழங்குவதாக ஒரு உறுப்பினர்

நினைவுபடுத்தினார். சிறைத்தண்டனையை ஏழு ஆண்டுகளாக ஆக்க வேண்டும் என்றார். குற்றவாளிகளுக்குப் பணம்தான் முக்கியம்; ஆகவே, அவர்களது சொத்தும் பறிமுதல் செய்யப்பட வேண்டும் என்றார்.

கட்டாயச் சிறைத்தண்டனை எல்லாக் குற்றங்களையும் ஒரே அளவாகக் கருதச்செய்தது. ஒரு தொழிலதிபர் தனது கணக்கைத் தாக்கல்செய்ய மறந்துவிட்டார் என்றால், ஒரு சிறுவியாபாரி அனுமதிச்சீட்டு இல்லாமல் சரக்கைக் கொண்டுசென்றார் என்றால், ஒருவர் கள்ளச்சந்தையில் உணவு வாங்கினார் என்றால் அவர்கள் அனைவருக்குமே ஒரே மாதிரியான சிறைத்தண்டனை. கட்டுப்பாடுகளை மீறியவர்களில் தண்டனை பெற்றவர்கள் சிறுவியாபாரிகளும் சரக்கை வாங்குபவர்களும்தான். மற்றவர்கள் லஞ்சம் கொடுத்துத் தப்பிவிடுகிறார்கள் என்று திருத்தத்தை எதிர்த்தவர்கள் சொன்னார்கள். மேலும், குற்றவாளிகளைத் தண்டிப்பது மட்டுமே கள்ளச்சந்தையை முடிவுக்குக் கொண்டுவராது; பதுக்கப்பட்டுவிடும். அதனால், மக்கள் அதிக விலை கொடுத்து வாங்க வேண்டியிருக்கும் என்றார்கள். பிஹாரில் ஒரு ஏழைக் கைம்பெண் தனது வீட்டிலிருந்து சேலைகள் விற்றதற்காகக் கைதுசெய்யப்பட்டார் என்று ஒரு மார்வாடி உறுப்பினர் கூறினார். ரேஷன் கடை ஊழியர்கள் சங்கத் தலைவர் தனது அனுபவத்தில் தண்டனை பெற்றவர்களில் பெரும்பான்மையானோர் சிறிதளவு உணவு தானியத்தை ஒரு இடத்திலிருந்து இன்னொரு இடத்துக்குக் கொண்டுபோன ஏழை விவசாயிகள் என்றார்.

கட்டுப்பாடுகள் பல்வேறு வகைப்பட்ட மக்களால் மீறப்பட்டது. ஆனால், அரசாங்க அதிகாரிகள் ஒருசிலரையே குறிவைத்தார்கள். அவர்கள் பதுக்கல்காரர்களும் கறுப்புச்சந்தைக்காரர்களும்தான். சட்டபூர்வமான சந்தையில் இருப்பவர்கள் உழவர்கள், விற்பனையாளர்கள், வாடிக்கையாளர்கள் என்று ஒரு பிரச்சார விளம்பரத்தில் குறிப்பிடப்பட்டிருந்தது. விளம்பரம் நான்காவது மனிதரான பதுக்கல்காரரைத் தவிர்க்க வேண்டுமென்று கேட்டுக்கொண்டது (படம் 2.1). இந்த விளம்பரங்கள் தேவைக்கு அதிகமாக வாங்குவதையும் பதுக்கிவைப்பதையும் பற்றி எச்சரிக்கை தந்த அதேசமயம், ஒழுக்கமற்ற பதுக்கல்காரர் பற்றி எச்சரிக்கையாக இருக்க வேண்டும் என்று எச்சரித்தன. அவர்களை வியாபாரிகளாகக் காட்டின.

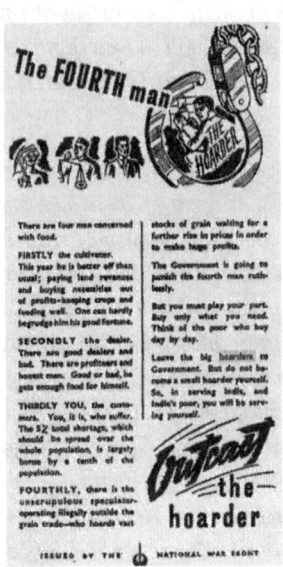 

படம் 2.1 "நான்கவது மனிதன்" விளம்பரம். Times of India, March 18, 1943

படம் 2.2 கள்ளச் சந்தையை ஒழிப்பது, விளம்பரம் எண். 5 Times of India, January 19, 1945

கடைக்காரர்களும் வணிகர்களும் அரசு ரேஷன் கடை ஊழியர்களும் ஊழல்காரர்களாகப் பார்க்கப்பட்டார்கள். வாடிக்கையாளர்கள் ரேஷன் கடைக்காரர் தரும் எல்லா ரசீதுகளையும் ஒரு மாத காலம் வைத்திருக்க வேண்டும் என்று விளம்பரங்கள் கூறின. ரேஷன் கடை ஆய்வாளர்கள் கடைக்காரர்களின் விற்பனைக் கணக்குப் புத்தகங்களை ஆய்வுசெய்வார்கள். ரேஷனுக்கு உட்பட்ட பொருள்கள் கள்ளச்சந்தைக்குப் போவதை இது தடுக்கும். மக்கள் நேர்மை இல்லாத விற்பனையாளர்களைப் பற்றிக் காவல் துறைக்குச் சொல்லிக் கறுப்புச்சந்தையை ஒழிக்க வேண்டும் என்றும் கூறப்பட்டது. (படம் 2.2)

பெருமுதலாளிகளோடு காங்கிரஸ் கட்சிக்கு நெருங்கிய தொடர்பு இருந்துவந்திருக்கிறது. எனினும், வணிகர்களும் விற்பனையாளர்களும் அரசியல் மேல்மட்டத்தாரும் பொதுமக்களும் சந்தேகத்துடனேயே பார்க்கப்பட்டார்கள். பற்றாக்குறைகள், மோசமான பொருட்கள் பற்றி மக்கள் சில்லறை வியாபாரிகள் மீது எரிச்சலடைந்திருந்தார்கள். அவர்களோடுதான் நுகர்வோர் தினமும் தொடர்புகொண்டிருந்தார்கள். பெரிய

தொழிலதிபர்களுடனும் பெருமுதலாளிகளுடனும் அல்ல. அரசாங்கத்தின் செய்திப்படங்களெல்லாம் கடைக்காரர்களை மோசமான குடிமக்களாக வெளிப்படையாகவே காட்டின. 1952-ஆம் ஆண்டு வெளியான 'Citizens and Citizens' திரைப்படத்தின் தொடக்கக் காட்சியில் நல்ல குடிமகன் அவன் தேர்ந்தெடுத்தவர்கள் கொடுக்கும் சட்டங்களுக்குப் பணிந்துபோகிற குடும்பக்காரனாகக் காட்டிற்று. படத்தில் அரசு அனுமதிபெற்ற கடைக்காரர் எண்ணெயைப் பதுக்குவதாகக் காட்டப்படுகிறார். அவரது வாடிக்கையாளருக்கு எண்ணெய் இல்லை என்று சொல்லிவிட்டு இரவில் அவர் எண்ணெய் பதுக்கிவைத்திருந்த அறையில் (படம் 2.3) அமர்ந்து கொண்டாடுகிறார். அப்போது ஒரு குரல் இவர் வளர்ச்சியின் சக்கரத்தில் முட்டுக்கட்டை போட்டுவிட்டார் என்கிறது. அந்த மார்வாடி வியாபாரியின் பெயர், நமெந்து கோஷின் சிறுகதையில் வரும் வில்லனின் பெயர்.

வணிகரின் நாட்டுப்பற்றை எல்லோருமே சந்தேகித்தார்கள். மக்களுடைய நல்லெண்ணத்தைப் பெறும் பொருட்டு, வர்த்தகர்கள்

படம் 2.3 "பழைய சரக்குகள் தீர்ந்துவிட்டன" சங்கன்லால் என்ற கடைக்காரர் Citizens and Citizens (1952) இல் சொல்லிவிட்டு, அவருடைய சரக்கு அறையில் பதுக்கி வைத்திருந்த சரக்குகள் பற்றிய பெருமையில் இருக்கிறார்.

அரசோடு ஒத்துழைக்க வேண்டும் என்று ஒரு மிட்டாய்க் கடைக்காரர் விளம்பரம் தந்தார். (படம் 2.4) அவர்கள் இப்போது தங்களது சொந்த அரசு ஆள்கிறது என்பதை நினைவில்கொள்ள வேண்டும் என்று கேட்டுக்கொண்டது. முழு ஒத்துழைப்பு தரவில்லை என்றால் உண்மையான தேசிய அரசு தரும் நன்மைகளை அவர்கள் பெற முடியாது. பதுக்கலும் கறுப்புச்சந்தையும் அரசு எந்திரத்தில் பழுது ஏற்படுத்தும். அதிகக் கூலி, அதிக விலையில் கச்சாப்பொருள்கள் என்றாகிவிடும். சட்டங்களில் அவ்வப்போது திருத்தங்கள் வேண்டும் என்று சொன்னவர்கள் எல்லா வணிகர்களையும் குற்றவாளிகளாகவே பார்த்தார்கள். அவர்களுக்கு எதிரான விமர்சனங்கள் கடுமையாகின. பண்டங்கள் சட்டத்துக்குக் கொண்டுவரப்பட்ட ஒரு திருத்தமானது பதுக்கல்காரர்களைக் கொலைகார விலங்குகள் என்றும், கோடிக்கணக்கான மக்களின் வாழ்க்கையில் விளையாடுபவர்கள் என்றும் விவரித்தது.

படம் 2.4 வர்த்தகர்களுக்கு வேண்டுகோள், விளம்பரம் எண் 7, 1948.

வணிகர்களுக்கு மக்களோடு நல்ல தொடர்பு இல்லை. அவர்களுக்கென்று தேர்ந்தெடுக்கப்பட்ட அரசில் அவர்களுக்குப் பிரதிநிதித்துவம் இல்லை. காலனிய இந்தியாவில் உள்ளூர் வணிகர்களுக்குச் சட்டமன்றத்தில் பிரதிநிதித்துவம் இருந்தது. வர்த்தகக் கழகங்களும் வணிகர் சங்கங்களும் வாக்காளர்களாக அவர்களது உறுப்பினர்களைச் சட்டமன்றங்களுக்கு அவர்களது பிரதிநிதிகளாக அனுப்ப முடிந்தது. ஆனால், இவை விடுதலை இந்தியாவில் நீக்கப்பட்டன. ஆகவே, இந்த அமைப்புகளுக்குச் சந்தைக் கொள்கைகளுக்காகப் பேச அங்கே ஆள் இல்லாமல்போயிற்று. ஆனால், வர்த்தகர்களும் தொழிற்சாலை அதிபர்களும் கொள்கைகளில் தாக்கம் ஏற்படுத்த முடியவில்லை என்று கருதக் கூடாது. எனினும், சட்டபூர்வமாகவும் வெளிப்படையாகவும் செயல்படுவது கட்டுப்படுத்தப்பட்டுவிட்டது. பொதுமக்களுக்கு வணிகத்தின் மீது நம்பிக்கை இல்லாதபோது வியாபார நிறுவனங்கள் மக்கள் கண்களில் படாமல் உயர் அதிகார மட்டத்தோடு தொடர்புகொள்ளத் தொடங்கின.

"லக்னோ பெட்டியில் வந்த மார்வாடிகள்:" சாதி, குற்றம், அரசமைப்பியம்

வர்த்தகர்கள் அவர்கள் செய்துவந்த தொழிலுக்காக மட்டுமே குற்றம் செய்யக்கூடியவர்கள் என்று பின்காலனிய அரசால் கருதப்பட்டார்கள். மார்வாடிகள் வர்த்தகர்கள் என்ற அடையாளத்தாலேயே அறியப்பட்டார்கள். பின்காலனிய இந்தியாவில் மார்வாடிகள் சந்தேகத்துக்கு உள்ளாகக்கூடிய சாதியினராகப் பார்க்கப்பட்டார்கள்.

பக்ளாக்களைக் கைதுசெய்த ரயில்வே துறைக் காவல் அதிகாரிக்கு வந்த செய்தியில் லக்னோ பெட்டியிலுள்ள மார்வாடிகளைச் சோதிக்குமாறுதான் தந்தி வந்தது. பெயர்களோ இருக்கை எண்களோ தேவையில்லை. மார்வாடிகள் என்ற அடையாளமே போதுமானதாக இருந்தது. பக்ளாக்களும் காவல் துறைக் குற்றப் பத்திரிகையில் தங்களை மார்வாடிகள் என்றே அடையாளப்படுத்திக்கொண்டார்கள். அவர்களுடைய சாதி அடையாளம் அவர்களுக்கு எந்த வகையில் பாதகமாக இருந்தது என்று அடுத்த பிரிவு காட்டும்.

மார்வாடிகள் ராஜஸ்தானில் இருந்துவந்த இடம்பெயர்ந்த வணிகர்கள். நாடு முழுவதும் அவர்கள் குடியேறினார்கள். முதலில் இந்து, சமணக் குடும்பங்களாகப் பல்வேறு வகைப்பட்ட குழுவாக இருந்தார்கள். பிறகு வணிகம், வட்டிக்கடை வலைத்தளங்களை ஏற்படுத்தி ஒரே மாதிரியான இனமாக ஆனார்கள். அவர்கள் எப்போதுமே ஒரு வணிகச் சாதியாகத்தான் கருதப்பட்டார்கள். ஆனால், பத்தொன்பதாம் நூற்றாண்டில் காலனியப் பொருளாதாரச் சூழல் அவர்களை முக்கியமான வணிக இனமாக ஆக்கிற்று. ஒழுங்குமுறைப்படுத்தப்பட்ட வங்கி அமைப்பு அப்போது இல்லை. நாடு முழுவதும் மார்வாடிகள் கடன் கொடுப்பவர்களாகவும், வட்டிக்கடைக்காரர்களாகவும் ஆனார்கள். அவர்களது இனத்தார்களுக்குள் நம்பிக்கையுள்ள ஒரு வலைத்தளத்தை உண்டாக்கினார்கள். உண்டியல்கள் அல்லது பணமாற்றுச் சீட்டுகளைக் கொண்ட அமைப்பை ஏற்படுத்தினார்கள். பெரிய நகரங்களுக்கும் சந்தை மையங்களுக்கும் குடியேறினார்கள்; அங்கு வங்கிக்காரர்களாகச் செயல்பட்டார்கள். விவசாயப் பொருட்களில் இடைத்தரகர்களாகவும் ஆனார்கள். மேலும், பண்டங்களின் விலை பேரங்களில் பங்குபெற்று, முதல் உலகப் போரின்போது முதல்களைச் சேர்த்துக் கடன் தரும் முக்கிய இனமாக ஆனார்கள். பிர்லாக்கள், டால்மியாக்கள், ருயாக்கள் போன்ற பல மார்வாடிக் குடும்பங்கள் விடுதலைக்கு முந்தைய காலத்தில் தொழிற்சாலை அதிபர்களாக ஆனார்கள். ஒரு மார்வாடியைத் தினமும் சந்திக்கும் ஒரு இந்தியன் ஒரு உள்ளூர் தானிய வியாபாரியாகவோ துணி வியாபாரியாகவோ வட்டிக்கடைக்காரராகவோ இருப்பார்.

எனவே, மேல்தட்டுக்காரர்களுக்கும் சாதாரண மக்களுக்கும் இடையில் சக்தி வாய்ந்த பொருளாதார இடைத்தரகர்களாக மார்வாடிகள் இருந்ததால், அவர்கள் உள்ளூர் மக்கள் மத்தியில் பகைமை உணர்வோடும் சந்தேகத்தோடும் பார்க்கப்பட்டார்கள் என்பதில் வியப்பில்லை. கல்கத்தா மார்வாடிகள் பற்றிய இன வரைவியலில் அனி ஹார்ட்குரோவ் மார்வாடிகளை ஐரோப்பாவில் யூதர்கள், இந்தோனேசியாவில் சீனர்கள், மேற்கு ஆப்பிரிக்காவில் லெபனான்கள் முதலான இடைத்தரகர்களோடு ஒப்பிட்டனர். பத்தொன்பதாம் நூற்றாண்டின் பிற்பகுதியில் மார்வாடிகளைப் பேராசைக்காரர்கள் என்றும் கஞ்சர்கள் என்றும் குற்றம்சாட்டினார்கள். அவர்கள் சூதாட்டம், பண்டங்களில் ஊக வணிகம், உணவுக் கலப்படம், உணவுப் பதுக்கல் ஆகியவற்றில் ஈடுபட்டிருந்ததாகக் குற்றம்சாட்டப்பட்டார்கள். அவர்களுக்கு

எதிரான வெறுப்புணர்வுகள் 1875 தட்சணக் கலவரங்களின்போது வெளிப்பட்டது. மகாராஷ்டிரத்தில் கிராமப் பகுதிகளிலுள்ள ஆயிரக்கணக்கான விவசாயிகள் கடனில் மூழ்கிப்போயிருந்தார்கள். அவர்கள் மார்வாடி வட்டிக்கடைக்காரர்களைத் தாக்கினார்கள்.

காலனியப் பொருளாதாரத்தின்போது மார்வாடிகள் முக்கிய இடத்தைப் பிடித்தார்கள். ஆனால், அவர்களை மக்களும் அரசாங்கமும் பழைய காலத்து வர்த்தகர்களாகத்தான் பார்த்தார்கள். புதிய முதலாளித்துவத்துக்கு ஏற்றவர்களாகக் கருதவில்லை. பார்சிகள் போன்ற வர்த்தக இனக்குழுக்கள், புதுமையான மேலைநாட்டுப் போக்குடைய குடிமக்களாகப் பார்க்கப்பட்டார்கள். மார்வாடிகள் தற்காலத்துக்குப் பொருந்தாத தொழில்முறைகளைக் கொண்டவர்களாகக் காணப்பட்டார்கள். கோஸ்வாமி என்பவர் கல்கத்தாவின் மார்வாடிகள் நிறைந்த வர்த்தக பராபசார் வட்டத்தை டல்ஹௌசி சதுக்கத்தோடு ஒப்பிட்டார். அங்கே நவீன ஐரோப்பாவின் நிறுவனங்கள் பல இருந்தன.

மார்வாடிகள் உறவினர்கள் கொண்ட நெருக்கமான வலைத்தளங்களை நாடு முழுவதும் ஏற்படுத்திவந்தார்கள். அவர்களுக்கென்று தனி தொழில் நடைமுறைகள் இருந்தன. கணக்குப் புத்தகங்களில் தனிக் குறிகளைப் பயன்படுத்தினார்கள். இதனால், அரசாங்கத்தின் சந்தை ஒழுங்குமுறைக்குள் வராதவாறு மார்வாடிகளின் தொழில்கள் இருந்தன. அரசாங்கத்துக்கும் இது தெரியும். 1952-இல் *Rights and Responsibilities* ஆவணப்படம் வந்தது. அது குடிமக்களுக்கு விளக்கம் தரும் நோக்கத்தோடு எடுக்கப்பட்டது. முதற்பகுதி, வரிகள் தராதது அரசின் செயல்பாட்டைத் தடுத்துவிடும் என்று சொன்னது. அடுத்து, சிலர் வரி ஏய்ப்பை ஒரு கலையாகவே நடத்திவருகிறார்கள் என்று மக்களுக்கு நினைவுபடுத்தியது. இதோடு, வரித் துறை வருகிறது என்று ஒரு மார்வாடி முதலாளியிடம் சொல்லப்பட்டவுடன் அவர் கணக்குப் புத்தகங்களை ரகசிய அலமாரியில் ஒளித்துவைக்கும் காட்சி வருகிறது (படம் 2.5).

மார்வாடிகளின் வளமும் தாக்கமும் நன்றாக வளர்ச்சி பெற்றதற்குக் காரணம் அவர்கள் இந்தியா முழுவதும் பரவியிருந்தார்கள் என்பதாகும். பிற வணிகக் குழுக்கான பார்சிகள், குஜராத்திகள், செட்டியார்களெல்லாம் அவர்களது ஊர்களையே அடித்தளமாகக் கொண்டு செயல்பட்டுவந்தார்கள். எனினும், பல்வேறு இடங்களில்

படம் 2.5 Rights and Responsiblilities (1952) ஆவணப்படத்திலிருந்து காட்சிகள். ஒரு மார்வாடி வணிகர் அவருடைய வரிப்பதிவேடுகளை இரகசிய ஷெல்ஃபில் மறைத்து வைக்கிறார். புத்தக அலமாரிக்குப் பின்னால் கணக்குப் புத்தகங்கள் மறைத்து வைக்கப்படுகின்றன.

இருந்து செயல்பட்டது அவர்களை 1950-களில் வழக்கத்துக்கு மாறான உணர்வுகளுள்ள அரசியல் காரணியாக ஆக்கியது. விடுதலைக்குப் பிறகு மாநில அடையாளங்கள் வலிமைபெற்றன. மொழிவாரி மாநிலங்கள் பிரிப்பதற்கான குரல் ஒலித்தது. இந்த நிலையில், மேலோங்கியிருந்த வர்த்தக இனமான மார்வாடிகள் வெளியாட்களாகக் கருதப்பட்டார்கள். அரசியல் தாக்குதல்களுக்கு உட்பட்டார்கள். தாக்கியவர்கள் பாதிக்கப்பட்டவர்கள் மட்டுமல்ல; போட்டியாக வந்தவர்களுக்கு இடைஞ்சல் செய்ய இது எளிதான வழியாகக் கருதிய உள்ளூர் தொழிலதிபர்களும் தாக்குதல் நடத்தினார்கள். உணவு அல்லது உடைப் பற்றாக்குறை ஏற்பட்டால், மார்வாடி வணிகர்கள் தாக்கப்பட்டார்கள். அவர்களது கடைகள் கொள்ளையடிக்கப்பட்டன. விற்பனையாளர்கள் உதைக்கப்பட்டார்கள். அவர்களது முகங்களில் கறுப்பு வண்ணம் பூசப்பட்டது.

மார்வாடிகள் எரிகிற கொள்ளியில் எண்ணெய் ஊற்றினார்கள். மாநிலங்களை மொழிவாரியாகப் பிரிப்பதற்கு எதிர்ப்பு தெரிவித்தார்கள். 1950-களில் ஹாரிசன் என்பவர் மார்வாடிகள்

பற்றிய விவரங்களை ஆவணப்படுத்தியிருக்கிறார். மார்வாடிகள் பிசாசுகளாகச் சித்தரிக்கப்பட்டார்கள். மார்வாடி அரசியல்வாதிகள் அவர்களது சாதி அடையாளத்தைச் சொல்லி பம்பாய், கல்கத்தா, கோயம்புத்தூர், பிஹார், அசாம், கேரளா ஆகிய மாநிலங்களில் தாக்கப்பட்டார்கள். கேரளாவில் முதல் பொதுத் தேர்தலின்போது, 'மார்வாடிகளே வெளியேறுங்கள்' என்று சுவரொட்டிகள் ஒட்டப்பட்டன.

மாநில அளவிலான பிரச்சாரங்களில் மார்வாடிகள் புதிய மாநிலத்துக்கு ஆபத்து என்று காட்டப்பட்டார்கள். '*The Case of Mr Critic*' என்ற 1948-ஆம் ஆண்டுத் திரைப்படத்தில் நம்பிக்கையில்லாத, நாட்டின் வளர்ச்சிக்குக் குந்தகம் விளைவிக்கிற குடிமக்கள் காட்டப்படுகிறார்கள். அவர்களில் மத்திய வர்க்கப் பணியாளர், வளர்ச்சி வேகம் பற்றிக் குறைபட்டுக்கொள்ளும் மாணவர், நவீனத் தொழில்நுட்பத்தை ஏற்காத விவசாயி, சேத்ஜி என்ற ஆள் ஆகியோர் அடங்குவர். சேத்ஜி ஒரு மார்வாடி வர்த்தகர் என்பது தெளிவாகத் தெரிகிறது. அவருடைய சாதி அடையாளங்கள், மார்வாடி உடை ஆகியவை வெளிப்படையாகக் காட்டப்படுகின்றன. அவர் மெத்தையில் அமர்ந்து தனது எழுத்தர்களைக் கண்காணிக்கிறார். அருகில் இருக்கும் தொலைபேசிதான் நவீனத்தின் பிரதிநிதி.

சேத்ஜியின் காலை உணவானது சீனியின் மீது அரசாங்கம் கட்டுப்பாடுகள் விதித்திருக்கிறது என்று எழுத்தர் கொண்டுவந்த செய்தியால் கலைகிறது. கோபமடைந்த சேத்ஜி, "இந்த அரசாங்கம் ஒழிக!" என்று கத்துகிறார். அரசாங்கம் ஆட்சிசெய்வதோடு நிறுத்திக்கொள்ள வேண்டும், சீனி விற்பதைத் தன்னிடம் விட்டுவிட வேண்டும் என்கிறார். அரசாங்கம் பயனற்றது என்று எழுத்தரும் அவர் சொன்னதை ஆமோதிக்கிறார். பார்வையாளருக்குச் செய்தி போய்ச்சேர்ந்திருக்குமா என்ற ஐயத்தில், ஒரு குரல் விளக்கம் தருகிறது. அதிகப்படியான லாபம் சம்பாதிப்பதை அரசு தடுப்பதால் அரசாங்கத்தைத் தனது தனிப்பட்ட எதிரியாக சேத்ஜி கருதுகிறார் என்று குரல் கூறுகிறது. படத்தின் இறுதியில், குறை சொல்பவர்களெல்லாம் திருந்திவிடுகிறார்கள், சேத்ஜியைத் தவிர. அவர் தூக்கத்திலும் புலம்புகிறார். மறுப்பு சொல்கிற குடிமக்களில் மார்வாடி வியாபாரிதான் பேராசை பிடித்து மீட்க முடியாதவராக, தேசியத் திட்டத்தில் சேர விருப்பமில்லாதவராக இருக்கிறார்.

The Case of Mr. Critic (1948)

வணிகர்களையும், சந்தை நடைமுறைகளையும் அரசாங்கம் ஒழுங்குபடுத்துவது புதிதில்லை. பத்தொன்பதாம் நூற்றாண்டு முதலே மார்வாடிகளின் வழக்கமான பொருளாதார நடவடிக்கைகள் புதிய சந்தை ஒழுக்கநெறிகளோடு முரண்பாடு கொண்டன. குற்ற விதிகளுக்குக் கீழ் வந்தன. இந்தப் புதிய விதிகளோடு பேரம்பேச இரண்டு உத்திகளை மார்வாடிகள் ஏற்படுத்திக்கொண்டார்கள் என்று ரித்து பிர்லா காட்டியுள்ளார். முதலாவதாக, அவர்கள் பண்பாட்டுத் தன்னாட்சியை முன்வைத்தார்கள். கணக்குகளைக் குறிகள் மூலம் குறிப்பது அவர்களது பண்பாடு. பண்பாட்டு வழக்கங்களில் குறுக்கிட மாட்டோம் என்று காலனிய அரசாங்கம் உறுதியளித்திருந்தது. இரண்டாவதாக, அவர்களுக்கே உரிய சில செயல்பாடுகளைச் சட்டத்துக்கு உட்பட்டவை என்றும், நவீன வணிகச் செயல்பாடு என்றும் விளக்கம் தந்தார்கள். ஆனால், காலனிய ஆட்சியின்போது பயன்படுத்திய உத்திகளை, பின்காலனிய ஆட்சியோடும் மக்களாட்சிக்கு உட்பட்ட மக்களோடும் செயல்படும்போது மாற்றியமைக்க வேண்டியிருந்தது.

ஏனென்றால், பண்பாட்டுத் தன்னாட்சிக்காக அரசாங்கத்தோடு விவாதிக்க முடியாது. இப்போது அரசாங்கம் என்பது இந்தியர்களை மட்டும் கொண்டது. அது ஆட்சி புரியும் சமூகத்துக்கு வெளியில் இருப்பது இல்லை. மேலும், வர்த்தகம் என்னும் தொழில் சந்தேகக்கண்ணோடு பார்க்கப்பட்ட சூழலில், சில வியாபார நடைமுறைகள் சட்டத்துக்கு உட்பட்ட உள்நாட்டுச் செயல்கள் என்று காட்டுவது கடினமாயிற்று.

கட்டுப்பாடு அமைப்பு மார்வாடிகளின் தொழில்களுக்குப் பல முட்டுக்கட்டைகளை ஏற்படுத்திற்று. பண்டங்கள் வர்த்தகத்தில் மார்வாடிகள் தங்களது இனத்தாரின் எண்ணிக்கைக்கு அதிகமாகவே செயல்பட்டார்கள். உள்ளூர் பருத்தி ஆடைத் தொழிலின் பெரும்பகுதியை அவர்களது கட்டுப்பாட்டுக்குள் வைத்திருந்தார்கள். மார்வாடிச் சங்கங்கள் கட்டுப்பாடுகளை எதிர்த்தன. இரண்டாம் உலகப் போர் முடிந்தவுடன், போர்க்காலக் கட்டுப்பாடுகள் இன்னும் தொடர்ந்தன என்று மார்வாடி சேம்பர் ஆஃப் காமர்ஸ் தனது அச்சத்தை வெளிப்படுத்தியது. ESA-யையும், அதன் பிறகு கொண்டுவரப்பட்ட திருத்தங்களையும் மார்வாடி உறுப்பினர்கள் எதிர்த்தார்கள். 1940-ஆம் ஆண்டுக்குப் பிறகு வணிகக் கழகக் கட்டமைப்பின் கூட்டம் ஒவ்வொன்றிலும்

தொழில், வணிக இனக்குழுக்கள் அரசுக் கட்டுப்பாடுகளைப் பற்றிப் புகார் அளித்துக்கொண்டிருந்தார்கள். அவர்களது வேண்டுகோள்கள் அரசால் நிராகரிக்கப்பட்டன. மார்வாடி வணிகக் கழக உறுப்பினர்கள் ராஜேந்திர பிராசத்திடம் மனு அளித்தபோது மக்களே துன்பத்தில் இருக்கும்போது லாபத்தை மட்டுமே தொழிலதிபர்கள் கருத்தில்கொள்ளக் கூடாது என்று அவர் குறிப்பிட்டார்.

படம் 2.6 The Case of Mr. Critic (1948) படத்தில் ஒரு மட்டமான பாத்திரமான சேத்ஜி. சர்க்கரைக்குக் கட்டுப்பாடு என்ற செய்தியைக்கேட்டு வருத்தப்படுகிறார். தூக்கத்தில் புலம்புகிறார்.

நாடாளுமன்றம் வழியாகவும், சமூகத்தில் உள்ள வழிகள் மூலமாகவும் கட்டுப்பாட்டு அமைப்பு தொடர்வதை நிறுத்த முடியாதபோது, அவற்றோடு ஒத்துப்போக வணிகர்கள் பல வழிகளைக் காண வேண்டியதாயிற்று. மார்வாடித் தொழிற்சாலை முதலாளிகள் உட்படப் பல முதலாளிகள் காங்கிரஸ் கட்சியுடன் ஒத்துழைப்பைப் பெற முயன்றார்கள். மேலும், கட்டுப்பாடு அமைப்புகள் பல ஓட்டைகளைக் கண்டுபிடிக்க வாய்ப்பளித்தன. இதன் வழியாக, சந்தையில் இருந்த பெரும்புள்ளிகள் தமக்குத் தேவையான அனுமதிச்சீட்டுகளும் உரிமங்களும் பெற்றுக்கொண்டார்கள்.

வர்த்தகர்களில் பெரும்பாலோர் கட்டுப்பாடுகளைக் கண்டுகொள்ளவில்லை அல்லது அதிலுள்ள ஓட்டைகளை அவர்களுக்குச் சாதகமாகப் பயன்படுத்தினார்கள். எடுத்துக் காட்டாக, பருத்தி வர்த்தக ஆணையர் ஆறு மாதங்களுக்கு ஒரு ஆளுக்குப் பதினைந்து கஜத் துணி என்று விதித்தார். ஏழைகள் அவர்களுக்குத் தரப்பட்டது முழுவதையும் பயன்படுத்த முடியாது. அவர்கள் மிச்சமுள்ள துணியைச் சட்ட விரோதமாக வணிகர்களுக்கு விற்றுவிடுவார்கள். அவர்கள் அதை அதிக விலைக்குக் கள்ளச்சந்தையில் விற்றுவிடுவார்கள். வேறு சிலர் துணியின் விலைகளை மாற்றி அச்சடித்து, அனுமதிச்சீட்டுகளில் மாற்றம் செய்து கட்டுப்பாடு அமைப்புகளிலிருந்து துணியை வெளியே கொண்டுவந்து கறுப்புச்சந்தைக்குக் கொண்டுபோய்விடுவார்கள். கண்காணிப்பு, கடுமையான நடவடிக்கைகள் மூலம் அரசாங்கம் இவற்றை எதிர்கொண்டது.

பணக்கார முதலாளிகள் கைதுசெய்யப்படுவதைச் செய்தித்தாள்கள் உற்சாகத்தோடு வெளியிட்டன. கயாவில் ESA-யின் ஆணைகளை மீறிக் கணக்குப் புத்தகங்களில் கள்ளக்கணக்கு எழுதியதற்காக நான்கு கோடீஸ்வரர்கள் கைதுசெய்யப்பட்டார்கள். கைவிலங்கிட்டு அவர்களை நீதிமன்றத்துக்குக் கொண்டுசென்றார்கள். சாலையின் இருபுறமும் ஆயிரக்கணக்கான மக்கள் கூடிநின்று அவர்களைக் கேலிசெய்தார்கள். பணக்கார வணிகர்களுக்கான தண்டனைகள் கடுமையாக இருந்தன. எடுத்துக்காட்டாக, விலை ஒரு கஜத்துக்கு 3.74 ரூபாயாக நிர்ணயிக்கப்பட்டிருந்தபோது 5.14 ரூபாய்க்கு விற்றதாக பம்பாயைச் சேர்ந்த ஒரு மார்வாடித் துணி வியாபாரிக்கு இரண்டு லட்ச ரூபாய் அபராதமும் ஓராண்டுச் சிறைத்தண்டனையும் வழங்கப்பட்டன.

சந்தேகப்பட்ட வணிக நிறுவனங்களில் குற்றப்பிரிவும் பொது விநியோகத் துறையும் அவ்வப்போது அதிரடிச் சோதனைகள் மேற்கொண்டன. எந்தத் தேடல் ஆணை இல்லாமல் கட்டிடங்களையும் ஆட்களையும் சோதனையிட அவற்றுக்கு அதிகாரம் இருந்தது. ஒரு பம்பாய் காவலர் ஒரு துணி வியாபாரியின் சிப்பத்தில் சில புடைப்புகள் இருப்பதைக் கவனித்துச் சோதனையிட்டதில் கள்ளத்தனமாகக் கொண்டுசெல்லப்பட்ட சீனியை மீட்டார். கைக்கடிகாரங்கள் விற்கும் கடையில் அடிக்கடி வரிசையாக மக்கள் நிற்பதைக் கவனித்த காவலர் அவர்களுடைய வீடுகளைச் சோதனையிட்டார்கள். கான்பூரில் அதிரடிச் சோதனைகள் மேற்கொள்ளப்பட்ட பிரபல நிறுவனங்களின் கிடங்குகளில் 'சோப்புகள்' என்று அடையாளத்தாள்கள் ஒட்டப்பட்டிருந்த பெட்டிகளில் இருநூறு பேல்கள் துணி கண்டுபிடிக்கப்பட்டது.

கறுப்புச்சந்தைக்காரர்களைப் பிடிக்கக் காவல் துறை விரிவான திட்டங்கள் தீட்டியது. வெளிநாட்டு ஏற்றுமதிக்கு என்று குறிப்பிடப்பட்ட துணிகள் உள்ளூர் கறுப்புச்சந்தையில் விற்படுகின்றன என்று தகவல் கிடைத்தவுடன் அந்த நிறுவனங்களைக் கண்காணிப்புக்கு உட்படுத்தி அவர்களது தொலைபேசிகளை ஒட்டுகேட்க ஏற்பாடு செய்தார்கள். போலி வாடிக்கையாளர்களை அனுப்பி அவர்களை மாட்டவைத்தார்கள்.

பக்ளாவும் இவ்வாறு கண்காணிப்புக்குள் இருந்ததுதான். பம்பாய் பருத்தி ஆடை உற்பத்தியில் முக்கிய இடத்தை வகித்தது. எனவே, பருத்தி ஆடைகள் பெருமளவில் அங்கு இருப்பு வைக்கப்பட்டிருந்தன. 1947-ஆம் ஆண்டிலிருந்து சாமான்களிலும் படுக்கைகளிலும் மறைத்துவைக்கப்பட்டுப் பயணிகள் வண்டியில் அவை கடத்தப்படுவது பற்றிக் காவல் துறை எச்சரிக்கையாகவே இருந்தது. பக்ளாக்களும் அவரது ஆட்களும் பம்பாய் காவல் துறையின் ஆடைப் பிரதிநிதியின் கண்காணிப்பில் இருந்தார்கள். பக்ளாக்களுக்குக் கள்ளச்சந்தை ஆடையைக் கொடுத்த பம்பாயின் இந்தியா யுனைட்டட் மில்ஸின் மேற்பார்வையாளர் ரிச்சார்ட் வில்லியம் ரேஸ்கூடக் காவல் துறையால் கைதுசெய்யப்பட்டார்.

பக்ளாவைக் கைதுசெய்ததன் மூலம் அதிகாரிகள் பெரிய மீனைப் பிடித்துவிட்டார்கள். எனவே, அதை ஒரு முன்மாதிரியாகக் காட்ட விரும்பினார்கள். கான்பூரில் பல பருத்தி ஆடை நெசவுத் தொழிற்சாலைகளில் பக்ளாவுக்குத் தொடர்பு இருந்தது. உத்தரப்

பிரதேச வர்த்தகக் கழகத்தின் தலைவராக முந்தைய ஆண்டுதான் தேர்ந்தெடுக்கப்பட்டிருந்தார். தேர்தல் அரசியலிலும் தலையிட்டார். 1946-இல் உத்தரப் பிரதேச மாகாணத் தேர்தல்களில் இந்திய வர்த்தகர்களின் பிரதிநிதியாகப் போட்டியிட்டு இரண்டாவது இடத்தைப் பெற்றார். மையச் சட்டமன்றத்தில் கட்சி சார்பற்ற வேட்பாளராகப் போட்டியிட்டார்.

மார்வாடிகளுக்கே சொந்தமான கான்பூரில் இருந்த நெசவு ஆலைகள் பல கள்ளத்தனமான வேலைகளில் ஈடுபட்டிருந்தன. அவர்களில் பக்ளா முக்கியமானவர். ஆகவே, மாநில அளவில் கண்காணிப்பு தீவிரப்படுத்தப்பட்டது. மார்வாடிகள் பலர் சிறைப்படுத்தப்பட்டார்கள். பக்ளாவின் ஒன்றுவிட்ட சகோதரர் 1945-இல் 13.46 ரூபாய்க்குப் பதிலாக 14 ரூபாய்க்குப் பருத்தி ஆடையை விற்றதாகத் தண்டனை பெற்றார். சுதேசி காட்டன் மில்ஸ் இயக்குநர்களாக இருந்த மார்வாடிகள் குறிவைக்கப்பட்டார்கள். வேட்டிகள், சேலைகளின் அனுமதிக்கப்பட்ட விலைகளுக்கு மேல் அதிகமான விலையை அச்சடித்ததற்காக ஒருவர் கைதுசெய்யப்பட்டார்.

கிரிமினல் சட்டமும் அரசமைப்புச் சட்ட உத்திகளும்

பக்ளாக்களுக்கு எதிரான சாட்சியங்களும் ஆதாரங்களும் வலுவாக இருந்தன. ESA-யின்படி குற்றவாளி இல்லை என்று நிரூபிக்கப்பட வேண்டிய பொறுப்பு குற்றம்சாட்டப்பட்டவருடையது. குற்றம் நிரூபிக்கப்பட்டுத் தண்டனை தரப்பட்டால் பக்ளாக்கள் சிறைத்தண்டனை கண்டிப்பாக அனுபவிக்க வேண்டும். அவர்கள் முதலில் சொன்ன வாதம், துணி சொந்தப் பயன்பாட்டுக்கானது என்பது. அது நீதிபதியால் ஏற்றுக்கொள்ளப்படவில்லை. இரண்டாமாண்டு, அவர்களுடைய வழக்கறிஞர் டூபே வழக்கை உயர் நீதிமன்றத்துக்கு எடுத்துச்செல்ல முடிவெடுத்தார். சட்டத்தின் முக்கியக் கேள்விகளை இந்த மனு எழுப்புகிறது என்று கூறி நாகபுரி உயர் நீதிமன்றத்தில் மனு செய்தார். இரண்டு காரணங்கள் தரப்பட்டன; ESA அதிகப்படியான அதிகாரங்களை அதிகார வர்க்கத்துக்குக் கொடுத்தது அரசமைப்புச் சட்டத்துக்கு எதிரானது. அடுத்து, ESA-யின் கெடு முடிந்த பிறகு நாடாளுமன்றம் அதை நீட்டித்தது அனுமதிக்க முடியாதது. முதலில் முன்வைக்கப்பட்ட வாதங்கள் உறுதியில்லாமல் செய்யப்பட்டன. உச்ச நீதிமன்ற அதிகாரங்களை மற்றவர்களுக்குக் கொடுப்பது பற்றிய புதிய

முடிவுகளின் அடிப்படையில் வழக்கறிஞர்கள் தங்களது மனுவை மாற்றியமைத்து அதிகப்படியான காரணங்களைச் சேர்த்தார்கள். ESA-யின் பிரிவு 3-இன்படி அரசாங்கத்துக்குக் கொடுக்கப்பட்ட அதிகாரத்தைக் கீழுள்ள அலுவலருக்கோ அதிகாரிக்கோ சட்டப்படி கொடுக்க முடியாது என்பது அவர்களது வாதம்.

பக்ளா தனக்காக நாகபுரி உயர் நீதிமன்றத்தில் வாதாட அலகாபாத் வழக்கறிஞர் பதக்கை நியமித்தார். 1940- களில் அதிகப்படியாக வரம்பு மீறிய முறையில் அதிகாரம் பயன்படுத்தப்பட்டது என்பதற்காக ESA-யின்கீழ் தண்டனை பெற்றவர்களுக்கு ஆதரவான வழக்குகள் தோல்வி அடைந்துவிட்டன. அரசு வழக்கறிஞர்கள் முந்தைய நிகழ்வுகளைக் காட்டி வழக்கைத் தள்ளுபடிசெய்ய வேண்டும் என்று தொடக்க நிலையிலேயே எதிர்ப்பு தெரிவித்தார்கள். எனினும், முந்தைய மனுக்கள் அரசமைப்புச் சட்டம் நிறைவேற்றப்படுவதற்கு முன்னர் செய்யப்பட்டன. ஆகவே, பக்ளா வழக்கில் அவற்றைக் கொண்டுவர முடியாது என்று பதக் வெற்றிகரமாக வாதிட்டார்.

ESA அரசமைப்புச் சட்டத்துக்கு எதிரானதா என்ற கேள்வியையும், அதிகப்படியான அதிகாரத்தை அளித்தல் என்ற தவறுக்குள்ளானது என்றும் மட்டுமே பதக் தன்னுடைய வாதத்தை முன்வைத்தார். மனுவில் குறிப்பிட்டிருந்த வேறு நடைமுறைப் பிரச்சினைகளை அவர் வாதிடவில்லை. இந்த முடிவு ஒரு நல்ல வியூகம். ஏனென்றால், உச்ச நீதிமன்றமும் உயர் நீதிமன்றங்களும் இதுபோன்ற பல நடைமுறைகள் பற்றிய வாதங்களைத் தள்ளுபடிசெய்திருந்தன. மார்வாடி வணிகர்கள் சம்பந்தப்பட்ட வழக்குகளிலும் அவ்வாறே நடந்தது.

பதக்கின் முதன்மையான வாதம் முக்கியமான சட்டமியற்றும் பணிகளை மற்றவருக்கு அளிக்க முடியாது என்பதுதான். இந்தப் பணிகளில் கொள்கையை வகுத்தல், தரங்களை அமைத்தல் ஆகியவை அடங்கும். இதரக் கட்டுப்பாடுகள் அதிகாரம் பகிர்ந்தளிக்கப்படும் அதிகாரியின் செயல்களைக் கட்டுப்படுத்தக்கூடியவை. ESA வரம்பற்றுத் தான்தோன்றித்தனமாகச் செயல்பட அனுமதிக்கும் அதிகாரத்தையும், வழிகாட்டு நெறி எதுவும் இல்லாமல் தரப்பட்டதையும் பதக் தாக்கினார். இந்த விதியானது கட்டுப்பாடற்ற, அலுவலர்கள் தங்கள் விருப்பம்போல் தன்னிச்சையாகச் செயல்படும் அதிகாரத்தைக் கொடுத்திருக்காது. இதை நீதிமன்றமும் ஆராய முடியாது. அதோடு இதில் ஒரு

பிரதிநிதியை அல்லது செயல்படும் முறையைத் தேர்ந்தெடுக்கும் அதிகாரமும், முக்கியச் சட்டமியற்றல் பணியைத் திரும்பப்பெறும் அதிகாரமும் அடங்கும். ESA பிரிவு 3-இன்படி, மத்திய அரசை ஒரு ஆணையைச் சட்டமாக்குவதற்கான தீர்ப்பை வழங்கும் உரிமையுடையதாக நாடாளுமன்றம் ஆக்கியது. ஆனால், அப்படித் தீர்ப்பு வழங்க வழிகாட்டுக் கொள்கையையோ தரத்தையோ தரவில்லை. ESA-யின் பிரிவு செயல்படுத்துக் கருவியையும் அதிகாரமளிப்பதையும் அரசாங்கத்துக்கே தந்தது. இறுதியாக, பிரிவு 3 நாடாளுமன்றம் நிறைவேற்றிய மற்ற சட்டங்களுக்கு உட்பட்ட ஆணைகளைத் தர அரசாங்கத்தை அனுமதித்தது. இந்தக் கடைசி ஏற்பாடு சட்டமன்றத்தின் விருப்பத்துக்கு மாறாக அதிகாரிகள் செயல்பட அதிகாரமளித்தது.

குறிப்பாக, பருத்தி ஆடை ஆலைகள் இந்திய ரயில்வேக்கள் சட்டத்தை (1890) மீறின. அந்தச் சட்டத்தின் பிரிவு 27-இன்படி, ரயில் அதிகாரிகள் பயணிகள் சரக்குகளைப் பெறவும் அனுப்பவும் அவர்களுக்கு வசதிகளைச் செய்வது கடமை. எனவே, ஒவ்வொரு குடிமகனுக்கும் அவர்கள் விரும்பிய பொருட்களைக் கொண்டுசெல்லவும் உரிமை உள்ளது. பருத்தி ஆடை ஆணையின்படி ஆடை, நூல் அல்லது துணியை ரயில் மூலம் கொண்டுசெல்ல ஆடை ஆணையரிடம் அனுமதிச்சீட்டு பெற வேண்டும். ரயில்வேக்கள் சட்டத்தின்கீழ் குடிமக்களுக்கு அளிக்கப்பட்டிருந்த பொது உரிமையை இந்த ஆணை அபகரித்துக்கொண்டது. ரயில் மூலமாகப் பண்டங்களைக் கொண்டுசெல்வதற்குக் குடிமக்களுக்குப் பயண உரிமையில் கட்டுப்பாடுகள் விதிப்பதன் மூலம், பருத்தி ஆலை ஆணை ரயில்வே சட்டத்தின் ஒரு பகுதியை நீக்கிவிட்டது. ஒரு சட்டத்தைத் திரும்பப்பெறும் அதிகாரம் ஆடை ஆணையர் போன்ற அதிகாரிக்குத் தரப்பட முடியாது. அது நாடாளுமன்றத்தாலேயே முடியும். எனவே, ESA-யின் பிரிவு 6, முந்தைய சட்டங்களுக்கு எதிரானது. ESA-யின்கீழ் மத்திய அரசு ஏற்பாடுகள் செய்வது சட்டப்படி ஏற்கப்பட முடியாதது; எனவே, அது செல்லுபடியாகாது என்று பதக் வாதிட்டார்.

செயல்படுத்தும் அதிகாரத்துக்கும் சட்டமியற்றும் அதிகாரத்துக்கும் இடையே வித்தியாசம் இருப்பதை பதக் சுட்டிக்காட்டியிருப்பதில் ஒரு நகைமுரண் இருக்கிறது. ESA ஒரு பகுதியைத் திரும்பப்பெற்றுவிட்டது என்று சொல்லப்பட்ட இந்திய

ரயில்வே சட்டம் அரசப் பிரதிநிதியாலும் அவருடைய குழுவாலும் இயற்றப்பட்ட காலனியச் சட்டம். சட்டம் இயற்றும் நடைமுறையில் இந்தியப் பிரதிநிதித்துவம் அனுமதித்த சீர்திருத்தங்கள் வருவதற்கு முன்னால் இயற்றப்பட்டது. மாறாக, ESA அரசமைப்புச் சட்டம் நாடாளுமன்றம் இயற்றியது. காங்கிரஸ் கட்சியின் அரசால் நிர்வகிக்கப்பட்டது. எனினும், இந்தியாவில் ரயில்வேக்கள் அதிகாரத்தில் உறவுகள் வரையறுக்கப்பட்டு எதிர்க்கப்படும் ஒரு தளமாக இருந்துவந்திருக்கிறது என்பதை பதக் நன்கறிவார். ரயில்வேக்கள் இந்தியாவின் வளர்ச்சிக்கு ஒரு கருவியாகவும், நவீனத்தின் அடையாளமாகவும் காட்டப்பட்டுவந்தன. இந்திய தேசிய உணர்வை வளர்ப்பதற்கான மையமாகத் தொடர்வண்டிப் பயணம் காணப்பட்டது. இவ்வாறு பொதுமக்களின் கருத்து வெளிப்பட்ட சட்ட வரையறைகளை பதக் விளக்கினார். அதாவது, உரிமைகள் என்ற பழைய கருத்தாக்கங்களைப் பண்டங்களின் மீதான கட்டுப்பாடுகள் மாற்றிக்கொண்டிருந்தன.

இந்தியக் குடியரசில் அதிகாரங்களைப் பிரித்தல்

அதிகப்படியாக அதிகாரத்தை அளித்தலில் அரசமைப்புச் சட்டத்துக்கு எதிரான நிலை பற்றி பக்ளா வழக்கில் பதக் முன்வைத்த வாதம் புதிதல்ல. ஆனால், அவர் சொன்ன நேரம் முக்கியமானது. அரசமைப்புச் சட்டம் இயற்றப்படுவதற்கு முன்னர் ESA, DIA விதிகள் தொடர்பான வழக்குகளில் இதுபோன்ற வாதங்கள் எழுப்பப்பட்டன. அவை ஏற்றுக்கொள்ளப்படவில்லை எனினும் அமெரிக்கச் சட்டவியலிலிருந்து ஆதாரம் காட்டிய பல வாதங்களை பதக் முன்வைக்க அரசமைப்புச் சட்டம் இடம்கொடுத்தது.

இந்தப் பிரச்சினையில் முதன்முதலில் நடந்த சட்ட வாதம், இரண்டாம் உலகப் போரின்போது கட்டுப்பாடுகளை மீறியதற்காகத் தரப்பட்ட தண்டனைகள் தொடர்பானது. அதில் ESA-யின் பேசுபொருள் காலனியச் சட்டமன்றத்தின் அதிகாரத்துக்கு அப்பாற்பட்டது என்று அழுத்தமாகக் கூறப்பட்டது. இந்த வாதம் நீதிமன்றங்களால் பலமுறை நிராகரிக்கப்பட்டது. DIA விதிகளின் செல்லுபடித்தன்மையும் வழக்குமன்றத்துக்குப் போனது. அதிலும் அதிகாரம் வேறொரு அலுவலருக்கு அளிக்கப்பட்டது என்றே விவாதம் சென்றது. ஒவ்வொரு முறையும் அதுவும்

தோற்றுப்போனது. மிர் சிங் என்ற கடைக்காரர் செல்லுபடி ஆகும் ரூபாய் நோட்டை வாங்க மறுத்துவிட்டார். மக்களுக்கு அரசின் மேலுள்ள நம்பிக்கையை இது சிதைக்கிறது என்பது வழக்கு. ஆனால், இந்தியச் சட்டமியற்றும் அமைப்புக்குத் தனது சட்டமியற்றும் அதிகாரத்தை வேறு யாருக்கும் தரும் அதிகாரம் இல்லை என்பதன் அடிப்படையில் DIA விதிகள் செல்லாது என்று மிர் சிங் வழக்கு தொடர்ந்தார். 1935 இந்திய அரசாங்கச் சட்டத்திலிருந்து DIA-யை இயற்றிய மையச் சட்டமன்றம் அதிகாரம் பெற்றது. இவ்வாறு DIA விதிகளைக் கொண்டுவர மைய அரசாங்கத்துக்கு அதிகாரம் அளித்தது மைய அரசை ஒரு புதிய சட்டமியற்றும் அமைப்பாக ஆக்குவது ஆகும் என்று வாதிட்டார். இந்த வாதத்தை நீதிமன்றம் நிராகரித்தது. சட்டமியற்றும் மன்றம் அது; பிறருக்கு அளித்த அதிகாரத்தைத் திரும்பப்பெறவும் அது ஏற்படுத்திய நிறுவனங்களை அழிக்கவும் அதிகாரம் உடையதாக இருக்கிறது என்று நீதிமன்றம் கருதியது. இந்த வழக்கில் தரப்பட்ட தீர்ப்பானது விடுதலைவரை DIA விதிகளை எதிர்த்துத் தொடரப்பட்ட வழக்குகளில் முன்னுதாரணமாக ஆயிற்று.

எப்படி இருப்பினும், இந்த வழக்குகளில் முன்வைக்கப்பட்ட விவாதங்கள் எப்படி இருந்தன என்பதை இது காட்டுகிறது. சட்டமன்றத்தில் அதிகாரங்கள் இந்திய அரசாங்கச் சட்டத்துக்கு உட்பட்டது என்பதை வழக்கறிஞர்கள் அறிந்திருந்தார்கள். அதைத் தொடர்ந்து அரசமைப்புச் சட்டம் என்றே குறிப்பிட்டுவந்தார்கள். இந்த அணுகுமுறை இந்தியச் சட்டசபையை பிரிட்டிஷ் நாடாளுமன்ற இறையாண்மையிலிருந்து வேறுபடுத்திக்காண உதவிற்று. DIA சட்டங்களின்படி சிறைவைத்த ஒரு வழக்கில் முதன்மை நீதியரசர் இவ்வாறு குறிப்பிட்டார். "நாடாளுமன்றத்தில் முழுமையான இறையாண்மையைக் கருத்தில்கொள்ளும்போது நாடாளுமன்றம் இயற்றிய எந்தச் சட்டத்தையும், அதன் அரசமைப்புப்படி செல்லுபடித்தன்மையை நீதிமன்றத்தில் கேள்விகேட்க முடியாது." காலனிய இந்தியாவின் கடைசிக் காலத்தில், சட்டமன்றத்தின் அதிகாரத்துக்கு வரம்புகள் இருந்தன என்பதை நீதிமன்றங்கள் அறியத் தொடங்கின. இருப்பினும், அவற்றை நடைமுறைப்படுத்துவதற்குத் தொடக்கத்தில் அவை தயங்கின. மிர் சிங் வழக்கில் அலகாபாத் உயர் நீதிமன்றம், 'சட்டமியற்றும் தகுதியைத் தீர்மானிக்கும்போது, நீதிமன்றம் அந்த முறையீடு அரசமைப்புக்கு உட்பட்டதா என்று விமர்சிப்பதில் கவனமாக இருக்க வேண்டும். நமது கவனம் சட்டம் பற்றியதாக

மட்டுமே இருக்க வேண்டும்,' என்று எச்சரித்தது. பிரிட்டனில் அதிகாரங்களைப் பிறருக்கு அளிப்பதைப் பற்றிய விவாதங்கள் நடைபெற்றுவந்தன என்பதை ஏற்றுக்கொண்ட நீதிமன்றம், அப்படிப்பட்ட கேள்விகளுக்கு இந்தியாவில் இடமில்லை என்றது.

எனினும், பண்டங்கள் சட்டத்தையும், பிற பண்டங்கள் பற்றிய ஆணைகளையும் பற்றிய வழக்குகளை அதிகப்படியாகப் பொறுப்பு மாற்றிவிடப்படுகிறது என்பதன் அடிப்படையிலேயே வழக்கறிஞர்கள் தொடர்ந்தனர். அவர்களுக்கு இதுதான் கடைசிப் புகலிடம் என்றார்கள். ஏனென்றால், பண்டங்கள் கட்டுப்பாட்டு விதிகள் வழக்கமான சாட்சியங்கள் விதிகளின்படியான பிரதிவாதத்துக்கு இடம் தரவில்லை என்றார்கள். விடுதலைக்குப் பிறகும் இவை போன்ற வழக்குகள்தான் *ESA* மீது தொடுக்கப்பட்டன. வங்கத்தில் மார்வாடி வணிகர் ஒருவர் அதிக அளவிலான அரிசியைப் பதுக்கியதாகக் குற்றம்சாட்டப்பட்டார். *ESA* விதிகளுக்கும் *DIA* விதிகளுக்கும் கொள்கை அடிப்படையில் வேறுபாடு இல்லை என்று கல்கத்தா உயர் நீதிமன்றம் குறிப்பிட்டது. இதையே பல உயர் நீதிமன்றங்களும் எதிரொலித்தன. நாடாளுமன்றம் தனது அதிகாரத்தை *ESA*-யின்கீழ் பிறருக்குக் கொடுக்கவில்லை; மாறாக, சட்டத்தின் குறிப்பிடப்பட்ட கொள்கைகளை அதிகாரிகளும் அலுவலர்களும் நிறைவேற்றவே அனுமதியளித்தன என்றன.

மாறாக, அதிக அதிகாரம் அளிப்பது தவறு என்ற வாதத்தை மிகவும் நுணுக்கமான முறையில் வழக்கறிஞர் முன்வைத்தார். பக்ளாக்கள் இவரை அமர்த்தியதற்கு ஓராண்டுக்கு முன்னர் இன்னொரு மார்வாடி வியாபாரிக்காக அவர் வாதாடினார். வணிகர் தனது மண்ணெண்ணெய்க் கடையில் கணக்குகளில் தில்லுமுல்லு செய்ததாகக் கைதுசெய்யப்பட்டார். அதிகப்படியாக அதிகாரம் மாற்றப்பட்டது என்ற கேள்வி பல நீதிமன்றங்களில் முடிவெடுக்கப்பட்டுவிட்டது என்றாலும் அலகாபாத் உயர் நீதிமன்றம், பகத்தின் விரிவான வாதங்களுக்கு மரியாதை கொடுத்து மீண்டும் அந்தப் பிரச்சினையை எடுத்துக்கொள்ள ஒத்துக்கொண்டது. பதக் பல அரசமைப்புச் சட்டக் கோட்பாட்டாளர்களிடமிருந்து மேற்கோள் காட்டினார்.

பதக்கின் வாதமானது அரசமைப்புச் சட்டம் இயற்றப்பட்டவுடன் இந்தியாவில் நாடாளுமன்ற இறையாண்மை மாறிவிட்டது என்று நீதிமன்றத்தை ஏற்கச்செய்தது. *'American Administrative*

Law' நூலிலிருந்து பதக் மேற்கோள் காட்டினார். அந்நூலின் ஆசிரியர் பிரிட்டிஷ் மற்றும் அமெரிக்க அமைப்புகளில் நீதிமன்றங்களின் பங்கில் வேறுபாட்டைத் தெளிவுபடுத்தினார். 'பிரிட்டன் நாடாளுமன்றத்தில் அதிகமாக அதிகாரமளிப்பது அரசியல் தொடர்பானது. அமெரிக்காவில் அது நீதிமன்றத்தோடு தொடர்புடையது,' என்பதை பதக் எடுத்துக்கூறினார். இறையாண்மையில்லாத நாடாளுமன்றமாக இருந்தபோது, இந்தியச் சட்டமன்றத்துக்கு பிரிட்டிஷ் நாடாளுமன்றத்தின் தடைக்காப்புகள் இல்லை. பதக் அந்த நூலாசிரியரின் கருத்தைப் பயன்படுத்தி இறையாண்மை இல்லாத சட்டம் கொடுத்த அதிகாரம் வரம்புக்கு உட்பட்டது என்றும், அவ்வாறு அதிகாரத்தை அளிக்கும் சட்டத்தில் செயல்படுத்தும் அதிகாரிகள் இயங்கும் சட்டகம் இருக்க வேண்டும் என்றும் வாதிட்டார். அமெரிக்க உச்ச நீதிமன்ற நீதிபதி பெஞ்சமின் கார்டோராவின் சொற்களை அலகாபாத் நீதிமன்றத்துக்கு நினைவுபடுத்தினார். "அதிகாரத்தை அளிப்பது கரைகளுக்குள் இருக்க வேண்டும், கரைபுரண்டு ஓடக் கூடாது," என்று சொன்னதை எடுத்தாண்டார். அளிக்கப்பட்ட அதிகாரம் புதிய குற்றங்களை உண்டாக்கவோ புதிய தண்டனைகளை அளிக்கவோ அனுமதிக்கும் விதியை பதக் தாக்கினார். அமெரிக்காவைப் போலவே, நிர்வாக விதிகளையும் ஒழுங்குமுறைகளையும் மீறுவதற்கான தண்டனைகள் சட்டமன்றமே சொல்ல வேண்டும் என்று வாதிட்டார். நீதிமன்றத்தின் முன்னர் வைக்கப்பட்ட வாதங்கள் இந்தியாவில் அரசமைப்பு முறைக்கான நிலையான கருத்தாக்கம் எதுவும் இல்லை என்று காட்டின. அரசமைப்புச் சட்டத்தின் நிலை விளக்கங்கள் இருந்தாலும், அரசமைப்பு மன்றத்தின் நீண்ட ஆலோசனைகள் இருந்தாலும் சாதாரண விஷயங்கள் பற்றிய விவாதங்கள் அரசமைப்புச் சட்டம் எவ்வாறு புரிந்துகொள்ளப்பட்டது என்பதை மீட்டுருவாக்கும்.

அலகாபாத் உயர் நீதிமன்றம் பதக்கின் வாதங்களுக்குப் பழமை நோக்குடன் எதிர்வினை ஆற்றியது. அரசமைப்புச் சட்டவாதிகள், அமெரிக்க நீதிமன்றங்கள் ஆகியோரின் கருத்துகள் இந்தியச் சட்டமன்றங்களைக் கட்டுப்படுத்தாது என்றது. சட்டமன்றத்தால் இயற்றப்பட்ட ஒரு சட்டத்தை, அதுவும் அந்தச் சட்டமன்றத்தின் அதிகாரத்துக்கு உட்பட்டதாக இருக்கும்போது, அறிவுக்குப் புறம்பானது, தேவையற்றது, பொருத்தமற்றது, அதிகப்படியான அதிகாரத்தை அதிகாரிகளுக்குத் தந்திருக்கிறது என்று காரணம்காட்டி ஒரு நீதிமன்றம் தள்ளிவிட அதற்கு

அனுமதியில்லை என்று தீர்ப்பளித்தது. மேலும், ஒரு சட்டமன்றம் எந்த அதிகாரங்களைத் தனக்கு வைத்துக்கொள்ள வேண்டும், அதிகாரிகளுக்கு எவற்றைத் தர வேண்டும் என்பது பற்றி அரசமைப்புச் சட்டவாதிகளின் கருத்துகள் எந்த வகையிலும் கட்டுப்படுத்த முடியாது என்றது. ஒரு சட்டமன்றத்துக்கு வழிகாட்டிகளாக வேண்டுமென்றால் இருக்கலாம், அவற்றைக் கண்டுகொள்ளாமல் இருப்பதும் அதன் உரிமை என்று தீர்ப்பளித்தது. எனவே, பதக்கின் வாதங்களை நிராகரித்து, அரசுத் தரப்பு வாதத்தை ஏற்றுக்கொண்டது. நீதிமன்றங்கள் ஒரு சட்டம் அதிக அளவில் பிறருக்கு அளிக்கப்பட்டிருக்கிறது என்ற காரணத்துக்காகச் சட்டத்துக்கு விரோதமானது என்று தள்ளிவிட அவற்றுக்கு அதிகாரம் இல்லை என்று காரணம் காட்டப்பட்டது.

காலனிய அரசு ஆலோசனை மன்றத்திலிருந்து (பிரிவி கவுன்சில்) பத்தொன்பதாம் நூற்றாண்டின் முன்னுதாரணங்களை எடுத்துக்கொண்டு, தண்டனைகள் தருவதை நிர்வாக அதிகாரிகளுக்கு மாற்றிவிடலாம் என்று நீதிமன்றம் கருதியது. அமெரிக்காவில் தண்டனைகள் தரும் நிலை மாறுபட்டது என்பதை எடுத்துக்காட்டியது. அமெரிக்க காங்கிரஸ் சபை கொள்கைகளை மட்டும் வகுத்து, அதிகாரிகள் நுணுக்கமான விஷயங்களை நிறைவுசெய்ய விட்டுவிடலாம். DIA விதிகள் சட்டமன்றத்தால் அவசரநிலை காரணமாக இயற்றப்பட்டவை. பொதுமக்கள் பாதுகாப்பை உறுதிசெய்யச் சட்டங்கள் இயற்ற நேரம் இல்லை; நடைமுறைச் சிக்கல்களைக் கணக்கில் எடுத்துக்கொள்ளவில்லை என்பதை நீதிமன்றம் ஏற்றுக்கொண்டது. நெருக்கடிநிலையானது மைய அரசுக்கு சட்டங்கள் இயற்ற அதிகாரம் தந்தது என்பதை நியாயப்படுத்திற்று. இறையாண்மைக்குள் வராத ஒரு சட்டமன்றத்தால் இயற்றப்பட்ட ஒரு தீர்மானம் சரியானதா, பகுத்தறிவுக்கு உகந்ததா என்று ஆராய்வது நீதிமன்றத்தின் வேலை இல்லை.

பக்ளா வழக்கின் முடிவு இந்திய நீதிமன்றங்களின் இரண்டு நிலைப்பாடுகளை வெளிப்படுத்தியது. அவை பண்டங்களின் மீது கட்டுப்பாடு விதிக்கும் சட்டங்களில் மாற்றம் ஏற்படுத்தக்கூடியவை. முதலாவதாக, அரசியல், பாதுகாப்பு தொடர்பான வழக்குகளில், நீதிமன்றங்கள் நிர்வாகத்தினருக்கு மரியாதை தந்தன. இந்த மரியாதையின் வரலாறுதான் புதிய அரசமைப்புச் சட்டத்தின்கீழ் நீதிமன்ற அதிகார வரம்பை விரிவுபடுத்துவதற்கு எதிர்ப்பில்லாமல்

செய்தது. நீதிமன்ற அனுபவங்களின் அடிப்படையில், அரசமைப்புச் சட்டமன்ற உறுப்பினர்கள் அரசாங்கக் கொள்கையில் குறுக்கிடுவது எப்போதாவதுதான் இருக்க முடியும் என்று எண்ணினார்கள்.

இரண்டாவதாக, வெளிநாட்டு முன்னுதாரணங்களை எடுத்துக்கொள்ளும்போது, இந்திய நீதிமன்றங்கள் பெரும்பாலும் ஆங்கிலேயத் தீர்ப்புகளையே, சிறப்பாகப் பிரிவி கவுன்சிலின் முடிவுகளையே சார்ந்திருந்தன. இந்திய அரசாங்கச் சட்டம் 1939-இல் நிறைவேற்றப்பட்ட பிறகு, கூட்டாட்சி நீதிமன்றம் அமைக்கப்பட்ட பிறகு ஆஸ்திரேலியா, கனடா போன்ற அரசமைப்பு அரசுகளுடைய டொமினியன் நாடுகளின் தீர்ப்புகள் மீது நீதிமன்றங்கள் கவனம் செலுத்தத் தொடங்கின. கூட்டாட்சி நீதிமன்றத்தில் நீதிபதிகளுடைய நூலகத்தை ஆராய்ந்தால், அமெரிக்க அரசமைப்புச் சட்ட நீதிபதிகளுடைய நூலகத்தை ஆராய்ந்தால், அமெரிக்க அரசமைப்புச் சட்டத்தின் ஏழு விமர்சனங்கள் இருப்பதும் பிரிட்டிஷ் மற்றும் டொமினியன்களின் அரசமைப்புச் சட்டம் பற்றியவை முப்பதுக்கும் மேல் இருப்பதும் தெரியவரும்.

ஆனால், 1950-இல் அரசமைப்புச் சட்டம் நிறைவேற்றப்பட்ட பிறகு, அடிப்படை உரிமைகள் நடைமுறைப்படுத்துவது சேர்க்கப்பட்ட பிறகு இந்த இரண்டு நிலைப்பாடுகளும் மாற்றம் பெற்றன. பக்ளாவின் வழக்குக்காக இவை இரண்டும் உச்ச நீதிமன்றத்தின் ஆலோசனைக் கருத்தில் தில்லி சட்டங்கள் விதியின்படி சேர்த்தே எடுத்துக்கொள்ளப்பட்டன.

தில்லி சட்டங்கள் விதி (The Delhi Laws Act) பற்றிய சிக்கல்

இந்திய அரசமைப்புச் சட்டத்தில் தில்லி சட்டங்கள் விதி பற்றிய முடிவு மிக முக்கியமானது. ஆனால், அதன் தொடக்கங்கள் சாதாரணமானவை. புதிதாக உண்டாக்கப்பட்ட மாநிலங்களில் பழைய மாநிலங்களில் நடைமுறையில் இருந்த சட்டங்களை விரிவுபடுத்தவே நிர்வாகிகளுக்கு இந்தச் சட்டம் அதிகாரம் அளித்தது. கொள்கையைப் பாதிக்காத அளவுக்கு நிர்வாகம் இந்தச் சட்டங்களை மாற்றியமைக்கவும் அதிகாரம் அளித்தது. இந்தச் சட்டங்கள் உச்ச நீதிமன்றத்துக்கு அதன் ஆலோசனைக் கருத்துக்காக அனுப்பப்பட்டன. ஏனென்றால், நிர்வாகத்துக்கு அதிகாரம் அளிப்பது பற்றிப் பல கேள்விகள் எழுப்பப்பட்டன.

இதற்கு உச்ச நீதிமன்றம் நீண்ட முடிவு தந்தது. ஏழு வெவ்வேறான கருத்துகள் தரப்பட்டன. நீதிமன்றத்தின் பெரும்பான்மை உறுப்பினர்கள் இரண்டு சட்டங்களை ஏற்றுக்கொண்டனர். அவர்கள் பிரிவி கவுன்சிலின் முன்னுதாரணத்தைப் பின்பற்றினார்கள். எனினும், மூன்றாவது விதியை நீக்கிவிட்டனர். அது அளிக்கப்பட்ட அதிகாரங்களைப் பயன்படுத்திச் சட்டத்தைத் திருத்தவும் நீக்கிவிடவும் அதிகாரம் அளித்திருந்தது.

பெரும்பான்மையினருக்காகத் தீர்ப்பு எழுதிய முதன்மை நீதியரசர், அரசமைப்புச் சட்டம் நிறைவேற்றப்பட்ட பிறகு இந்திய நாடாளுமன்றத்துக்கு பிரிட்டிஷ் நாடாளுமன்றம்போல எல்லையற்ற அதிகாரங்கள் இருந்தன என்ற கருத்தை நீதிபதிகள் ஏற்றுக்கொள்ள முடியாது என்றார். மேலும் கனடா, ஆஸ்திரேலியா, அமெரிக்கா ஆகிய நாடுகளின் வழக்குகளைக் கவனமாக ஆராய்ந்த பிறகு சட்டமன்றம் விதிகளையும் ஒழுங்குமுறைகளையும் உருவாக்க நிர்வாக அதிகாரிகளுக்கு அதிகாரங்களை அளிக்கலாம் என்றாலும், முக்கியமான சட்டமியற்றும் வேலைகளை நிர்வாகத்துக்கு அளிக்க முடியாது என்று நீதியரசர் தீர்ப்பளித்தார். ஆங்கில நாட்டு அரசமைப்பைத்தான் இந்தியா ஏற்றுக்கொண்டது, அமெரிக்க அமைப்பு முறையை அல்ல என்று தலைமை வழக்கறிஞர் வாதிட்டார். மேலும், சட்டமன்றம் அது செயல்பட அதிகாரம் வழங்கியிருக்கும் அமைப்பின் மீது அதிகாரம் வைத்திருக்கும்வரை சட்டமியற்றும் வேலையைப் பிறருக்கு அளிப்பது செல்லும் என்றும் கூறினார். இவற்றை நீதியரசர் தள்ளுபடி செய்தார். இந்திய நாடாளுமன்றம் இறையாண்மை உடையது அல்ல; எழுதப்பட்ட அரசமைப்புச் சட்டத்துக்கு உட்பட்டது.

நீதிமன்றத்தில் பக்ளாக்கள்

பதக்கின் வியூகம் பக்ளா வழக்கில் ஓரளவு வெற்றியாக அமைந்தது. ‘தில்லி சட்டங்கள் விதி’ வழக்கு அதிகாரத்தை அளிப்பது பற்றிய சட்டத்தை மாற்றிவிட்டது என்பதை நாகபுரி உயர் நீதிமன்றம் ஏற்றுக்கொண்டது. அதன் அடிப்படையில் அடிக்கடி கொடுக்கப்பட்ட முன்னுதாரணங்கள் தள்ளுபடி செய்யப்பட்டன. மேலும், *ESA* நிர்வாக ஆட்சியாளருக்கு சட்டமியற்றும் அளவுக்கு அதிகப்படியான அதிகாரம் தந்திருக்கிறது என்றும், ஏற்கெனவே இருந்த சட்டங்களுக்கு அவை புறம்பாக இருக்கக்கூடும் என்றும் கூறி, நாடாளுமன்றத்தின் அதிகாரங்களை அலுவலர்களுக்குத்

தருவது சட்டத்துக்குப் புறம்பானது என்றும் குறிப்பிட்டது. எனினும், பக்ளாக்களை விடுவிப்பதற்கு ESA-யின் பிரிவு 3-ம் சட்டத்துக்குப் புறம்பானது என்று நிறுவ வேண்டியிருந்தது. ஏனென்றால், அதன் அதிகாரத்தில்தான் பருத்தி ஆடை ஆணை பிறப்பிக்கப்பட்டது.

இந்தப் பிரிவு பருத்தி ஆடை ஆணையின்கீழ் எந்த வழிமுறைகளும் தராமல் ESA அதிகாரத்தை ஆடை ஆணையத்துக்குத் தந்ததால் அது சட்டத்தை மீறியது என்று பதக் வாதிட்டார். ஆணையருடைய அதிகாரங்கள் கொள்கையால் வழிநடத்தப்படவில்லை; அந்த அதிகாரத்தைக் கட்டுப்படுத்தப் பிரிவும் இல்லை. அமெரிக்க உச்ச நீதிமன்றம் வழக்கு ஒன்றில் வழங்கிய தீர்ப்பை பதக் எடுத்துக்காட்டினார். என்றாலும், நீதிபதிகள் அமெரிக்க வழக்கிலிருந்து ஒப்புமை காட்டுவது பொருந்தாது என்று கருதினார்கள். ஆடைகள் ஆணையருக்கு அளிக்கப்பட்ட அதிகாரம் ESA-யின் முன்னுரையில் தரப்பட்ட கொள்கையால் வழிநடத்தப்படுகிறது என்று கருதினார்கள். நியாயமான விலையில் அனைவருக்கும் விநியோகிப்பதை உறுதிப்படுத்தும் வகையில் பருத்தி ஆடைகள் கொண்டுசெல்லப்பட வேண்டும் என்பதை அந்தக் கொள்கை ஒழுங்குபடுத்துகிறது. மேலும், பருத்தி ஆடை ஆணையின்படி அனுமதிச்சீட்டுகளை வழங்குவதும் மறுப்பதும் இந்தக் கொள்கைக்கு உட்பட்டவை. எனவே, ஆடை ஆணையம் தன்னிச்சையாகச் செயல்படுவது வரையறுக்கப்பட்டது என்று உயர் நீதிமன்றம் கருதியது.

அதிகப்படியான அதிகாரத்தை அளித்தல் என்ற கொள்கை நீதிமன்ற கவனத்துக்கு வந்ததால் உற்சாகமடைந்த பகத், உச்ச நீதிமன்றத்துக்கு மேல்முறையீடு செய்தார். ESA-யின் பிரிவு 3-ஐ மீண்டும் வலியுறுத்தியது, அரசமைப்புச் சட்டத்துக்கு எதிரானது, எனவே தவறானது என்பது பதக்கின் வாதம். ஏனென்றால், முக்கியமான சட்டமியற்றும் பணிகளைச் சட்டமியற்றத் தகுதியில்லாத ஒரு அமைப்புக்கு, அதன் தன்னிச்சையான செயல்பாட்டைத் தடுக்கும் தரங்களை நிர்ணயிக்காமல் கொடுத்துவிட்டது. ஆடை ஆணையருக்குத் தனக்கு விருப்பமான முறையில் தன்னிச்சையாகச் செயல்படும் அதிகாரத்தை நீதிமன்றம் ஆராயவில்லை என்றும், அப்படிப்பட்ட தன்னிச்சையாகச் செயல்படும் அதிகாரம் தருவது அதிகாரத்தை நினைத்தவாறு பயன்படுத்துவது ஆகும் என்றும் பதக் வாதிட்டார். இந்த வாதத்தை உச்ச நீதிமன்றம் கவனமாகக்

கேட்டது. நாகபுரி உயர் நீதிமன்றம் போலில்லாது ESA-யின் பரந்த நோக்கங்கள் ஆணைகள் பிறப்பிப்பதற்கான விஷயங்களை விளக்குவதற்கே இருந்தன என்றும், அவை எப்படிப்பட்ட அதிகாரங்கள் தரப்படலாம் என்பதைப் பட்டியலிடவில்லை என்றும் உச்ச நீதிமன்றம் சுட்டிக்காட்டியது. ஆகவே, ஆடை ஆணையர் மிகப் பரந்த அளவில் அதிகாரத்தைப் பயன்படுத்த முடியும்.

மேலும், ஆடை ஆணையருக்கு வழங்கப்பட்ட அதிகாரங்கள் குடிமக்கள் அவர்களது சொத்துகளை விற்பதற்கும், அவர்களது தொழிலை அல்லது பணிகளைச் செய்வதற்கும் உள்ள உரிமைகளில் தலையிடுகின்றன என்று பதக் வாதிட்டார். எனினும், இந்த வாதம் பெயருக்கு முன்வைக்கப்பட்டதுபோல் கடைசியில் கொடுக்கப்பட்டதால் நீதிமன்ற கவனத்தைக் கவரவில்லை. மாறாக, எதேச்சையான முறையில் செயல்படும் அதிகார வர்க்கத்தின் அதிகாரம், சரியான நடைமுறை ஆகியவை பற்றிய கோரிக்கைகளுக்கு நீதிமன்றங்கள் செவிசாய்த்தன; உரிமைகளை நிலைநாட்டுவது பற்றி அக்கறைகாட்டவில்லை.

பக்ளாக்களின் மனுவை உச்ச நீதிமன்றம் தள்ளுபடி செய்தது. அதிகப்படியான அதிகாரத்தை அளித்தல் பற்றிய கொள்கைகளை நீதிபதிகள் வலியுறுத்தினாலும், ESA-யின் பிரிவு 3 இதற்குள் வரும், எனவே தவறானது என்பதை ஏற்றுக்கொள்ளவில்லை. பக்ளாக்கள் அவர்களது துணியைக் கொண்டுசெல்ல அனுமதி கோரி மனு செய்யவில்லை; எனவே, ஆடை ஆணையர் அனுமதிச்சீட்டு தரவோ மறுக்கவோ ஒழுங்குபடுத்தப்படாத யதேச்சாதிகாரம் தரப்பட்டிருந்தார் என்பதை உச்ச நீதிமன்றம் ஏற்கவில்லை. பக்ளாக்கள் அனுமதிச்சீட்டுக்கு விண்ணப்பித்து அது மறுக்கப்பட்டிருந்தால், பக்ளாக்கள் வழக்குமன்றத்துக்குக் கொண்டுவந்திருக்க முடியும். நீதிமன்றத்தின் முடிவு மிகவும் கவனமாக எழுதப்பட்டது. நிர்வாக அதிகாரத்துக்கு மேற்பட்டது நீதித் துறை என்பதை உறுதிசெய்த அதே வேளையில் அதனால் பொருளாதாரக் குற்றவாளிகள் பயனடைவதையும் அனுமதிக்கவில்லை. அதிகப்படியான அதிகாரம் அளிக்கப் பட்டிருந்தது என்பதன் அடிப்படையில் சட்டத்தை மறுபரிசீலனை செய்வதற்கு நீதிமன்றத்துக்குள்ள உரிமையை வலியுறுத்தியது. வருங்காலத்தில் ஆடை ஆணையர் போன்ற அரசு அதிகாரிகளின் தன்னிச்சையான செயலை மீள்பார்வை செய்ய முடியும். எனினும்,

பக்ளாக்கள் நடைமுறைகளைப் பின்பற்றத் தவறியதால் நடைமுறை தொடர்பான பாதுகாப்பைக் கேட்க அவர்களுக்கு உரிமை இல்லை.

அரிசங்கர், கோம்டி தேவ் பக்ளா ஆகியோருக்கு உச்ச நீதிமன்றத் தீர்ப்புக்குப் பிறகு என்ன நடந்தது என்பது தெரியவில்லை. இருக்கிற ஆவணப்படி மீண்டும் அவர்களது வழக்கு மாவட்ட நீதிமன்றத்தில் தொடர்ந்தது என்பது மட்டும் தெரியும். எப்படி இருந்தாலும் பக்ளா வழக்கின் முடிவு நெடுங்காலம் தாக்கத்தை ஏற்படுத்தும்.

எதேச்சாதிகார நிர்வாகி:
பக்ளா வழக்கின் நிழல்

இறுதி முடிவு சொல்லப்பட்டாலும், அதிகாரத்தை அதிகப்படியாக அதிகாரிகளுக்கு மாற்றித்தருதலுக்கு எதிரான வாதங்களுக்கு நீதிமன்றங்கள் செவிசாய்த்தன என்பதை பக்ளா வழக்கு காட்டிற்று. பிரிட்டிஷ் முன்னுதாரணங்களை அரசமைப்புச் சட்டத்துக்கு உட்பட்ட குடியரசுக்கு எளிதில் பயன்படுத்த முடியாது என்பதை அது அடையாளம் காட்டிற்று. எடுத்துக்காட்டாக, வணிகர்களின் நிறுவனம் தொடர்ந்த வழக்கில் பக்ளா வழக்கில் தரப்பட்டது போன்ற வாதத்தை உச்ச நீதிமன்றம் ஏற்றுக்கொண்டு உத்தரப் பிரதேச நிலக்கரிக் கட்டுப்பாட்டுச் சட்டத்தின் (1953) பகுதிகளை அடித்துவிட்டது.

மனுதாரர்கள் கான்பூரில் நிலக்கரியைச் சில்லறை வியாபாரம் செய்தார்கள். அவர்களுக்கு அனுமதி நிறுத்தப்பட்டது. நிலக்கரிக் கட்டுப்பாட்டு ஆணையின்படி, கான்பூரின் மாவட்ட நீதிபதியும், மாவட்ட விநியோக அலுவலரும் உரிமம் வழங்கும் அதிகாரிகளாக நியமிக்கப்பட்டார்கள். நிலக்கரி வகைகள் பலவற்றில் விற்பனையாளர்களையும் வணிகர்களையும் கட்டுப்படுத்த விதிகள் அடிக்கடி தரப்பட்டன. 1953-இல் எல்லாப் பொருட்களின் விலையையும் மாவட்ட நீதிபதி மிகவும் குறைத்துவிட்டார். மேலும், உத்தரப் பிரதேசத்தின் வேறு நகரங்களைவிட இங்கு விலைகள் மிகவும் குறைக்கப்பட்டன. மனுதாரர் புதிய விதிகளை மீறினார். ஆகவே, அவரது நிலக்கரி விற்கும் உரிமம் பறிக்கப்பட்டது. இதனால், அவர் ஏற்கெனவே வைத்திருந்த நிலக்கரியை விற்க முடியாமல்போயிற்று. அதேசமயம், அவர் மீது பதுக்கல் வழக்கு போடப்பட்டது. ஏனென்றால், அனுமதியில்லாமல் நிலக்கரியை வைத்திருப்பது சட்டப்படி குற்றம்.

இந்த நிலையில், உத்தரப் பிரதேச நிலக்கரிக் கட்டுப்பாட்டை எதிர்த்து மனுதாரர்கள் மனு செய்தார்கள். அதன் விதிகளின்படி உரிமம் கொடுக்கும் அதிகாரிகளுக்கு, உரிமம் தருதல், மறுத்தல், திரும்பப்பெறுதல், விலை நிர்ணயித்தல், வியாபார நிபந்தனைகளைத் தீர்மானித்தல் ஆகியவற்றில் கட்டுப்பாடும் வழிகாட்டலும் இல்லாத எதேச்சாதிகாரம் தரப்பட்டிருக்கிறது என்ற காரணங்களுக்காக நீதிமன்றம் சென்றார்கள். மாநில நிலக்கரிக் கட்டுப்பாட்டு அலுவலர் அவருக்குக் கீழுள்ள அதிகாரிகள் எத்தனை பேருக்கு வேண்டுமென்றாலும் அனுமதியும் உரிமம் வழங்கும் அதிகாரத்தையும் தரலாம் என்பதைத் தாக்கினார்கள். மேலும், உத்தரப் பிரதேச நிலக்கரிக் கட்டுப்பாட்டு ஆணையைப் பயன்படுத்துவதிலிருந்து சில தனிப்பட்ட ஆட்களுக்கு உரிமம் வழங்கும் அலுவலர் வழி விலக்கு தரலாம் என்பது அதிகாரத்தை வேறு ஒருவருக்கு வழங்குவதன் எதேச்சாதிகாரத்துக்கு எடுத்துக்காட்டாகக் காட்டப்பட்டது. இவற்றைக் கவனமாக ஆராய்ந்த உச்ச நீதிமன்ற நீதிபதி, சமூகத்துக்கு அத்தியாவசியத் தேவைகளாக உள்ள பண்டங்கள் எல்லோருக்கும் நியாயமாகவும் நியாயவிலையிலும் கிடைக்கக் கட்டுப்பாடுகள் அவசியம். அவற்றின் விற்பனையை உரிமம் பெற்ற விற்பனையாளர்கள் மூலம் விற்பது அறிவுக்கு ஏற்றதுதான்.

அதேசமயம், ஊழியர்கள் ஓரளவு தன்னிச்சையாகச் செயல்பட வேண்டியதாகவும் இருக்கலாம் என்பதை உச்ச நீதிமன்றம் ஏற்றுக்கொண்டது. எனினும், அப்படி அளிக்கப்பட்ட அதிகாரம் எந்த விதியும், உயர் அதிகாரி எவரும் கட்டுப்படுத்தாதபோது அது தன்னிச்சையாகப் பயன்படுத்தப்படும் அதிகாரம் ஆகிறது. இதுதான் பிரச்சினை. இதை மனத்தில் கொண்டு, உரிமம் தரும் முழுமையான அதிகாரத்தை ஒருவருக்குக் கொடுப்பதும், நிலக்கரி விற்பனைக்கு உரிமம் பெறத் தேவையில்லை என்று சிலருக்கு விலக்கு அளிப்பதும் அறிவுடைமை ஆகாது. உரிமம் தரும் அலுவலருக்கிடையே தன்னிச்சையான செயல்பாட்டை ஒழுங்குபடுத்த விதிகளோ வழிகாட்டு நெறிகளோ இல்லாதபோது, நிலக்கரிக் கட்டுப்பாட்டு ஆணை உரிமங்கள் வழங்கவும் தடுக்கவும் நீக்கவும் ஒரு தனிநபருக்குக் கட்டுப்பாடில்லாத அதிகாரம் தந்திருந்தது. இதனால், பொறுப்பிலுள்ள ஒரு அலுவலர் பகை, விருப்பு, வெறுப்பு, ஒருசாரார் மீது அனுதாபம் அல்லது எளிதில் மறைக்கக்கூடிய பிற தாக்கங்களிலிருந்து செயல்படலாம் என்றது

நீதிமன்றம். இது அமெரிக்க உச்ச நீதிமன்றத்தின் முடிவை எதிரொலிப்பதுபோல இருந்தது.

கட்டுப்பாட்டு ஆணையர்களும் அலுவலர்களும் ஒரு உரிமம் மறுக்கப்படுவதற்கும் தரப்படுவதற்குமான காரணங்கள் பதிவுசெய்ய வேண்டியிருப்பது அதிகாரத்தைத் தவறாகப் பயன்படுத்துவதற்குப் பாதுகாப்பாக இருக்கும் என்று உத்தரப் பிரதேச அரசு வாதாடியது. உச்ச நீதிமன்றம் மீது அதிகாரத்துக்கு மேல்முறையீடு செய்ய வாய்ப்பில்லை என்று கூறி இந்த வாதத்தை நிராகரித்தது. உபி நிலக்கரிக் கட்டுப்பாட்டு ஆணையின் பல விதிகளை அவை அதிகப்படியான அதிகாரங்களையும் தன்னிச்சையான அதிகாரங்களையும் அலுவலர்களுக்குத் தருவதாகக் கூறி நீக்கிவிட்டது. அவை அடிப்படை உரிமைகளைத் தேவையில்லாமல் கட்டுப்படுத்துவது அறிவார்ந்த செயல்களில்லை என்றது. மனுதாரர்களுக்கு நிலக்கரி வியாபார உரிமத்தை மீண்டும் கொடுத்தது.

இதேபோன்ற சூழலில் ராஜஸ்தானின் ஜோத்பூர் மார்வாடி தானிய வியாபாரிகள் ராஜஸ்தான் உணவு தானியக் கட்டுப்பாடு ஆணையை (1948) எதிர்த்து வழக்கு தொடர்ந்து வெற்றிகண்டார்கள். கம்பு விற்க உரிமம் பெற்ற மனுதாரர்கள் இருப்பு தானியத்தை விற்க முடியாமல் இருந்தார்கள். சந்தை விலையில் பாதிக்கு அரசாங்கம் அதைக் கையகப்படுத்திற்று. அலுவலர்களுக்குக் கையகப்படுத்தும் அதிகாரங்கள் கொடுத்த பிரிவை எதிர்த்து நீதிமன்றத்தில் வர்த்தகர்கள் வழக்கு தொடர்ந்தார்கள். அவர்கள் சொன்ன காரணம் இருப்பைப் பயன்படுத்த முடியாமல் செய்வதற்கோ கட்டாயமாக வாங்குவதற்கோ எந்தக் கொள்கையும் தரப்படவில்லை என்பது. உச்ச நீதிமன்றம் இந்த வாதத்தை நிராகரித்தது. இருப்பை நகரவிடாமல் செய்வதற்கான சூழல்கள் ESA-யின் 3-ஆம் பிரிவோடு பார்க்கப்பட வேண்டும் என்றது. இருப்பை வாங்குவது ESA-யின் நோக்கத்தோடு தொடர்புடையது. ஆனால், ராஜஸ்தான் உணவு தானியக் கட்டுப்பாட்டு ஆணையானது அரசாங்கம் எந்த விலைக்கும் வாங்கி விற்கலாம் என்ற பிரிவை நீக்கியது. ஏனென்றால், கட்டுப்பாடில்லாத அதிகாரத்தை அதிகாரிகளுக்கு இந்தப் பிரிவு அளித்துவிடுகிறது. இதன் மூலமாக, அரசாங்கத்துக்கு உச்ச விலையைவிடக் குறைவாக வாங்க வாய்ப்பளிக்கிறது. இது வர்த்தகர்களுக்கு இழப்பைத் தருகிறது. அதேசமயம், அரசாங்கம் அதிக விலைக்கு விற்று லாபம் சம்பாதிக்க முடியும்.

1950-களில் பண்டங்களின் மீதான கட்டுப்பாடுகள் பலவற்றை எதிர்த்து வழக்குகள் தொடரப்பட்டன. அவை குறிப்பிட்ட அலுவலர்களுக்குத் தன்னிச்சையாக அதிகாரங்களைக் கொடுக்கின்றன என்பதே காரணம். இந்த வழக்குகளின் வெற்றி வெவ்வேறாக இருந்தது. பத்தாண்டு முடியும்போது, உரிமம் பற்றிய வழக்குகளைத் தவிர மற்றவற்றில் நீதிமன்ற நிவாரணம் பெறுவது அரிதாக இருந்தது. நீதிமன்றத் தீர்ப்புகள் வெவ்வேறாக இருந்தன. குறிப்பிட்ட நிகழ்வுகளுக்கு விளக்கங்கள் தரப்பட்டதன் அடிப்படையில் இருந்தன.

இவ்வாறு பல வகையான வழக்குகளால் அரசு முடிவெடுப்பதில் குழப்பங்களும் நிலையற்ற தன்மைகளும் காணப்பட்டன. வர்த்தகர்களும் நுகர்வோரும் நிரந்தரமில்லாத ஒரு நிலைத்தன்மைக்கு உட்பட்டார்கள். அரசாங்கம் வழக்கைத் தீவிரமாகவே எடுத்துக்கொண்டது. பல வழக்குகளில் தலைமை வழக்கறிஞர் குறுக்கிடுமாறு கேட்டுக்கொள்ளப்பட்டார். இந்த வழக்குகளின் முக்கியத்துவம் என்னவென்றால், பண்டங்களைக் கட்டுப்படுத்தும் பிரச்சினையானது திட்டமிட்ட பொருளாதாரத்திலிருந்து ஒரு மக்களாட்சியில் நிர்வாகியின் பங்குக்கு மாறியது என்பதுதான்.

திட்டமிடப்பட்ட சமூகத்தில் சட்டத்தின் பங்கு: கட்டுப்பாடுகளும் நிர்வாகச் சட்டத்தின் பிறப்பும்

கட்டுப்பாடுகளைப் பண்டங்கள் மீது விதித்த அரசாட்சி ஒரு புதிய சூழலை உருவாக்கியிருந்தது. இதுபற்றிப் பொருளாதார அறிஞர் காட்கில் குறிப்பிடும்போது, "தெருவிலே போகும் சாதாரண மனிதனைவிடவும் இந்தியாவின் சராசரி நிர்வாகி திறமைசாலியாகவும் இல்லை, நேர்மையாகவும் இல்லை," என்று குற்றம்சாட்டுகிறார். நிர்வாகத்தில் தன்விருப்பப்படி நடப்பதை வழக்குகள் மூலம் வெளிப்படுத்தியதன் விளைவாக, வியாபாரி நேர்மையில்லாதவர் (மார்வாடி) என்ற பிம்பத்தை ஊழல்மிக்க, அதிகார வெறிபிடித்த அரசு நிர்வாகி என்ற உருவம் அழித்துவிட்டது. பக்ளா வழக்கில் பதக்கின் வாதம் குறிப்பிட்டதுபோல, அமெரிக்க முன்மாதிரிகள் பற்றிய விவாதத்துடன், பண்டங்கள் மீதான கட்டுப்பாடுகள் பற்றிய வழக்கில் நிர்வாகச் சட்ட விவாதங்களும் கொண்டுவரப்பட்டு வழக்காடுவதில் ஒரு திருப்புமுனையைக் கொண்டுவந்துவிட்டது.

இந்தச் சிக்கல் ஃபோர்ட் நிறுவன நிதியுதவியுடன் செயலாற்றிய இந்தியச் சட்ட நிறுவனத்தால் ஆய்வுக்கு எடுத்துக்கொள்ளப்பட்டது. இந்தியாவின் நவீனச் சிந்தனையுள்ள தலைமையில் தாராள மக்களாட்சிக் கொள்கை ஏற்றுக்கொள்ளப்பட்டுவிட்டது. இந்நிலையில், புதிய சந்தைகளும் மக்களாட்சியும் சட்டத்தின் ஆட்சியும் வலுப்படுத்தப்படும் சூழலும் இருந்த ஒரு இடமாக இந்தியா பார்க்கப்பட்டது. 1952-இல் சட்டம் பற்றிய ஒரு திட்டத்துக்கு ஃபோர்ட் நிறுவனம் நிதியுதவி அளித்தது. இந்தியாவில் சட்டத் தொழிலில் திறமைகளை வளர்ப்பது நோக்கம். ஃபோர்ட் அமெரிக்கச் சட்டப் பேராசிரியர்களை அனுப்ப ஏற்பாடு செய்தது. அமெரிக்காவில் இந்திய நீதிபதிகளும் வழக்கறிஞர்களும் பயிற்சிபெற வசதிகள் செய்தது. இந்தியச் சட்டக் கல்லூரிகளில் அதன் அமைப்பையும் கல்வித் திட்டத்தில் சீர்திருத்தத்தையும் பற்றி யோசனை கூற வல்லுநர்களை நியமித்தது. அமெரிக்கச் சட்ட நிறுவனம் இந்தியாவில் சட்டத் துறையில் ஆய்வுசெய்யும் மையத்தை ஏற்படுத்திற்று. ஃபோர்டின் இந்த ஆர்வத்தைப் பற்றிப் பல ஆய்வறிஞர்கள் ஆய்வு மேற்கொண்டிருக்கிறார்கள். ஆனால், அது முன்னிருந்து ஏற்பாடு செய்த ஆய்வுப் பொருள் பற்றி (subject of research) ஆய்வு மேற்கொள்ளப்படவில்லை. இந்தியச் சட்ட நிறுவனமும், அமெரிக்காவில் பயிற்சிபெற்ற அறிஞர்களும் நிர்வாகச் சட்டத்தைப் பற்றி ஆய்வு மேற்கொண்டனர். பெரும்பாலும் அவை திட்டமிடப்பட்ட பொருளாதாரத்தில் நிர்வாகச் செயல்பாட்டை ஆராய்ந்தன.

இந்தியச் சட்ட நிறுவனத்தின் நிறுவன இயக்குநர் மார்கோஸ், யேல் பல்கலைக்கழகத்தில் படித்தவர். அவர்தான் நிர்வாகச் செயல்பாட்டின் நிதித் துறைக் கட்டுப்பாடு பற்றிய முதல் நூலை எழுதியவர். நிர்வாகச் சட்டம் பற்றிய வழக்குகளையும் விவரங்களையும் நூலாகத் தொகுத்து வெளியிட்டவர். இதுவே 1990-கள் வரையில் இந்தியச் சட்டக் கல்லூரிகளில் பயன்படுத்தப்பட்ட அமெரிக்க பாணியில் எழுதப்பட்ட நிகழ்வுநிலை நூல் (casebook). இந்தியச் சட்ட நிறுவனத்தால் ஏற்பாடு செய்யப்பட்ட ஆய்வுகளில் மூன்றில் இரண்டு பகுதி நிர்வாகச் சட்டம் பற்றியது. குறிப்பாக, அத்தியாவசியப் பண்டங்கள் சட்டத்தின்கீழ் வந்த நிர்வாக நடைமுறை பற்றிய விரிவான ஆய்வும் இதில் அடக்கம்.

திட்டமிடப்பட்ட பொருளாதாரத்தோடு, சட்டத்தின் ஆட்சியை இணைப்பதற்கான தேவையால் நிர்வாகச் சட்டம் மீது கவனம்

திரும்பியது. இந்தியச் சட்ட நிறுவனத்தின் நிகழ்வுநிலை நூலில் நிர்வாகச் சட்டம் பற்றிய பகுதி பொருளாதார வல்லுநர் ஹேயக் எழுதிய நூலிலிருந்து எடுக்கப்பட்டது. மக்களாட்சி முறையால் தரப்பட்டதாலேயே அது தனிச்சையாகச் செயல்பட முடியாது என்று சொல்வதில் எந்த நியாயமும் இல்லை என்று சட்ட மாணவர்களுக்கு அது நினைவுபடுத்திற்று. இந்த விமர்சனம் நேரு காலத்து ஒழுங்குபடுத்துதல் அரசாட்சி என்பதன் அறிவுபூர்வத் தன்மையைக் கேள்விகேட்டது.

புதிய சட்டக் கல்வி நிறுவனம் சட்டபூர்வமானது என்பதற்கும், சட்டத்தின் ஆட்சி என்பதற்கும் உள்ள வேறுபாட்டை வலியுறுத்தியது. எல்லாப் பொருளாதாரச் செயல்பாடும் மத்திய வழிகாட்டுதலில் நடக்க வேண்டுமென்றால், தன்னிச்சையான செயலை அரசு சட்டபூர்வமானதாக ஆக்க வேண்டும். தேசிய அளவில் திட்டமிடுதல் பொதுக் கட்டுப்பாட்டையும் பொருளாதாரச் சமூகச் செயல்பாடுகளின் வழிகாட்டுதலையும் கொண்டிருக்கும் என்பதைத் தேசியச் சட்ட அமைப்பு ஏற்றுக்கொண்டது. அவற்றில் அடிப்படைத் தொழில்களைக் கட்டுப்படுத்தல், நில உடைமைக்கு வரம்பு விதித்தல், கூடுதல் வரிவிதிப்பு, தொழிலாளரைக் கொண்டுவருதல், இறக்குமதி ஏற்றுமதிகளுக்குக் கட்டுப்பாடு, சேரி ஒழிப்பு ஆகியவையும் அடங்கும். எனினும், வரம்புக்கு உட்படாத அதிகாரங்களை அரசுக்குக் கொடுப்பதால் தன்னிச்சையான சட்டம்கூட சட்டபூர்வமானதாக ஆக்கப்படும். இப்போது நிர்வாகச் சட்டம் பற்றிய திட்டம் தேசியத் திட்டமிடுதலையும், நிர்வாகத் தன்னிச்சைச் செயல்பாட்டையும் பல சட்டபூர்வப் பாதுகாப்புகளோடு கொண்டுவர வேண்டியிருந்தது.

மேலை நாடுகளில் நிர்வாகச் சட்ட அமைப்புகள் சட்டமன்ற, அதிகார வர்க்கச் செயல்பாடுகளின் மூலம் உருவானவை. இந்தியாவில் நிகழ்வுச் சட்டத்தின் மூலமாக நிர்வாகச் சட்டம் உருவானது. பின்காலனிய இந்தியாவில், தனியார் சட்டத்தின் அடிப்படையில் இல்லாமல் பொதுச் சட்ட வெளியில் நீதிபதி உண்டாக்கிய பொதுச் சட்டம் வளர்ந்தது. பெரும்பாலும், அப்போதைக்கு அப்போது தற்கால முடிவுகளின் வழியாக நடந்தது. இந்த வளர்ச்சி ஒரு குழப்பத்தை ஏற்படுத்திற்று என்று உபேந்திரா பக்சி சொல்கிறார். ஏனென்றால், இரக்கமற்ற உறுதிப்பாட்டுக்கான மாநில அரசின் தேவை அதிகம்.

சாதாரணக் குடிமகனுக்குப் பிரச்சினைகள் அதிகமாக இருந்ததால், சட்டபூர்வ நடிவடிக்கைகளைத் தொடங்க வேண்டியதாயிற்று. நிர்வாகச் சட்டபூர்வ வழக்கில் வேறு இரண்டு வகைகள் இருக்கின்றன. அவை அகதிகள் மறுவாழ்வும் குடிமைப்பணிகள் பணியமர்த்தல் வழக்குகளும் ஆகும். இவை புதிய சட்டக் கல்வி நிறுவனத்தால் ஆய்வுக்கு உட்படுத்தப்படவில்லை. இவ்வாறு பண்டங்களின் மீதான கட்டுப்பாடுகள் இந்தியாவில் நிர்வாகச் சட்டத்தின் அடிப்படையாக ஆயின. பக்ளா, துவாரகா பிரசாத் வழக்குகளின் முடிவுகள் பல சட்ட வலைத்தளங்களில் சுற்றுக்கு விடப்பட்டன.

இந்த இரண்டு வழக்குகளின் முடிவுகளையும் சட்ட ஆய்வுநூல்களை எழுதுபவர்கள் ஒன்றாகவே எடுத்துக்கொண்டு பல வழக்குகளுக்கு உத்திகளை உண்டாக்கினார்கள். முதலாவது வழக்கு நடைமுறைக்கு உட்பட்டது. அலுவலர்களை வழிநடத்த வழிகாட்டல் நெறிகள் இல்லாமல் முக்கியச் சட்ட வேலையை அளித்தல் பற்றிய ஒழுங்கைத் தாக்கினார்கள். பக்ளா வழக்கைப் போல, நீதிமன்றம் அப்படிப்பட்ட வழிகாட்டல்கள் இருந்ததைக் கண்டுபிடித்தால், வழக்கறிஞர்கள் அவற்றை எதிர்த்து வழக்காடினார்கள். அந்த வழிகாட்டல்கள் அநீதியைக் கட்டுப்படுத்தப் போதுமானவையாக இல்லை. அதனால், தன்னிச்சையாகச் செயல்பட்டதைத் தவறாகப் பயன்படுத்துவதுதான் வரும் என்று வாதிட்டார்கள்.

பக்ளாவுக்குத் தண்டனை கொடுக்கப்பட்டாலும், ESA-யைச் சரி என்று சொன்னாலும், அலகாபாத் உயர் நீதிமன்றம் இரண்டு முடிவுகளையும் ஒன்றாகவே பார்த்தது. தன்விருப்பப்படி நடப்பதற்கு மாநில அரசுக்கு சட்டமன்றம் தன்னிச்சையாக நடக்கும் அதிகாரத்தைத் தர முடியாது என்று இந்தத் தீர்ப்புகள் காட்டின என்றது. வழிகாட்டுதல்கள் இல்லாதபோது, வரையறையோ வழிகாட்டுதல்களோ இல்லாத அதிகப்படியான அளவில் அதிகாரத்தை அளிக்கும் சட்டங்களை நீதிமன்றங்கள் செல்லாதவையாக ஆக்கலாம். தில்லி வாடகைக் கட்டுப்பாடு அதிகாரியின் அதிகாரங்களை எதிர்த்து உச்ச நீதிமன்றத்தை அணுகியபோது, இரண்டு தீர்ப்புகளையும் ஒன்றாகவே அது எடுத்துக்கொண்டது. நிர்வாகச் செயல்பாட்டை எதிர்த்துத் தொடுக்கப்பட்ட வழக்குகள் தள்ளுபடி செய்யப்பட்டன. எனினும், பல வழக்குகளில் நீதிமன்றங்கள் எதிராகத் தீர்ப்பளித்தன.

ஒரு எடுத்துக்காட்டு, உபி மார்வாடி துணி வர்த்தகர் அமிர் சாந்தின் வழக்கு. அவர் தனது தொழில் வளாகத்தில் துணி இருப்பு வைக்கத் தற்காலிக உரிமம் பெற்றிருந்தார். உரிமம் காலாவதியான ஒரு மாதத்துக்குப் பிறகு அவர் ஒரு சேலையை விற்றதைக் கண்டுபிடித்தார்கள். அவருக்கு மூன்று மாதக் கடுங்காவல் சிறைத்தண்டனை தரப்பட்டது. சாந்த், பருத்தி ஆடை ஆணையின் சில பகுதிகள் அரசமைப்புச் சட்டத்துக்கு உட்பட்டவையா என்று கேட்டு நீதிமன்றம் போனார். அந்த ஆணையின்படி ஆடை ஆணையருக்கு எந்தக் காரணமும் கூறாமல் உரிமை வழங்குவதை மறுப்பதற்கு அதிகாரம் தரப்பட்டிருந்தது. சாந்த் உரிமம் தரும் அதிகாரிக்கு உரிமம் தரவும் தன்விருப்பப்படி மறுக்கவும் அதிகாரம் தரப்பட்டிருந்த பகுதிகளை எதிர்த்தார்.

அலகாபாத் உயர் நீதிமன்றம் பக்ளா, பிரசாத் வழக்குகளின் முடிவுகளை எடுத்துக்கொண்டது. பக்ளா முடிவு பருத்தி ஆடை ஆணையின் மற்ற பகுதிகளைச் சரி என்று கூறிற்று. ஆனால், அலகாபாத் உயர் நீதிமன்றம் பக்ளாவின் முடிவு முழுவதையும் பின்பற்ற முடியாது என்றது. பக்ளாக்கள் அதிகாரியை முதலில் அணுகவில்லை என்பதால் முடிவு பக்ளாவுக்கு எதிராக இருந்தது. ஆனால், சாந்த் ஏற்கெனவே உரிமம் வாங்கியிருந்தார். உயர் நீதிமன்றம் துவாரகா பிரசாத் வழக்கின் முடிவை எடுத்துக்கொண்டது. முடிவுகள் உரிமம் வழங்கும் அதிகாரத்தைப் பொறுத்தவை. பாதிக்கப்பட்டவருக்கு நிவாரணம் வழங்க வழி தரவில்லை. எனவே, அதிகாரத்தை அளித்ததன் சட்டபூர்வத் தன்மை கேள்விகேட்கப்பட்டது. அதிகாரத்தைத் தருவது செல்லுபடி ஆகும் என்பது மட்டும் போதாது. அதிகாரிக்குக் கொடுக்கப்பட்ட தன்னிச்சையாகச் செயல்படும் அதிகாரம் தான்தோன்றித்தனமாகக் கட்டுப்பாடு இல்லாமல் இருக்க முடியாது. இந்தக் காரணத்தால் சாந்த் எல்லா வழக்குகளிலிருந்தும் விடுவிக்கப்பட்டார்.

வர்த்தகர் ஒரு அரசமைப்புச் சட்டத்தின்படியான செயல்பாட்டாளர்

பக்ளாக்களின் வழக்கு, அது தோல்வி அடைந்தாலும், ஏன் முக்கியமானதாகக் கருதப்படுகிறது? முதலாவதாக, பண்டங்கள் கட்டுப்பாட்டுக்கு எதிரான, நிர்வாகம் தொடர்பான முதல் வழக்கு அது. அதன் பிறகு, ESA-ஐ எதிர்த்து 568 வழக்குகள் தொடரப்பட்டன. பண்டங்கள் சட்டத்தை எதிர்த்து 4,000

வழக்குகள் வந்தன. இவை அறிவிக்கப்பட்டவை. வெளியில் தெரியாத வழக்குகள் நிறைய இருந்தன.

இரண்டாவதாக, கொள்கை அடிப்படையில் பக்ளா வழக்கு முன்னுதாரணமாக 194 வழக்குகளில் காட்டப்பட்டது; அவற்றில் 33 உச்ச நீதிமன்றத்தில் நடைபெற்றன. இதனால், நீதிமன்றங்களுக்கு அதிக அதிகாரம் அளித்தல் பற்றி முடிவு எடுக்கும் அதிகாரம் இருந்தது வெளிப்பட்டது. அவை கொள்கைப்படி இருக்கின்றனவா என்று ஆராய முடியும். மேலும், இந்தியாவில் நிர்வாகம் பற்றிச் சட்டம் உருவாகக் காரணமாக இருந்தது. அதிகாரம் அளித்தல் செல்லுபடியாகக்கூடியதா என்றும் நீதிமன்றங்கள் முடிவெடுக்க முடியும்.

புதிய உலகில் அமெரிக்காவுக்கும் நேரு காலத்து இந்தியாவுக்கும் நிர்வாக நடைமுறை பற்றிய விஷயங்களில் ஒற்றுமை காண முடியும். இரண்டு நாடுகளிலும் நிர்வாக ஆட்சியின் விரிவாக்கமும், அவற்றுக்கு நீதித் துறையின் எதிர்ப்பும் காணப்பட்டன. இரண்டுக்கும் வேறுபாடுகளும் உள்ளன. பத்தொன்பதாம் நூற்றாண்டில் அமெரிக்காவில் நிர்வாகம் வலுவான அடிப்படை கொண்டதாக இல்லை. ஆட்சிக்கு நீதிமன்றங்களுக்கும் அரசியல் கட்சிகளுக்குமே அடிப்படை அமைப்புகளைக் கொடுத்தன. இதன் அடிப்படையில், நீதி பற்றிய கருத்தாக்கம் உண்டானது. இதற்கு மாறாக, இந்தியாவில் மையப்படுத்தப்பட்ட அதிகார வர்க்கத்தினரின் ஆட்சியே இருந்தது. ஆட்சியின் இரும்புச் சட்டகமாக இது கருதப்பட்டது. காலனிய இந்தியாவில் நீதிமன்றக் குறுக்கீடு குறைவாகவே இருந்தது. எனவே, சட்டங்கள் ஒழுங்குமுறைகள் பற்றி நீதிமன்றம் தலையிட ஒரு இடம்பெறப்பட்டது என்பது ஒரு குறிப்பிடத்தக்க சாதனை.

முதலில் பார்க்கும்போது, வர்த்தகர்கள் பண்டங்கள் கட்டுப்பாட்டு ஆட்சியை எதிர்த்து வழக்குமன்றம் சென்றது வியப்பளிக்காமல் இருக்கலாம். சட்டமும் நீதிமன்றங்களும் சாதாரணக் குடிமக்களைக் கட்டுப்படுத்தும் கருவிகளாகப் பார்க்கப்பட்டன. பணக்காரர்களுக்கு உரியது, உழைப்பாளர்களுக்கு இல்லை என்ற கடுமையான குற்றச்சாட்டுக்கு உச்ச நீதிமன்றமே உள்ளானது. 1970 வரையில் தரப்பட்ட உச்ச நீதிமன்ற முடிவுகளை ஆராய்ந்தால் முதலாளிகள் அதிகப்படியான வழக்குகள் தொடுத்திருக்கிறார்கள் (23%) என்று தெரிகிறது. ஆனால், அவர்களது வெற்றிவீதம் 42%.

சராசரித் தனிநபருடைய வெற்றிவீதம் 40%. அரசுப் பணியாளர்கள், தொழிற்சங்கங்களின் வெற்றிவீதம் 55%.

இந்த இயல், உச்ச நீதிமன்றம் சொத்துக்காரர்களுக்கு ஆதரவு அளிக்கிறது என்பது பற்றிய எளிமையான கதையை இரண்டு வகைகளில் குழப்பிவிட்டது: முதலாளிகளுக்கு ஆதரவாக இருக்கிறது. (தொழில்) முதலாளிகள் என்ற பிரிவில் குழப்பம் ஏற்படுத்திவிட்டது. மேலும், வழக்கு நடத்தப்பட்ட முறையிலேயே கவனம் செலுத்துகிறது; அதன் விளைவு பற்றி ஆராயவில்லை. பின்காலனிய ஆட்சியில், பணியாற்றும் நவீன மேல்தட்டில் உள்ள அலுவலர்கள், முதலாளிகள், நிலம் படைத்த வகுப்பினர் ஆகியோருடன் சமரசம் செய்துகொள்ளும் அரசாங்கத்தின் ஆட்சி நடக்கிறது என்று அரசியல் அறிஞர்கள் கருதுகிறார்கள். இந்தப் பகுப்பாய்வில் தெருக்கடை, நடுத்தர முதலாளிகள், சிறுதொழில் செய்பவர்கள், சுயவேலை செய்யும் சில்லறை வியாபாரிகள், மொத்த வியாபாரிகள், உற்பத்தியாளர்கள், சேவைகள் தருபவர்கள், விவசாயிகள், ஏழைகளுக்கும் நடுத்தர வர்க்கத்தாருக்கும் இடையில் இருப்பவர்கள் ஆகியோருக்கு இடமில்லை. இந்தக் குழுக்கள் உறவு அல்லது சாதி அடிப்படையில் ஒருவருக்கொருவர் தொடர்புடையவர்கள் ஆக்கப்பட்டார்கள். இவர்கள்தான் சராசரிக் குடிமகனது பொருளாதார வாழ்க்கையில் நேரடிப் பங்குவகிப்பவர்கள்.

நேருவின் இந்தியா வளர்ச்சியடையாமல் நிலையாக இருந்தது, சந்தைக்கு எதிரானது என்று சொல்லப்பட்டது. ஆனால், நாம் பார்ப்பது வேறு. அரசாங்கம் பழைய சந்தை ஒழுங்குமுறைகளின் இடத்தில் பலன் தரக்கூடிய புதிய விநியோக முறையைக் கொண்டுவந்தது. அது முதலாளித்துவத்துக்கு எதிர்ப்பானது இல்லை. மாறாக, அரசாங்கம் தொழில் முதலீட்டுக்கு ஆதரவு அளித்து உற்பத்தியில் ஈடுபடாத வர்த்தகத்துக்கும், வட்டி வாங்கும் முதலாளித்துவத்துக்கும் ஆதரவு தரவில்லை. நேருவின் அரசு வணிகத்தில் ஈடுபட்ட முதலாளிகளைத் தொழில் முனைவோராக மாற்றிற்று. இது சிறுநிறுவனச் சட்டம், நிதி ஒழுங்குமுறைகள் ஆகியவற்றின் மூலம் தெளிவாகிறது.

கடைத் தெரு வகுப்பினர் புதிய குடியரசின் அரசியலில் வெளியில் நிறுத்தப்பட்டார்கள் என்று இந்த இயல் காட்டியது. பண்டக் கட்டுப்பாடுகள் ஆட்சி காட்டியதுபோல, இந்த வகுப்பினர் பொருளாதாரக் குற்றவாளிகளாகப் பார்க்கப்பட்டார்கள்.

அவர்களது தொழில் எப்போதுமே அழுத்தத்துக்கு உள்ளாகியிருந்தது. இவர்களும் கடைக்காரர்களுமே பின்னர் பாஜக ஆதரவாளர்களின் மையமாக ஆனார்கள். ஆனால், அவர்கள் 1980-களில்தான் தேர்தல் வெற்றிகளைப் பெற முடிந்தது. விடுதலைக்குப் பிறகான சில பத்தாண்டுகள் பண்டங்கள் மீதான கட்டுப்பாடுகளுக்கு இருந்த எதிர்ப்பை ஒரு தேர்தல் பிரச்சினையாக ஆக்க முடியவில்லை. ஆகவே, கட்டுப்பாட்டு விதிகளை, துணிகளைக் கடத்தல் போன்ற சட்டத்துக்குப் புறம்பான வழிகளில் பல வர்த்தகர்கள் மீறினர்.

எனினும், தேர்தல் வழிக்கு ஒரு மாற்றாக நிர்வாகச் சட்டம் கிடைத்தது. பக்ளாக்கள் போன்ற வர்த்தகர்களின் நடத்தைகள் அரசின் கண்காணிப்பால் வெளிக்கொண்டுவரப்பட்டன. குற்றச் சட்டங்களின் அடிப்படையில் நடவடிக்கைகளுக்கு உள்ளாயின. காலனிய ஆட்சியில் அனுமதிக்கப்பட்ட நிர்வாகத்தினர் அவர்கள் விருப்பப்படி செயல்படுவது எழுதப்பட்ட அரசமைப்புச் சட்டத்தின்கீழ் செயல்படும் மக்களாட்சிக் குடியரசில் ஏற்புடையதில்லை என்று வாதிடப்பட்டது. இதனால், வழக்கு தொடுத்தவர்கள் ஏமாற்றும் வியாபாரிகள் என்ற பிம்பத்தை மாற்றி நடுநிலைக் குடிமக்கள் என்ற உருவத்தைக் கொண்டுவந்துவிட்டார்கள். ஃபோர்ட் நிறுவன உதவியுடன் ஏற்படுத்தப்பட்ட நிர்வாகச் சட்டதிட்டம் வணிகர்களின் குறிப்பிட்ட சிக்கல்கள் பண்டங்கள் பற்றிய புதிய ஆட்சிமுறைக்கு மாற உதவியது. நிர்வாகச் சட்டம் பற்றிய விவாதங்கள் அரசுக்கும் சந்தைக்கும் இடையேயான உறவைத் தெளிவாக்க அரசமைப்புச் சட்டம் முக்கியத் தளமாக உருவாகக் காரணமாயின.

3
கண்ணுக்குத் தெரியாத கசாப்புக் கடைக்காரர்களின் வழக்கு
பொருளாதார உரிமைகளும் மதச் சடங்குகளும்

அரசமைப்புச் சட்டம் என்பது அரசாங்கங்கள், மாநில அரசுகள் ஆகியவற்றின் நன்மைக்காக மட்டுமோ, வழக்கறிஞர்களுக்கும் அரசியல்வாதிகளுக்கும் அலுவலருக்கும் உயர்ந்த நிலையில் இருப்பவர்களுக்கும் மட்டுமோ அல்ல. அது சாதாரண மனிதர்கள், ஏழைகள், தொழில்புரிவோர், கசாப்புக் கடைக்காரர், ரொட்டி சுடுபவர், மெழுகுதிரி செய்பவர்களுக்கும் உரியது.

– நீதியரசர் விவியன் போஸ், 1956.

பசுவை வெட்டுவதைத் தடைசெய்ய மாநிலங்கள் இயற்றிய சட்டங்கள் அரசமைப்புச் சட்டத்துக்கு உட்பட்டனவா என்று கேட்டு இந்திய உச்ச நீதிமன்றத்தில் 1957-ஆம் ஆண்டு பல மனுக்கள் வந்தன. இந்தச் சட்டங்கள் அரசமைப்புச் சட்டத்தின் பிரிவு 48-இன்படி சொல்லப்பட்ட இலக்குகளை அடையப் புதிதாக இயற்றப்பட்டன. அதன்படி, அரசாங்கம் உழவுத் தொழில், விலங்கு வளர்ப்பு ஆகியவற்றை நவீன அறிவியல் முறைப்படி அமைக்க வேண்டும்; குறிப்பாக, (விலங்கு) இனங்களைக் காக்கவும், மேம்படுத்தவும், பசுக்கள், கன்றுகள், பிற பால் கொடுக்கும் கால்நடைகளைக் கொல்வதைத் தடைசெய்யவும் நடவடிக்கை வேண்டும் என்றிருக்கிறது. பசுவைக் கொல்வது என்ற பிரச்சினை பத்தொன்பதாம் நூற்றாண்டின் பிற்பகுதியிலிருந்து இருந்துவந்திருக்கிறது. பொது விவாதம், அவ்வப்போது வன்முறை, பெருந்திரளான மக்களைக் கூட்டுவது போன்றவையாக அது வெளிப்படும். ஆனால், முற்காலம்போல் இல்லாமல் இப்போது பசுக் கொலையை

177

எதிர்ப்பவர்களும் ஆதரிப்பவர்களும் அரசமைப்புச் சட்டத்துக்கு உட்பட்ட முறைகளையே கையாள்கிறார்கள். இப்படிப்பட்ட சமாதான அணுகுமுறையைத் தலைமை நீதிபதி ஆர்.தாஸ் தனது தீர்ப்பில் பாராட்டிக் குறிப்பிடுகிறார்:

பசுக்களைக் கொல்வது பற்றிய பிரச்சினை இந்த நாட்டில் பல ஆண்டுகளாகக் கொந்தளித்துவருகிறது. இந்தப் பிரச்சினை முன்னாலெல்லாம் இரண்டு இனத்தாரிடையே பிணக்கு ஏற்படுத்திற்று. இதனால், பல இடங்களில் குழப்பமும் கலவரங்களும் ஏற்பட்டன. நடைமுறைகளில் இரண்டு தரப்புகளிலும் பல முறையீடுகள் இனவுணர்வைத் தூண்டுவதாக இல்லை என்பதிலும், அரசமைப்புப் பிரச்சினைகள் பற்றிய விவாதம் பகுத்தறிவுக்கு உட்பட்டதாகவும் புறவயப்பட்டதாகவும் இருக்கிறது என்பதிலும் மகிழ்ச்சியடைகிறேன்.

முகமது ஹனிஃப் குரேஷி x பிஹார் அரசு வழக்கில் பல மாதங்கள் நடந்த விவாதங்களைக் கேட்ட பிறகு, உச்ச நீதிமன்றம் பசுக் கொலைச் சட்டங்களில் பெரும்பான்மையானவற்றை ஏற்றுக்கொண்டது. பசுக் கொலையைத் தடுப்பது மதச் சுதந்திரத்தைக் கட்டுப்படுத்தவில்லை; மனுதாரர்களின் வர்த்தகம் செய்யும் உரிமையையும் பணியாற்றும் உரிமையையும் தடுக்கவில்லை என்று தீர்ப்பிட்டது. எனினும், நீதிமன்றம் அப்படிப்பட்ட தடை முழுமையானதாக இல்லை என்றும் தீர்ப்பிட்டது. கால்நடையின் சில வகைகள், குறிப்பாக வயதான காளைகள் அல்லது மலடான பசுக்கள் ஆகியவற்றை வெட்டலாம் என்று அனுமதித்தது.

விடுதலை இந்தியாவில், 'அரசமைப்புச் சட்டத்துக்கு உட்படுத்துவது' என்றால் என்ன என்று ஆராயும் தளம், பசுக் கொலை என்பது துணைக்கண்டத்தில் பல நூற்றாண்டுகளாக இருந்துவரும் அரசியல் தளமாக இருந்துவந்திருக்கிறது. விடுதலையும் அரசமைப்புச் சட்டத்தை இயற்றியதும் இந்த விவாதத்தின் போக்குகளை எவ்வாறு மாற்றியது? பசுக் கொலைத் தடைச் சட்டத்தின் ஆதரவாளர்களும் எதிர்ப்பாளர்களும் ஏன் அரசமைப்புத் தளத்தின் வழியாகச் செயல்பட்டார்கள்?

ஹனிஃப் குரேஷி வழக்கு அரசமைப்புச் சட்டத்துக்கு ஒரு சிறந்த நிலையைப் பெற்றுத்தந்தது. இது பிரிவு 25-க்கு முன்மாதிரியாக இருப்பதாகத் திரும்பத்திரும்பக் காட்டப்பட்டது. இந்தப் பிரிவு மதச்

சுதந்திரத்தை உறுதிப்படுத்தியது; முற்போக்கு அறிஞர்கள் பலரும் இந்தியப் பெரும்பான்மையின் கருத்துகள் எப்படி அரசமைப்புச் சட்டம் என்ற போர்வையில் சொல்லப்பட்டன என்பதற்கு எடுத்துக்காட்டாக இந்த வழக்கைக் காட்டினார்கள். பசுக் கொலை பற்றிய ஒவ்வொரு சட்டபூர்வமான விவாதத்தின்போதும் ஒரு குறியாக இது ஆனது. இந்து பசுப் பாதுகாப்பாளர்கள் வென்று, முஸ்லிம் மனுதாரர்கள் தோற்றார்கள் என்ற வழக்காக அது காட்டப்பட்டது. உச்ச நீதிமன்றத்தின் நீண்ட தீர்ப்பாக இந்த முடிவு இருந்தது. தீர்ப்பு பல குறிப்பிட்ட தன்மைகளைக் கொண்டது. சமூக அறிவியலின் சாட்சியம் ஏற்கப்பட்டதும், அமிக்கஸ் குயரி (நீதிமன்றத்தின் நண்பன்) என்று முதன்முதலில் ஒருவரை அமர்த்தியதும் அவற்றில் உட்படும். ஆனால், இந்த வழக்கில் குறிப்பிடத்தக்க ஒரு தன்மை மறைந்துகிடந்தது. நான் இந்திய உச்ச நீதிமன்றத்தின் தூசி படிந்த அடித்தளத்தில் ஒரு வழக்கு தொடர்பாக சில கோப்புகளைத் தேடப்போனதுவரை அது மறைந்தே கிடந்தது. ஹனிஃப் குரேஷி வழக்கின் முடிவு ஐந்து வெவ்வேறு மனுக்களின் எதிர்வினை என்று தரப்பட்டது என்று எனக்குத் தெரியும். எனினும், மூவாயிரத்துக்கும் மேற்பட்டவர்கள் தனித்தனியாகக் கையொப்பமோ ரேகையோ இட்டிருக்கிறார்கள் என்று அந்த ஆவணத்தில் பார்த்தபோது எனக்கு வியப்பாய் இருந்தது. இந்த உண்மையை வரலாற்றாசிரியர்களும் வழக்கறிஞர்களும் விட்டுவிட்டார்கள். மனுதாரர்கள் அனைவரும் இஸ்லாமியர்கள் என்றும், 90 விழுக்காட்டினர் குரேஷி இனத்தார் என்றும் தங்களை அடையாளப்படுத்திக்கொண்டார்கள். அவர்கள் கசாப்புக் கடைக்காரர்கள், தோல் விற்பவர்கள், குடல் வியாபாரிகள், தோல் பதனிடுவோர் ஆகியோர். விடுதலைக்குப் பிந்தைய இந்தியாவில் வகுப்பு சார்ந்து முதன்முதலாக வந்த வழக்கு ஹனிஃப் குரேஷி வழக்கு. மூவாயிரத்துக்கு மேற்பட்ட மனுதாரர்கள்; அவர்கள் தொண்ணூறு கிராமங்கள் அல்லது சிறுநகரங்களிலிருந்து வந்தவர்கள். பம்பாய், மத்தியப் பிரதேசம், உத்தரப் பிரதேசம், பிஹார் ஆகிய மாநிலங்களைச் சேர்ந்தவர்கள். எப்படி மூவாயிரம் கசாப்புக் கடைக்காரர்கள் ஒன்றாக வந்தார்கள்? அதன் பிறகு அவர்கள் ஏன் மறைந்துவிட்டார்கள்?

பேரரசியிலிருந்து கௌ மகாராணிவரை: பசுக்கள், இனம், இறையாண்மை

கண்ணுக்குத் தெரியாத கசாப்புக் கடைக்காரர்களின் மர்மத்தைத் தீர்க்க வேண்டுமென்றால், பசு எப்படி அரசமைப்புச் சட்டத்துக்குள் வந்தது என்று பார்க்க வேண்டும். எப்போது, ஏன் இந்துக்கள் மத்தியில் பசு புனிதமாகக் கருதப்பட்டது என்பது பற்றி விவாதங்கள் நடந்திருக்கின்றன. வட இந்திய நகர்ப்புறங்களில் இனக்கலவரங்கள் நடந்திருக்கின்றன என்பதற்கு ஆவணப்படுத்தப்பட்ட வழக்குகள் உள்ளன. அங்கே பதினெட்டாம் பத்தொன்பதாம் நூற்றாண்டுகளில் பசு ஒரு குறியீடாக இருந்தது. இந்த மோதல்கள் இத்-உல்-ஆதா என்ற இஸ்லாம் திருவிழாவின்போது நடந்தன. அப்போது குர்பானி என்று விலங்கைப் பலியிடுவது முஸ்லிம்களின் வழக்கம். இது ஆபிரகாம் கடவுளின் கட்டளைப்படி தன்னுடைய மகனைப் பலியிடப்போனதை நினைவுகூர்வது. மாட்டிறைச்சி விலை குறைவாக இருக்குமாதலாலும், மாடு மற்ற விலங்குகளைவிட அதிகம் இறைச்சி கொடுக்கும் என்பதாலும், அதைப் பலியிடுவது வழக்கம். இத்-உல்-ஆதா என்பது பக்ரித் என்று அழைக்கப்பட்டது (பகர் - அரபு மொழியில் பசு). பத்தொன்பதாம் நூற்றாண்டில் இந்த மோதலில் மாற்றம் ஏற்பட்டது. காலனிய ஆட்சி வந்த பிறகு அதைக் கையாளும் முறையிலும் மாற்றம் ஏற்பட்டது.

பண்டமாற்றம் ஆகிய தொடர்புகளிலும், சமூகத் தொடர்புகளிலும் சமூகத்தில் உற்பத்தி மிக முக்கிய இடம்வகித்தது. இந்தச் சமூகத்தில் பிரிட்டிஷார் மாட்டிறைச்சி உண்பவர்கள் என்பது வெளிப்படையாகத் தெரிந்தது. இப்போது பசுப் பிரச்சினை வேறு வடிவமெடுத்தது. இந்துக்களை முஸ்லிம்களிடமிருந்தும், 'உயர்ந்த சாதி'க்காரர்களை 'தாழ்ந்த சாதி'க்காரர்களிடமிருந்தும், இந்துக்களை பிரிட்டிஷாரிடமிருந்தும் இந்தப் பிரச்சினை பிரித்தது. பசுக் கொலையைத் தடுப்பதைக் காலனிய அரசு எதிர்த்துவந்திருந்தது. பிரிட்டிஷாரோடு கூட்டுவைத்துக்கொண்ட இந்திய மன்னர்கள் தங்கள் நாடுகளில் பிரிட்டிஷ் வீரர்கள் தங்க அனுமதியளித்தனர். ஆனால், அவர்களது இடத்தில் கால்நடைகளை வெட்ட வேண்டாம் என்று கேட்டுக்கொண்டனர். பிரிட்டிஷ் அரசு அவர்கள் வேண்டுகோளை நிராகரித்துவிட்டது. மேலும், மேலைநாட்டுக் கல்வி பெற்ற இந்தியர்கள் நவீனமானவர்களாகத் தங்களைக் காட்டிக்கொள்ள வேண்டுமென்று சமூகத்

தடைகளை மீறினார்கள்; மாட்டிறைச்சியை எல்லோருக்கும் தெரியும்படியாகவே உண்டார்கள்.

எனவே, காலனிய எதிர்ப்பின் சக்திமிக்க குறியீடாகப் பசு ஆனது; வடஇந்தியாவில் ஆட்களை ஒன்றுதிரட்டவும் வன்முறைக்கும் முக்கியக் காரணமாக ஆயிற்று. 1881-இல் ஆரிய சமாஜம் என்ற இந்து சீர்திருத்த இயக்கம், கௌ கோரக்சனி சபா (பசுப் பாதுகாப்பு சங்கம்) ஒன்றை இந்தியாவில் கால்நடையைப் பாதுகாக்க அமைத்தது. அதன் நிறுவனர் தயானந்த சரஸ்வதி சுவாமி, கௌ கோரக்சனி நிதி என்ற பெயரில் ஒரு துண்டறிக்கை வெளியிட்டார். அதில் பசுப் பாதுகாப்பு ஏன் அவசியம் என்று விளக்கினார். பசுவையும் விவசாயத்தையும் பாதுகாக்க உள்ளூர்களில் சங்கங்கள் அமைக்க வேண்டும் என்று ஒரு செயல்திட்டத்தைக் கொடுத்தார். பலியிடுகிற அல்லது உணவுக்காகக் கொல்கிறவர்களின் கைகளில் எந்தச் சூழ்நிலையிலும் கால்நடை விழுந்துவிடாமல் காப்பது அதன் நோக்கம்.

கூட்டத்துக்கு ஆயிரக்கணக்கில் மக்கள் வந்தார்கள். பசுப் பாதுகாப்பு விதிகளை மீறியவர்களைச் சமூகத்திலிருந்து விலக்கிவைத்தார்கள். அவர்களுக்கு எந்தச் சேவைகளும் தரப்படவில்லை. அவர்களது திருமணமான மகள்கள் திருப்பி அனுப்பப்பட்டார்கள். பொருளாதாரத்தில் அவர்கள் அழிவைச் சந்தித்தார்கள். அச்சுறுத்தல்களும் இருந்தன. முஸ்லிம்கள் கட்டாயமாகத் தடுக்கப்பட்டார்கள். இது வன்முறையில் முடிந்தது. ஜௌன்காத், அவத், ரங்கூன் போன்ற நகரங்களில் 1893-இல் மட்டும் பசுக் கொலை தொடர்பான வன்முறையில் நூறு பேர் கொல்லப்பட்டார்கள்.

கோரக்சனி சபா அதற்கென்ற நீதிமன்றங்களை ஏற்படுத்திற்று. பசுக்களுக்கு எதிரான குற்றங்களுக்கு ஒழுங்குமுறை ஆணைகளைப் பிறப்பித்தது. எடுத்துக்காட்டாக, சீதாராம் ஆசிப் என்பவர் மாட்டை ஒரு 'கீழ்சாதி' கசாப்புக் கடைக்காரருக்கு விற்றார் என்று அவரைக் குற்றவாளி என்று தீர்ப்பளித்தார்கள். முதலில் பசுவை விற்ற விலையைவிடக் குறைந்த விலைக்குத் திரும்ப வாங்கச்செய்தார்கள். அடுத்து, குற்றவாளி என்று தீர்ப்பளித்து நான்கு ரூபாய் அபராதம் விதித்தார்கள். அவரால் அபராதத்தைச் செலுத்த முடியாததால் இருபத்து நான்கு நாட்கள் விலக்கிவைத்தார்கள். குற்ற வழக்குகள் பேரரசிக்கு எதிரானவை என்று காலனிய அரசு பதிவுசெய்யும். அதுபோல, கோரக்சனி

சபாவின் நீதிமன்றம் கௌ மகாராணி அதாவது பசுப் பேரரசிக்கு எதிரானது என்று வழக்கு பதிவுசெய்தது.

இந்திய தேசிய காங்கிரஸ் இந்தக் காலகட்டத்தில் பசுப் பாதுகாப்பை ஒரு அதிகாரபூர்வ இயக்கமாக ஆக்கவில்லை. எனினும், பசுப் பாதுகாப்பு இயக்கம் பசுக் கொலையைத் தடுக்கச் சட்டம் இயற்ற வேண்டும் என்று கேட்டது. அதேசமயம், பிரதிநிதித்துவ அரசை காங்கிரஸ் கட்சி கேட்டது. இதனால், இரண்டுக்குமுள்ள வேறுபாடுகள் மறைந்துவிட்டன என்று ஜான் மக்பீஸ் கூறுகிறார். பல காங்கிரஸ்காரர்கள் பசுப் பாதுகாப்புச் சங்கங்களில் உறுப்பினர்கள். கோர்க்சனி சபாவும் தேசிய காங்கிரஸும் ஒரே மேடைகளில் கூட்டங்கள் நடத்தின. சட்டத் திருத்தங்களுக்கான தேசிய காங்கிரஸின் மனுக்கள் பசுக் கொலையை நிறுத்திவிடும் என்று சொல்லிக் கையெழுத்துகள் வாங்கப்பட்டன. எடுத்துக்காட்டாக, நாகபுரி கோரக்சனி சபாவில் தேசிய காங்கிரஸ் மேடையில் கூட்டம் நடத்த அனுமதி தரப்பட்டது. கோரக்சனி சபா 1882-இல் பசுக் கொலையைத் தடுக்க வேண்டுமென்று வேண்டி அரசுக்குப் பொது மனு ஒன்று தயாரிப்பதாகச் செய்தி கிடைத்தது. கையெழுத்துகளின் எண்ணிக்கை மிகவும் அதிகம். ராஜஸ்தானில் 3,50,000 கையெழுத்துகள் பெறப்பட்டதாகச் செய்திவந்தது. லான்ங்டவுன் பிரபு என்ற வைஸ்ராய் இது முட்டாள்தனமானது; வெறும் பேச்சு மேடையிலிருந்து இந்தப் பிரச்சினை தேசிய காங்கிரஸை உண்மையான சக்தியாக மாற்றிவிடும் என்று குறிப்பிட்டார்.

பசுப் பாதுகாப்பு ஏன் இவ்வளவு வலிமை பொருந்திய தளமாக மாறிற்று? சமயத்தைப் பொறுத்தவரையில் காலனிய அரசு நடுநிலை வகித்தது. இதனால், புனிதமான மாட்டைக் காப்பதை அரசிடம் எதிர்பார்க்க முடியாது என்பது தெரிந்தது. நாட்டு மக்களின் நலனைக் காக்க ஆட்சி தவறிவிட்டது என்பதை இது காட்டியது. அதேசமயம், மனுக்கள் மூலமும் நேரடியான செயல்கள் மூலமும் ஒரு இனம் என்ன அரசியல் செய்ய முடியும் என்பதையும் வெளிச்சமிட்டது. எனவே, பசு மாடு ஒரு இனத்தின் அடையாளமாக ஆயிற்று. அப்போது வெளியிடப்பட்ட படங்கள், துண்டுப்பிரசுரங்கள் மூலமும் இதை அறிய முடியும். ஒரு படம் ஒரு பசுவிடம் எண்பத்து நான்கு தெய்வங்கள் இருப்பதாகக் காட்டியது. அந்த மாட்டை வாளுடன் ஒரு கறுப்பு மனிதன் பயமுறுத்துகிறான். மாட்டை ஒரு பேய் பயமுறுத்துவதுபோல் காட்டியிருப்பதில், அது

ஒரு இனத்தைக் குறிப்பிடுவதாகக் காணப்பட்டது. இந்தப் பேய் முஸ்லிம்களாக இருக்கலாம், பிரிட்டிஷாராகவும் இருக்கலாம் என்று அரசாங்கம் நினைத்தது.

தெருக்களிலிருந்து நீதிமன்றங்களுக்கு:
பேரரசின் அரசமைப்பியலும் மாட்டு வழக்கும்

பசுப் பாதுகாப்பு இயக்கம் அரசியல் எதிர்ப்பின் ஒரு மாதிரியாகத் தோன்றியது. காலனிய அரசு அவர்களது கோரிக்கைகளை ஏற்காததால், இந்து பசுப் பாதுகாப்பு இயக்கத்தார் தெருக்களில் எதிர்ப்புகளைத் தெரிவித்தும் வன்முறையின் மூலமும் புது ஒழுங்குமுறை மூலமும் அவர்கள் நினைத்ததைச் சாதிக்க முயன்றனர். மேலும், அதிக அளவு பிரதிநிதித்துவத்தின் மூலம் அரசாங்கத்தை அவர்கள் கட்டுக்குள் கொண்டுவர முயன்றனர். எனினும், இந்து பசுப் பாதுகாப்பாளர்களிடமிருந்து முஸ்லிம்களிடம் நம் கவனத்தைத் திருப்பினோம் என்றால், நீதிமன்றங்களில் தொடர்ந்து வழக்குகள் பதிவுசெய்யப்படுவதைப் பார்க்கிறோம். முஸ்லிம்கள் பசுவைக் கொல்ல அனுமதிக்குமாறு கேட்டு, காலனிய ஆட்சிக்குள் உரிமைகளை நிலைநாட்ட முயன்றார்கள்.

பத்தொன்பதாம் நூற்றாண்டுக்குப் பிறகு, முஸ்லிம்கள் பசுவைக் கொல்வதற்கான அவர்களது உரிமையை நிலைநாட்ட வழக்குமன்றங்களை அதிக அளவில் நாடினார்கள். பிரிட்டிஷ் ஆட்சியின்கீழ் முஸ்லிம்கள் அனுபவித்த மதச் சுதந்திர உரிமையை அவர்கள் அதிக அளவில் பயன்படுத்தியதன் விளைவே இவ்வழக்குகள். நிர்வாகம் இந்த உரிமையைத் தாராள மனத்துடன் ஏற்றுக்கொள்ளவில்லை. சட்ட ஒழுங்குப் பிரச்சினைகளில் சமரச முயற்சி பசுக் கொலைக்கான உள்ளூர் வழக்கத்தை நிறுத்த முடியும்போது, உரிமைகளைப் பற்றிப் பேசி வலியுறுத்துவது அதிகார வர்க்கத்தினரைக் கோபமூட்டியது. பஞ்சாப் துணை ஆளுநர், "ஒரு முஸ்லிம் என்னைப் பல மாதங்களாகத் தொடர்ந்துவருகிறார். அவர் அரசமைப்புக் கொள்கைகளிலிருந்து மேற்கோள்கள் காட்டி, மாட்டைக் கொல்வதற்கு அனுமதி மறுத்த மாவட்ட நீதிபதியின் ஆணையை நான் ஏன் நிறுத்திவைக்கக் கூடாது என்று கேட்கிறார்," என்று புகாரளித்தார்.

பிரிட்டிஷ் பேரரசின் குடிமகன் என்ற முறையில், ஒரு முஸ்லிம் என்பதால் தரப்பட்டிருக்கிற உரிமைக்குச் சட்டப்படி அங்கீகாரம்

தேட வேறு வழி என்ன இருக்கிறது? முதலாவதாக, 1858-இல் விக்டோரியா பேரரசியின் அறிவிப்பின்படி வழங்கப்பட்ட மதச் சுதந்திரத்தின் அடிப்படையில் அவர் கேட்பார். இரண்டாவதாக, சொத்துரிமைக்கான பொதுச் சட்ட உரிமையைக் கேட்பார். அடுத்த வீட்டுக்காரருக்கு இடைஞ்சல் தராதவரை ஒருவர் தனது சொத்தை அனுபவிக்க அவருக்கு உரிமை செய்யப்பட்டிருக்கிறது. இறுதியாக, பசுவைக் கொல்வது பிரிட்டிஷ் அரசின் உறுதிமொழிகளால் பாதுகாக்கப்பட்ட வழக்கம் என்று வாதம்புரிய முடியும். இதற்காக, புதிதாக இயற்றப்பட்ட குடிமை நடைமுறைச் சட்டத்தை அவர் சார்ந்திருக்க முடியும். ஒரு குறிப்பிட்ட உரிமையை நீதிமன்றம் ஆணையிட முடியும். அத்துமீறலிலிருந்து பாதுகாக்க முடியும்.

முஸ்லிம்களின் ஒரு குழுவினர் தங்களுக்கு தங்களது மதத்தைப் பின்பற்ற உரிமை உள்ளது என்று நம்பினார்கள். இதில் பசுவைப் பலியிடுவதும் அடங்கும். எழுதப்பட்ட அரசமைப்புச் சட்டம் இல்லாததாலும், அந்த உரிமையை நடைமுறைப்படுத்த அதிகார வர்க்கம் முன்வராததாலும், இதைப் பெறுவது கடினமாக ஆயிற்று. பழக்கவழக்கம், உள்ளூர் நடைமுறை ஆகியவற்றின் சாட்சியம் மூலமாக, காலனிய அரசு உரிமைகளை நிறுவ முயன்றது. இவை உள்ளூர் சக்திகளால் தீர்மானிக்கப்பட்டன. இந்த நிலையில், அந்த உரிமைகளைப் பாதுகாக்க ஒரே வழி நீதிமன்றத்தை நாடுவதுதான். "மக்கள் அவர்கள் இதை ஏன் செய்யக் கூடாது, அவர்களது பக்கத்து வீட்டுக்காரர்கள் ஒன்றைச் செய்ய ஏன் அனுமதிக்கப்படக் கூடாது என்று கேட்டுக்கொள்கிறார்கள். அவர்களுடைய கேள்விகளுக்குப் பதில் சொல்ல வழக்குரைஞர்கள் கிடைக்கிறார்கள். அல்லது அவர்கள் அருகிலேயே கலவரக்காரர்கள் இருக்கிறார்கள்," என்று ஒரு உளவுத் துறை அதிகாரி சொன்னார்.

தனது சொத்தை அனுபவிக்கும் உரிமை உட்பட்ட உரிமைகள் தொன்மையான தாராளவியல் சிந்தனையில் இருக்கும் உரிமைகள் போன்றவைதான். அவை சமமாக எல்லோருக்கும் பகிரப்படுவதில்லை. ஒரு குறிப்பிட்ட சூழல்களால் அவை உறுதிசெய்யப்படுகின்றன. ஒவ்வொரு தனிப்பட்ட வழக்கிலும் அது நிரூபிக்கப்பட வேண்டியிருந்தது.

முந்தைய வழக்குகளில் வழக்கு தொடுப்பவர் வழக்கமாக ஏற்கெனவே இருக்கும் உரிமைக்காக வழக்கு தொடுக்க வேண்டும். ஆனால், ஒரு மனுதாரர் பசுக் கொலை செய்வதற்கான உரிமையைப் பெற்று வெற்றிபெற்றாலும், அது அடுத்த கிராமத்தில் உள்ள

முஸ்லிம்களின் உரிமைகளுக்கு உத்தரவாதம் தராது. நீதிமன்றங்கள் பசுவைக் கொல்லும் உரிமையை ஏற்றுக்கொண்டாலும், அதனால் எந்த வகையான போராட்டமும் நடத்தி உரிமைகோர முடியாது என்று கூறின. அதனால், பகைமை உருவாக அனுமதிக்க முடியாது என்றன. மேலும், ஒருவர் தனது நிலத்தில் பசுவைக் கொன்றாலும் அதை வெளியில் தெரியும்படி செய்யக் கூடாது என்று தீர்ப்பளித்தனர்.

பழக்கவழக்கங்களைச் சார்ந்திருப்பதில் சில குறைகளும் இருந்தன. 1903-இல் ஐக்கிய மாகாணங்களில் சில இந்துக்கள் தங்களது கிராமத்தில் கால்நடையைக் கொல்வதைத் தடைசெய்ய வேண்டும் என்று மாவட்ட நீதிபதிக்கு மனு அளித்தார்கள். நீதிபதி தனது ஆணையில் இந்துக்கள் கிராமத்தில் முஸ்லிம்கள் அதிக எண்ணிக்கையில் இருந்தார்கள் என்றும், அந்தப் பகுதியில் பசுக் கொலை ஒரு வழக்கமாக இருந்ததில்லை என்றும் குறிப்பிட்டார். பல முஸ்லிம்கள் தங்களுடைய சட்டபூர்வ உரிமைகள் பறிக்கப்படுகின்றன என்று வழக்கு தொடர்ந்தார்கள். கீழமை நீதிமன்றம் முதலில் வழக்கை ஏற்றுக்கொண்டது. உரிமை மறுக்கப்பட்டதை ஒத்துக்கொண்டது. ஆனால், கிராமத்தில் பசுவைப் பலிகொடுக்கும் வழக்கம் இருக்கிறது என்பது நிரூபிக்கப்படாததால் வழக்கைத் தள்ளுபடி செய்தது. அலகாபாத் உயர் நீதிமன்றத்தில் மேல்முறையீடு செய்தார்கள். வழக்கம் இருந்ததோ இல்லையோ, முஸ்லிம்களுக்கு தங்களது இடத்தில் சட்டப்படியான செயல்களுக்கு உரிமை இருக்கிறது என்றும், அவர்களது சொந்த நிலத்தில் அவர்களுடைய சொந்தப் பசுக்களைக் கொல்வது சட்டத்துக்குப் புறம்பானது இல்லை என்றும் முஸ்லிம்கள் வாதிட்டார்கள்.

அலகாபாத் உயர் நீதிமன்றம் சில கட்டுப்பாடுகளுக்கு உட்பட்டு முஸ்லிம்கள் கால்நடைகளைக் கொல்வது சட்டப்படி சரி என்று தீர்ப்பளித்தது. ஒவ்வொருவரும் தனது இடத்தை எப்படியும் பயன்படுத்த உரிமை உள்ளது என்று கருதியது. அந்தப் பயன்பாட்டின்போது மற்றவருக்குப் பாதகம் நேரிடக் கூடாது, சட்டத்துக்குப் புறம்பான எதையும் செய்யக் கூடாது என்று நிபந்தனை விதித்தது. மற்றவர்களுடைய உணர்வுகளைப் பாதித்தது என்பதற்காக உரிமையை மறுக்க முடியாது. மேலும், கால்நடையைக் கொல்வது வழக்கம் என்பதை நிரூபிக்க வேண்டியது முஸ்லிம்களின் பொறுப்பு என்ற அனுமானத்தையும்

நீதிமன்றம் நிராகரித்தது. மனுதாரர்கள்/வாதிகள் அன்றாட உணவுக்கும் திருவிழாக்களுக்கும் பலியாகவும் பசுக்களை வெட்டுவதற்கு உரிமை உள்ளது என்று தீர்ப்பளித்தது. ஆனால், அவர்களின் உரிமையைப் பயன்படுத்தும்போது மற்றவர்களுக்கு இடைஞ்சலாக இருக்கக் கூடாது என்றும், இந்த உரிமைகளில் இந்துப் பிரதிவாதிகள் குறுக்கிடக் கூடாது என்றும் நீதிமன்றம் தடைவிதித்தது.

இவ்வாறு வழக்குமன்றத்துக்குப் போகிற சாத்தியம் பிற அரசியல் நடவடிக்கைகளைப் பாதித்தது. எனவே, சமரசமான ஒப்பந்தம். ஒரு இடத்திலுள்ள இனங்களுக்கு இடையே ஒழுங்கை நிலைநாட்டுவதற்கு ஒரு அரசியல் தீர்வாக வந்தது. இதை உள்ளூர் நிர்வாகமும் ஏற்றுக்கொண்டது. 1908-இல் காசிபூரில் உள்ளூர் இந்துக்கள், முஸ்லிம்கள் ஆகியோரின் பிரதிநிதிகள் ஒரு ஒப்பந்தத்தில் கையெழுத்திட்டார்கள். அதன்படி, முஸ்லிம்களைப் புண்படுத்தும் வகையில் இருக்கக்கூடிய, விழாக்களின்போது இசைக் கருவிகளை இசைப்பது, சங்கு ஊதுவது ஆகியவற்றை நிறுத்த இந்துக்கள் ஒப்புக்கொண்டார்கள். முஸ்லிம்கள் பசுக்களைக் கொல்லும் விஷயத்தில் எந்தத் தகராறும் இருக்காது என்று ஒத்துக்கொண்டார்கள். பல முஸ்லிம்கள் அவர்கள் பசுக் கொலை தொடர்பாக எந்தச் சண்டையையும் கலவரத்தையும் உண்டாக்க மாட்டோம், சட்ட நடவடிக்கைகளையும் எடுக்க மாட்டோம் என்று கைரேகை வைக்க வற்புறுத்தப்பட்டார்கள்.

நீதிமன்றத்துக்கு வழக்கு போனது. இந்து மாவட்ட நீதிபதி இந்த ஆவணம் முஸ்லிம்கள் வழக்குமன்றத்துக்குப் போகும் உரிமையைத் தடுத்தது என்று கூறி, இது வெறும் உறுதிமொழிதான் (Modum pactum), அதற்கு சட்டப்படியான அதிகாரம் இல்லை என்று தீர்ப்பளித்தது. அதன் விளைவாக, இந்தப் பிரச்சினையைத் தீர்க்க ஊர்ப் பெரிய மனிதர்கள் எடுத்த முயற்சிகளும், இனத் தலைவர்களை வற்புறுத்தி சமரசத்துக்கு வரவைப்பதும், வழக்குமன்றத்தில் தடுக்கப்பட முடிந்தது. இந்த நிலையில், சிவில் வழக்கின் மூலம், மாற்று உரிமைகள் கொண்ட ஒரு சட்டகம் முன்வைக்கப்பட்டது. உள்ளூர் அதிகாரம் பழக்கவழக்கங்களைத் தீர்மானிப்பதிலும், பொது இடங்களைப் பயன்படுத்துவதிலும் கட்டுப்படச்செய்ய முடியாது என்றாகியது.

இந்துக்கள் பசுவைக் கொல்வதற்கு எதிர்ப்பு தெரிவித்ததை மதத் தேவை என்று கருதவில்லை. பிரிட்டிஷ் குடிமக்களுக்குள்ள

உரிமைகளோடு அதைச் சேர்க்கவில்லை. ஆனால், தனியார் சட்டமாக இடைஞ்சல்படுத்துவது என்ற கருத்தாக்கத்தின் அடிப்படையில் அதைப் பார்த்தது. எடுத்துக்காட்டாக, அலகாபாத் உயர் நீதிமன்றம் சில முஸ்லிம்களை விடுவித்தது. பசுவைப் பலியிட்டுப் பொதுமக்களுக்கு இடைஞ்சல் எற்படுத்தினார்கள் என்று அவர்கள் கைதுசெய்யப்பட்டிருந்தார்கள். பசுக்கள் ஒரு மத நோக்கத்துக்காக அதிகாலையில் கொல்லப்பட்டன என்றும், அதுவும் ஒரே ஒரு இந்துவின் முன்னர் சுற்றுச்சுவருக்குள் நடந்தது என்றும் கூறி விடுவித்தது. எனினும், யாராவது வேண்டுமென்றே பொது இடத்தில் கால்நடையை வெட்டினாலோ, வழியில் போகிறவர்கள் பாவப்பட்ட விலங்கு அலறுவதைக் கேட்டாலோ, ரத்தத்தைப் பார்த்தாலோ பொது 'நியூசன்ஸ்' சட்டத்தின்கீழ் தண்டிக்கப்படுவார்கள் என்று எச்சரித்தது.

இன்னொரு வழக்கில், காலை ஒடித்துக்கொண்ட பசுவை ஒரு முஸ்லிம் கொன்றுவிட்டார். இவ்வழக்கில் பசுவைக் கொல்வதற்கான இந்து எதிர்ப்பு சாதாரண மத உணர்வுதான், இடைஞ்சல் இல்லை என்றும் மனுதாரராகிய முஸ்லிம் அதே இடத்தில் ஆட்டைக் கொல்வதற்கு எதிர்ப்பு தெரிவிக்கவில்லை என்றும் நீதிமன்றம் குறிப்பிட்டது. மாறாக, திறந்தவெளி வராந்தாவில் பசுவைக் கொல்வதற்குத் தண்டனை உண்டு என்று கருதியது.

இவ்வாறாக, 1947-ஆம் ஆண்டுக்கு முன் வழக்கு தொடர்ந்த முஸ்லிம்கள் பொதுச் சட்டம், சொத்துரிமை, பேரரசின் குடியுரிமை ஆகியவற்றை அடிப்படையாகக் கொண்டு மத வழக்கத்துக்குரிய குறிப்பிட்ட உரிமையை நிலைநிறுத்தினார்கள். எனினும், இந்த உரிமை நிர்வாகம் தலையிடாதவரைதான் பாதுகாப்பாக இருக்கும். விடுதலை, பிரிவினை, தேர்தலில் காங்கிரஸ் கட்சியின் மேலாண்மை ஆகியவற்றால் நிலைமை மாறியது.

பசுவை அரசமைப்புச் சட்டத்துக்கு உட்படுத்தல்

தொடக்க நாட்களிலிருந்தே, காங்கிரஸ் கட்சி ஒன்றுதிரண்டதும், பசுப் பாதுகாப்பு இயக்கம் ஒன்றுதிரண்டதும் ஒரே சமயத்தில் நடந்தன. காந்தியின்கீழ் காங்கிரஸ் கட்சி மக்களின் ஆதரவைப் பெற்றதால், பசுப் பாதுகாப்பு தேசியத் திட்டத்தின் மையப் பகுதியாக ஆனது. காந்தியைப் பொறுத்தவரையில் பசுவைப்

பாதுகாப்பது எளியோர், பேச்சற்றோர், சக்தியற்றோர் ஆகியோருக்குப் பாதுகாப்பு தருவதற்குச் சமம். சுயராஜ்ஜியத்துக்கும் இந்தப் பண்பை வளர்க்க வேண்டும். "இந்து சமயத்தின் மையம் பசுப் பாதுகாப்பு. பசுப் பாதுகாப்பு மனிதனை அவனுடைய இனத்துக்கு அப்பால் கொண்டுசெல்கிறது. எனக்குப் பசு என்பது மனிதனுக்குக் கீழுள்ள எல்லா உயிரினங்களின் அடையாளம். மனிதன் பசுவின் வழியாக எல்லா உயிரினங்களோடும் தன்னை அடையாளம் கண்டுகொள்கிறான். பக்தியின் கவிதைதான் பசு," என்று எழுதினார்.

காலிஃபாத் இயக்கத்தின்போதும், ஒத்துழையாமை இயக்கத்தின் போதும் இந்துக்களையும் முஸ்லிம்களையும் ஒரு மேடையில் இணைக்க முயன்றார். அதில் காலிஃபாத் பிரச்சினையில் முஸ்லிம்களை ஆதரிக்குமாறு இந்துக்களைக் கேட்டுக்கொண்டார். அதேசமயம், முஸ்லிம்களிடம் பசுவைக் கொல்வதைத் தவிர்க்கச் சொன்னார். இவ்வாறு இரண்டு இனங்களும் ஒருவரொருவருடைய உணர்வுகளை மதித்தன.

பசுக் கொலையைச் சட்டத்தின் மூலம் தடுக்க முடியாது என்று காந்தி உறுதியாகச் சொன்னார். பசுப் பாதுகாப்பு ஒரு மேன்மையான உணர்வு. அது பொறுமையான உழைப்பாலும் தவத்தாலும் வளர்க்கப்பட வேண்டும்; யார் மீதும் அதைச் சுமத்த முடியாது என்று நம்பினார். "தன்னாட்சி இந்தியாவிலும், பசுக் கொலையைச் சட்டப்படி கொண்டுவந்து, சட்டமியற்றுவதன் மூலம் சிறுபான்மை முஸ்லிம்களை இந்துப் பெரும்பான்மை பணியவைப்பது அறிவுடைமை இல்லை, தகுதியானதும் இல்லை," என்று வேறோரிடத்தில் எழுதினார். பிரிவினையின்போது, மதச்சார்பற்ற இந்தியாவை பாகிஸ்தானுடன் ஒப்பிட்டார். பசுக் கொலையை மதத்தின் அடிப்படையில் தடைசெய்தால், பாகிஸ்தான் அரசு விக்ரக ஆராதனையை அதே காரணங்களுக்காக ஏன் தடைசெய்யக் கூடாது என்று வாதிட்டார். ஷாரியாவை முஸ்லிம்கள் அல்லாதவர்கள் மீது சுமத்த முடியாததுபோல, இந்துச் சட்டங்களை இந்துக்கள் அல்லாதவர்கள் மீது சுமத்த முடியாது என்றார்.

இந்தியாவை மதச்சார்பற்ற நாடு என்று வரையறுக்கும் வரைவுக் குழுவின் விருப்பத்தால் இந்திய அரசமைப்புச் சட்டத்தின் முதல் வரைவில் பசுப் பாதுகாப்பு இடம்பெறவில்லை. இந்த விஷயம் கொள்கை அடிப்படையிலானது, அரசமைப்புச் சட்டக் கொள்கையைச் சார்ந்ததில்லை என்ற காரணத்தால்

அது தொடர்பான பிரிவைக் குழு நீக்கிவிட்டது. ஜவாஹர்லால் நேரு, பி.ஆர்.அம்பேத்கர் போன்ற புதிய சிந்தனை உள்ள தலைவர்களிடம் பசுப் பாதுகாப்பு என்ற கோஷம் எடுபடவில்லை. எனினும், விடுதலைக்கு முன் பிரிவினை ஏற்பட இருந்த நேரத்தில், பசுக் கொலைக்கு எதிராகச் சட்டம் வேண்டும் என்று பெரும்பான்மையானோர் குரல்கொடுத்தார்கள். அரசமைப்பு வரைவு சபையின் தலைவர் ராஜேந்திர பிரசாத் தனக்கு ஐம்பதாயிரம் அஞ்சல் அட்டைகளும் முப்பதாயிரம் கடிதங்களும் பல ஆயிரம் தந்திகளும் பசுக் கொலையைத் தடுக்க வேண்டுமென்று கேட்டுவந்திருப்பதாக அறிவித்தார்.

பல ஆண்டுகளாகப் பசுப் பாதுகாப்பு இயக்கத்தில் இருந்தவர்களுக்கு அவர்களுக்குரிய நேரம் வந்துவிட்டது. அரசு எந்திரத்தைப் பயன்படுத்தி இந்தியர்கள் இறுதியில் பசுத் தாயைப் பாதுகாக்கலாம். விடுதலையின் ஒரு முக்கிய அடையாளமாக பிரிட்டிஷார் செய்யத் தவறிய ஒன்றான பசுப் பாதுகாப்பைக் கொண்டுவருவது ஓர் அடையாளமாக இருக்கும். இதை பிரிட்டிஷ் காலனிய ஆட்சி செய்யத் தவறிவிட்டது. பொதுமக்களின் உணர்ச்சி வேகமானது அரசமைப்பு வரைவு சபையின் வட இந்திய உறுப்பினர்கள் பலருக்கு வரைவு அரசமைப்புச் சட்டத்தை விமர்சிக்கத் துணிவுகொடுத்தது. பசுப் பாதுகாப்பை ஒரு அடிப்படை உரிமையாகக் கொண்டுவர ஒரு திருத்தத்தைப் பசுப் பாதுகாப்பு இயக்கத்தினர் முன்வைத்தனர். அடிப்படை உரிமைகள் மனிதருக்குத்தான் இருக்க முடியும் என்று சொன்னவர்களுக்கு ரகுநாத துலேகர் கடுமையாக மறுமொழி தந்தார்:

> உங்களுடைய தாயைப் பாதுகாக்கும் ஒன்றாக இருப்பதாக வைத்துக்கொள்வோம். அது யாருடைய அடிப்படை உரிமை? தாயின் அடிப்படை உரிமையா? இல்லை. என்னுடைய தாயை, மனைவியை, குழந்தைகளை, எனது நாட்டைக் காப்பது என்னுடைய அடிப்படை உரிமை. அடிப்படை உரிமைகள் பிரிவில் நீதி, சமத்துவம் ஆகியவற்றையெல்லாம் கொடுப்பதாக நீங்கள் சொல்லியிருக்கிறீர்கள். ஏன்? ஏனென்றால், நீதி பெறுவது அடிப்படை உரிமை என்று சொல்கிறீர்கள். நீதி என்றால் என்ன பொருள்? நாம் காக்கப்படுவோம், நமது குடும்பம் காக்கப்படும் என்று பொருள். நமது இந்துச் சமூகம் இந்தியச் சமூகம், நமது குடும்பமாகப் பசுவைச் சேர்த்துக்கொண்டது. அது நமது தாயைப் போல. உண்மையில், தாயைவிட உயர்ந்தது.

நாட்டுக் கொள்கையின் வழிகாட்டுக் கோட்பாடுகளில் அந்தத் திருத்தத்தைச் சேர்க்கலாம் என்று அம்பேத்கர் அவர்களை ஏற்கச்செய்தார். பசுக் கொலையை முழுமையாகத் தடைசெய்த முந்தைய திருத்தங்களைப் போலில்லாமல், தக்கூர் தாஸ் கொண்டுவந்த திருத்தம், பொருளாதாரக் காரணங்களுக்குத் தடைசெய்ய வேண்டும் என்றது. பிரிவு 38 உடன் 38A சேர்க்கப்படும். வரைவு அரசமைப்புச் சட்டத்தின்படி மக்களின் உடல் சத்தின் அளவையும், வாழ்க்கைத்தரத்தை உயர்த்துவதையும், மக்களின் உடல்நலனை மேம்படுத்துவதையும் அரசு தனது முக்கியக் கடமைகளாகக் கொள்ள வேண்டும். இதற்காக அவர் இதையும் சேர்க்க வேண்டும் என்றார். பிரிவு 38A-இன்படி விவசாயத்தையும் கால்நடையையும் நவீன அறிவியல் முறைப்படி அமைக்க அரசு முயற்சி மேற்கொள்ள வேண்டும். குறிப்பாக, கால்நடை இனத்தின் முன்னேற்றத்தைக் காக்கவும், பசுக் கொலையையும் பால் தரும் விலங்குகளையும் அவற்றின் கன்றுகளையும் கொல்வதைத் தடுப்பதற்கு நடவடிக்கைகள் எடுக்க வேண்டும். இந்தத் திருத்தம் இல்லாமல் வாழ்க்கைத் தரம், பொது உடல்நலம் ஆகியவற்றைப் பற்றிச் சொல்லும் பிரிவு 38 அர்த்தமற்றது. ஆன்மா இல்லாத உடல் என்றார்.

திருத்தம் மூன்று பகுதிகளைக் கொண்டது: 1) விவசாயத்தை நவீன அறிவியல் சார்ந்த முறைகளில் முன்னேற்றுவது, 2) கால்நடை வகைகளை மேம்படுத்துவது, 3) பசுக் கொலையைத் தடுப்பது. பசுக் கொலையைத் தடுப்பதை, பொருளாதார மதிப்பு உள்ளது என்று நியாயப்படுத்துவது புதிதல்ல. பத்தொன்பதாம் நூற்றாண்டில் பசுப் பாதுகாப்பு இயக்கத்தினர் வெளியிட்ட துண்டுப்பிரசுரங்கள் இந்த வேளாண்மையில் மாட்டின் பயன்பாட்டையும், மனித உணவில் பாலின் முக்கியத்துவம் பற்றியும் வலியுறுத்தின. 1930-களில் பொருளாதார வல்லுநர்கள், அறிவியலறிஞர்கள், திட்டமிடுபவர்களெல்லாம், பால்பொருட்கள், பசுச் சாணம், பசுச் சிறுநீர் ஆகியவற்றின் பொருளாதார நன்மைகள் பற்றிப் பெரிதாகப் பேசியபோது பொருளாதாரம் பற்றிய வாதம் முக்கியத்துவம் பெற்றது. பசு ஒரு தேசியச் செல்வமாகக் காக்கப்பட வேண்டும் என்றார்கள்.

விடுதலைக்குப் பிறகு, விவாதங்கள் பொருளாதாரத்திலிருந்து தேசியப் பொருளாதார மதிப்புக்குப் போயின. இரண்டாம் உலகப் போருக்குப் பின்னர் இந்தியாவின் கால்நடை குறைந்துவிட்டது

என்று பல உறுப்பினர்கள் எடுத்துக்காட்டினார்கள். எனவே, பசுக் கொலையை உடனே தடுக்க வேண்டும் என்றார்கள். "இந்தியா வெளிநாடுகளிலிருந்து உணவு இறக்குமதி செய்வது அவமானம்," என்றார் ஒருவர். கண்டபடி கால்நடையைக் கொல்வதால் தேசிய வளம் தவறாகப் பயன்படுகிறது என்று அவர் விவரித்தார். நேருவின் திட்டமான அணைகள் கட்டுவதோடு இதை ஒப்பிட்டார். நீரைச் சரியாகப் பயன்படுத்துவதற்காக அணைகள் கட்டப்பட்டன. மனிதர்கள், கால்நடைகளின் உடல்நலம் காக்க பசுக் கொலையைத் தடுக்க வேண்டும் என்றார்.

கால்நடை ஒரு அருகிவரும் வளம் என்பதால் அதைக் கவனமுடன் கையாள வேண்டும் என்ற கருத்தை வலியுறுத்த பொருளாதாரத் தரவுகள் எடுத்துக்காட்டப்பட்டன. 1947-இல் விடுதலைக்குச் சில மாதங்களுக்குப் பிறகு, கால்நடைப் பாதுகாப்பு வளர்ச்சிக் குழுவை விவசாய அமைச்சரகம் அமைத்தது. சட்டப்படி பசுக் கொலையைத் தடுக்க நடவடிக்கை எடுக்கச் சட்டம் கொண்டுவருவது பற்றி ஆராயவும், நாட்டின் கால்நடை வளத்தைக் காக்க சரியான திட்டத்தைப் பரிந்துரைக்கவும் அது கேட்டுக்கொள்ளப்பட்டது. ஆனால், அந்தக் குழுவால் ஒரு முடிவுக்கும் வர முடியவில்லை. முழுமையான துல்லியமான தரவுகள் கிடைக்கவில்லை. எனவே, கணக்கெடுப்பு நடத்தப்பட்டது. மனிதர்களைப் போலவே கால்நடைகளுக்கும் கணக்கெடுப்பு நடந்தது. அப்போது அதன் எண்ணிக்கை குறைந்திருந்தது பற்றியும், அவற்றின் மோசமான உடல்நிலை பற்றியும் அறிக்கை தரப்பட்டது. கிழடான, கைவிடப்பட்ட கால்நடைகளுக்கு முகாம்கள் அமைக்கத் திட்டமிடப்பட்டது.

இந்தப் பொருளாதார விவாதங்களோடு பண்பாடும் பெருங்குழுவாதமும் சேர்ந்துகொண்டன. முப்பது கோடி மக்கள் கேட்டதை அதற்கு மதக் காரணங்கள் இருக்கின்றன என்பதற்காக விட்டுவிடக் கூடாது என்று அரசமைப்பு வரைவு சபையில் சாக்சேனா குறிப்பிட்டார். பண்பாட்டு அடிப்படையில் மிக ஆணித்தரமான விவாதம் எழுதப்பட்டது. காலனிய ஆட்சிக்கும் இந்தியக் குடியரசுக்கும் இடையேயுள்ள பண்பாட்டு வேறுபாடு சுட்டிக்காட்டப்பட்டது. பசுப் பாதுகாப்பை நாட்டின் பெயர், தேசிய மொழி, தேசிய எழுத்துமுறை, தேசியப் பாடல் ஆகியவற்றோடு சேத் கோவிந்த தாஸ் தொடர்புபடுத்தினார். இந்தக் கேள்விகளையெல்லாம் அரசமைப்பு அவை மக்கள் விருப்பப்படி

தீர்மானிக்காவிட்டால், தன்னாட்சி என்பதற்குப் பொருளில்லாமல் போய்விடும் என்றார்.

தென்னாட்டு உறுப்பினர்கள் பார்கவாவை ஆங்கிலத்தில் பேசச் சொன்னபோது அவர் மறுத்துவிட்டார். நான் இந்தியில்தான் பேசுவேன் என்றார். பசுவைப் பற்றித் தனது மொழியில்தான் பேசுவேன் என்றார். இன்னொருவர் அதிகாரம் பெறுவதற்காகவோ, தூதுவர்கள், பிரதமர்கள், அமைச்சர்கள் என்ற பதவிகள் பெறவோ சுதந்திரம் இல்லை; ஆனால், இந்தியாவைப் பொறுத்தவரை மனித உலகமும் விலங்கு உலகமும் பாதுகாக்கப்படத்தான் என்றார். இந்துக்களின் ஒரு கூட்டத்துக்கு விடுதலை என்பது தேசியச் செல்வத்தைக் காப்பது, வரலாற்றுப் பிழைகளைச் சரிசெய்வது, தனியான நாகரிகத்தின் பண்புகளை ஏற்பது, பசுக் கொலைக்கு உதவிய வெளிநாட்டு ஆதிக்கத்திலிருந்து விடுபடுவது ஆகியவை முதன்மையாக இருந்தன.

பொருளாதாரக் காரணம் மிகவும் சக்தி வாய்ந்ததாக ஆனது. பார்கவாவின் திருத்தத்தை அரசமைப்புச் சபை ஏற்றுக்கொண்டது. பயனுள்ள கால்நடையைக் காப்பாற்றுவது; இதில் பசுக்கள், காளைகள், கன்றுகள் எல்லாம் அடங்கும் என்றார் இன்னொரு உறுப்பினர். எனினும், தேசியப் பொருளாதாரத்தில் சொல்லப்பட்ட வாதம் அனைத்தையும் மாற்றிற்று. பசுவைப் பாதுகாப்பது இந்தியர்களின் மத உரிமை என்று சொன்னால் அதற்கு எதிர்ப்பாக, முஸ்லிம்களுக்குப் பசுவைக் பலிகொடுப்பது முஸ்லிம்களின் மதக் கடமை என்ற வாதம் முன்வைக்கப்பட்டது. இந்த உரிமைகள், நீதிமன்றங்கள் மூலம் உள்ளூர்ச் சூழல்களில் சமரசம் செய்துகொள்ள முடியும். காலனிய காலத்தின்போது அப்படித்தான் நடந்தது. அரசமைப்புச் சட்டத்தில் திருத்தம் சேர்க்கப்பட்டதால், பசுப் பாதுகாப்பு தேசிய அளவில் தீர்மானிக்கப்பட வேண்டியதாயிற்று. எனவே, விவாதத்தின் தளமே மாறிவிட்டது. முன்னர் உள்ளூரில் வெற்றிபெறும் உரிமைகள் இப்போது மாறிவிட்டன.

பிரிவினைக்குப் பிறகு அரசமைப்புச் சபையின் முஸ்லிம் பிரதிநிதிகளுக்கு இறுக்கம் அதிகமாயிற்று. அவர்கள் அதை ஏற்றுக்கொள்ள அழுத்தம் தரப்பட்டது. அவற்றில் 30 விழுக்காடு முஸ்லிம்கள். காங்கிரஸ் கட்சியின் முதன்மையான எதிர்க்கட்சியில் முஸ்லிம் லீக்கைச் சார்ந்த இருபத்தெட்டு உறுப்பினர்கள் இருந்தார்கள். அவர்கள் பாகிஸ்தானுக்குச் செல்ல

மறுத்துவிட்டார்கள். அவர்களுக்கு இப்போது புதிய நாட்டின் மேலுள்ள விசுவாசம் கேள்விக்குள்ளாயிற்று. இருப்பினும், முஸ்லிம் லீக் உறுப்பினர்கள் தடைக்குப் பின்னால் இருந்த தெளிவற்ற காரணத்தைக் கேள்விகேட்டார்கள்.

பொருளாதாரக் காரணங்கள், இந்துப் பெருங்குழுவாதத்தோடு இணைக்கப் பயன்பட்டனவா என்பது பற்றி அறிஞர்கள் இரு வேறு கருத்து கொண்டிருந்தார்கள். ஆனால், இந்த இயலில் ஒழுங்குபடுத்தும் ஆட்சிகளின்கீழ் இருக்கும் மக்கள் மீது இவை செலுத்தும் தாக்கத்தையே இந்த இயல் ஆய்வுசெய்கிறது. எனவே, பொருளாதாரம் பற்றிய விவாதம் ஒரு உத்தியாக இருந்தாலும், மதத்திலிருந்து பிரிக்க முடியாததாக இருந்தாலும், அதனால் கடுமையான பின்விளைவுகள் இருக்கும்.

இவ்வாறு பசுக் கொலைத் தடுப்புக்குப் பொருளாதாரக் காரணங்களைக் கற்பிப்பது முஸ்லிம்களிடையே குழப்பத்தை ஏற்படுத்திற்று. 1858-ஆம் ஆண்டு விக்டோரியா அரசியின் அறிவிப்பு அவர்களுக்கு மத உரிமை தந்தது என்று விடுதலைக்கு முன்னர் கருதப்பட்டது. மதத்தின் பெயரால் யாருக்கும் பாதகம் தருவதோ, யாரையும் துன்புறுத்துவதோ, அமைதி இழக்கச் செய்வதோ கூடாது. பல பத்தாண்டுகளாக முஸ்லிம்கள் பசுவைப் பலிகொடுப்பது 'ஈத்' உரிமை என்று நம்பிவந்தார்கள். ஆனால், இப்போது புதிய ஒழுங்குமுறை என்ன சொல்லிற்று என்று அவர்களுக்கு விளங்கவில்லை. அரசமைப்புச் சட்டம் முழுமையாகப் பசுவைப் பலிகொடுப்பதைத் தடைசெய்யுமா என்பதைத் தெளிவாகச் சொல்ல வேண்டும் என்று சில தலைவர்கள் கூறினார்கள். அது தெளிவான, உறுதியான, மயக்கம் அளிக்காத வார்த்தைகளில் சொல்லப்பட வேண்டும் என்றார்கள். பக்ரித்தின்போது அரசின் கொள்கைகளுக்கு உட்பட்டுப் பசுவைப் பலியிடலாம் என்று இந்திய முஸ்லிம்கள் நம்பினார்கள். இதைச் செய்யலாம் என்று முஸ்லிம்களுக்கு சிறு அளவு எண்ணம்கூட இருக்கக் கூடாது என்று சபையைக் கேட்டுக்கொண்டார் ஹசன் லாரி. திருத்தத்தில் தெளிவில்லாத சொற்களின்படி, பொருளாதார அடிப்படையில், பயனில்லாத பசுக்களைக் கொல்லலாம் என்று கருத இடமிருந்தது. ஆனால், பொதுமக்களின் உணர்வும் திருத்தம் கொண்டுவந்தவர்களின் உணர்வும் இதை எதிர்க்கும்.

தேசிய அளவில் சிந்திப்பது, உள்ளூர் அளவில் செயல்படுவது: பசுக் கொலையின் நகரவை மேலாண்மை

குடியரசின் அரசமைப்புச் சட்டப்படி பசுப் பாதுகாப்புச் சட்டத் திருத்தம் அரசுக் கொள்கையின் வழிகாட்டுக் கோட்பாட்டில் இடம்பெற்றது. ஆயினும், நேரு தலைமையிலான மைய அரசானது பசுக் கொலையைத் தடைசெய்ய தேசிய அளவில் சட்டமியற்ற மறுத்துவிட்டது. அதிகாரபூர்வமாகக் கொடுக்கப்பட்ட காரணம், பசுக் கொலை பற்றிச் சட்டமியற்ற மத்திய அரசுக்கு அதிகாரம் இல்லை என்பது. விவசாயமும் கால்நடையும் புதிய அரசமைப்புச் சட்டப்படி மாநிலங்களுக்குரியவை. இதற்கு நேருவிடமிருந்து எதிர்ப்பு வந்தது. 1955-இல் தனி உறுப்பினர் பசுக் கொலையைத் தடைசெய்ய வேண்டும் என்று கொண்டுவந்த சட்ட முன்வடிவம் நிறைவேற்றப்பட்டால், தான் பதவி விலகப்போவதாக நேரு அச்சுறுத்தினார் (பார்க்க படங்கள் 3.1, 3.2).

நேரு ஆதரவாளர்களும் எதிர்ப்பாளர்களும் இதற்குக் காரணம் நேருவின் மதச்சார்பின்மை என்று கூறினார்கள். ஆனால், பசுக் கொலைத் தடைக்கு எதிரான அவர் பேச்சில் எந்த இடத்திலும் மதச்சார்பின்மை பற்றியோ, சிறுபான்மையினர் உரிமை பற்றியோ பேசவில்லை. தடைக்கு எதிரான அவருடைய உரையில், தேசிய அளவில் தடைசெய்வது நாட்டின் கால்நடைச் செல்வத்தைப் பாதுகாக்கும் நோக்கத்தை நிறைவேற்றாது என்று குறிப்பிட்டார். ஏனென்றால், வயதான, லாபம் தராத கால்நடையைப் பராமரிப்பது

படம் 3.1 நேரு பசு பாதுகாப்பு இயக்கத்தினரைக் கவர கிருஷ்ணராக, Shankar's Weekly, September 6, 1953.

படம் 3.2 நேரு பசுப்பாதுகாப்புக்காரர்களை விரட்டி அடிக்கிறார். Shankar's Weekly, April 10, 1955.

செலவு பிடிக்கும், இனத்தின் தன்மைக்குப் பாதகம், விவசாய நிலத்தைப் பாழ்படுத்திவிடும்.

நேருவின் நம்பிக்கைகள், மாநில மாவட்ட காங்கிரஸ் கட்சிக்கு எந்த அளவில் போய்ச்சேர்ந்தது என்பது கேள்விக்குறிதான். அனைத்திந்தியப் பசுப் பாதுகாப்பு இயக்கத் தலைவர் தாண்டன் *1950*-இல் இந்திய தேசியக் காங்கிரஸின் தலைவராகத் தேர்ந்தெடுக்கப்பட்டார். காங்கிரஸின் தேர்தல் சின்னம் ஒரு பசுவிடம் கன்று பால் குடிப்பதாக அமைந்திருந்தது. பசுவின் உருவம், நாடு, ஆளுங்கட்சி ஆகியவற்றை இணைக்கும் சின்னம்.

எதிர்க்கட்சிகள் அவற்றின் தேர்தல் அறிக்கைகளில் பசுக் கொலை தடுக்கப்படும் என்று உறுதியளித்தன. காங்கிரஸ் கட்சியைப் பசுக் கொலைகாரர்கள் என்று சாடின. வலதுசாரி ஜனசங்கம் (படம் *3.3*) தனது அறிக்கையில் தேசிய நன்மைகளைத் தியாகம்செய்து முஸ்லிம்களை ஊக்குவிப்பதாக நேரு மீது பழிசுமத்தியது. ஜெயப்பிரகாஷ் நாராயணன் தலைமையிலான சோஷலிஸ்டுகள் பசுவைக் கொல்வதைத் தடைசெய்வதே மனித மதிப்பீட்டை ஏற்பது என்று அறிவித்தார்கள். *1958*-இல் பொதுவுடைமைக் கட்சியினர் பழமைவாத இந்துக்களோடு கைகோத்தார்கள். புது தில்லியில் முழுத் தடை கோரி முழக்கமிட்டு, இந்து சாமியார்களின் ஊர்வலத்தில் அரிவாள், சுத்தியல் அட்டைகளுடன் கலந்துகொண்டார்கள்.

படம் 3.3 பசுக்கொலைக்குத் தடைவிதித்து காங்கிரசுக் கட்சி ஜன சங்கத்தின் வாயை அடைக்கிறது. Shankar's Weekly, May 22, 1955.

'நியூயார்க் டைம்ஸ் சொன்னதுபோல், தடைக்கு எதிர்ப்பு தெரிவித்த மேனாட்டுக் கல்வி பயின்ற இந்தியர்கள், தேர்தல் நடத்தினால் பெரும்பான்மையானோர் பசுக் கொலைக்கு எதிராக வாக்களிப்பார்கள் என்பதை ஒத்துக்கொண்டனர். தடைசெய்ய வேண்டுமென்று பொது ஊர்வலங்கள் அடிக்கடி நடந்தன. 1951-இல் அகமதாபாத்தில் பசுக் கொலையைத் தடைசெய்ய வேண்டுமென்று உள்ளூர் கசாப்புக் கடையின் முன்னர் உண்ணா நோன்பிருந்தார் பகத். அவருக்கு முப்பத்து மூன்றாயிரம் மில் தொழிலாளர்கள் ஆதரவு தந்து வேலைநிறுத்தம் செய்தார்கள்.

இதனால், ஐக்கிய மாகாணங்களில் கால்நடை வெட்டியது, 1937-இல் 1,42,237 ஆக இருந்தது 1951-இல் 2,708 ஆகக் குறைந்தது. தேசிய/ மாநில அளவில் சட்டம் இல்லாதபோது கால்நடையைக் கொல்வது எப்படி இவ்வளவு குறைந்தது? பெரும்பான்மை இடங்களில் மாவட்ட வாரியங்கள், சில குறிப்பிட்ட நகரக் குழுக்கள் பசுக் கொலையைத் தடுக்கத் துணைச் சட்டங்கள் இயற்றின. இது ஒரு பழைய தந்திரம். பத்தொன்பதாம் நூற்றாண்டில் இது நடந்தது. அப்போது பல இடங்களில் இதை நிறைவேற்ற முடியவில்லை. ஏனென்றால், உள்ளூர் மன்றங்களில் அரசு அதிகாரிகளும் முஸ்லிம்களும் உறுப்பினர்களாக இருந்தார்கள். விடுதலைக்குப் பிறகு பிரிவினை ஏற்பட்டவுடன் உள்ளூர் அரசியலிலும் மாறுதல்கள் ஏற்பட்டன. இந்துக்கள் அதிக எண்ணிக்கையில் இருந்தார்கள். சட்டம் இயற்ற மைய அரசு மறுத்தவுடன், மாநில உள்ளூர் ஆட்சி அமைப்புகள் அரசியல் முக்கியத்துவம் பெற்றன.

புதிய அரசமைப்புச் சட்டம் நடைமுறைக்கு வந்த ஒரு மாதம் கழித்து கல்கத்தாவுக்கு அருகில் மேயா என்ற முஸ்லிம் மாட்டிறைச்சிக் கடைக்காரருக்கு நகராட்சியிலிருந்து ஒரு கடிதம் வந்தது. அவருக்குத் தரப்பட்டிருந்த மாட்டிறைச்சி

விற்பதற்கான உரிமம், பால் உற்பத்தியையும் கால்நடை வளத்தையும் அதிகரிக்கும் நோக்கத்துக்காக ரத்து செய்யப்பட்டிருப்பதாகத் தெரிவிக்கப்பட்டது. மேயாவும் அவரது குடும்பத்தாரும் நூறு ஆண்டுகளுக்கு மேல் மாட்டிறைச்சிக் கடை நடத்திவந்திருக்கிறார்கள். அவர்களுக்கு நகராட்சி அனுமதி வழங்கியிருந்தது. அது முஸ்லிம்கள் பகுதி. அங்கு மாட்டிறைச்சிக்குத் தேவை அதிகம். 1920-களில் இரண்டு கடைகள் அதிகமாகத் திறக்கப்பட்டன. உரிமைச் சீட்டை ரத்து செய்வதற்கு ஒரே காரணம்தான் இருக்க வேண்டும்: அந்தப் பகுதியில் வாழ்பவர்களுக்கு இடையூறோ ஆபத்தோ விளைவிக்கக் கூடாது.

மாற்றத்துக்குக் காரணம், நகராட்சித் தலைவராக பண்டிட் ராம் சந்திர அவாஸ்தி தேர்ந்தெடுக்கப்பட்டதுதான். அவர் ஒரு வடநாட்டு இந்து பார்ப்பனர். 1950-இல் ஒரு தீர்மானம் நிறைவேற்ற அவர்தான் காரணம். “கால்நடையைக் கொல்வதால் நாட்டின் கால்நடைச் செல்வம் குறைந்துவிட்டது. பால் கிடைப்பதில்லை. ஆகவே, பால் உற்பத்தியை அதிகரிக்கவும் மக்களின் பொருளாதாரத்தை மேம்படுத்தவும் மாடு வெட்டும் இடத்தை மூட, மாட்டிறைச்சி வெட்டுவதையும் விற்பனையையும் தடைசெய்ய நகரவை தீர்மானிக்கிறது,” என்று தீர்மானம் நிறைவேற்றப்பட்டது.

அதேசமயம், மதக் கொண்டாட்டங்களின்போது மாடு வெட்டுவதை அனுமதித்தது. எனவேதான், மேயாவின் மனுவை மாவட்டச் சிறுபான்மை வாரியம் கண்டுகொள்ளவில்லை. ஈத் பெருநாளின்போது மாட்டைப் பலியிடுவதை நகராட்சி தடுக்காததால் முஸ்லிம்கள் தங்களது மத நம்பிக்கைகளைப் பின்பற்ற முடியவில்லை என்று சொல்ல முடியாது. ஆனால், இது மேயா போன்ற கடைக்காரர்களைப் பாதித்தது. மேலும், ஏழை முஸ்லிம்களுக்கு அவர்களது வழக்கமான உணவு கிடைக்காமல் செய்துவிட்டது. ஆகவே, மேயாவும் இன்னும் இரண்டு கடைக்காரர்களும் நீதிமன்றத்தை அணுகினார்கள்.

நகரவையின் உரிமத்தை ரத்து செய்வதற்கு எதிரான வழக்கு புதிதல்ல. ஆனால், பசுப் பாதுகாப்பின் பெயரால் உரிமத்தை ரத்து செய்ததை எதிர்த்து வழக்கு தொடர்ந்தது எப்போதாவதுதான் நடைபெற்றது. ஒரு வழக்கில் ஒரு தோல் வியாபாரி கைதுசெய்யப்பட்டார். அவர் உரிமம் இல்லாமல் வியாபாரம் செய்ததாகத் தண்டனை பெற்றார். இதை எதிர்த்து வழக்கு தொடர்ந்தார். அவருடைய

உரிமம் புதுப்பிக்கப்படுவதற்காக நகரவைக்கு வந்தது. ஆனால், அதற்குள் தலைவர் தடைவிதித்து தீர்மானம் நிறைவேற்றிவிட்டார். கடைக்காரருடைய மனு நகர்மன்றக் கூட்டத்தில் ஒரு வாக்கு வித்தியாசத்தில் நிராகரிக்கப்பட்டது. கடைக்காரர் மாவட்ட நீதிபதிக்கு மேல்முறையீடு செய்தார். கடைக்காரர் தனது உரிமை ரத்து செய்யப்பட்டதை மீறி கடை நடத்தினார். அதனால், அவர் கைதுசெய்யப்பட்டார். வழக்கு விசாரணையின்போது தனது உரிமம் ரத்து செய்யப்பட்டதற்கான காரணம் தரப்படவில்லை என்றும், உண்மையான நோக்கம் பசுவைக் கொல்வதைத் தடுப்பது என்றும் வாதிட்டார். கடைக்காரருடைய தொழில் பாதிக்கப்பட்டது குறித்து நீதிமன்றம் வருத்தம் தெரிவித்தாலும், நகரவைத் தீர்மானத்துக்கு எதிராகச் செயல்பட விரும்பவில்லை.

மேயாவின் வழக்கில் நிர்வாகரீதியான மறுபரிசீலனை சாத்தியமில்லை. நகரவையின் காரணம் தெளிவாகக் குறிப்பிடப்பட்டிருந்தது. ஆனால், மேயா புதிய அரசமைப்புச் சட்ட அடிப்படையில் நகர மன்றத் தீர்மானத்தை எதிர்த்தும், அவரது உரிமத்தை ரத்து செய்ததை எதிர்த்தும் வழக்கு தொடர்ந்தார். அவருடைய அடிப்படை உரிமைகள் பறிக்கப்பட்டன. எனவே, அவர் கல்கத்தா உயர் நீதிமன்றத்தில் நீதிப் பேராணை வழங்க வேண்டுமென்று கேட்டு மனு செய்தார். தன்னுடைய உரிமத்தை ரத்து செய்யும் முன்னறிவிப்பை ரத்து செய்து, நகரவைத் தீர்மானத்தையும் ரத்து செய்து ஆணையிடக் கேட்டுக்கொண்டார். மேயாவின் வழக்கறிஞர் ஒரு ‘மேல்சாதி’ இந்து. பக்கத்தில் குடியிருப்போருக்கு மனுதாரருடைய தொழில் இடைஞ்சலோ ஆபத்தோ ஏற்பட்டால்தான் உரிமத்தை ரத்து செய்ய முடியும் என்று அவர் வாதிட்டார்.

நகரவை வழக்கறிஞர்கள் அரசமைப்புச் சட்டத்தின் 48-ஆம் பிரிவின்கீழ் தனது கடமையைத்தான் நகரவை செய்தது என்று வாதிட்டார்கள். அந்தப் பிரிவின்படி, பசுக்களையும் கால்நடையையும் கொல்வதை அரசு தடுக்க முயல வேண்டும். அரசு என்பது உள்ளூர் அதிகாரிகளையும் உட்படுத்தியது என்று வாதிட்டார்கள். நீதிமன்றம் இந்த வாதத்தைத் தள்ளுபடி செய்தது. 48-ஆம் பிரிவு அரசுக் கொள்கையின் வழிகாட்டுக் கோட்பாடு மட்டும்தான். அதை நீதிமன்றங்களில் நியாயப்படுத்த முடியாது என்றது. மாட்டிறைச்சியை விற்கத் தடைவிதிக்கும் சட்டம் இல்லாதவரை, நகரவைச் சட்டங்கள் நடைமுறையில் இருக்க

ஆணையர்கள் சட்டத்துக்கு உட்பட்டுச் செயல்பட வேண்டும்; அரசமைப்புச் சட்டத்தின் 48-ஆம் பிரிவின் கீழ் அடைக்கலம் தேடி அவற்றைத் தாண்டிப் போக முடியாது என்று நீதிமன்றம் கூறியது. நகரவைத் தீர்மானமும், மனுதாரர்களுக்குத் தரப்பட்ட எச்சரிக்கையும் நீதிமன்றத்தால் ரத்து செய்யப்பட்டன. எனவே, சட்டத்தின் வரம்புகளுக்கு உட்பட்டு உரிமத்தைப் புதுப்பிக்க வேண்டும் என்று நகரவைக்கு ஆணையிட்டது.

தேர்ந்தெடுக்கப்பட்ட அரசுக்கு நிவாரணம் தேடிச்செல்லும் மனுவானது நீதிமன்ற அதிகாரத்தைத் தடுக்காது என்று கல்கத்தா உயர் நீதிமன்றம் அழுத்தமாகக் கூறியது. நகரவை 48-ஆம் பிரிவின் பின்னர் தன்னைக் காத்துக்கொள்ளவில்லை. மாறாக, நகரவையின் தீர்மானத்தை நீதிமன்றம் ரத்து செய்ய முடியாது என்று வாதிட்டது. உயர் நீதிமன்ற நீதிபதிகளில் பெரும்பான்மையோர் நகரவை சொன்னதை ஏற்றுக்கொண்டாலும், விதிமுறைகளுக்கு உட்பட்டு மேயாவின் உரிமத்தைப் புதுப்பிக்குமாறு கேட்டுக்கொண்டனர். எனினும், இதற்கு எதிர்ப்பாக, நீதிமன்றத்துக்கு அப்படிப்பட்ட ஆணை வழங்குவதற்கு அதிகாரம் உள்ளது என்றும், நகரவைத் தீர்மானம் மேயாவின் அடிப்படை உரிமைகளில் தலையிடுகிறது என்றும் நீதியரசர் தாஸ் குப்தா குறிப்பிட்டார். கசாப்புக் கடைக்காரராகவும், மாட்டிறைச்சி விற்பவராகவும் தனது தொழிலை அல்லது வேலையை அல்லது வணிகத்தைச் செய்ய மேயா தடுக்கப்பட்டார். தீர்மானம் வெறும் வார்த்தைகள் இல்லை. அதனால், உரிமங்கள் ரத்து செய்யப்பட்டன. கடைசியில், சட்ட முறைப்படி மேயா மீண்டும் உரிமம் பெற விண்ணப்பித்தார். அதைப் பசுப் பாதுகாப்பு என்ற பெயரில் தள்ளுபடி செய்ய முடியாது.

இதேபோல, உத்தரப் பிரதேசத்தில் அலகாபாத் நகரிலும் கசாப்புக் கடைக்காரர்கள் 1952-இல் முயன்றார்கள். அவர்கள் சார்பாக அகமது ரஜாவும் வேறு இருவரும் குடிமை நடைமுறை வழிமுறை விதி 8, ஆணை 1-இன்கீழ், வழக்கு பதிவுசெய்தார்கள். பசுக் கொலையைத் தடுக்கும் நகரவையின் புதிய துணைச் சட்டத்துக்கு எதிராக நிரந்தரத் தடைகோரினார்கள். இன்னொரு வழக்கில் அலகாபாத் நகராட்சிக்கு எதிராக அரசமைப்புச் சட்டப் பிரிவு 226-இன்கீழ் நீதிப் பேராணை கேட்டு, புத்து என்பவர் மனு செய்தார். இந்தத் துணைச் சட்டம் அரசமைப்புச் சட்டம் உரிமையளித்ததன்படி வியாபாரம் செய்யவும்

பணியாற்றவும் உள்ள அடிப்படை உரிமையைப் பறித்தது என்று வாதிட்டார்கள். ஏனென்றால், இது வெள்ளாடுகளையும் செம்மறி ஆடுகளையும் கொல்பவர்களிடமிருந்து பசுவைக் கொல்பவர்களை வேறுபடுத்திக்காட்டிற்று. இரண்டு மனுக்களும் கால்நடையைக் கொல்வதைத் தடைசெய்யும் முயற்சியில் நகராட்சி தனது அதிகார வரம்பை மீறிவிட்டது என்று கூறின.

ரஜாவின் வழக்கு தோற்றுப்போனது. ஏனென்றால், அது அரசுக்குப் போதுமான முன்னறிவிப்பு தரவில்லை. உத்தரப் பிரதேச நகராட்சிகள் சட்டப்படி (1916), எழுத்து மூலமாக முன்னறிவிப்பு கொடுத்து இரண்டு மாதங்களுக்கு முன்னால் நகர்மன்றத்தையோ உறுப்பினர்களையோ எதிர்த்து வழக்கு தொடர முடியாது. காலனிய இந்தியாவில் இப்படிப்பட்ட விதிகள் இருந்தன. அவர்களுக்கு எதிராக வழக்குகள் தொடுப்பதைத் தவிர்க்க இந்த ஏற்பாடு. இரண்டாவதாக, கசாப்புக் கடைக்காரர்கள், தோல் வியாபாரிகள், நகரவை ஆகியோருக்கு இடையே இருந்த அவர்களது வியாபாரத்துக்கோ வேலைக்கோ குறுக்கீடு இருக்காது என்ற ஒப்பந்தத்தை மீறியது என்று ரஜாவின் விவாதத்தையும் நிராகரித்தது. மூன்றாவதாக, முன்னறிவிப்புக்கான காலஅவகாசம் வழக்கின் நோக்கத்தையே கெடுத்துவிடும் என்ற ரஜாவின் வாதத்தையும் நீதிமன்றம் ஏற்றுக்கொள்ளவில்லை. இரண்டு மாதங்கள் காலதாமதம் என்பது மனுதாரர்களுக்கு இடைஞ்சல் என்பதை நீதிமன்றம் ஏற்றுக்கொண்டது. எனினும், பசுக் கொலையைத் தடுப்பதைக் கட்டுப்படுத்தும் நோக்கத்தை நகராட்சி அடைய முடியும். இரண்டு மாதங்கள் வேலை இல்லாததால் ஏற்படும் பொருளாதார இழப்பை நீதிமன்றம் கணக்கில் எடுத்துக்கொள்ளவில்லை.

இறுதியாக, மற்ற கசாப்புக் கடைக்காரர்கள், தோல் வியாபாரிகள் சார்பாகத் தொடரப்பட்ட வழக்கில் சொன்ன காரணங்களை நீதிமன்றம் ஏற்றுக்கொள்ளவில்லை. அவர்கள் எண்ணிக்கை மிக அதிகம். ஆதலால், அவர்கள் ஒவ்வொருவரும் வழக்கு தொடர்வது சாத்தியமில்லை என்பது மனுதாரர்களின் வாதம். நீதிமன்றம் சாட்சிகளை விசாரித்தது. அலகாபாத்தில் கசாப்பு செய்யும் குடும்பங்கள் முன்னூறுதான் இருக்கின்றன என்ற முடிவுக்குவந்தது. அவர்கள் தனித்தனியாக வழக்கு தொடர்வது முடியாத காரியம் இல்லை. ஜமீன்தார்களை நீக்கும் சட்டத்துக்கு ஆயிரக்கணக்கான மனுக்கள் தாக்கல் செய்யப்பட்டதை நீதிபதிகள்

சுட்டிக்காட்டினார்கள். ஆனால், பிரபுக்களுக்கும் அலகாபாத் கசாப்புக் கடைக்காரர்களுக்கும் உள்ள வித்தியாசத்தை அவர்கள் கணக்கில் எடுக்கவில்லை.

புத்துவின் மனுவும் தள்ளுபடி செய்யப்பட்டது. அலகாபாத் உயர் நீதிமன்றத்தில் பெரும்பான்மை நீதிபதிகள் எதிராகத் தீர்ப்பளித்தனர். அவர்கள் துணைச் சட்டங்களின் அரசமைப்புச் சட்டத்துக்கு உட்பட்டிருப்பதைக் கணக்கிலெடுக்க வேண்டும். பிரிவு 19-இன்கீழ் ஒருவர் தனது வணிகத்தையும் பணியையும் செய்ய அளிக்கப்படும் அடிப்படை உரிமையைக் கட்டுப்படுத்தும் துணைச் சட்டம் ஏற்றுக்கொள்ளக்கூடியது என்றனர். நாட்டின் கால்நடைகள் குறைந்துவருகின்றன என்று உத்தரப் பிரதேச அரசு கூறியிருப்பதை எடுத்துக்காட்டின. கல்கத்தா உயர் நீதிமன்றம்போல் இல்லாமல் இந்த உயர் நீதிமன்றம் நகராட்சி அரசமைப்புச் சட்டத்தின் 48-ஆம் பிரிவின்படி செயல்படுவதாகக் கூறியது. அரசாங்கம் என்பது உள்ளூர் அரசுகளையும் குறிக்கும்; வழிகாட்டும் கோட்பாடுகளின்படி ஊட்டச்சத்து, உடல்நலம் ஆகியவற்றை உயர்த்தவும் பசுக் கொலையைத் தடுக்கவும் அரசாங்கத்துக்குக் கடமையுள்ளது.

நீதியரசர் பிரசாத்தின் அனுதாபம் தடைசெய்வதன் மீதே இருந்தது. பால் கிடைக்கவில்லை, உணவு தானியப் பற்றாக்குறை என்பது அனைவருக்கும் தெரிந்தது என்றார். இந்த நிலையைச் சரிசெய்யவே தடை என்று விளக்கமளித்தார். வயதான கால்நடையைக் கொல்வதைத் தடைசெய்ய எந்தக் காரணமும் இல்லை என்பதையும் நீதிபதிகள் ஏற்கவில்லை. எந்த வயதில் பசு பயனில்லாமல்போகிறது என்று சொல்ல முடியாது என்று கால்நடை மருத்துவர்கள் கூறுகிறார்கள் என்பது ஆதாரமாகக் காட்டப்பட்டது. பயனற்ற பசுக்கள், காளைகள் எப்போது பயனில்லாமல்போகும் என்று சொல்ல எந்தத் தரவுகளும் கிடையாது. ஆகவே, அவற்றுக்கு விலக்கு அளித்தால் நல்ல பயனுள்ள பசுக்கள், காளைகள்கூடக் கொல்லப்படும் அபாயம் இருக்கிறது என்று குறிப்பிட்டனர்.

புத்துவின் நீதிப் பேராணை மனுவுக்கு ரஜாவின் வழக்கைவிட அதிகமான எதிர்வினை இருந்தது. 226-இன் பிரிவுகள் மிகவும் விரிவானவை என்றும், உரிமைகளை நிலைநாட்ட எல்லா வகை நீதிப் பேராணைகளையும் தர வாய்ப்பளிக்கிறது என்றும் நீதிமன்றம் கருதியது. நீதியரசர் பிரசாத் கீழ்க்கண்டவாறு எழுதினார்:

அரசமைப்புச் சட்டமன்றம் அதிக அதிகாரங்களைக் கொடுத்திருப்பதால் பெரும் பொறுப்பையும் அவற்றைப் பயன்படுத்துவதில் சுமத்தியிருக்கிறது. தகுதியான வழக்கில் இந்த நீதிமன்றம் சரியான நீதிப் பேராணை அல்லது ஆணை அல்லது வழிகாட்டித் தருவதில் தயங்கும் என்று தவறாகப் புரிந்துகொள்ளக் கூடாது. அதேபோல, நீதிப் பேராணைகள் அல்லது வழிகாட்டல்களைத் தரவும் மறுக்கவும் பொதுவான ஒரு கொள்கை இருக்கிறது என்றும் புரிந்துகொள்ளக் கூடாது.

நீதிப் பேராணை மனு வழக்கில் அரசுக்கு முன்னறிவிப்பு கொடுக்க வேண்டியதில்லை. மனுதாரர் தனது அவசரத்தை நியாயப்படுத்த வேண்டிய அவசியமில்லை. மூன்று நீதிபதிகளும் புத்துவின் வழக்குக்கான தொடக்க எதிர்ப்புகள் ஏற்றுக்கொள்ளப்படக் கூடாது என்பதை ஏற்றுக்கொண்டனர். மேலும், துணைச் சட்டம் செல்லாது என்று நீதியரசர் தயாள் அறிவித்தார். நகரசபையின் தகுதிக்கு அப்பாற்பட்டது என்பது காரணம். நகராட்சி வழிகாட்டுக் கோட்பாடுகளை நடைமுறைப்படுத்தியது என்பதை அவர் ஏற்கவில்லை. நகராட்சி இந்தக் கோட்பாடுகளை அதற்கு இப்போதுள்ள அதிகாரங்களுக்குள்ளேயே நடைமுறைப்படுத்த வேண்டும். இந்த நோக்கத்துக்கு நகராட்சிகளுக்கு குறைந்த அளவே அதிகாரங்கள் கொடுக்கப்பட்டிருக்கின்றன. மக்களைக் கட்டுப்படுத்தும் பொது அதிகாரம் தரப்படவில்லை என்று அவர் வாதிட்டார். உத்தரப் பிரதேச நகரசபைகள் சட்டம் பசுக் கொலையை ஒழுங்குபடுத்தலாம் என்று சொன்னது. ஆனால், ஒழுங்குபடுத்துவதற்குள்ள அதிகாரம் முழுவதுமாகத் தடைசெய்வது உள்ளடங்கியது என்று பொருளில்லை. எனவே, கால்நடைகளை வெட்டும் இடங்களை மூடுவது நகரசபையின் அதிகாரத்துக்கு உட்பட்டது. ஆனால், வேறு இடங்களில் கால்நடையைக் கொல்வதிலிருந்து ஒருவரைத் தடைசெய்ய முடியாது. மேலும், மக்களுடைய உடல்நலம், பாதுகாப்பு ஆகியவற்றை மேம்படுத்தும் நோக்கத்துக்காக மட்டும்தான் நகரசபையின் துணைச் சட்டம், அடிப்படை உரிமையைப் பாதுகாப்பதற்கு அல்ல என்றால் சரியானதாக இருக்கும் என்றார். துணைச் சட்டத்துக்கும் நோக்கத்துக்கும் இடையேயுள்ள தொடர்பு உடனடித் தேவைக்காக இருக்க வேண்டும். கால்நடையைக் கொல்வதைத் தடைசெய்வது பிற விலங்குகளைக் கொல்வதைவிட வித்தியாசமாக இருக்கிறது என்று நகரசபை காட்ட முடியவில்லை என்றார் நீதியரசர். இந்த வழக்கில் புத்து வெற்றிபெறவில்லை. ஆனால், நகரசபைக்

கட்டுப்பாடுகளை எதிர்த்து சட்டபூர்வ வெற்றிபெற முடியும் என்பது காட்டப்பட்டது.

தயாளின் சிறுபான்மைத் தீர்ப்பு உத்தரப் பிரதேசத்தில் துணைச் சட்டங்களை மீறியதற்கான பிற வழக்குகளின் தீர்ப்பையே ஒத்திருந்தது. பசுக் கொலையைத் தடுக்கும் துணைச் சட்டம் சட்டவிரோதமானது என்று வழக்குமன்றம் செல்வது தடையை மீறியதால் கைதுசெய்யப்பட்டவர்களின் வழக்கமான உத்தியாக இருந்தது. மீரட்டில் பத்து முஸ்லிம் கசாப்புக் கடைக்காரர்கள் ஒரு எருமையை வெட்டி அதன் இறைச்சியை விற்றதற்காகக் கைதுசெய்யப்பட்டார்கள். இவ்வழக்கில் துணைச் சட்டம் தவறென்று தீர்ப்பளிக்க வேண்டும் என்று கோரப்பட்டது. உத்தரப் பிரதேச உயர் நீதிமன்றம் இதில் தீர்ப்பிட்டது. நகரவையில் பெரும்பான்மையான மக்கள் வைஷ் சமணர்கள், வைஷ் அகர்வால்கள், பிராமணர்கள் என்பதால் கால்நடையை வெட்டுவதைத் தடைசெய்து தீர்மானம் நிறைவேற்றியது. இவர்கள் இறைச்சி சாப்பிடாதவர்கள், பசுக் கொலையை எதிர்ப்பவர்கள். நகரவை போன்ற உள்ளூர் அதிகாரிகள் நல்ல சுகாதாரம், விளக்கு ஆகியவற்றைக் கொடுக்கவும், வாழ்க்கைச் சூழல்களை மேம்படுத்தவும் இருந்தார்கள் என்று உயர் நீதிமன்றம் கூறியது. உள்ளூர் மக்களின் உணர்வுகளைத் திருப்திப்படுத்துவதற்குத் துணைச் சட்டம் இயற்ற அவர்களுக்குத் தகுதியில்லை என்று தீர்ப்பளித்தது.

மேலும், சிறப்பான சூழல்களில் ஒழுங்குபடுத்தும் நோக்கத்துக்காகப் பசுக் கொலையைத் தடுப்பது அவசியமாக இருக்கலாம். ஆனால், பொதுவாக ஒழுங்குபடுத்துவதற்கான அதிகாரம் தடைசெய்வதற்கான அதிகாரத்தை உள்ளடக்கியதில்லை. அரசாங்கம் ஒரு தொழிலையோ வணிகத்தையோ அது சட்டவிரோதமானதாக, ஒழுக்கத்துக்குப் புறம்பானதாக, மக்களின் உடல்நலத்துக்குக் கேடு தருவதாக இருந்தால்தான் தடைசெய்ய முடியும். நீதியரசர் கோவிந்த் ஓக் ஒரு கசாப்புக் கடைக்காரருடைய வேலை ஒருசிலருக்குப் பிடிக்காமல் இருக்கலாம். ஆனால், அது சட்டவிரோதமானது என்றோ, ஒழுக்கநெறி தவறியது என்றோ சொல்ல முடியாது என்றார். இந்தத் துணைச் சட்டம் செல்லாமல் ஆக்கப்பட்டது. மீரட்டிலிருந்து வந்த பத்து கசாப்புக் கடைக்காரர்களும் விடுவிக்கப்பட்டார்கள். அவர்களிடமிருந்து பெற்ற தண்டத்தொகை திருப்பித் தரப்பட்டது.

இவ்வாறு உயர் நீதிமன்றம் துணைச் சட்டத்தை நீக்கியது குறிப்பிடத்தக்கது. ஏனென்றால், நகரப் பகுதிக் குழுவின் சட்ட பிரிவு 26, 27-ன்படி குழுவின் ஆணைகள் இறுதியானவை, எந்த நீதிமன்றத்தாலும் கேள்விகேட்கப்பட முடியாதவை என்று அறிவித்திருந்தது. அதன் கீழ்தான் இந்தத் துணைச் சட்டம் வந்தது.

எனவே, உள்ளூர் ஒழுங்குமுறை முயற்சிகள் சாதாரணக் கசாப்புக் கடைக்காரர்களின் வழக்கால் தோற்றுப்போயின. ஒவ்வொரு வழக்கிலும் அரசாங்க விவாதங்கள் மாறுபட்டாலும், கசாப்புக் கடைக்காரர்களின் விவாதங்கள் ஒன்றுபோலவே இருந்தன. ஒவ்வொரு வழக்கிலும், நகராட்சிக்கு ஒரு துணை ஆணை மூலம் பசுக் கொலையைத் தடுக்க அதிகாரமில்லை என்று வாதிடப்பட்டது. அரசமைப்புச் சட்டப் பிரிவு 19-ஐ அவை மீறியவை.

பல கசாப்புக் கடைக்காரர்கள் புதிய ஒழுங்குமுறைகளைக் கண்டுகொள்ளவே இல்லை. 1952-இல் உத்தரப் பிரதேசத்தின் ஒன்பது மாவட்டங்களில், நாற்பத்தைந்து உரிமம் இல்லாத கால்நடை வெட்டும் இடங்கள் கண்டுபிடிக்கப்பட்டன. துணைச் சட்டங்களை மீறியதற்காக எப்போதாவது யாராவது கைதுசெய்யப்பட்டார்கள். ஆனால், அவர்களுக்குத் தண்டனை பெற்றுத்தருவது கடினமாக இருந்தது.

சட்டபூர்வமான ஆணைகள் அமைப்புக்குள், அரசமைப்புச் சட்ட உரிமைகள் தேசிய விதிகளில் இடம்பெற்றன. அவர்கள் தேசியக் குடிமக்கள் என்ற அடிப்படையில் அவற்றை அனுபவித்தார்கள். பொதுவாக, தாராளக் கொள்கையுடைய நாட்டில் காவல் துறையின் அதிகாரம் அரசியல் வளையத்துக்குள் இருக்க வேண்டியிருக்கும். ஒரு காரணம், அவை உள்ளூரில் செயல்படுத்தப்படுகின்றன என்பது. பெரும்பாலும், அரசாங்க அதிகாரத்தை வன்முறையோடு பயன்படுத்தியதாக அவர்கள் கருதப்பட மாட்டார்கள். மாறாக, உடல்நலம், பாதுகாப்பு, பொதுநலம் ஆகியவற்றின் காவலர்களாகக் கருதப்படுவார்கள். 1920-களுக்குப் பிறகு, பசுக் கொலையை உள்ளூர் நகராட்சிகள் ஒழுங்குபடுத்திவந்தன. இது பழக்கவழக்கம், உள்ளூர் உரிமைகள், உரிம ஒப்பந்தங்களால் தீர்மானிக்கப்பட்டன. எனினும், நகராட்சிச் சட்டங்களை அரசமைப்புச் சட்டங்களின் பெயரால் கசாப்புக் கடைக்காரர்கள் வழக்கு தொடுத்து இரண்டு அமைப்புகளுக்கு இடையிலும் ஒரு இணக்கமான சூழலை உருவாக்கினார்கள். அரசமைப்பு உரிமைகள் உள்ளூருக்கும் உரியவை என்று ஆக்கினார்கள்.

சட்டமியற்றல் என்ற கேடயம்:
மாகாணச் சட்டமன்றத்தில் பசுப் பாதுகாப்பு

உள்ளூர் ஒழுங்குமுறையானது பசுக் கொலையைத் தடுக்கப் போதுமானதாக இல்லை என்பது தெளிவாகத் தெரிந்தவுடன் பசுப் பாதுகாப்பு இயக்கத்தினர் புதிதாகத் தேர்ந்தெடுக்கப்பட்ட மைய, மாநில அரசுகளைச் சட்டம் இயற்ற வேண்டுமென்று அழுத்தம்கொடுத்தனர். கால்நடைப் பாதுகாப்புக் குழு சட்டத்தின்படி பசுக் கொலையைத் தடுக்கத் தீர்மானம் நிறைவேற்றியது. ஏனென்றால், நாட்டின் வளம் அதன் கால்நடையைப் பாதுகாப்பதில் இருக்கிறது என்றும், கால்நடையைக் கொல்வதைத் தடுத்தால்தான் நாட்டின் ஆன்மா திருப்தியடையும் என்றும் அது கூறியது.

ஆனால், சட்டமியற்றலுக்கு மூன்று வகைச் சவால்கள் இருந்தன. பெரும்பான்மை மதம் என்ற அடிப்படையில் இயற்ற முடியாது. பொருளாதாரம் பற்றிய பிரச்சினைகளை அணுக வேண்டும். அது செயல்படுத்தப்படக்கூடிய வகையில் வடிவமைக்கப்பட வேண்டும். மைய அரசு ஒரு மாதிரிச் சட்டத்தை மாநிலங்களுக்கு அனுப்பியது. பதினைந்து வயதுக்கு மேலுள்ள மாடுகள், செயல்பட முடியாத காளைகள் ஆகியவற்றைத் தவிர்த்து மற்ற மாடுகளைக் கொல்வதைத் தடுக்கச் சட்டமியற்ற வேண்டும் என்று பரிந்துரைத்தது. மேலும், உரிமம் இல்லாமல் கொல்வதைக் குற்றமாக ஆக்குமாறு சட்டமியற்ற வேண்டும் என்றது. ஒழுங்குபடுத்தப்படும் சட்டத்தின்படி வெட்டப்படவிருக்கிற மாடு, கால்நடை மருத்துவர்களின் சான்றிதழ் பெற்றிருக்க வேண்டும். மாடு வெட்டுவதற்கு உகந்தது என்று நகரவைத் தலைவர் மறுசான்றளிக்க வேண்டும். இவ்வாறு இவர்கள் உள்ளூர் அரசியல் தலைமை, வல்லுநர் ஆகியோரின் பிரதிநிதிகளாக இருப்பார்கள்.

சட்ட வரைவு பயனற்றதாகத் தோன்றியது. மாநில அரசுப் பணியாளர்கள் இதைச் செயல்படுத்துவது கடினம் என்று குறிப்பிட்டார்கள். நகரவைத் தலைவரும், கால்நடை அலுவலரும் சேர்ந்து எழுத்துபூர்வமாகச் சான்றிதழ் தர வேண்டியிருந்தது. இரண்டு அலுவலர்களுக்கும் இடையே கருத்தொற்றுமை இல்லை என்றால் கால்நடையைக் கொல்ல முடியாது. ஊர்ப்புறங்களை இது கட்டுப்படுத்தாது. போபாலின் ஆணையர் இரண்டு பேர் சேர்ந்து சான்றிதழ் தருவதற்கு சாத்தியம் குறைவு என்றார். போபாலில்

முஸ்லிம்கள் அதிகம். இரண்டு சாதிக்காரர்கள் இருந்தால் கருத்து வேற்றுமை தொடரும். பிறகு, மாநில அரசுக்கு விண்ணப்பிக்க வேண்டும்.

மைய அரசின் இது பற்றிய நடவடிக்கையாலும், நேருவின் எதிர்ப்பாலும் மாநில அரசுகளுக்கு சிக்கல் கடத்தப்பட்டது. உள்ளூர் அமைப்புகளின் தீர்மானங்களும் பசுப் பாதுகாப்பு இயக்கத்துக்குத் திருப்தி அளிக்கவில்லை. 1949 முதல் 1955 வரை பதினான்கு மாநிலங்கள் ஒன்பது சட்டம் இயற்றின. இவ்வாறு சட்டபூர்வமான நடவடிக்கையால் பசுக் கொலைத் தடுப்பு சட்டம் ஆனது.

மிகவும் முரண்பாடான சட்டம் உத்தரப் பிரதேசத்திலிருந்து வந்தது. பெரிய மாநிலம், பசுப் பாதுகாப்பு இயக்கத்தின் மையம். அங்குதான் பெருமளவு கால்நடை எண்ணிக்கை இருந்தது. 3,27,63,327 பசுக்கள்! அரசமைப்புச் சட்ட வரைவு சட்டமன்றத்தால் மாகாணச் சட்டமன்றங்களிலிருந்து தேர்ந்தெடுக்கப்பட்ட பசுப் பாதுகாப்பு ஆதரவாளர்களில் கோவிந்த தாஸ், சாக்சேனா போன்றவர்கள் இருந்தார்கள். உத்தரப் பிரதேசக் காங்கிரஸ் கட்சி நேருவின் மதச்சார்பற்ற கொள்கைக்கு மாறாகச் செயல்பட்டது. கட்சித் தலைவர் தாண்டன்தான் உத்தரப் பிரதேசச் சட்டமன்றத்தின் அவைத் தலைவர். அவர், முஸ்லிம்கள் அவர்களது நாட்டில் அவர்களது மதத்தின்படி வாழத்தான் தனி நாடு பிரிக்கப்பட்டது என்று கூறினார். அதேபோல, இந்தியாவில் இந்துக்கள் செயல்பட வேண்டும் என்றார்.

பிரிவினைவரை முஸ்லிம் லீக் உத்தரப் பிரதேசத்தில் வலிமை பொருந்தியதாக இருந்தது. முஸ்லிம் லீக்கின் தலைவர்கள் பிரிவினைக்குப் பிறகு பாகிஸ்தானுக்குப் போய்விட்டாலும், பெருமளவு முஸ்லிம்கள் இங்கேயே தங்கிவிட்டார்கள். பிரிவினைக்குப் பிறகு முஸ்லிம்களில் மேல்மட்டத்தினர் புதிய அமைப்பில் கலந்துவிட விரும்பி, முஸ்லிம் லீக்கை விட்டுவிட்டு காங்கிரஸ் கட்சியில் இணைந்தார்கள். 1955-இல் உத்தரப் பிரசேதச் சட்டமன்றம் நிலைமையை ஆராய ஒரு குழுவை நியமித்தது. இதில் சட்டமன்ற உறுப்பினர்கள், காவல் துறை அலுவலர்கள், கல்வியாளர்கள், அலுவலர்கள் ஆகியோர் உறுப்பினர்கள். குழு, மாநிலத்தில் பசுக்களின் எண்ணிக்கை, சத்துணவு, கிழட்டுக் கால்நடைகளைப் பராமரித்தல் போன்ற பல விஷயங்களை ஆராய்ந்தது. குழுவுக்கு என்று தனி அலுவலகம் தரப்பட்டது. குழு ஆய்வு நடத்துவதற்காகக் களப் பயணங்கள் பலவற்றை

மேற்கொண்டது. பலரிடமிருந்து தரவுகளைச் சேகரித்தது. பாலின் சத்துணவுத் தன்மை, பசுச் சாணம், சிறுநீர் ஆகியவற்றின் வேதியியல் கூறுகள், தோல் பதனிடும் தொழிற்சாலைக்கு அவற்றின் பங்களிப்பு ஆகியவற்றை ஆராய்ந்தது.

பசுக் கொலையைப் பகுதியளவு தடைசெய்ய வேண்டுமென்ற மத்திய அரசின் சட்டத்தை நிராகரித்து மொத்தமாகப் பசுக் கொலையைத் தடுக்கச் சட்டம் இயற்ற வேண்டும் என்று தீர்மானித்தது. சட்டம் இயற்ற வேண்டும் என்றும், அது மாநிலம் முழுவதற்கும் இருக்க வேண்டும் என்றும் கூறியது.

சட்டமன்றத்தில் எதிர்ப்பு இல்லை. 1955-இல் பசுக் கொலைத் தடுப்புச் சட்டம் நிறைவேற்றப்பட்டது. உத்தரப் பிரதேசத்தில் எந்த இடத்திலும் யாரும் பசுவைக் கொல்லக் கூடாது என்பது சட்டமானது. மருத்துவக் காரணங்களுக்குப் பசுவைக் கொல்வது மட்டும் அனுமதிக்கப்பட்டது. பசுக் கொலைக்கு எதிரான சட்டத்தின்படி இந்தக் குற்றமானது நடவடிக்கை எடுக்கத்தக்கது, பிணை தர முடியாதது. அதாவது, பிடி ஆணை இல்லாமல் குற்றம்சாட்டப்பட்டவர் கைதுசெய்யப்படலாம்; பிணைக்காக நீதிமன்றத்தை அணுக வேண்டும். இந்தச் சட்டம் பிற மாநிலங்களுக்கு ஒரு மாதிரியாக (model) இருந்தது. பிஹார் சட்டமன்றம் இதையே பின்பற்றியது. மத்தியப் பிரதேசமும் பசுக் கொலையை முழுவதுமாகத் தடைசெய்தது.

உத்தரப் பிரதேசச் சட்டம் அரசமைப்புச் சட்டத்துக்கு உட்பட்டதா என்பது மத்திய அரசுக்கு ஓரளவு சிக்கலாக இருந்தது. உத்தரப் பிரதேச ஆளுநர், தீர்மானம் குற்ற நடவடிக்கைச் சட்டத்துக்கு எதிராக இருந்ததால் குடியரசுத் தலைவருக்கு அனுப்பிவைத்தார். சட்ட அமைச்சகத்தில் இணைச் செயலாளர் எச்.ஆர்.கிருஷ்ணன் சட்டத்தின் அடிப்படையில் இதை உச்ச நீதிமன்றம் ஏற்குமா என்று ஐயம் தெரிவித்தார். இந்தச் சட்டம் அரசமைப்புச் சட்டப் பிரிவு 19-இன்படி உறுதியளிக்கப்பட்ட சொத்துக்கான உரிமையை மீறியதாக இருக்கும் என்று அவர் வாதிட்டார். சொத்துரிமை பொதுநலன் கருதி சில காரணங்களுக்காக மட்டும்தான் கட்டுப்படுத்தப்பட முடியும் என்றார். எனவே, சட்டம் ஏற்றுக்கொள்ளப்பட வேண்டுமென்றால் அது கால்நடையின் பல்வகையையும் வகைப்படுத்த வேண்டும், அவற்றில் சில கொல்லப்படக் கூடாது என்று சொல்லப்பட வேண்டும் என்று ஆலோசனை தந்தார். சில வகை கால்நடை மட்டும் பாதுகாக்கப்பட்ட

வகையோடு சேர்ந்தது என்று சான்றளிக்கத் தனி அதிகார அமைப்பு அமைக்கப்பட வேண்டும் என்றார். அல்லது கொல்லுகிற முறை மத உணர்வுகளைப் புண்படுத்தாமல் இருப்பதை உறுதிசெய்யும் கட்டுப்பாடுகளை விதிக்கலாம். மேலும், ஐந்தாம் பிரிவில் சரியான சொற்களைப் பயன்படுத்தவில்லை. எடுத்துக்காட்டாக, மாநிலத்துக்கு வெளியிலிருந்து மாட்டிறைச்சி கொண்டுவரப்பட்டால் அதை விற்பதற்குத் தடையில்லை. மாட்டிறைச்சி உண்பதைத் தடைசெய்யச் சட்டமன்றத்துக்கு அதிகாரம் இல்லை.

கிருஷ்ணனுக்கு அவருடைய மேல்அலுவலரான சட்டச் செயலாளர் பண்டார்க்கரின் ஆதரவு இருந்தது. அரசமைப்புச் சட்டத்தின் 48-ஆம் பிரிவு பயனுள்ள கால்நடையைக் கொல்வதைத்தான் தடைசெய்தது என்றார். தன்னுடைய பொருளாதார அடிப்படையில் பயனற்ற மாட்டைக் கொல்வதற்கு ஒருவருக்கு உரிமையுள்ளது; அவருடைய உரிமை அரசமைப்புச் சட்டத்தின் சொத்துரிமையால் பாதுகாக்கப்பட்டிருக்கிறது. அடுத்து, பொருளாதார லாபம் தராத பசுக்களுக்காக அவற்றின் சொந்தக்காரர்கள் கட்டணம் செலுத்த வேண்டும் என்று வரைவுச் சட்டம் கூறியது. அரசுக்கு அதை அவர் விற்கலாம் என்பதற்குச் சட்டத்தில் இடமில்லை. இதனால், பொருளாதாரத்தில் லாபம் கிடைக்காத பசுவை வைத்திருப்பது சொந்தக்காரர்களுக்கு ஒரு பாரம். இது நீதிமன்றங்களால் நீக்கப்படும் என்று பண்டார்க்கர் எச்சரித்தார். குடியரசுத் தலைவர் இந்த வரைவுச் சட்டத்தைத் திருப்பி அனுப்பப் பரிந்துரைத்தார். கிருஷ்ணன் சொன்ன பரிந்துரைகளைச் சேர்க்கலாம் என்று மறுபரிசீலனைக்குத் திருப்பி அனுப்பப்பட்டது.

எனினும், சட்ட அமைச்சகத்தின் இரண்டு அதிகாரிகளின் அறிவுரையைச் சட்ட அமைச்சர் ஏற்கவில்லை; எந்த நீதிமன்றமும் இது அடிப்படை உரிமையைப் பாதிக்கிறது என்று கருதாது என்றார். எனவே, குடியரசுத் தலைவர் ஒப்புதல் கொடுக்கலாம் என்று அறிவுரை தரப்பட்டது.

உச்ச நீதிமன்றத்துக்குக் பசுக்களைக் கொண்டுசெல்லல்

கசாப்புக் கடைக்காரர்கள் எப்படி உச்ச நீதிமன்றத்தைப் பயன்படுத்திக்கொண்டார்கள் என்று பார்த்தோம். 1955 வாக்கில் நீதிமன்றத்துக்கு அவர்களுடைய வழக்கு போன அனுபவம் அவர்களுக்கு இரண்டு விஷயங்களைத் தெளிவாக்கிற்று. அவர்கள்

ஒரு வகுப்பினராக எப்படிப் பாதிக்கப்பட்டார்கள் என்று காட்ட வேண்டும். தனித்தனி ஆட்களாக அல்ல. மேலும், ஒவ்வொன்றாக வழக்கு தொடர்வது அதிக காலம் எடுத்தது; உறுதியற்ற நிலையைத் தந்தது. 1956-இன் தொடக்கத்தில் உத்தரப் பிரதேசப் பசுத் தடைச் சட்டம் (1955), பிஹார் மாநிலச் சட்டங்கள் ஆகியவற்றை எதிர்த்து உச்ச நீதிமன்றத்தில் அவை அரசமைப்புச் சட்டத்தை மீறியவை என்று இருபது நீதிப் பேராணை மனுக்கள் தொடுக்கப்பட்டன. மனுதாரர்கள் பம்பாய், மத்தியப் பிரதேசம், உத்தரப் பிரதேசம், பிஹார் ஆகிய மாநிலங்களிலிருந்து ஒரு நூறு கிராமத்து முஸ்லிம் ஆண்கள் ஆவர்.

ஒட்டுமொத்தமாக, ஒரே மாதிரியான மொழிநடையில் இருந்தன; குரேஷி இனத்தவர் இந்தியக் குடிமக்கள் என்று சொன்னார்கள். அந்த இனத்தவர் இந்த நாட்டில் முஸ்லிம்களின் முக்கியமான பகுதியினர் என்று தங்களை அடையாளப்படுத்திக்கொண்டார்கள். அவர்களுடைய இனத்து உறுப்பினர்கள் மேற்கொண்ட தொழில்களைப் பட்டியலிட்டார்கள். ஆடு மாடுகளை வெட்டுதல், அதன் துணைச் செயல்பாடுகளான விநியோகித்தல், தோல் பதனிடுதல், பிசின் தயாரித்தல், குடல் வணிகம், ரத்தத்தைப் பாடம் செய்தல் ஆகியவற்றைக் குறிப்பிட்டிருந்தார்கள். உச்ச நீதிமன்றம் அவர்களை இந்தியக் குடிமக்கள் என்றும், மதத்தில் முஸ்லிம்கள் என்றும், பெரும்பாலும் குரேஷி இனத்தவர்கள் என்றும், பொதுவாகக் கசாப்புத் தொழிலில் இருந்தனர் என்றும் அடையாளப்படுத்தியது. வரிசைப்படுத்தியது முக்கியம். முதலில் மனுதாரர்களை முஸ்லிம்களாகத்தான் பார்த்தது, அடுத்துதான் குரேஷி. ஆனால், மனுதாரர்களுக்கு அவர்கள் குரேஷிகள் என்ற அடையாளமும் அவர்களது தொழிலும் முக்கியம். அவர்களது மதம் இந்திய முஸ்லிம்கள் மத்தியில் அவர்களது முக்கியப் பங்கை வலியுறுத்தத்தான் கூறப்பட்டது.

குரேஷிகள் தெற்காசிய முஸ்லிம்களில் ஒரு சாதியினர். அவர்கள் இறைச்சி வியாபாரத்தில் ஈடுபட்டிருந்தார்கள். வடஇந்தியாவில் அவர்கள் சிறிது மாறுபட்ட பெயர்களால் அழைக்கப்பட்டார்கள். சில மாவட்டங்களில் அவர்கள் எண்ணிக்கை அதிகம். எடுத்துக்காட்டாக, பிஹாரில் மானுடவியல் ஆய்வில் அவர்கள் சவுனி முஸ்லிம் கசாப்புக்காரர்களின் ஒரு பிரிவான கசாப்புக்காரார்களாக அறியப்பட்டார்கள். அவர்கள் கால்நடையை வெட்டுபவர்கள். கசாப்புக்காரர்கள்

மாட்டையோ எருமையையோ வெட்டுபவர்கள். ஆடுகளையும் கோழிகளையும் கொல்பவர்கள் சிக்ஸ் அல்லது சிக்வாஸ் என்று அழைக்கப்பட்டார்கள். உத்தரப் பிரதேசத்தில் அவர்கள் கசாப்கள் என்று அழைக்கப்பட்டார்கள். அவர்கள் மாடு, எருமை ஆகியவற்றை வெட்டுபவர்கள்.

பசுக் கொலையை எதிர்த்து வழக்கு தொடர்ந்தவர்கள் குரேஷிகள். பிற முஸ்லிம் பிரிவுகள் இல்லை என்பது முக்கியத்துவம் வாய்ந்தது. இந்த வழக்கில் குறுக்கிடுவதற்கான மனுக்கள் பல பசுக் கொலை எதிர்ப்பு இயக்கங்களால் தரப்பட்டன. ஆனால், முஸ்லிம்களின் பிற பிரிவினர் யாரும் மனு செய்யவில்லை. மத அறிஞர்களும் முஸ்லிம் அரசியல்வாதிகளும் இதில் இல்லை என்பது குறிப்பிடத்தக்கது. மேலும், கோசாம்வர்தன் குழுவில் மூன்று முஸ்லிம்கள் இருந்தார்கள். அவர்கள் உத்தரப் பிரதேசத்தில் முக்கிய முஸ்லிம் பிரமுகர்கள். அவர்கள் முழு பசுக் கொலைத் தடைக்கு ஆதரவு தெரிவித்தார்கள். இதை எதிர் மனுதாரர்கள் குறிப்பிட்டார்கள்.

மனுதாரர்கள் அரசமைப்புச் சட்டத்தின் அடிப்படையில் நான்கு முறையீடுகள் செய்திருந்தார்கள். பிரிவு 19-இன்படி கசாப்புக்காரர்கள், தோல் விற்பனையாளர்கள் முதலானவர்கள் அவர்களது பணிகளைச் செய்யவிடாமல் தடுக்கப்பட்டு அவர்களது அடிப்படை உரிமைகள் பறிக்கப்பட்டன என்று கூறினார்கள். மொத்தமாகப் பறிப்பது அரசமைப்புச் சட்டத்துக்குரிய பொதுநலனுக்குப் பாதிப்பை ஏற்படுத்தும். அடுத்து, அது பசுவை வெட்டும் கசாப்புக்காரர்களுக்கும் மற்ற விலங்குகளை வெட்டுபவர்களுக்கும் இடையே பாகுபாடு காட்டுவதால் சட்டப் பிரிவு 14-இன்படியான சமத்துவத்தை மறுக்கிறது. அவர்களது சட்டபூர்வமான வணிகம் அல்லது தொழிலைச் செய்யச் சட்டம் தடுக்கிறது. இது, அவர்களது சொத்தை இழப்பீடு தராமல் எடுப்பது ஆகும். எனவே, இது அரசமைப்புச் சட்டப் பிரவு 31-ஐ மீறுவது ஆகும். இறுதியாக, மொத்தத் தடை என்பது பிரிவு 25 உறுதியளித்திருந்த அடிப்படை உரிமைகளை மீறுகிறது. சட்டப்படி, மதச் சுதந்திரம் தரப்பட்டிருக்கிறது. ஈத் பெருவிழாவின்போது பசுவைப் பலியிடுவதை இந்தச் சட்டம் அனுமதிக்கவில்லை. அதனால், அடிப்படை உரிமை மீறப்படுகிறது.

ஈத் அன்று பசுவைப் பலியிடுவதைத் தடுப்பது ஏழை முஸ்லிம்களுக்குத் துன்பம் தரக்கூடியது, பொதுவாக, எல்லா

முஸ்லிம்களுக்குமே அவமானகரமானது. ஆனால், வடஇந்தியாவில் மாறியிருந்த அரசியல் சூழல்களில் பாரம்பரிய முஸ்லிம்கள் பொறுத்துப்போனார்கள். ஆனால், குரேஷிகளால் அது முடியாது. பசுவைக் கொல்வதைத் தடுத்தது அவர்களை நேரடியாகவே பாதித்தது. மத்திய மாகாணத்தில் பசுக் கொலைத் தடைச் சட்டம் வந்தவுடன் இருநூறுக்கும் மேற்பட்ட கசாப்புக்காரர்கள் வேலையிழந்தார்கள். பொருளாதாரம் சிதைந்துபோனதால் ஒரு கசாப்புக் கடைக்காரர் கிணற்றில் விழுந்து தற்கொலை செய்துகொண்டார். மற்றவர்கள் அரசிடம் மாற்று வேலை கேட்டார்கள்.

காலனிய இந்தியாவில் பசுக் கொலையைத் தடுக்கும் சட்டத்துக்கு எதிராக நீதிமன்றம் சென்றவர்கள் வெவ்வேறு வகையினர். ஆனால், விடுதலைக்குப் பிறகு ஒவ்வொரு வழக்கிலும் மனு செய்தவர்கள் கசாப்புக்காரர்கள். அவர்கள் குரேஷிகள் என்று பெயர் வைத்திருந்தார்கள். அவர்கள் தங்களது வயிற்றுப்பிழைப்புக்காக மாட்டை வெட்டினார்கள் அல்லது மாட்டுக்கறி வைத்திருந்தார்கள்.

மதமும் தொழிலும்

நகராட்சி விதிகளுக்கு எதிரான வழக்குகளில் வணிகம் செய்யும் உரிமை, சமத்துவ உரிமை ஆகியவற்றின் அடிப்படையிலான வழக்குகள் ஓரளவே வெற்றிதந்தன. ஆனால், மதச் சுதந்திரம் அடிப்படையிலான வழக்கு கணிசமாக வெற்றிபெற்றது. மதச் சுதந்திரம் என்பது ஒரு நூற்றாண்டுக்கு மேற்பட்டது. பிரிட்டிஷ் அரசின்கீழ் முஸ்லிம்களுக்கு மதச் சுதந்திரம் உண்டு என்று நம்பினார்கள். பின்னரும் அரசமைப்புச் சட்டப் பிரவு 25-இன்கீழ் பொது ஒழுங்கு, ஒழுக்கம், உடல்நலம் ஆகியவற்றுக்கு உட்பட்டு எல்லோரும் மனச்சான்றுபடியான உரிமை உடையவர்கள். ஒரு மதத்தைச் சுதந்திரமாகப் பின்பற்றவும் பிரச்சாரம் செய்யவும் உரிமை உண்டு. இதில் ஈத் அன்று பசுவைப் பலியிடும் உரிமையும் அடங்கும். எனவே, பசுக் கொலைக்கு முஸ்லிம்களிடமிருந்து எதிர்ப்பு வரும் என்று எதிர்பார்க்கப்பட்டது. ஏனென்றால், அது மதச் சடங்குகளை அனுசரிப்பதைப் பாதித்தது.

எனினும், குரேஷிகள் இந்த வாதம் அவ்வளவு முக்கியமில்லை என்று கருதினார்கள். ஆண்டுக்கு ஒரு முறை ஈத் பெருநாளன்று பசுவைப் பலியிட அனுமதி பெறுவதில் அவர்களுக்கு நாட்டமில்லை;

அவர்களுக்கு அவர்களுடைய வாழ்வாதாரம் தொடர வேண்டும். அவர்களது மனுவில் குறிப்பிடப்பட்டிருந்த நான்கு எதிர்ப்புகளில் மதச் சுதந்திரம் கடைசியாகக் கொடுக்கப்பட்டது. நீதிமன்றத்திலோ மனுவிலோ இந்த உரிமையை நிலைநாட்ட அவர்கள் ஆதாரம் தர முயலவில்லை. முஸ்லிம்கள் என்ற உரிமைக்காகப் போராடுவதில் குரேஷிகளுக்கு அவ்வளவு ஆர்வம் இல்லை. ஆனால், நீதிமன்றம் அந்தக் கண்ணாடி கொண்டுதான் பார்த்தது. பசுவைப் பலியிடுவது மனுதாரரின் இனத்தாருடைய மத வழக்கம் என்பதை நிரூபிக்க எதையும் தரவில்லை என்று தலைமை நீதிபதி தாஸ் குறைபட்டுக்கொண்டார்.

இஸ்லாமில் இதற்குத் தேவையான விதிகளை யாரும் உறுதிமொழியாகப் பதிவுசெய்யவில்லை. பசு பலியிடுவதைச் சுட்டும் புனித குரானில் எந்தக் குறிப்பிட்ட சுராவும் மனுவில் குறிப்பிடப்படவில்லை. கொடுக்கப்பட்டதெல்லாம் சுரா 22, பாடல்கள் 28, 33 மட்டும்தான். இதில் புனித நூல் குறிப்பிடுவதெல்லாம் மக்கள் செபிக்க வேண்டும், பலியிட வேண்டும் என்பது மட்டும்தான். எந்த மவுலானாவும் இந்தப் பாடல் வரிகளின் பொருளை விளக்கவோ இந்தச் சிக்கல் பற்றித் தெளிவுபடுத்தவோ எந்த உறுதிப்பத்திரத்தையும் நம் முன்னர் தாக்கல் செய்யவோ இல்லை.

வல்லுநரின் சாட்சியம் இல்லாதபோது, உச்ச நீதிமன்றமே ஹேடயா பற்றிய சார்லஸ் ஹாமில்டனுடைய விரிவுரையின் அடிப்படையில் இஸ்லாமியச் சட்டத்தை ஆராய்ந்தது. ஒவ்வொரு சுதந்திரமான, வயதுவந்த முஸ்லிமும் ஈத் அன்று பலியிடுவது கடமை என்று சொல்லியிருப்பதைக் குறிப்பிட்டது. பலி ஒரு ஆளுக்கு ஒரு ஆடு, ஏழு பேருக்கு ஒரு மாடு அல்லது ஒட்டகம் பலியிட வேண்டும். முஸ்லிம்கள் ஏழு ஆடுகள் அல்லது ஒரு ஒட்டகத்தை ஒரு பசுவுக்குப் பதிலாகப் பலியிடலாம் என்று நீதிமன்றம் விளக்கமளித்தது. இங்கே ஏதாவது ஒன்றைத் தேர்ந்தெடுக்கும் வாய்ப்பு இருப்பதால் பசுவைப் பலியிடுவதைக் கடமை என்று கூற முடியாது. ஏழு பேருடைய ஒரு தலைக்கட்டில் ஒரு பசுவைப் பலியிட வசதியிருக்கும், ஆனால் ஏழு ஆடுகளைப் பலியிட வசதி இருக்காது என்று குறிப்பிட்ட நீதிமன்றம் இது பொருளாதாரக் கட்டாயமே தவிர மதக் கட்டாயம் இல்லை. எனவே, அரசமைப்புச் சட்டத்தால் பாதுகாப்பு பெறவில்லை என்று தீர்ப்பளித்தது. உத்தரப் பிரதேச அரசும் பல

முஸ்லிம்கள் வெள்ளாடு, செம்மறி ஆடு அல்லது காளைகளைப் பலியிடுகிறார்கள் என்று எடுத்துக்காட்டியது.

மேலும், பசுப் பாதுகாப்புக் குழுவில் மூன்று முஸ்லிம்கள் இருந்தார்கள். அவர்கள் பசுவைக் கொல்வதைத் தடுத்ததை மதச் சடங்கை மீறுவதாகச் சொல்லவில்லை. பல முஸ்லிம் அரசர்கள் (அக்பர், ஜஹாங்கீர், பாமினி சுல்தான், மைசூர் ஹைதர் அலி) பசுவைக் கொல்வதை அவர்களது ஆட்சியில் தடைசெய்தார்கள்.

பிரிவு 25 ஒரு மதத்தின் மிக முக்கியத் தேவையான ஒன்றை மட்டுமே பாதுகாக்கும். இஸ்லாத்தில் பசு பலி தேவையான ஒன்றில்லை என்று நீதிமன்றம் கூறியது. ஒரு மதத்தின் அடிப்படைச் சடங்குகள், பழக்கங்களில் அரசு குறுக்கிட முடியாது; ஆனால், வெளி விஷயங்களைக் கட்டுப்படுத்தலாம் என்பது உச்ச நீதிமன்றத்தின் கொள்கை. ஒரு மதத்தைப் பின்பற்றுபவர்கள் இல்லாமல் நீதிமன்றம்தான் அதன் முக்கியத் தன்மைகள் எவை என்று தீர்மானிக்க வேண்டும் என்பது காலனிய ஆட்சியிலிருந்து பெறப்பட்டது.

மனுதாரர்களின் வணிகத்திலும் தொழிலிலும் கட்டுப்பாடுகள் விதிக்கப்படுவதற்கான காரணங்களை நிர்ணயிக்க உச்ச நீதிமன்றம் இந்து சமய நூல்களை ஆதாரமாக எடுத்தது. அரசமைப்புச் சட்டப் பிரிவு 19 பொதுமக்களின் நலனுக்காக ஒரு தொழில் அல்லது வணிகத்தைக் கட்டுப்படுத்த சட்டங்களுக்குப் பாதுகாப்பு தந்தது. ஏற்கெனவே கட்டுப்பாட்டின் பகுத்தறிவுத் தன்மையைச் சோதிக்க எந்த அளவுகோலும் இல்லை என்றும், காலத்தின் தேவைக்கு ஏற்பச் செயல்பட வேண்டும் என்றும் கூறியிருந்தது. நீதிபதிகளின் சமூகத் தத்துவமும் மதிப்பீடுகளும் இதில் முக்கியப் பங்கு வகிக்கும் என்பதை உச்ச நீதிமன்றம் ஏற்றுக்கொண்டது. ஆனால், அது அரசமைப்புச் சட்டம் எல்லோருக்கும் உரியது என்பதை நினைவில்கொள்ள வேண்டும். அடுத்து, பசுக்களை எப்போதிருந்து கொண்டாடத் தொடங்கினார்கள் என்று நீதிமன்றம் ஆராய்ந்தது. தொடக்க கால வேத நூல்களில் பசுக் கொலைக்கான ஆதாரம் இருந்தது என்று குறிப்பிட்டது. ஆடு, மாடு மேய்ப்பதிலிருந்து உழவுத் தொழிலுக்கு மாறிய பிறகுதான் பசுவுக்குச் சிறப்புப் புனிதத்துவம் தரப்பட்டது. இதற்கு ஆதாரமாக வேதங்களிலிருந்து சில பாடல்களைக் காட்டியது. குறிப்பாக, அதர்வ வேதத்திலிருந்து பசுவைப் புகழ்ந்து பாடிய பாடலை எடுத்துக்காட்டியது.

பசு வானகம், பசு பூவுலகம், பசு விஷ்ணு, உயிரினக் கடவுள், சத்யாக்களும் வாயுக்களும் பசுவின் பாலைக் குடித்தார்கள். தெய்வங்களும் மனிதர்களும் உயிர் வாழ பசுவை நம்பியிருக்கிறார்கள். அதன் அண்டமாக ஆகியிருக்கிறார்கள், கதிரவன் பார்ப்பதெல்லாம் அவர்தான்.

பண்டைய இந்தியாவில் பசுக் கொலை இருந்தாலும், கன்று ஈனாத பசுக்களே கொல்லப்பட்டன என்றும், இந்தப் பழக்கம் பின்னர் விடப்பட்டது என்றும் விவாதிக்க நீதிமன்றம் இப்படிப்பட்ட பாடல்களை எடுத்தாண்டது. இறுதியாக, இந்துக்கள் பசுவை மரியாதையுடன் நடத்தினார்கள் என்பதையும், உணவுக்காக மாடுகள் கொல்லப்படுவது வெறுக்கத்தக்கதாக இருந்தது என்பதையும், அந்த உணர்வு இனக்கலவரங்களுக்குக் காரணமாக இருந்தது என்பதையும் மறுக்க முடியாது என்று நீதிமன்றம் கருதியது. அதேசமயம், அரசமைப்புச் சிக்கல்களை உணர்வுகளின் அடிப்படையில் தீர்க்க முடியாது என்பதை வலியுறுத்திய நீதிபதிகள், கட்டுப்பாடுகளின் அறிவுடைமையைத் தீர்மானிக்க உணர்வுகளையும் கணக்கில் எடுத்துக்கொள்ள வேண்டும் என்பதை ஏற்றுக்கொண்டார்கள்.

அரசாங்கம் பசுவின் புனிதத்தன்மை மீது இந்துக்களின் நம்பிக்கை அடிப்படையில் வாதங்கள் செய்யவில்லை. ஒரு மக்களாட்சி அமைப்பு விதிகளை ஏற்படுத்திற்று என்பதை மட்டும் வலியுறுத்தியது. சில விவாதங்கள் பார்கவாவால் செய்யப்பட்டிருக்கலாம். ஆனால், அவை ஆவணப்படுத்தப்படவில்லை. எனவே, இந்தக் குறுக்கீடுகள் நீதிபதிகளாலேயே செய்யப்பட்டிருக்க வேண்டும். ஐரோப்பியரல்லாத வழக்குரைஞர்களும் நீதிபதிகளும் பண்பாட்டு மொழிபெயர்ப்பாளர்களாகவும், மானுடவியல் விளக்கம் செய்பவர்களாகவும் செயல்பட்டார்கள் என்பது புதிய வரலாற்றாசிரியர்களால் காட்டப்படுகிறது. அவர்கள் உள்ளூர்க்காரர்கள் என்ற முறையில் பண்பாட்டு மதப் பழக்க வழக்கங்களை விளக்க முற்பட்டார்கள்.

தொடக்க காலங்களில் உச்ச நீதிமன்றம் நேருவினுடைய அரசாட்சியின் நவீனமயமாக்கல் கொள்கைகளைப் பகிர்ந்து கொண்டது. மதத்தைப் பகுத்தறிவுக்கு உகந்ததாக ஆக்க முற்பட்டது. ஆறு நீதிபதிகளும் 'உயர்சாதி' இந்துக்கள், இருவர் வடமொழி அறிஞர்கள். நீதியரசர் ஒருவர் சீர்திருத்தங்களில் ஈடுபட்டவர். நீதிபதிகள் இந்து சமயத்தவர்கள், இஸ்லாம் மதத்துக்குப்

புறம்பானவர்கள். இஸ்லாமியச் சட்டத்தை ஆராய அவர்கள் ஹெடேயா என்ற நூலை ஆதாரமாக எடுத்துக்கொண்டார்கள். இது பிரிட்டிஷ் காலனிய நீதிமன்றங்களின் எளிமையாக்கப்பட்ட நூற்சுருக்கம். 1870 வெளியீடு இன்னும் சுருக்கப்பட்டது. விலை, பயன்பாடு கருதி சில பகுதிகள் நீக்கப்பட்டன. இதற்கு நேர்மாறாக, அபிநாஸ் தாஸ் எழுதிய ரிக் வேதம் பண்பாடு என்ற நூலையே சார்ந்திருந்தது. தர்ம சாத்திரங்கள் பற்றிய இன்னொரு நூலையும் எடுத்துக்கொண்டது. இருவருமே பழைய இந்திய வரலாற்றை அழிந்துபோன நாகரிகத்தின் புகழைத் திரும்பக் கொண்டுவரும் நோக்கத்தில் படித்த தேசிய அறிஞர்கள்.

வழக்கின் முடிவு, ஈத் பெருநாளன்று பசுவைப் பலியிடுவதை முஸ்லிம்களுக்கு மறுப்பது, இந்து உணர்வுகளுக்கு மதிப்பளிப்பது ஆகிய கேள்வியைச் சுற்றிவந்தது. அப்போது, வழக்குரைஞர் மத்தியிலும் ஊடகத்திலும் நடைபெற்ற விவாதங்கள் மூலம் இது தெரிகிறது. உச்ச நீதிமன்றத் தீர்ப்பு பசுவைப் பலியிடுவது ஒரு முஸ்லிம் தனது மத நம்பிக்கையை வெளிப்படையாகக் காட்டக் கட்டாயமில்லை என்றும், முஸ்லிம்களுக்கு அவர்களது மதத்தைப் பின்பற்றுவது, பரப்புவது ஆகிய உரிமைகள் தடைசெய்யப்படவில்லை என்றும் குறிப்பிட்டதாக பம்பாய் வழக்குரைஞர் ரஃபிக் சக்கரையா சொன்னார். தீர்ப்பு முஸ்லிம்களின் அடிப்படை உரிமைகளைப் பாதிக்கவில்லை என்றார். ஆனால், முற்போக்கு விமர்சனங்களோ தீர்ப்பு பெருங்குழுவாதத்தை அடிப்படையாகக் கொண்டது என்றும், சிறுபான்மை மத அடையாளத்தைப் பொருட்படுத்தவில்லை என்றும் கூறின. பசுவுக்கு இந்துக்கள் மரியாதை தர வேண்டும் என்பது ஐயத்துக்கு இடமற்ற உண்மை என்பது ஒரு அனுமானம்தான் என்றார் உபேந்திரா பக்சி. வழக்கில் ஒரே குறை, முஸ்லிம்கள் தங்களது உணர்வை நீதிபதிகள் அறிந்துகொள்ளக்கூடிய அளவுக்குப் போதுமான கிளர்ச்சி செய்யவில்லை என்றார்.

பொருளாதாரமும் அடையாளமும்

ஹனிஃப் குரேஷி வழக்கு முடிவால் இந்து முஸ்லிம் முரண்பாடு பாரம்பரியக் கண்ணாடி கொண்டு பார்க்கப்பட்டது. இதில் முஸ்லிம்கள் காலனிய இந்தியாவில் அனுபவித்த உரிமையை இழந்துவிட்டார்கள். கணக்குப்படி பார்த்தால் இது சரியாக இருக்கலாம். ஆனால், இந்த மூவாயிரம் மனுதாரர்களும் தங்களது

வாதத்தை மதச் சுதந்திரத்தின் அடிப்படையில் முன்வைக்கவில்லை; இது கருத்தில்கொள்ளப்படாமல் விடப்பட்டது. இதை உச்ச நீதிமன்றத்தில் மனுதாரர்களின் நீதிப் பேராணை மனுவை எப்படி உச்ச நீதிமன்றம் அடையாளம் கண்டது என்பதோடு ஒப்பிட்டுப்பார்க்க வேண்டும்.

குரேஷிகள் மனுவில் அவர்கள் தங்களுடைய தொழில்களால் அடையாளப்படுத்திக்கொண்டார்கள். மாட்டின் பொருளாதாரப் பயன்களைப் பட்டியலிட்டார்கள். அவர்கள் பெரும்பாலும் இந்தியின் கிளை மொழியான போஜ்புரியில் பேசினார்கள். குரேஷிகள் அஜலாஃப்கள் எனப்பட்டார்கள். அதாவது, சாமானியப் பிறப்பினர். ஆனால், பெரும்பாலான முஸ்லிம் அரசியல்வாதிகள் அஷ்ரஃப்கள் (பிரபுக்கள்), அவர்கள் உருது மொழி பேசினார்கள். குரேஷிகளில் எழுதப்படிக்கத் தெரியாதவர்கள் அதிகம். கல்வி, சுகாதாரம், குடிநீர், நிதிச் சேவைகள் ஆகியவை அவர்களுக்கு அவ்வளவாகக் கிடைக்காது. 1990-களில் அவர்கள் இதர பிற்படுத்தப்பட்ட வகுப்பினர் (Other Backward Classes) என்று குறிக்கப்பட்டார்கள். அரசின் நலத் திட்டங்களுக்கு உரியவர்கள் ஆனார்கள்.

குரேஷிகள் பெரிய அரசியல் கட்சிகளில் இடம்பெறவில்லை. ஆனால், அவர்கள் ஒரு அமைப்பாக இருந்தார்கள். பிஹாரில் செய்யப்பட்ட மானுடவியல் ஆய்வு குறிப்பிட்டதுபோல அவர்கள் மிகவும் ஒற்றுமையான இனம். அவர்களுக்கென்று ஒரு கிராம சபை (அஞ்சுமான்) இருந்தது. அவர்களது பிரச்சினைகளை அது தீர்த்துவைக்கும். அதன் முடிவுகளை குவுராசிகளுக்கு மேல்முறையீடு செய்யலாம். குரேஷிகள் அனைத்திந்திய ஜாமியதுல் குரேஷி என்ற அமைப்பாகப் பதிவுசெய்துகொண்டார்கள். இது 1926-ஆம் ஆண்டு அவர்களது இனத்தை முன்னேற்றும் நோக்கத்தோடு நிறுவப்பட்டது. மற்ற இன சாதி அமைப்புகள்போலவே செயல்பட்டது. ஆனால், மிகவும் நெருங்கிய தொடர்புடையது.

குரேஷிகளால் கொண்டுவரப்பட்ட பன்னிரண்டு நீதிப் பேராணை மனுக்களும் ஜாமியத் அமைப்பின் தூண்டுதலால் கொண்டுவரப்பட்டவை. இந்த அமைப்பு எல்லா மனுக்களிலும் குறிப்பிடப்பட்டிருந்தது. மாநில ஜாமியத் அமைப்பில் பலரும் தனி மனுதாரர்களாக இருந்தார்கள். மனு செய்வதற்கு ஓராண்டுக்கு முன்னர் அந்த அமைப்பின் அனைத்திந்திய மாநாடு பம்பாயில் நடந்தது. தலைவர்களுள் ஒருவரான லக்கன்பால், எழுநூறு

உறுப்பினர்களின் முன் பேசினார். அவர் தனது உரையில், புரிதலோடும் நட்புறவுடனும் நடந்துகொள்ள வேண்டும் என்றார். மாநாட்டின்போது அகில இந்திய இந்து ராஜ் கட்சி உறுப்பினர்கள் உள்ளே நுழைந்து பசுக் கொலையை நிறுத்துமாறு முழக்கமிட்டார்கள். அப்படியிருந்தும் அவர் இவ்வாறு பேசினார். அவர்களுடைய பின்தங்கிய நிலையைக் குரேஷிகள் வலியுறுத்திப் பேசினார்கள். தலைவர் ஹுசைன் தனது இனத்தார் தனியான முறையில் நடத்தப்பட வேண்டும் என்று சொன்னார். அவர்களுக்கென்று சட்டமன்றத்தில் தனியிடங்கள் வேண்டும், கல்விக்கூடங்களில் முன்னுரிமை வேண்டும் என்றார். குரேஷியின் தொழில்கள் மீது சட்டபூர்வக் கட்டுப்பாடுகளைக் கொண்டுவர வேண்டுமென்று அவர் கேட்டுக்கொண்டார்.

குரேஷிகளின் அமைப்பின் பலமும், அவர்களுடைய குறைகளைப் பேச்சுவார்த்தை மூலம் தீர்க்கும் விருப்பமும் மூவாயிரம் மனுதாரர்கள் உச்ச நீதிமன்றத்தில் மனு செய்யக் காரணமாய் இருந்தன. பிரிவு 32-இன்படி நீதிமன்ற அதிகாரத்தை மனுக்கள் முன்வைத்தன. அதைத் தேசியப் பிரச்சினையாக ஆக்கின. நீதிப் பேராணை மனுக்கள் தனியாட்களால் தனியாள் பிரச்சினைகளாகக் கொண்டுசெல்லப்பட்டன. பல்சாரா வழக்கில், குடிப்பதற்கு உரிமை கேட்டு நேரடியான தீர்வு கேட்டார். குடிமை நடைமுறைச் சட்டத்தின்படி மேற்கொண்ட முயற்சிகளை அலகாபாத் உயர் நீதிமன்றம் தடுத்துவிட்டது. எனவே, குரேஷிகள் பெரிய எண்ணிக்கையில் உச்ச நீதிமன்றத்துக்குப் போனார்கள்.

அவர்களுடைய மனுவின் முதல் பகுதியானது அவர்களுடைய பொருளாதார நிலையை விளக்கியது. குரேஷிகள் நாட்டின் பொருளாதாரச் சமூக வாழ்க்கையில் முக்கியப் பங்குவகிக்கிறார்கள் என்று காட்டியது. ராம்பூர் இடத்திலிருந்து வந்த மனுவில் குறிப்பிட்டதுபோல, கசாப்புக்காரர் ஒருவர் தடைக்கு முன்னர் ஒரு மாதத்துக்கு 150 கால்நடையை வெட்டுவார் என்று குறிப்பிடப்பட்டது. இவை எருமைகள், காயடிக்கப்பட்ட காளைகள், கிழட்டுக் காளைகள் முதலியன. அவற்றின் விலை முப்பதிலிருந்து ஐம்பது ரூபாய்வரை இருந்தது. பால் கொடுக்கும் பசுவை வெட்ட மாட்டார்கள். அதன் விலை முன்னூறிலிருந்து ஐநூறுவரை. முஸ்லிம்களுக்கு இறைச்சி விற்கப்பட்டது. குடலும் தோலும் அந்தந்த வியாபாரிகளுக்கு விற்கப்பட்டன. ஒரு தோல் வியாபாரி தோல்களைக் கசாப்புக்காரர்களிடம் வாங்கிப் பதனிட்டு

பம்பாய்க்கும் மெட்ராஸுக்கும் அனுப்பிவைப்பார். இது இந்தியா முழுவதுமுள்ள பொருளாதாரச் சங்கிலி இருப்பதைக் காட்டியது. பசுக் கொலையை முழுவதுமாகத் தடைசெய்வது பகைமையான, பாகுபடுத்தக் காட்டும் சட்டம், முஸ்லிம்களுக்கு எதிரானது, குறிப்பாக குரேஷிகளுக்கு எதிரானது என்றும் குரேஷிகள் குறிப்பிட்டனர்.

குரேஷிகள் நாடு முழுவதும் இருபது லட்சம் பேர் இருப்பதாகவும், அவர்கள் கால்நடையை வாங்குவது, விற்பது, வெட்டுவது என்பதையே நம்பியிருந்ததாகவும் வாதிட்டார்கள். கால்நடையைக் கொல்வதைத் தடைசெய்தால், அவர்கள் ஒரு பசு அல்லது எருமைக்குப் பதிலாக ஏழு ஆடுகளை வாங்க வேண்டுமென்று சொன்னார்கள். வெள்ளாடுகளும் பெரிய எண்ணிக்கையில் கிடைக்காது என்று தரவுகள் காட்டினார்கள். மாட்டிறைச்சியைவிட மற்றவை அதிக விலை என்பதால் ஏழைகளால் வாங்க முடியாது என்றும், அதனால் இறைச்சிக்கான சந்தை குறைந்துவிடும் என்றும், குரேஷிகளின் வருவாய்களும் குறையும் என்றும் வாதிட்டார்கள். மேலும் வெள்ளாடு, செம்மறி ஆட்டுத் தோல்களும் குடலும் சரியாகப் பயன்படுத்த முடியாது என்றார்கள்.

பொதுநலனுக்காக ஒரு தொழில் அல்லது வணிகத்தின் மீது தேவையான கட்டுப்பாடுகளை அரசாங்கம் விதிக்க அரசமைப்புச் சட்டம் அனுமதி அளித்தது என்பதை ஏற்றுக்கொண்ட குரேஷிகள் இது முழுத் தடைக்கு நீட்டிக்கப்படக் கூடாது என்று வாதிட்டார்கள். புத்து வழக்கிலும் மேயா வழக்கிலும் வெற்றிகரமாகச் சொல்லப்பட்ட வாதத்தை இது ஒத்திருந்தது.

ஆனால், இந்த வாதம் இங்கே வெற்றிபெறவில்லை. ஏனென்றால், குரேஷிகள் யாரென்று நீதிமன்றத்தால் புரிந்துகொள்ள முடியவில்லை. கசாப்புக்காரர் (Butcher) என்பதற்கு அகராதிப் பொருளில் விலங்குகளைக் கொன்று இறைச்சியை விற்பவர் என்பதாகும். இது எல்லோருக்கும் தெரிந்த தொழில். கசாப்புக்காரர், ரொட்டி செய்பவர், மெழுகுதிரி செய்பவர் என்ற சொற்றொடரை மேற்கோள் காட்டினார்கள். முதன்மை நீதியரசர் தாஸ், ஆடைகளைச் சில்லறை வியாபாரம் செய்பவர்களோடு ஒப்பிட்டார். சிலர் உள்ளூரில் உற்பத்தியாகும் துணியை விற்கிறார்கள். சிலர் இங்கிலாந்திலிருந்தோ ஜப்பானிலிருந்தோ இறக்குமதிசெய்கிறார்கள். ஆனால், அவர்கள் எல்லோருமே துணி வியாபாரிகள்தான். உள்நாட்டுத் துணித் தொழிற்சாலையைக் காக்க

வெளிநாட்டுத் துணியை இறக்குமதிசெய்வதைத் தடைசெய்தால், அந்த வியாபாரிகள் செய்யும் வணிகத்தை அது தடைசெய்யாது. அவர்கள் வேறு பொருட்களை வாங்கி விற்கலாம். அதுபோல, காதியை அரசாங்கம் ஊக்கப்படுத்த விரும்பி மஸ்லின் ஆடை விற்பனையைத் தடைசெய்தால், அது துணி வியாபாரத்தையே தடைவிதிப்பதாக ஆகாது என்றார். இந்த ஒப்புமை மிகவும் வலுவானதாக இருந்தது. ஏனென்றால், வெளிநாட்டுத் துணிக்கு எதிராகவும் காதிக்கு ஆதரவாகவும் பிரச்சாரம் செய்வது காந்தியத் திட்டத்துக்கும் தேசிய இயக்கத்துக்கும் மையமாக இருந்தது. பொருளாதாரத் தன்னிறைவும் தேசிய கவுரவமும் காக்கப்படும்.

சட்டங்களை முதன்மை நீதியரசர் தாஸ் ஆராய்ந்தார்; அவை உண்மையில் எவற்றைத் தடைசெய்தன என்று பார்த்தார். உத்தரப் பிரதேசத்தில் மனுதாரர்கள் எருமைகள், ஆடுகள் ஆகியவற்றை வெட்டலாம். ஆகவே, அவர்களது தொழில் எந்த வகையிலும் தடைசெய்யப்படவில்லை. மத்தியப் பிரதேசத்தில் சில நிபந்தனைகளுக்கு உட்பட்டு எருமைகள் கொல்லப்பட அனுமதி உண்டு. பிஹாரில் கால்நடையைக் கொல்வதற்கு முழுத் தடை இருந்தது. ஆனால், கசாப்புக்காரர்கள் வெள்ளாடுகளையும் செம்மறி ஆடுகளையும் வெட்டலாம், ஆட்டிறைச்சி விற்கலாம். எனவே, கசாப்புக்காரர்கள் அவர்களது தொழிலையும் வியாபாரத்தையும் செய்ய முழுத் தடை இல்லை.

இப்படிப்பட்ட வாதத்தில், குரேஷிகளுக்கு இடையே இருந்த சாதி வேறுபாடுகளை நீதிமன்றத்தால் புரிந்துகொள்ள முயலவில்லை; காசாய்கள் பெரிய விலங்குகளைக் கொல்பவர்கள், சிக்வாஸ்கள் கோழிகளையும் ஆடுகளையும் வெட்டுபவர்கள். இயற்கையாக இறக்கும் கால்நடைகளின் தோல்களைத் தோல் வியாபாரிகள் விற்கலாம் என்று அரசாங்கம் கொடுத்த உறுதிமொழியை நீதிபதிகள் ஒப்புவித்தார்கள். ஆனால், ஹலால் விதிகளின்படி கொல்லப்படாத விலங்குகளின் உடலையோ தோலையோ தொடுவதற்குப் பண்பாட்டுத் தடைகள் இருந்தன என்று குரேஷிகள் தங்களது மனுவில் குறிப்பிட்டிருந்தார்கள். இவ்வாறு, தாமாக இறந்த விலங்குகளின் தோல்களைச் சேகரிப்பது தீண்டப்படாத இந்துக்கள்தான் என்று சுட்டிக்காட்டினார்கள்.

ஆனால், கசாப்புக்காரர் என்ற பிரிவினரை ஒரு தனிப்பட்ட பொருளாதாரக் கருவி என்று நீதிமன்றம் பார்த்தது. சாதி பற்றி நீதிமன்றம் கண் மூடிக்கொண்டது. குரேஷிகள் பிற விலங்குகளைக்

கொல்வதற்காக வேலையை மாற்றிக்கொள்ள முடியாது; பொருளாதாரமும் இனமும் அதைத் தடைசெய்தன என்பதை நீதிமன்றம் கண்டுகொள்ளவில்லை.

உச்ச நீதிமன்றத்தில் பொருளாதாரக் கொள்கையை வரையறுத்தல்

நீதிமன்றம் அடிப்படை உரிமைகள் பற்றிய கேள்வியை ஓரளவு எளிதாகத் தீர்த்துவிட்டாலும், பசுக் கொலைச் சட்டங்கள் நீதிபதிகளுக்கும் பிரச்சினை தருவதாகவே இருந்தன. அடிப்படை உரிமைகள் பற்றிய வழக்குகளால் பிரச்சினை வரவில்லை. ஆனால், கொள்கை அடிப்படையிலான சிக்கல்கள் எழுந்தன. அரசமைப்புச் சட்டத்தில் பயன்படுத்தப்பட்ட சொற்களுக்கு குரேஷிகள் திரும்பினர். அதில் மூன்று வெவ்வேறான வழிகாட்டுதல்கள் இருந்தன என்று வாதிட்டார்கள். பசுக்கள், கன்றுகள், பால் கொடுக்கும் கால்நடைகளைத் தடுக்கும் வழிகாட்டுதல் அதற்கு முன்னர் வந்த விதிகளுக்குக் கீழே உட்பிரிவுகளாக உள்ளது. அவை விவசாயத்தையும் கால்நடையையும் நவீன அறிவியல் சார்ந்த வழிகளில் அமைப்பதும், கால்நடைகளின் வகைகளைக் காத்து மேம்படுத்தலும் ஆகும். பசுவைக் கொல்வதை மட்டும் தடைசெய்தால் அது வீண் என்று குரேஷிகள் வாதிட்டார்கள். இதற்காக, மைய அரசு வெளியிட்ட சுற்றறிக்கையிலிருந்து மேற்கோள் காட்டினார்கள்.

> பசுவைக் கொல்வதைக் கட்டாயமாகத் தடுப்பது நாட்டில் கால்நடையின் தரத்தைக் குறைத்துவிடும். நாட்டில் 4 கோடி கால்நடைகள் பால் கொடுப்பதில்லை. அவை கிடைக்கும் தீவனத்தையும், பிற கால்நடை உணவையும் அழித்துவிடுகின்றன. அவற்றைப் பராமரிப்பதற்கு ஏகப்பட்ட செலவாகிறது. இதனால், பயன்தரக்கூடிய கால்நடைகளுக்கு அவற்றின் பால் கொடுக்கும் திறனை மேம்படுத்தத் தேவையான சத்துணவையும் கவனத்தையும் தர முடிவதில்லை. இதன் விளைவாக, பலன்தரக்கூடிய கால்நடைகள்கூடச் சிறிதுசிறிதாக நலிந்துபோய் பயனளிக்க முடியாமல் போய்விடுகின்றன.

மேலும், மாநிலங்கள் சட்டம் இயற்றும் தகுதியை மனுக்கள் கேள்விக்குறியாக ஆக்கின. தேசிய நாடாளுமன்றம்தான் சேத் கோவிந்த் தாசின் முழுத் தடைக்கான சட்ட முன்வடிவை நிராகரித்துவிட்டது.

அடுத்து, இப்படித் தடைவிதிப்பது மக்கள் நலனுக்கு ஏற்றதல்ல என்று காட்ட, குரேஷிகள் இது மக்களுடைய மலிவான உணவான மாட்டிறைச்சி அவர்களுக்குக் கிடைக்கவிடாமல் செய்கிறது என்று குறிப்பிட்டார்கள். அவர்களுடைய உணவின் முக்கியத் தேவையான ஒரு பகுதி கிடைக்காமல் மக்கள் பேரிழப்பையும் துன்பத்தையும் சந்திக்க வேண்டியிருந்தது என்றார்கள். மேலும், அந்த நடவடிக்கை பொருளாதார அடிப்படையிலும் தவறானது. ஏனென்றால், கால்நடையின் பெரும்பகுதிக்கு எந்தப் பொருளாதார மதிப்பும் இல்லை, மற்ற விலங்குகளுக்குக் கிடைக்க வேண்டிய உணவைக் கிடைக்காமல் செய்துவிடுகின்றன என்று வாதிட்டார்கள். பால் விநியோகத்தை அல்லது பால் கிடைப்பதைக் கால்நடையோடு தொடர்புபடுத்திய வாதங்களை வேறு விதமாக எதிர்கொண்டார்கள். 1945 முதல் 1951 வரை பசுக் கொலையைத் தடுத்துக் கால்நடையின் எண்ணிக்கை அதிகமானாலும் பால் கிடைப்பது குறிப்பிடத்தக்க அளவு அதிகமாகவில்லை.

விவசாயத்தை நவீனமயமாக்க டிராக்டர்களைக் கொண்டுவந்ததால் அதில் கால்நடையின் பயன்பாடு குறைந்துவிட்டது. பசுக் கொலையை மொத்தமாகத் தடுத்தால் தோல் வியாபாரம் பாதிக்கப்படும். ஏற்கெனவே செத்த உடல்களிலிருந்து எடுக்கும் தோலை உயர் ரகத் தோல் பொருட்கள் தயாரிக்கப் பயன்படுத்த முடியாது. மேலும், பசுக் கொலைத் தடுப்பால் குடல் தயாரிப்பு, பிசின் தயாரிப்பு, பாலில் நீர்நீக்குதல் ஆகிய தொழில்களும் பாதிக்கப்படும்.

இறுதியாக, ராம்பூரின் சிட்டிக் என்ற விவசாயி, கைவிடப்பட்ட கால்நடைகளிடமிருந்து தனது பயிர்களைக் காப்பாற்றுவது கடினமாக இருக்கிறது என்று புகாரளித்தார். கைவிடப்பட்ட கால்நடைகள் யாரும் பாதுகாக்காமல் விடப்பட்டன. அவை சுற்றித்திரிகின்றன. ஆகவே, தனது வயல்களைப் பாதுகாக்க இரவும் பகலுமாகக் காவல் காக்க ஏற்பாடு செய்ய வேண்டியிருந்தது என்றும் ஊர்சுற்றும் கால்நடைகளால் தனது பயிர்கள் நாசமடைந்துவிட்டன என்றும் புகாரளித்தார்.

இந்தப் புகார்களை எப்படி அளவிடுவது என்று உச்ச நீதிமன்றம் குழம்பிப்போனது. மாவட்ட அல்லது உயர் நீதிமன்றங்கள்போல் இல்லாமல் உச்ச நீதிமன்றம் ஒரு நீதிமன்றமே அல்ல. அதற்கு சாட்சியங்களைக் கேட்கவோ குறுக்கு விசாரணை செய்யவோ அதிகாரம் இல்லை. குரேஷிகளின் விவாதங்களை கோசாமவர்தன்

ஆய்வுக் குழுவின் அறிக்கையை வைத்து உத்தரப் பிரதேச அரசாங்கம் எதிர்கொண்டது. பசுக் கொலை முழுவதுமாகத் தடைசெய்யும் பிரச்சினையை அந்தக் குழு முழுவதுமாகத் தீர்த்துவிட்டது என்று சொன்னது. அந்த அறிக்கையின்படி, பசுக் கொலையைத் தடுக்காமல் பல ஆண்டுகள் முன்னர் இருந்தபோதும் பசுக்களின் தரம் உயரவில்லை; கொல்வதற்கு உரிமை இருந்தாலும் பொருளாதாரப் பயன்தராத கால்நடை குறையவும் இல்லை. மேலும், இரண்டாம் உலகப் போரின்போது பயன்தராத கால்நடைகளைக் கொல்வதைத் தடைசெய்தது திருப்திகரமான விளைவுகளை ஏற்படுத்தவில்லை. பலன்தராத பசுக்களைக் கொல்லலாம் என்ற விதிவிலக்கு தந்தால், நல்ல பசுக்களும் இரக்கத்தைப் பெறுவதற்காகக் கைகால் உடைக்கப்படும் சாத்தியம் இருக்கிறது என்று குழு குறிப்பிட்டது. ஆகவே, முழுமையாகத் தடைசெய்வதுதான் இறுதி முடிவை எடுக்கச் சிறந்த வழி என்று கருதப்பட்டது. இப்படி எதிரெதிரான கருத்துகளால் சலிப்படைந்த தலைமை நீதியரசர் தாஸ், “இந்தப் புள்ளிவிவரங்களிலிருந்து விடுபட்டு வழி கண்டுபிடிப்பது கடினம்; பயனற்ற விலங்குகளைக் கணக்கெடுத்தால் அந்த எண்ணிக்கை தோராயமாகக்கூடச் சரியாக இருக்காது,” என்றார்.

பாரத் கோ சேவக சமாஜம் போன்ற துண்டு அமைப்புகளின் மனுக்களை நீதிமன்றம் ஏற்க மறுத்துவிட்டது. ஆணை 41, விதி 2-ன்கீழ் உச்ச நீதிமன்றம் மாநிலங்களின் தலைமை வழக்கறிஞர்களை மட்டுமே அனுமதிக்க முடியும். ஒரே விதிவிலக்கு, ஒரு மூன்றாவது தரப்பு அதே போன்ற வழக்கில் இன்னொரு நீதிமன்றத்தில் வழக்கில் தொடர்புடையவராக இருக்க வேண்டும் என்பது. உச்ச நீதிமன்றம் தனக்குள்ள அதிகாரத்தைப் பயன்படுத்தி இவ்வழக்கிலுள்ள முக்கியப் பிரச்சினைகளின் காரணமாக பார்கவாவைத் தலையிட ‘நீதிமன்றத்தின் நண்பனாக’ (அமிக்கஸ் குயரி) இருக்க அனுமதித்தது. (அமிக்கஸ் குயரி என்பவர் வழக்கில் எந்தத் தரப்பிலும் சேராதவர்; நீதிமன்றத்துக்கு உதவ முன்வருபவர். வழக்கிலுள்ள தரப்பினர் சொல்லாது விட்ட சட்ட நுணுக்கங்களை விளக்குபவர்.)

பார்கவா கிழக்கு பஞ்சாபைச் சேர்ந்த வழக்கறிஞர். இந்திய நாடாளுமன்ற உறுப்பினர். அரசமைப்புச் சட்ட வரைவுச் சட்டமன்றத்தில் உறுப்பினராக இருந்தார். பிரிவு 48-ஐ எழுதியவர். அரசமைப்புச் சட்டத்தின் வழிகாட்டுக் கொள்கையாகப் பசுப் பாதுகாப்பைக் கொண்டுவந்தவர். கடந்த சில ஆண்டுகளாக, ஒரு

நாடாளுமன்றவாதியாகவும், அதிக உணவு உற்பத்தி செய்யக் கோரும் குழுவின் உறுப்பினராகவும், பசுக் கொலை பற்றிய பிரச்சாரமும் செய்துவந்தார், எழுதியும்வந்தார்.

பார்கவாவை நீதிமன்றம் ஒரு வழிகாட்டியாகக் கொண்டது. தேசியப் பொருளாதாரத்தில் பசுக் கொலையை ஒட்டுமொத்தமாகத் தடைசெய்வதன் தாக்கத்தை ஆராய்ந்தது. மாநில, மைய அரசுகளின் அறிக்கைகள், வர்த்தகக் கழகங்கள், அறிவியலாளர்கள், விவசாயப் பொருளாதார வல்லுநர்கள் ஆகியோரின் கருத்துகள் ஆகியவற்றை ஆராய்ந்தது. பல குழுக்களின் ஆய்வறிக்கைகள் முதல் இரண்டு ஐந்தாண்டுத் திட்டங்கள், உத்தரப் பிரதேசம், பிஹார் முதலிய அரசுகளின் விளம்பர ஆவணங்கள், இந்திய மருத்துவ ஆராய்ச்சிக் குழுவின் சத்துணவுப் பிரிவுக் குறிப்புகள், இந்திய விவசாய ஆய்வுக் குழுவின் அறிக்கை ஆகியவை பயன்படுத்தப்பட்டன. ஒன்றைத் தவிர மற்றவையெல்லாம் இந்திய அதிகார வர்க்கத்தினர் தயாரித்தவை. அதிகார வர்க்கத்தினரின் ஆய்வுறிக்கையானது இருபதாம் நூற்றாண்டின் சிறந்த இலக்கியப் படைப்பின் ஒரு வகை என்று சிவ விஸ்வநாதன் குறிப்பிட்டார்.

இந்தப் புலனாய்வு பல எதிர்பாராத உண்மைகளைக் கொண்டுவந்தது. உணவு மற்றும் விவசாய அமைச்சக அறிக்கையின்படி, இந்தியாவிலுள்ள கால்நடை உலகத்திலேயே அதிக எண்ணிக்கையில் இருந்தாலும், பால் உற்பத்தியில் உலகத்தரத்தில் மிகமிகக் கீழாக இருந்தது என்று நீதிமன்றம் கண்டுபிடித்தது. ஐந்தாண்டுத் திட்டங்களின் தரவுகள்படி இந்தியாவில் ஒரு பசுவின் சராசரி பால் உற்பத்தி 413 பவுண்டுகள். இது உலக அளவில் மிகவும் கீழே இருந்தது.

மேலும், குரேஷிகளின் குற்றச்சாட்டு சரி என்று அறிக்கை உறுதிசெய்தது. அதாவது, பசுக்களைவிட எருமைமாடுகள் அதிகம் பால் தருகின்றன என்றும், அவற்றின் பாலில் அதிகப்படியான கொழுப்புச் சத்து இருக்கிறது என்றும் கூறியது. மேலும், சத்துணவு ஆலோசனைக் குழுவின் குறிப்பானது பொருளாதார அடிப்படையில் இரண்டு பவுண்டுக்குக்கீழ் பால் கொடுக்கும் பசுவைப் பராமரிப்பதற்கு எந்த நியாயமும் இல்லை என்று காட்டியது. அப்படியானால், இந்தியப் பசு மாடுகளில் 90 விழுக்காட்டைக் காலிசெய்ய வேண்டும். பால் தருவது மட்டும் அளவுகோலாக இருந்தால், மிகக் குறைந்த எண்ணிக்கையில் இருந்த

எருமைகள் 54% பால் தருவதால் அவற்றுக்கு முன்னுரிமை தரப்பட வேண்டும்.

எனவே, பசுவைவிட எருமை பொருளாதார நன்மை தரக்கூடியது என்ற உண்மையை எப்படி எதிர்கொள்வது என்று பசுப் பாதுகாப்பு இயக்கத்தினருக்குத் தெரியவில்லை. அதேபோல, கோசாமவர்தன் குழு இன்னொரு கருத்தோடு போராட வேண்டியிருந்தது. பாலுக்காகவும் வேலைக்காகவும் இரண்டு வகையான மாடுகளை வைத்திருப்பது சிறுவிவசாயிகளால் இயலாது, வீணானதும்கூட. எருமைப் பாலிலுள்ள அதிகக் கொழுப்புச் சத்து, அதற்குத் தரப்படும் முரட்டுத் தீவனம் ஆகியவற்றைக் குறிப்பிட்டு அதற்கு விளக்கம் அளிக்க முற்பட்டது. மிகவும் அதிக கவனம் செலுத்தப்பட்ட எருமைகளோடு, கவனிக்காமல் விடப்பட்ட பசுக்களை ஒப்பிடுவது நியாயமில்லை என்றது. காந்தியை மேற்கோள்காட்டியது: "நாம் எளிதானதை எடுத்துக்கொண்டு கடினமானதை விட்டுவிடுகிறோம், இது இந்தியப் பண்பு. காதியில் மக்கள் மலிவானதையும் வசதியையும் தேடுகிறார்கள். எருமைப் பாலை அது இனிப்பாகவும் மலிவாகவும் இருப்பதால் விரும்புகிறார்கள்."

எருமையை வெளிநாட்டு ஆடையோடு ஒப்பிட்ட காந்தி, லாபம் தராத பசுவைக் கொல்வது நாட்டின் ஒழுக்கம் தொடர்பான கடமை என்றார். எருமை வளர்ப்பை விட்டுவிட வேண்டும், அதை மனிதக் கட்டிலிருந்து விடுவிக்க வேண்டும் என்றார்.

நீதிமன்றத்தில் பார்கவா தனது தரப்புக்கு நம்பும்படியான வாதங்களை முன்வைத்தார். விவசாய உற்பத்தியில் பசுவை எப்படிப் பயன்படுத்த முடியும் என்று விளக்கினார். பெரும்பாலான விவசாயிகள் ஆண் எருமைகளைவிடக் காயடித்த காளைகளையே விரும்பினார்கள். மேலும், பரிணாம வளர்ச்சியின் இயற்கைத் தேர்வின் விளைவாக எருமைகளைவிடப் பசுக்களின் எண்ணிக்கை அதிகம் என்றார்.

பசுஞ்சாணப் பயன்பாடு பற்றி விவாதிக்க நீதிமன்றம் அதிக நேரம் எடுத்துக்கொண்டது. கிழட்டு, மலட்டு மாடுகளும் சாணம் அதிகமாகவே போடும். முதல் ஐந்தாண்டுத் திட்டத்தில் சொல்லப்பட்டதை நீதிமன்றம் ஏற்றுக்கொண்டது. அதன்படி எண்ணூறு மில்லியன் டன் சாணம் ஓர் ஆண்டு கிடைத்தது. அது எரிபொருளாகவும் உரமாகவும் பயன்படுகிறது என்பது வாதம்.

மாட்டுச் சிறுநீரில் நைட்ரஜன், பாஸ்பேட்டு, பொட்டாசியம் நிறைய இருக்கின்றன. அது நிலத்தின் வளத்துக்கு உதவும். பசுஞ்சாணம் ஆண்டுக்கு 630 மில்லியன் தேசிய வருவாய்க்குக் கொடுத்தது என்றார் பார்கவா.

பசுக் கொலையைத் தடுப்பது குரேஷிகளுக்கு இடைஞ்சலையும் செலவையும் கொடுக்கும். ஆனால், நூற்றுக்கணக்கான குடிமக்களுக்கு இழப்பீடு இல்லாமல் வாழ்வாதாரங்களைத் தடுப்பதற்கு முன்னுதாரணங்கள் இருப்பது சுட்டிக்காட்டப்பட்டது. பஸ் போக்குவரத்தை நாட்டுடைமையாக்கியது உதாரணமாகச் சொல்லப்பட்டது. ஆனால், மாட்டிறைச்சி பெருந்திரளான மக்களுக்கு முக்கிய உணவு என்பதை நீதிமன்றம் மறுக்கவில்லை. இந்தியாவில் கால்நடை வணிகம் பற்றிய அறிக்கையின்படி அரசாங்க நிலைப்பாட்டுக்கு எதிராக ஆண்டுக்கு உணவுக்காக 18,93,000 பசுக்களும் 69,00,000 எருமைகளும் தேவைப்பட்டன. மேலும் ஏழை, முஸ்லிம்கள், கிறிஸ்தவர்கள், பட்டியலினத்தவர் ஆகியோரின் அடிப்படை உணவின் ஒரு பகுதியாக மாட்டிறைச்சி இருந்ததைக் குறிப்பிட்டது. (பட்டியலினத்தார், பழங்குடியினர் நேரடியான செயல்பாட்டின் மூலம் பயன்பெற வேண்டியவர்கள் என்று அரசமைப்புச் சட்டம் கூறியிருக்கிறது.) எருமைக்கறி முரடாக இருக்குமாதலால் மாட்டுக்கறிக்கே அதிகத் தேவை இருந்தது.

மேலும், ஆட்டிறைச்சியைவிட மாட்டிறைச்சி மலிவு. 1950-இல் பம்பாயில் மாட்டிறைச்சி ஒரு பவுண்டு விலை 0.12 ரூபாய். ஆனால், ஒரு பவுண்டு ஆட்டிறைச்சி விலை 1.30 ரூபாய். பல உள்ளூறைப் பள்ளிகளில் வளரும் குழந்தைகளுக்கு மாட்டிறைச்சிதான் பள்ளிப் பொறுப்பாளர்களால் கொடுக்க முடியும்; தடை வந்தால் அவர்களுக்கு இந்தச் சத்துணவுகூடக் கிடைக்காமல்போய்விடும் என்று குரேஷிகளின் வழக்கறிஞர் வாதிட்டார். இறைச்சியைத் தேவையான ஒன்றாகச் சத்துணவு ஆலோசனைக் குழு கூறியிருப்பதை நீதிமன்றம் குறிப்பிட்டது. பழமோ வெண்ணையோ பெற முடியாத ஏழை மக்களுக்கு இறைச்சி ஆடம்பரமில்லை; ஒரு அவசியத் தேவை.

அடுத்து, பயன் தராத கால்நடைகள் நாட்டின் தீவனம், விலங்கு உணவு வளங்களில் பெருஞ்சுமையாக இருந்தது என்று குரேஷிகள் சொன்னதை நீதிமன்றம் உறுதிசெய்தது. கைவிடப்பட்ட கால்நடை, பயிர்களை நாசப்படுத்துகிறது என்ற முகமது நாசிமின் புகாரைக் கவனத்துடன் நீதிபதிகள்

பார்த்தார்கள். தீவனம் கிடைக்காத நிலையில், கிழட்டுப் பசுக்களால் எந்தப் பொருளாதாரப் பயன்களும் இல்லாதபோது பல பசுக்கள் அவற்றின் சொந்தக்காரர்களால் துரத்திவிடப்பட்டது வியப்பளிக்கவில்லை. "பயனற்ற கிழட்டு விலங்குகள் நினைத்தபடி சுற்றுவது ஒரு இடைஞ்சல், கிராமப்புறத்துக்கு ஆபத்தும்கூட. பயிர் விளைச்சலுக்கு ஊறுவிளைவிக்கும்," என்று நீதிமன்றம் கருதியது.

அரசாங்கம் கொடுத்த தீர்வுகளும் திருப்திகரமாக இல்லை. நகரப் பகுதிகளில் கால்நடைகளுக்கு உரிமை வழங்கலாம் என்றும், ஊர்சுற்றிவரும் கால்நடைகளைப் பிடித்துவைக்க மையங்கள் அமைக்கலாம் என்றும் கோசாமவர்த்தனக் குழு கூறியது. உரிமையாளர்கள் தங்களது கிழட்டு, லாபம் தராத கால்நடைகளை அரசாங்கச் செலவில் பராமரிக்கப்படும் முகாம்களில் தங்கவைக்கும் திட்டம் ஒன்றை மத்திய அரசு முன்வைத்தது. ஆனால், அப்படிப்பட்ட முகாம்கள் அமைத்து நடத்த 1949-இல் ஓராண்டுக்கு நாற்பத்தைந்தாயிரம் ரூபாய் ஆகும் என்றும், முகாம் பசுப் பொருட்களை விற்பதன் மூலம் ஐந்தாயிரம் ரூபாய்தான் பெற முடியும் என்றும் உச்ச நீதிமன்றம் சுட்டிக்காட்டியது.

அடுத்து, இரண்டாயிரம் கால்நடைகளுக்கு நான்காயிரம் ஏக்கர் நிலம் வேண்டும். தீவனம் நிலத்தில் உண்டாக்க, ஒவ்வொரு பயனில்லாத மாட்டுக்கும் பராமரிப்புச் செலவு 12.50 ரூபாய் ஆகும். உத்தரப் பிரதேசத்துக்குத் தேவையான தொண்ணூற்று ஒரு முகாம்கள் அமைக்க ஒரு தலைக்குப் பத்தொன்பது ரூபாய் ஆகும். பொருளாதாரப் பயனற்ற கால்நடையைப் பாதுகாக்க இவ்வளவு பணம் செலவழிப்பது அதிர்ச்சியளிக்கும் என்று உச்ச நீதிமன்றம் அறிவித்தது. அதுவும் கல்விக்குத் தேசிய மொத்தச் செலவு ஒரு ஆளுக்கு நான்கு ரூபாய்தான். பண வசதி இல்லை, தீவனம் கிடைக்காது என்ற நிலையில் கால்நடையை முகாமுக்கு அனுப்புவது அவற்றை மெல்லச் சாகடிப்பதுதான்.

மேலும், முகாம் நடத்தும் திட்டத்துக்குக் கால்நடையின் சொந்தக்காரர்கள் தங்களது பசுக்களைத் தானமாகக் கொடுப்பதைச் சார்ந்திருக்கிறது என்று நீதிமன்றம் குறிப்பிட்டது. "லாபம் தராத தேவையற்ற பசுக்களைக் கொல்வதிலிருந்து காப்பாற்ற வேண்டும் என்றும், பொறுப்பை ஒவ்வொரு உள்ளூர் மக்களும் பகிர்ந்துகொள்ள வேண்டும் என்றும் கூறுவது அரசாங்கத்தின் தகுதிக்கும் வழிவகைகளுக்கும் உட்பட்டதாக இருக்க முடியாது," என்றும் கூறியது. அப்படி எதிர்பார்ப்பது கனவுதான். ஏனென்றால்,

விவசாயிகள் அவர்கள் எந்த மதத்தைச் சேர்ந்தவர்களாக இருந்தாலும், லாபத்தைக் கொண்டே வழிநடத்தப்பட்டார்கள். அசாம், பம்பாய், மேற்கு வங்கம், ஐதராபாத், திருவாங்கூர், கொச்சி முதலிய மாநிலங்கள் பகுதித் தடை விதித்திருந்தன என்று நீதிமன்றம் பாராட்டியது.

பொருளாதாரப் பயனற்ற கால்நடையைப் பராமரிப்பது பயனுள்ள கால்நடைக்குக் கிடைக்க வேண்டிய ஊட்டச்சத்து கிடைக்காமல் செய்கிறது என்றும், நல்ல ரகக் கால்நடை அழிந்துபோகிறது, நாட்டின் கால்நடைத் தீவனம் அருகிப்போகிறது என்றும் நீதிமன்றம் தெளிவாகக் கூறியது. மேலும், தடைச் சட்டம் காசாய்களுக்கும் தோல் வியாபாரிகளுக்கும் கடுமையான சிக்கலை உண்டாக்கும் என்றும், பெருமளவு மக்களுக்கு உணவும் மலிவான விலையில் புரதமும் கிடைக்காமல் செய்துவிடும் என்றும் நீதிபதிகள் குறிப்பிட்டார்கள்.

பசுக்களையும் கன்றுகளையும் வெட்டுவதைத் தடுப்பது அறிவுபூர்வமானதாக இருக்கும் அதேவேளையில், எருமைப் பசுக்கள், காளைகள், உற்பத்தி நின்றுபோன பசுக்கள் ஆகியவற்றைக் கொல்வதை முழுவதும் தடைசெய்வது பொதுமக்களின் நலனுக்கு ஏற்றதில்லை என்று நீதிமன்றம் தீர்ப்பளித்தது. இந்த அடிப்படையில், எருமைப் பசுக்கள், காளைகள், காயடித்த காளைகள் ஆகியவற்றைக் கொல்வதைத் தடுக்கும் பிஹார் சட்டம் மனுதாரரின் அடிப்படை உரிமைகளைப் பாதிக்கிறது என்பதால் அது செல்லாது என்று அறிவித்தது. மேலும், உத்தரப் பிரதேச, மத்தியப் பிரதேசச் சட்டங்களும் செல்லாதவை என்று தீர்ப்பளித்தது. ஏனென்றால் வயது, பொருளாதாரப் பயன் ஆகிய தேவையையோ சோதனை முறையையோ குறிப்பிடாமல் காளைகளையும் வேலையில் ஈடுபடும் காயடிக்கப்பட்ட காளைகளையும் அவை முழுவதுமாகத் தடைசெய்தன.

புதிய கால்நடை அமைப்பு

பெரும்பான்மையான சட்டங்கள் ஏற்றுக்கொள்ளப்பட்டன. அடிப்படை உரிமைகள் பற்றிய விண்ணப்பங்கள் தள்ளுபடி செய்யப்பட்டன. இவ்வாறு ஹனிஃப் குரேஷி பற்றிய முடிவு பசுப் பாதுகாப்பு இயக்கங்களுக்கான வெற்றி என்று பார்க்கப்பட்டது. "பசுக் கொலைத் தடுப்பு சரி என்று உச்ச நீதிமன்றம் முடிவெடுத்தது

இந்தியப் பகுத்தறிவுவாதிகளுக்கு ஒரு பின்னடைவு," என்று ஒரு கனடா செய்தித்தாள் எழுதியது. கசாப்புக்காரர்கள், வணிகர்கள், கால்நடை விற்பவர்கள் தங்களது மேல்முறையீட்டில் தோல்வி அடைந்தார்கள்; தேசியக் கால்நடை நலத்தைப் பசுக் கொலைத் தடுப்பு பாதுகாக்கிறது என்று நீதிமன்றம் முடிவெடுத்தது என்று ஒரு ஃப்ளோரிடா செய்தித்தாள் குறிப்பிட்டது. பின்னாளில் அரசியல்வாதிகள், வழக்கறிஞர்கள், சமூக அறிவியலாளர்கள் ஆகியோர் தங்களது விமர்சனங்களில், இந்தத் தீர்ப்பால் குரேஷிகள் பாதிக்கப்பட்டார்கள் என்று கருதினர்.

இருப்பினும், தீர்ப்புக்குப் பிறகு நிலவிய சூழலை மேலோட்டமாக ஆராய்ந்தாலும், வேறு வகையான ஒழுங்குபடுத்தும் அமைப்பை இது காட்டுகிறது. ஏனென்றால், பசுக் கொலைச் சட்டம் செல்லுபடியாக வேண்டுமென்றால் உத்தரப் பிரதேசம், மத்தியப் பிரதேசம், பிஹார் ஆகிய மாநிலங்கள் பொருளாதார அளவில் பயனுள்ள கால்நடை என்று தீர்மானிக்க ஒரு சோதனையைக் கொண்டுவருவதற்கு அவற்றின் சட்டங்களைத் திருத்த வேண்டும். மாநில அரசுகள் ஒரு குறிப்பிட்ட வயது தாண்டிய கால்நடைகளைக் கொல்ல உள்ளூர் அரசு அலுவலர்களின் அனுமதியுடன் வெட்ட விதிவிலக்கு அளித்துச் சட்டங்களில் திருத்தங்கள் செய்தன. பிஹாரின் 1958 சட்டத்தின்படி வயது அதிகமான கால்நடைகளைக் கொல்லலாம். பிஹார் 1960 சட்ட விதி 3-இன்படி ஒரு விலங்கைக் கொல்லலாம் என்பதற்குக் கால்நடை அலுவலகம், உள்ளூர் தலைவர் ஆகியோரின் ஒப்புதல் வேண்டும். உத்தரப் பிரதேசத் திருத்தம் (1958) இருபது வயதுக்கு மேற்பட்ட கால்நடையைக் கொல்லலாம் என்றது. அதற்குச் சான்றிதழ் அவசியம். மத்தியப் பிரதேசத் திருத்தமும் இருபத்தி ஐந்து வயது வரம்பை விதித்தது. சான்றிதழ் தரப்பட்டுப் பத்து நாட்களுக்குள் மேல்முறையீடு செய்யலாம்.

குரேஷிகள் இந்த மூன்று திருத்தங்களையும் எதிர்த்து முறையீடு செய்தார்கள். அதே வழக்கறிஞர்கள்தான் இந்த வழக்கிலும் ஈடுபட்டார்கள். மீண்டும், இந்தியக் குடிமக்கள் என்பதைக் குரேஷிகள் அடையாளப்படுத்தினார்கள். மனுக்களில் தங்கள் பணிகளைப் பட்டியலிட்டார்கள். சட்டத் திருத்தங்கள் பல அவர்களுடைய அடிப்படை உரிமைகளைப் பாதிக்கின்றன என்றும், பெண் எருமைகள், காளைகள், காயடித்த காளைகள் ஆகியவற்றை வெட்டுவதற்கு முழுத் தடை விதித்தன என்றும்

சுட்டிக்காட்டினார்கள். அறிவியல் ஆதாரங்களைக் காட்டி, கால்நடைகள் பதினைந்து, பதினாறு ஆண்டுகளுக்கு மேல் உயிர் வாழ்வதில்லை என்றும், பொலிகாளைகள்கூடப் பன்னிரண்டு ஆண்டுகளுக்குப் பிறகு பயனில்லாமல்போகும் என்றும் சுட்டிக்காட்டினார்கள். அதாவது, இருபது அல்லது இருபத்தைந்து வயதுக்கு மேல்தான் விலங்குகளைக் கொல்லலாம் என்பதன் நடைமுறை விளைவு எந்தக் கால்நடையையும் கொல்ல முடியாது என்பதுதான். அவற்றோடு சேர்ந்த பிற ஒழுங்குமுறைகளும் தான்தோன்றித் தன்மையுடன் கட்டுப்பாடு செய்பவை. ஏனென்றால், அவை மனுதாரர் ஒரு தொழிலையோ வணிகத்தையோ செய்யும் உரிமையைத் தடுக்கின்றன, அழிக்கின்றன.

கால்நடை உணவு, மேலாண்மை ஆகியவற்றை மேம்படுத்தியதாலும், நோய்களைக் கட்டுப்படுத்தியதாலும் அதிக நாட்கள் வாழ்கின்றன என்று அந்தந்த மாநில அரசுகள் வாதிட்டன. ஆனால், இவை அதிகாரத் துஷ்பிரயோகம் என்றும், மனுதாரரின் அடிப்படை உரிமைகளைப் பாதிக்கின்றன என்றும் குரேஷிகள் சொன்னதை நீதிமன்றம் ஏற்றுக்கொண்டது. இருபது வயதுக்குக் கீழ் உள்ள கால்நடைகளைக் கொல்லக் கூடாது என்பது பகுத்தறிவுக்கு உட்பட்டது இல்லை என்று தீர்ப்பளித்தது. அதனுடைய பயன்பாட்டைவிட அதைப் பராமரிக்க ஆகும் செலவு அதிகம். பசு வயதானதாகவும் கிழடாகவும் இருக்க வேண்டும் என்ற கட்டுப்பாட்டையும் நீக்கியது. இறுதியாக, மனுதாரர்களின் உரிமைகள், கட்டுப்பாடுகள் பொருத்தமற்றவை என்பதால் அந்த விதிகளும் செல்லாதவை ஆயின. ஏனென்றால், கொல்வதை முற்றிலுமாகத் தடைசெய்கிறது; பாதிக்கப்பட்டவர்கள் மேல்முறையீடு செய்வதையும் முடியாமல் ஆக்கிவிடுகிறது.

அடுத்து, பசுக் கொலைத் தடையை நடைமுறைப்படுத்துவது மாநில அரசுகளுக்கு எளிதாக இல்லை. பசுக் கொலைகள் வெளிப்படையாகச் செய்யப்படாமல் மறைவாகச் செய்யப்பட்டன. அதுவும் உரிமம் பெறாத வெட்டும் இடங்களில் நடைபெற்றன. மேலும், பிடிபட்ட குற்றவாளிகளுக்குத் தண்டனை பெற்றுத்தருவதும் கடினம். உத்தரப் பிரதேசத்தில் ஒரு வழக்கில், ஒரு இந்துக் காவலர் ஒரு முஸ்லிம் வீட்டில் புகுந்து தேடினார். அங்கே நான்கு பேர் ஒரு பசுவை வெட்டியதையும், நான்கு பேர் இறைச்சியைச் சிறுதுண்டுகளாகப் பகிர்வதையும் பார்த்தார். மருத்துவச் சாட்சியத்தின்படி அது நல்ல உடல் நலமுடைய

பசு என்றும், அது அப்போதுதான் கொல்லப்பட்டது என்றும் தெரிந்தது. அவர்கள் குற்றம்சாட்டப்பட்டு, தண்டிக்கப்பட்டார்கள். பதினெட்டு மாதக் கடுங்காவல் தண்டனை விதித்து உள்ளூர் நீதிபதி தீர்ப்பளித்தார். தண்டனைக்குக் காரணம் குறிப்பிடப்படவில்லை. தண்டனை கடுமையானது என்று உயர் நீதிமன்றத்தில் மேல்முறையீடு செய்யப்பட்டது.

அலகாபாத் உயர் நீதிமன்ற நீதியரசர் பேசில் ஜேம்ஸ் கீழமை நீதிமன்றம் கடுமையான தண்டனை அளித்தது பற்றிக் கவலை தெரிவித்தார். மாநில நோக்கங்களுக்கு எதிரான குற்றங்களுக்குக் குறைவான தண்டனைகள் வழங்கப்பட்டிருப்பதை முன்னுதாரணமாக எடுத்துக்கொண்டார். கள்ளச்சந்தை, காவலரைத் தூற்றுதல், மதுக்கடை மறியல்கள், கள்ளச்சாராயம் காய்ச்சுதல் போன்ற குற்றங்களுக்குக் குறைவான தண்டனைகளே விதிக்கப்பட்டன. இந்தக் குற்றங்களெல்லாம் மாநிலச் சட்டத்துக்கு எதிரானவை. ஆனால், அவை ஒழுக்கநெறிகள் சார்ந்தவை. எடுத்துக்காட்டாக, மதுக்கடை மறியல் செய்தவர் காந்தியர். பிரிட்டிஷ் அரசுக்கு வேலைபார்த்த காவலரை ஏசியவர் தேசியவாதி. இந்த வழக்கில் குற்றம்சாட்டப்பட்டவர் திரும்பத்திரும்ப அதே குற்றத்தைச் செய்பவர் என்பதற்கு எந்த ஆதாரமும் இல்லை. எனவே, இப்போது பார்க்க வேண்டியது பசுவைக் கொல்வது மிகக் கொடுமையான குற்றமா என்பதுதான்.

பசுவைத் தெய்வமாகப் பெருவாரியான மக்கள் வழிபட்டார்கள் என்பது நீதிமன்றத்துக்குத் தெரியும். ஆனால், சட்டத்தை ஆழமாகப் படித்தால் அதன் நோக்கம் அது ஒரு பொருளாதாரப் பிரச்சினையாகவே பார்க்கப்பட்டது. அங்கே மத உணர்வுகள் இடம்பெறவில்லை. மேலும், பசுவைக் கொல்வதைத்தான் சட்டம் தடைசெய்தது; மாட்டிறைச்சி வைத்திருப்பதையோ உண்பதையோ தடுக்கவில்லை என்பதை நீதிமன்றம் குறிப்பிட்டது. மேலும், மாட்டிறைச்சியை விற்பதைத்தான் சட்டம் தடைசெய்தது; பரிசாகக் கொடுப்பதை அல்ல. அடுத்து, சட்டம் இப்போதுதான் இயற்றப்பட்டது. இந்தியாவின் ஏழைகளுக்கு மாட்டுக்கறி அடிப்படை உணவாக இருந்துவந்திருக்கிறது. இவ்வாறு பசுவைக் கொன்றதில் ஒழுக்கநெறி மீறல் எதுவும் இல்லை. மனுதாரர் பசுவைக் கொன்றது தங்களுடன் இருக்கும் குடிமக்களின் (இந்துக்களின்) மத உணர்வைப் புண்படுத்த அல்ல; பசுவை ஊர்வலமாக எடுத்துச்செல்லவில்லை. பொது இடத்தில்

வெட்டவில்லை; மக்கள் பார்வைக்கு அதன் உடலையோ ரத்தத்தையோ வைக்கவில்லை. கொன்றது மறைமுகமாக, அதுவும் உணவுக்காக. பசுக் கொலைக்கான தண்டனை நிதானமாக இருக்க வேண்டும் என்று நீதிமன்றம் தீர்ப்பளித்தது. ஒரு பசுவின் விலையான ஐம்பது ரூபாய் தண்டம் விதிக்கலாம் என்றது. குற்றம்சாட்டப்பட்டவர்கள் பசுவை வெட்டினார்கள் என்பதற்கு ஆதாரம் இல்லாததால் அவர்களை விடுவித்தது.

1961-இல், கீழமை நீதிமன்றங்கள் பசுக் கொலை வழக்குகளில் விதிக்கப்படும் தண்டனைகளுக்கு வரம்பு விதிக்க அலகாபாத் உயர் நீதிமன்றம் சில கொள்கைகளைப் பட்டியலிட்டது. பொருளாதாரத்துக்குப் பால், காளைகளின் சக்தி, பசுச் சாணம் ஆகியவை கிடைப்பதைக் கட்டுப்படுத்துவதைத் தடுக்கவே தடைவிதிக்கப்பட்டது. ஆகவே, கொல்லப்பட்ட விலங்கின் பொருளாதார மதிப்புக்குத் தக்கவாறு தண்டனை மாறுபட வேண்டும். விலங்கு வயதானது என்று நிரூபிக்கும் பொறுப்பு குற்றம்சாட்டப்பட்டவருடையது. இந்து மதத்தினரின் மத உணர்வுகள் புண்படுத்தப்படுகின்றன என்ற வாதம் அது மத உணர்வுகளைத் தூண்டும் முயற்சியாக இருந்தாலொழிய பொருத்தமற்றது.

ஹனிஃப் குரேஷி வழக்கை இந்துப் பெருங்குழுவாதத்துக்குக் கிடைத்த வெற்றி என்று பார்ப்பது தவறு. பொருளாதார அளவில் லாபம் தராத பலவகை விலங்குகளை அரசின் அனுமதியுடன் கொல்லலாம் என்ற ஒரு நடைமுறையை அது கொண்டுவந்தது. சட்டத்துக்குப் புறம்பாக, பயனற்ற கிழட்டுப் பசுக்கள் கொல்லப்பட்டால் நீதிமன்றங்கள் குறைந்த தண்டனைகள் தர ஆயத்தமாக இருந்தன. காலனிய ஆட்சியின்போது இருந்த வழக்குமுறைபோல இல்லாமல் பின்காலனிய இந்தியாவில் வழக்குகள் பசுவைப் பலியிடுவதை மையமாகக் கொண்டதாக இல்லை. பசுக்களைக் கொல்வது வாழ்வாதாரத்தோடு தொடர்புடையதாக ஆயிற்று. பசு ஒரு அரசியல் குறியீடாக இல்லை. அது உற்பத்தி, நுகர்வு, சில்லறை விற்பனை ஆகிய தளங்களோடு இணைக்கப்பட்ட பண்டமும்கூட. இறந்த பசுவின் பொருளாதார மதிப்புக்கான ஆதாரத்தைக் குரேஷிகள் கொடுத்தார்கள். அவை உணவு என்ற முறையில் மட்டுமல்ல; அதனால் இயங்கும் பிற தொழில்களின் அடிப்படையிலும் இருந்தன. எடுத்துக்காட்டாக, பொருட்கள் தயாரிப்பதில் தோல் பயன்பட்டது, சோப்பு தயாரிக்கக்

கொழுப்பும், பாண்டங்கள் தயாரிக்க எலும்பும், இரும்புச் சத்து மாத்திரைகள் தயாரிக்க ரத்தமும், அறுவைச் சிகிச்சைக்குப் பயன்படும் நரம்புகள் தயாரிக்க உள்ளுறுப்புகளும் பயன்பட்டன.

பசுப் பாதுகாப்பு பற்றிய வழக்கு அரசின் வெவ்வேறு தளங்களுக்கு இடையேயுள்ள இறுக்கத்தையும் வெளிப்படுத்தியது. நாட்டு விடுதலையும் புதிய அரசமைப்புச் சட்டமும் புதிய அரசியல் நிலவியலைத் தோற்றுவித்தன. பசுக் கொலை அரசியல் நெருக்கடியைக் குறைக்க நேரு அதை மாநிலங்களுக்கு மாற்றினார். ஆனால், குரேஷிகள் தங்களுடைய வழக்கை தில்லிக்கே கொண்டுவந்து, பிரச்சினையைத் தேசிய அளவுக்கு எடுத்துச்சென்றனர். குரேஷிகள் சுதந்திர இந்தியாவில் சிறுபான்மையினரில் சிறுபான்மையினர். குரேஷிகள், சமூக அளவிலும் கல்வியிலும் பின்தங்கிய முஸ்லிம் வகுப்பினர். அரசியல் தலைமை நீரோட்டத்தில் ஓரங்கட்டப்பட்டவர்கள்.

விடுதலைக்குப் பிறகு புதிய ஒழுங்குமுறை ஆட்சி அவர்களது வாழ்வாதாரத்தையே நெரித்துவிட்டது. நேரு மற்றும் அவரது மத்திய அரசிலிருந்து அவர்களுக்கு ஆதரவு கிடைத்தாலும் மாநில, உள்ளூர் அளவில் கடும் எதிர்ப்புகள் இருந்தன. குரேஷிகள் வடநாட்டில் வசித்தவர்கள். பிரிவினையின்போது இன வன்முறையையும், முஸ்லிம்கள் மொத்தமாகப் புலம்பெயர்ந்ததையும் பார்த்தவர்கள். இதன் விளைவாக, அவர்களால் பொது ஆர்ப்பாட்டங்கள் செய்ய முடியாது. தேர்தல் அரசியலில் பங்குகொள்ள முடியாது.

எனவே, அவர்களது தலைமை கட்டுப்பாடான நடைமுறையைச் செயல்படுத்தியது வியப்பில்லை. அச்சுறுத்தல், ஒழுக்கநெறி ஆதிக்கம் ஆகியவற்றைச் சந்திக்க நேரிட்டபோது, நீதிமன்றத்துக்குச் செல்வதைத் தவிர அவர்களுக்கு வேறு வழியில்லை. அவர்களுடைய வளங்களையெல்லாம் ஒன்றுசேர்த்து வெற்றிபெற முடிந்தது. அதோடு மட்டுமல்ல, அவர்களைத் தேசிய அளவிலான இனமென்று காட்டிக்கொள்ள முடிந்தது. நீதிமன்றத்தில் சாதி என்ற கேள்வி எழவில்லை. எந்தவித விமர்சனமுமின்றி எல்லா இந்துக்களும் பசுவை வழிபட்டார்கள் என்று அனுமானிக்கப்பட்டது. பல இந்துக்களுக்கு மாட்டிறைச்சிதான் உணவு என்பது கண்டுகொள்ளப்படவில்லை. அதோடு, முஸ்லிம்களுக்குள் சாதி இருப்பது ஏற்றுக்கொள்ளப்படவில்லை. குரேஷிகள் தங்களைத் தனி இனக்குழு என்று சொன்னதும் கண்டுகொள்ளப்படவில்லை.

நகராட்சிகளின் ஆணைகளுக்கு எதிராக வழக்கு தொடர்ந்த தொடக்கக் கால அனுபவங்கள் மூலம் குரேஷிகள் முக்கியமான பாடங்கள் கற்றுக்கொண்டார்கள். அரசுக் கொள்கையின் வழிகாட்டுக் கோட்பாடுகளைவிட அடிப்படை உரிமைகள் உயர்ந்தவை என்று அவர்கள் காட்டினார்கள். உரிமைகள் பற்றிய வாதங்களை முன்னிலைப்படுத்தினார்கள். அரசாங்கத்தின் அதிகாரத்துக்கு வரம்புகளைக் கொண்டுவரக் காரணமாக இருந்தார்கள். நகரசபைகளுக்கு அவற்றின் தீர்மானங்கள் மூலம் பசுக் கொலையைத் தடுக்க அதிகாரம் இல்லை என்று வாதிட்டார்கள். மாநில அரசுகளுக்கும் பொருளாதாரத்துக்கும் பயனற்ற பசுக்களுக்கான முகாம்களை நடத்தவோ தீவனம் கொடுக்கவோ போதுமான வளங்கள் இல்லை என்று எடுத்துக்காட்டினார்கள்.

பசுப் பாதுகாப்பு இயக்கம் தனது குறைபாடுகளை அறிய முடிந்தது. எனவே, தேசிய அளவில் பசுக் கொலையைத் தடுக்கச் சட்ட வகை தேடியது. மாநிலங்களில் பசுக் கொலையை முழுமையாகத் தடுக்கவும் அழுத்தம் தந்தார்கள். குரேஷி தீர்ப்பு அச்சடிக்கப்பட்டு பசுப் பாதுகாவலருக்கும் காங்கிரஸ் கட்சியினருக்கும் வழங்கப்பட்டது. அது சுற்றுக்கு விடப்படவில்லை. பகுதித் தடையை விதித்ததற்காக உச்ச நீதிமன்றம் மீதும், மேலைநாட்டுக் கல்வி பயின்ற விலங்கு வல்லுநர்கள் மீதும் சகாய் தனது கோபத்தைக் காட்டினார். பொருளாதாரப் பயனற்ற பசுக்களைக் கொல்வதை இரண்டு தளங்களில் தாக்கினார். ஒரு குறிப்பிட்ட வயதுக்குப் பிறகு பசுக்கள் பயன்தருவதில்லை என்ற வல்லுநர்களின் தகுதிகளைக் கேள்விகேட்டார். பசுஞ்சாணத்தின் நன்மைகளை முன்வைத்தார். இரண்டாவதாக, நமது வயிற்றை நிறைக்கச் சோர்வில்லாமல் உழைத்த நமது கால்நடையை முஸ்லிம்களுக்கு விற்பது இந்திய மரபுக்கு எதிரானது, கடமையை மறுப்பது என்றார். பகுதியளவு தடை காட்டிக்கொடுப்பது என்றார். இதனால், திடகாத்திரமான பசுக்கள் கொல்லப்படுகின்றன என்று கூறி தேசிய நலனில் அக்கறைகொண்டார்கள். உச்ச நீதிமன்றத் தீர்ப்பை விட்டுவிட்டுக் கிளர்ச்சிசெய்ய வேண்டும் என்று கேட்டுக்கொண்டார்.

பத்தொன்பதாம் நூற்றாண்டில் இருந்த பசுப் பாதுகாப்பாளர்கள் பசுக் கொலைக்குத் தடைவிதிப்பதற்காக மக்களைத் தூண்டிவிட்டுவந்திருக்கிறார்கள். எனினும் வளர்ச்சியியல்,

மதச்சார்பின்மை ஆகியவற்றின் அடிப்படையிலான அரசமைப்புச் சட்டம் இறுக்கமான கட்டுப்பாட்டை விதித்திருந்தது. எனவே, பசுப் பாதுகாப்பு இயக்கத்தினர், பொருளாதார அடிப்படையில் பசு ஏன் முக்கியம் என்பதை உரக்கவும் தொடர்ந்தும் சொல்லிவந்தார்கள். கடைசியாக, பொருளாதார விவாதம்தான் முழுத் தடைக்கான அவர்களது போராட்டத்தைத் தோல்வியடையச் செய்தது.

நாளடைவில் இந்திய மாநிலங்களில் இருபத்து எட்டில் இருபத்து மூன்று மாநிலங்கள் பசுக் கொலையைத் தடுக்கச் சட்டம் இயற்றின. எனினும், அரசமைப்புச் சட்டத்தில் புனிதப் பொருளாகப் பசு ஆக்கப்பட்டிருந்தாலும், பசுக் கொலை 90% மாநிலங்களில் தடுக்கப்பட்டிருந்தாலும், கோழிக்கறியையும் ஆட்டுக்கறியையும்விட அதிகமாக மாட்டிறைச்சியையே இந்தியா அதிகம் உண்கிறது.

1960-களில் பசுப் பாதுகாப்பு இயக்கத்தினர் அரசமைப்புச் சட்டத்துக்கு எதிரான வழிகளைப் பின்பற்றினர். வன்முறை, ஆர்ப்பாட்டங்கள், கட்டாயப்படுத்துதல், உண்ணாநோன்பு ஆகியவற்றில் ஈடுபட்டனர். ஆனால், அவற்றுக்குக் குறைந்த அளவு ஆதரவே கிடைத்தது. அடுத்து, பசுவின் பொருளாதாரப் பயன்பாடுக்கான நீதித் துறைக்குரிய வரையறையை மாற்ற சட்ட நடவடிக்கை எடுப்பதில் கவனம்செலுத்தினர். 2005-இல் உச்ச நீதிமன்றம் குரேஷி வழக்கின் தீர்ப்பு முழுத் தடை விதிக்கக்கூடிய சாத்தியத்தை அனுமதித்ததாகப் பார்த்தது. இதனால், குரேஷிகள் பொதுமன்றத்துக்குத் தங்கள் பிரச்சினையைக் கொண்டுவந்தார்கள். தெருக்களில் ஆர்ப்பாட்டங்கள் நடத்தினார்கள். எல்லா இறைச்சிப் பொருட்களையும் திரும்பப்பெறப்போவதாக அச்சுறுத்தினார்கள். இவ்வாறு அரசமைப்புச் சட்டம் தெரு அரசியலிலிருந்து எடுக்கப்படவில்லை என்றும், அதை உண்மையில் நிறைவுசெய்து அதேசமயம் அதற்குக் கட்டுப்பாடு விதிக்கிறது என்றும் இந்தக் கதையாடல் காண்பிக்கிறது.

4

நேர்மையான விலைமகளின் வழக்கு

இந்திய அரசமைப்புச் சட்டத்தில் பாலியல், வேலை, விடுதலை

அலகாபாத் உயர் நீதிமன்றத்துக்கு இந்தியாவின் மிகப் பெரிய மாநிலமான உத்தரப் பிரதேசம் முழுவதும் அதிகார வரம்பு இருந்தது. பத்தொன்பதாம் நூற்றாண்டில் கட்டப்பட்ட பழைய கட்டிடத்திலிருந்து நீதிமன்றம் செயல்பட்டது. எப்போதும் அது சுறுசுறுப்பாக இயங்கிக்கொண்டிருக்கும். ஆனால், 1958 மே 1 அன்று நீதியரசர் ஜகதீஷ் சகாயின் அறையில் மிகப் பெரிய கூட்டம் கூடியிருந்தது என்பதை எல்லோரும் ஏற்றுக்கொள்வார்கள். கூட்டத்துக்குக் காரணம் ஆண்கள் நிறைந்த நீதிமன்ற அறையில் ஒரு இளம் பெண் மனுதாரராக இருந்ததுதான்.

வழக்கின் பரபரப்புக்குக் காரணம் இருபத்து நான்கு வயது முஸ்லிம் பெண்ணான ஹுஸ்னா பாய் (ஹுஸ்னா சீமாட்டி) வெளிப்படையாகவே தன்னுடைய வேலை விபச்சாரம் என்று சொன்னதுதான். அரசமைப்புச் சட்டப் பிரிவு 226-இன்கீழ் பதியப்பட்ட பாயின் நீதிப் பேராணை மனு அண்மையில் கொண்டுவரப்பட்ட பெண்கள் சிறுமிகள் ஆகியோரை ஒழுக்கத்துக்குப் புறம்பாகப் பயன்படுத்தலைத் தடுக்கும் சட்டம் 1956 (Suppression of Immoral Traffic Act SITA) செல்லுபடியாவதை எதிர்த்துத் தொடுக்கப்பட்டது.

இந்தப் புதிய சட்டம், மனிதரைத் தவறாகப் (வணிகப் பொருளாகப்) பயன்படுத்துவதைத் தடுக்கும் அரசமைப்புச் சட்ட உறுதிமொழியை நிறைவேற்ற ஏற்படுத்தப்பட்டது. ஆனால், ஹுஸ்னா பாய் ஒரு விலைமகளாக அது தனது தொழிலை நடத்தும் அடிப்படை உரிமையை மீறியது என்பதில் அதைச் சட்டத்துக்குப் புறம்பானது

என்று தீர்ப்பளிக்க வேண்டும் என்று கேட்டுக்கொண்டாள். அவளது உரிமை அரசமைப்புச் சட்டப் பிரிவு 19-ஆல் உறுதியளிக்கப்பட்டிருந்தது என்பது அவளது வாதம். அவளுடைய வாழ்வாதாரத்தைப் பெறுவதை *SITA* தடுத்துவிடுவதால், அது நாட்டில் அரசமைப்புச் சட்டம் ஏற்படுத்திய மக்கள்நல அரசின் நோக்கத்தையே தகர்த்துவிட்டது.

ஹஸ்னா பாயின் மனு வழக்கு நாடு முழுவதும் கவனம்பெற்றது. ஆனால், சட்ட நுணுக்கங்கள் காரணமாக ஒரு மாநிலத்தில் அவளுடைய மனு தள்ளுபடி செய்யப்பட்டது. வழக்கு தில்லி, பம்பாய், கல்கத்தா ஆகிய நகரங்களின் செய்தித்தாள்களில் முக்கிய இடம்பெற்றது. புதிதாகத் தொடங்கப்பட்ட அலகாபாத் நாட்டியக்காரிகள் சங்கமும், கல்கத்தா விபச்சாரிகள் சங்கமும் வழக்குக்கு ஆதரவு தெரிவித்தன. அதிகாரிகளுக்கும் அரசியல்வாதிகளுக்கும் இடையில் கடிதப் போக்குவரத்துகள் ஏற்பட அவளுடைய மனு காரணமாய் இருந்தது. இவ்வாறு அதிகமான கடிதப் போக்குவரத்து ஒரு சாதாரண மனுவால் ஏற்பட்டது வியப்பளிக்கிறது. ஏனென்றால், உச்ச நீதிமன்ற வழக்குகளில்கூட இவ்வளவு அதிகமான கடிதப் போக்குவரத்துகள் அதிகாரிகள் தரப்பிலிருந்து இருந்ததில்லை. உள்துறை அமைச்சக அதிகாரிகளும், காவல் துறையினரும், இந்த மனுவால் ஏற்படக்கூடிய விளைவுகள் பற்றிக் கவலை தெரிவித்தனர். பெண் நாடாளுமன்ற உறுப்பினர்களிடமிருந்தும் சமூகத் தொண்டர்களிடமிருந்தும் கடுமையான எதிர்ப்பு வந்தது. ஒழுக்கக்கேடான இந்தத் தொழிலுக்கு எதிராகச் சட்டம் கொண்டுவர வேண்டும் என்று அவர்கள் பிரச்சாரம் செய்தார்கள்.

அரசமைப்புச் சட்டக் கோட்பாடுகளை ஹஸ்னா பாயின் மனு முன்வைத்ததைக் கண்டு அதிர்ச்சியடைந்தார்கள். ஏனென்றால், இதே மாதிரியான மனுக்கள் தில்லி, பம்பாய் உயர் நீதிமன்றங்களிலும் விபச்சாரிகளால் கொண்டுவரப்பட்டன. விபச்சாரத்துக்கு எதிரான போராட்டத்தில் அடிப்படை உரிமைகளின் இடம் பற்றிச் சில ஆண்டுகளுக்கு முன்னர் நாடாளுமன்ற உறுப்பினர்களுக்குத் தெரியவந்தது. 1954 செப்டம்பரில், இந்தியாவின் முதல் பெண் வழக்கறிஞர் துர்காபாய் தேஷ்முக் பிரதமர் நேருவுக்கு இந்தியாவில் சமூக, ஒழுக்கநிலை பற்றிக் கவலை தெரிவித்து ஒரு கடிதம் எழுதினார். அவர் மத்திய சமூக நலவாரியத்தின் தலைவரும்கூட. “விபச்சாரத்தையும்,

விபச்சார விடுதிகள் நடத்துவதையும் தொடர உரிமையைக் கேட்பதற்கு அடிப்படை உரிமைகள் பிரிவை எடுத்தாள்வது சமூகத் தொண்டர்களுக்கு வேதனை அளிக்கிறது. எனவே, அரசமைப்புச் சட்டத்தை மாற்றியமைக்க வேண்டும், விடுதலை என்ற நமது கருத்துகளில் மாற்றம் ஏற்பட வேண்டும்," என்று எழுதினார்.

அரசமைப்புச் சட்டமன்றத்தில் தேஷ்முக் ஓர் உறுப்பினர். விபச்சாரத்துக்கு எதிராகப் போராடியவர். மனிதரை ஒழுங்கீனத்துக்குப் பயன்படுத்துவதையும் அடிமைத் தொழிலையும் தடுக்கும் சட்டங்கள் இயற்றக் காரணமாக இருந்தவர். மேலும், அதிக அளவில் குடியுரிமைகள் வேண்டும் என்று வாதாடியவர். அடிப்படை உரிமைகள் பகுதியை வரைவுசெய்ததில் முக்கியப் பங்குவகித்தவர். தேஷ்முக்கையும் அவருடன் பங்காற்றியவர்களையும் பொறுத்தவரை விடுதலை பெற்ற இந்தியாவில் பெண்கள் சமத்துவமான இடம்பெற்ற குடிமக்கள் என்பதற்கான வாய்ப்பை வழங்கும் ஒரு கருவியாக அரசமைப்புச் சட்டம் இருந்தது. சமத்துவத்துக்கான அடிப்படை உரிமைகளை ஏற்படுத்தி, சமூகச் சீர்திருத்தங்களையும் அரசமைப்புச் சட்டத்துக்குள் கொண்டுவருதன் மூலம் இதை அடைய முடியும் என்று கருதினார்கள். அரசமைப்புச் சட்டப் பிரிவு 27 மனித விற்பனையைத் (human trafficking) தடைசெய்தது. இது அவர்களது வெற்றிக்கு அடையாளமாக இருந்தது.

ஆகவே, புதிய குடியரசில் முற்போக்குத் திட்டத்தின் மீது தொடுக்கப்பட்ட போராக ஹஸ்னா பாயின் மனுவும் இதர மனுக்களும் கருதப்பட்டன. விபச்சாரத் தொழிலிலிருந்து அந்தத் தொழில் செய்துவந்த பெண்கள் விடுதலை பெற வேண்டுமென்று அரசமைப்புச் சட்டமன்றம் முயற்சி மேற்கொண்டது. ஆனால், பிரிவு 23-இன்படி அதே பெண்கள் அவர்களது தொழிலைச் செய்வது அடிப்படை உரிமை என்று கேட்பார்கள் என்றோ, கீழ்த்தர வாழ்க்கையைத் தொடர விரும்புவார்கள் என்றோ அவர்களால் கற்பனைகூடச் செய்ய முடியவில்லை. பல வகைகளில் சுரண்டப்பட்ட ஏழை முஸ்லிம் பெண்கள் புதிய அரசமைப்புச் சட்டம் தரும் முன்னேற்றம் என்ற ஒளியில் இருப்பதை விட்டுவிட்டு அவர்களது தொழிலைத் தொடர விரும்புவார்கள் என்பதும், அதே அரசமைப்புச் சட்டத்தை அவர்களது நோக்கத்துக்காகப் பயன்படுத்துவார்கள் என்பதும் விமர்சகர்களுக்கு வியப்பளிப்பதாக இருந்தது.

விபச்சாரத் தொழில் செய்பவர்களை, குடிமக்களின் அன்றாட வழக்கங்கள் சமூகத்திலிருந்து தள்ளிவைத்துவிடுகின்றன என்ற பொதுவான எண்ணத்தை இந்த நிகழ்வு கேள்விக்குள்ளாக்குகிறது. விபச்சாரம் பற்றிய ஆய்வுகளெல்லாம் காலனிய காலத்துக்கு முக்கியத்துவம் அளித்தன. பிரிட்டிஷ் படைவீரர்களின் உடல்நலம், ஐரோப்பிய விபச்சாரிகளைக் கொண்ட வியாபாரம், தொடக்க கால தேசியவாதிகள் மற்றும் பெண்ணியவாதிகளின் சீர்திருத்த முயற்சிகள் ஆகியவையே அந்தக் காலகட்டத்தில் முதன்மையானவையாக இருந்தன. ஒரு இனத்தின் உடல்நலம், இனக்கலப்பு ஆகியவை கவனம் பெறாமல் இருக்கும்போது விபச்சாரத்தின் நிலை என்ன? தேசியவாதிகளும் பெண்ணியவாதிகளும் ஆட்சி அதிகாரம் பெற்றால் என்னவாகும்? இந்தக் கேள்விக்கு ஹஸ்னா பாயின் மனு விடையளிக்கும்.

இந்தியக் குடியரசில் பெண் எந்த நிலையில் இருந்தாள்? குடிமக்கள் நிலை பற்றி ஆய்வுசெய்த அறிஞர்கள் அரசின் குறுக்கீடுகள் இரண்டு பற்றிக் குறிப்பிட்டார்கள். இந்துக் குடும்பச் சட்டத்தில் சட்டபூர்வமான சீர்திருத்தம், பிரிவினை வன்முறையின்போது கவரப்பட்ட பெண்களை அரசு மீட்பது ஆகியவை முக்கியத்துவம் பெற்றன. இரண்டுமே ஆணாதிக்கச் சமூகத்தில் பெண்களின் இடத்தைக் காட்டுவதற்கான முயற்சி. இவ்வாறு, பாயின் மனுவானது தெருக்களில் திரியும் பெண்களைப் பற்றிப் பார்க்க நம்மைக் கட்டாயப்படுத்துகிறது.

புதிய குடியரசில் பெண்களுக்கு இடமளித்தல்

1950-இல் திரைப்படம் பார்க்கும்போது அரசாங்கம் இயக்கிய ஆவணப்படத்தைக் கட்டாயமாகப் பார்க்க வேண்டும். திரைப்படம் தொடங்குவதற்கு முன்னர் அது திரையிடப்படும். அவை ஃபிலிம்ஸ் டிவிஷன் ஆஃப் இந்தியாவால் தயாரிக்கப்படும். குடிமக்களுக்குக் கல்வி புகட்டுவது அதன் நோக்கம். 1950-களில் திரையிடப்பட்ட ஒரு ஆவணப்படம் 'Our Constitution'. அரசமைப்புச் சட்டத்தின் வார்த்தைகள் என்ன சொல்கின்றன என்று சாதாரண மனிதர்களுக்கு அது விளக்கிற்று. குடிமக்களுக்கு அரசமைப்புச் சட்டம் என்ன உரிமைகள் கொடுத்திருக்கிறது என்று படங்களுடன் விளக்கப்பட்டது. ஒரு காட்சியில், காவலர் ஒருவர் ஒரு திருடனைப் பிடிக்கிறார். இது கடமையும் உரிமையும் பாதுகாக்கப்படுகின்றன என்று காட்டியது. அதைத் தொடர்ந்து,

படம் 4.1 Our Constitution (1950) இலிருந்து ஒரு காட்சி.

காமரா கண்களைக் கீழ்நோக்கிப் பார்த்துக்கொண்டு ஆடம்பரமான உடையில் இருக்கும் ஒரு பெண் ஒரு தூணில் சாய்ந்துகொண்டு நிற்பதைக் காட்டும். அரசாங்கம் மனித விற்பனையைத் தடுக்கிறது என்று ஒரு குரல் சொல்லும் (படம் 4.1).

புதிய அரசமைப்புச் சட்டத்தின்கீழ் விடுதலைக்கான கருத்துடன் மனிதரை விற்பதைத் தடுப்பதும், விபச்சாரிகளுக்கு மறுவாழ்வு தருவதும் இருந்தன. ஆவணப்படத்தில் விபச்சாரி காட்சிக்குப் பிறகு, நிலக்கரிச் சுரங்கத்தில் வேலைபார்க்கும் ஒரு தொழிலாளி, கோயிலுக்குள் அனுமதி மறுக்கப்பட்ட ஒருவர் ஆகியோர்களின் படங்கள் வரும். (கட்டாய அடிமைத் தொழிலாளர், தீண்டாமை ஆகிய இரண்டு வகையான ஒடுக்குமுறை அழிக்கப்பட்டதை அவை எடுத்துக்காட்டின. விடுதலை என்பது இந்தியர்களுக்குத் தன்னாட்சி கிடைப்பதால் மட்டும் கிடைக்காது. அடிமைப்பட்டவர்களுக்கு உரிமையை உறுதிசெய்ய வேண்டும். விபச்சாரிகள், தீண்டப்படாதோர், அடிமைத் தொழிலாளர் ஆகியோர் விடுதலை பெற வேண்டும். இவ்வாறு அரசமைப்புச் சட்டம் அதன் கோடிக்கணக்கான மக்களுக்கான மீட்பின் சாசனம் என்றது.

அடிமை நிலை பற்றி (கட்டாயமாகத் தொழில்செய்யச் சொல்லுதல்), பிற நாடுகளிலும் அவற்றின் அரசமைப்புச் சட்டங்களை எழுதும்போது எழுப்பப்பட்டாலும், விபச்சாரத்தை ஒரு பிரிவாக உட்படுத்தியது இந்திய அரசமைப்புச் சட்டத்தின் தனித்துவம். மதுவிலக்கு, தீண்டாமை ஒழிப்பு, பசுக் கொலைத் தடுப்பு,

பொருளாதாரத் திட்டமிடுதலைப் புகுத்துதல் ஆகியவைபோல் இல்லாமல், விபச்சாரத்தை ஒழுங்குபடுத்துவது காங்கிரஸ் கட்சியினுடைய திட்டத்தின் மையமாக இருந்தது. மனித விற்பனையைத் தடுத்தல் ஒரு அடிப்படை உரிமையாக பிரிவு 23-இல் இடம்பெற்றிருந்தது. ஆனால் மதுவிலக்கு, பசுக் கொலைத் தடுப்பு, திட்டமிடல் ஆகியவை அரசுக் கொள்கையின் வழிகாட்டுக் கோட்பாடுகளோடு சேர்க்கப்பட்டிருந்தன. அப்படியானால், அரசமைப்புச் சட்டத்தின் மையத்தில் விபச்சாரிகள் இடம்பிடித்தது எப்படி?

இதைப் புரிந்துகொள்ள வேண்டுமானால், இந்தியாவில் 'விபச்சாரி' என்பது காலனியச் சட்டம் உருவாக்கியது என்பதைக் கவனத்தில்கொள்ள வேண்டும். பழைய இந்திய நூல்களும், மத்தியகாலக் குறிப்புகளும் பரத்தைகளைப் பற்றிச் சொன்னாலும் அதற்குச் சட்டபூர்வமான விளைவுகள் காலனிய ஆட்சியிலேயே வந்தன. கோயில் நாட்டியக்காரிகள், அரசவை வைப்பாட்டிகள், பரத்தையர், தொன்ம இசைக் கலைஞர்கள், நாட்டியக்காரிகள், கைம்பெண்கள், தகாத நடத்தையுள்ள பெண்கள், நகரத் தெருக்களில் காணப்பட்ட பரத்தையர்கள் ஆகிய அனைவரும் விபச்சாரிகள் என்ற வகைமையின்கீழ் வந்தார்கள். ஆகவே, அவர்கள் அரசின் ஒழுங்குபடுத்தலுக்கும் வன்முறைக்கும் உட்படுத்தப்பட்டார்கள். ஒழுக்கக்கேட்டுக்கும் நோய்க்கும் காரணமாகக் குறிக்கப்பட்டார்கள். காலனிய அரசுக்கும் புதிய மேல்தட்டு இந்தியர்களுக்கும் பாலியல் என்பது வீட்டுக்குள் மட்டும்தான் அனுமதிக்கப்பட்டதாக இருந்தது. காலனிய ஆட்சியில், பரத்தைகள் பாலியல் நோய்க்கும் இனக்கலப்புக்கும் காரணம் என்பது ஒரு பிரச்சினையாக இருந்தது. ஆனால், இந்திய தேசியவாதிகளைப் பொறுத்தவரை அவர்கள் மத்தியதர வர்க்க ஒழுக்கநெறியின் அடிப்படையிலான தேசியப் பண்பாட்டுக்கு ஆபத்தானவர்களாக இருந்தார்கள்.

பத்தொன்பதாம் நூற்றாண்டு மற்றும் இருபதாம் நூற்றாண்டின் தொடக்கத்தில் பரத்தையர் தொழிலுக்கு எதிரான சட்டபூர்வ வழக்குகள் மூன்று காலகட்டங்களைக் கொண்டிருந்தன. பத்தொன்பதாம் நூற்றாண்டில் ஒழுங்குபடுத்தல், இருபதாம் நூற்றாண்டுத் தொடக்கத்தில் ஆட்கள் விற்பனையைத் தடுத்துநிறுத்தல் (1920-கள், 30-களில்) ஆகியவை அவை. ஒழுங்குபடுத்தும் காலகட்டத்தில் படைவீரர்கள் மத்தியில் பால்வினை நோய் பரவுவது பற்றிய பிரச்சினையின் அடிப்படையில்

சட்டங்கள் இயற்றப்பட்டன. நோக்கம் விபச்சார விடுதிகளைக் கவனமாகக் கண்காணித்தலும், ராணுவ விபச்சாரிகளை மேற்பார்வை இடுதலும். ஆட்கள் கடத்தலுக்கு எதிரான இரண்டாவது காலகட்டத்தில் வெள்ளையர்களின் அடிமைகளை வைத்திருக்கும் பழக்கம், இனக்கலப்பு ஆகியவை பற்றி அச்சம் இருந்தது. எனவே, காலனிய ஆட்சி ஐரோப்பிய விபச்சாரிகள் மீது கவனம் செலுத்திற்று. தடைசெய்யும் காலகட்டம், இந்தியச் சீர்திருத்தவாதிகளும் தேசியவாதிகளும் கொடுத்த அழுத்தத்தின் விளைவு. அவர்கள் பொது ஒழுக்கநெறிகளுக்குப் பங்கம் ஏற்படும் என்று பயந்தார்கள். இந்த மூன்று நிலைகளிலும் பொதுவாகக் காணப்படுவது விபச்சாரத்தால் பொதுமக்களுக்கு ஏற்படக்கூடிய பாதிப்பு பற்றிய கவலையே தவிர விபச்சாரிகள் மீது அக்கறை எதுவும் இல்லை.

அரசமைப்புச் சட்டமன்றத்தில் எது மாறிற்று? விபச்சாரம் ஒரு அரசமைப்புப் பிரச்சினையாக ஆனது. அதற்குக் காரணம் அதிக எண்ணிக்கையில் அரசமைப்புச் சட்டமன்றத்தில் பெண்கள் இருந்ததுதான். (படம் 4.2). அவர்களில் பலருக்கு அமைப்புரீதியாகச் செயல்படும் அனுபவம் இருந்தது. அரசமைப்புச் சட்டமன்றத்தின் செயல்பாடுகள் ஆரம்பிக்கும் முன்னரே அதன் பெண் உறுப்பினர்கள் இந்தியக் குடியரசில் பெண்களுக்கான

படம் 4.2 அரசமைப்புப் பேரவையின் பெண் உறுப்பினர்கள். அனைத்து பெண்கள் மாநாட்டின் த்லைவி ஹன்சா மேத்தா இடப்பக்கத்திலிருந்து இரண்டாவதாக அமர்ந்திருக்கிறார்.

ஒருங்கிணைந்த திட்டத்தைத் தர முன்வர ஆயத்தமாக இருந்தார்கள். 1945 டிசம்பரில் அனைத்திந்தியப் பெண்கள் மாநாட்டின் (AIWC) தலைவி ஹன்சா மேத்தா, போருக்குப் பின்னால் இந்தியப் பெண்களை மறுஆக்கம் செய்வது அங்கொன்றும் இங்கொன்றுமாக ஒருசிலவற்றை மட்டும் சரிசெய்வது இல்லை என்றும், நமது மொத்த தேசிய வாழ்க்கையை மறுகட்டமைக்க வேண்டும் என்றும் நினைவுபடுத்தினார். அரசமைப்புச் சட்டங்களிலிருந்து பொருத்தமான பகுதிகளைச் சேகரிக்குமாறு அதன் உறுப்பினர்கள் கேட்டுக்கொள்ளப்பட்டார்கள்.

AIWC 1946-இல் 'இந்தியப் பெண்களின் உரிமைகளும் கடமைகளும்' என்ற பட்டியலை மத்திய மாகாண அரசுகளுக்கு அனுப்பியது. அடிப்படை உரிமைகள், பொருளாதாரச் சமூக வழிகாட்டல்கள் அரசமைப்புச் சட்டத்தில் இடம்பெற வேண்டும் என்று வற்புறுத்தியது. சமூக, அரசியல் சமத்துவம் வேண்டும் என்று AIWC-யின் பட்டியல் கேட்டது. பெண்களின் பொருளாதார நலம் மேம்படுத்தப்பட வேண்டும் என்று வற்புறுத்தியது. மக்கள்நலப் பணிகளை மேம்படுத்த வேண்டும் என்றும் கேட்டது. இந்த இலக்குகளை அடைய நாட்டின் மனித, பொருள் வளங்களை முழுமையாகப் பயன்படுத்த வேண்டும் என்பதை அறிந்திருந்தது. அமைச்சர்கள் மூலமே சமூகத் தொண்டு சாத்தியம். இந்த அமைச்சர்கள் மனித வளங்களை ஒன்றுசேர்த்து இப்போதுள்ள உடல், கல்வி நலத்திட்டங்களுக்கு உதவ வேண்டும்; இந்தப் பணியில் ஈடுபட்டிருக்கும் ஆசிரியர்கள், மருத்துவர்கள், செவிலியர்கள், சமூகப் பணியாளர்கள் ஆகியோரோடு இணைந்து செயல்பட வேண்டும்.

இவ்வாறு, AIWC-யின் தொலைநோக்கில், இந்தியப் பெண்களுக்குச் சமூகத்தில் உரிய இடத்தை உறுதிசெய்வது சமூக நலத்திட்டத்தின் நோக்கம். இது மாநிலச் செயல்பாடுகளின் மூலம் நிறைவேறும். அரசமைப்பு சபையின் பெண் உறுப்பினர்கள் இறந்தாலோ பதவி விலகினாலோ அந்த இடங்களை ஆண்களைக் கொண்டு நிரப்புவது குறித்து பூர்ணிமா பானர்ஜி புகாரளித்தார். "இந்திய நாட்டின் அடிப்படைத்தன்மையே மாறிவிட்டது, இப்போது காவல் துறையின் ஆட்சி இல்லை. எனவே, சமூகச் செயல்பாடுகளான கல்வி, உடல்நலம் போன்றவை நாட்டின் வளர்ச்சியில் முக்கிய இடம்வகிக்கின்றன. இதனால், அரசியல் தளத்தில் பெண்களைச் சேர்ப்பது தவிர்க்க முடியாததாகிவிட்டது," என்றார்.

இவ்வாறு அரசமைப்பு சபையில் பெண்களுக்கு விடுதலை என்பது தனிப் பொருளைக் கொடுத்தது. அவர்கள் கருத்துப்படி விடுதலை என்பது ஆண்களுக்கும் பெண்களுக்கும் சமத்துவம் அளிப்பது மட்டுமல்ல; தகுந்த அளவு சமத்துவத்தைப் பெற்றுத்தர அரசும் குறுக்கிட அதற்குக் கடமை உண்டு என்பதும் அதோடு சார்ந்தது. பாலினம், இனம், சாதி, சமயம், பிறப்பிடம் ஆகியவற்றின் பெயரால் ஏற்படுத்தப்படும் வேறுபாடுகளை அரசமைப்பச் சட்டப் பிரிவு 15 தடுத்தது. ஆனால், பெண்களுக்கும் குழந்தைகளுக்கும் சிறப்பு அக்கறைகள் காட்டுவதற்கு அரசுக்குத் தடையளிக்கவில்லை. பாதுகாப்பு தரப்பட்டிருப்பதால், பெண்களின் தேவைகளை நிறைவேற்றுவதற்கான நலத்திட்ட அரசின் செயல்களை எதுவும் கட்டுப்படுத்தாது. இந்தச் சூழல்களில், விபச்சாரிகளுக்கு அரசாங்கம் மறுவாழ்வு தர பெருமளவில் தலையிட வேண்டியது இயற்கை. பெண்களுடைய அமைப்பு ஒன்றின் முக்கியத் தலைவர், “ஆன்மிக, ஒழுக்கநெறி விழுமியங்களுக்குப் பெரிய முக்கியத்துவம் தரும் விடுதலை பெற்ற மக்களாட்சி இந்தியா, தன்னுடைய பெண்களைத் தூய்மை, தன்னலமற்ற அன்பு ஆகியவற்றின் அடையாளமாகக் காணும் இந்தியா, தன்னுடைய மகள்களின் ஒரு பகுதியினர் விபச்சாரத்தின் மூலமாகச் சுரண்டப்பட்டுச் சீரழிக்கப்படுவதைத் தொடர்ந்து தாங்கிக்கொண்டிருக்க முடியாது,” என்றார். பெண்களுடைய அமைப்புகளின் நோக்கம், இத்தகைய சுரண்டலை முடிவுக்குக் கொண்டுவந்து சுரண்டப்பட்ட பெண்களை விடுதலை பெற்ற இந்தியாவின் பெண்களாக, பணியாளர்களாக, கண்ணியமும் தன்னம்பிக்கையுமுள்ள பயனுள்ள குடிமக்களாக உயர்ந்த இடத்துக்கு மீட்டுக்கொண்டுவருவதுதான்.

விபச்சாரத்தை ஒழுங்குபடுத்துவதும், மனித விற்பனையைத் தடுப்பதும் பெண்களைப் பொறுத்தவரையில் அரசமைப்பு அவையின் அதிக முக்கியத்துவம் வாய்ந்த பிரச்சினைகள். ஆகவே, அவர்களுடைய திட்டங்களில் முக்கிய இடம்வகித்தன. *AIWC* பட்டயப் பிரிவும் ஒழுக்கநெறியின் தரங்களைப் பராமரிப்பதில் பெண்களின் பங்கை விளக்கிக்காட்டிற்று. ஏழ்மையான சமூகச் சூழல்களும் பொருளாதார அவலங்களும் ஆதரவற்ற பெண்களை ஒழுங்கீனமான செயல்களுக்குத் தள்ளிவிட்டன என்பதைக் குறிப்பிட்ட அமைப்பு, இவற்றைத் தடுக்கச் சட்டம் இயற்ற வேண்டும் என்று வற்புறுத்திற்று. மேலும், ஒழுக்கநெறி அளவுகோல் ஆணுக்கும் பெண்ணுக்கும் சமமாக இருக்க வேண்டும் என்றும், விபச்சாரத் தொழிலில் ஈடுபடும் ஆண்களுக்கும்

தண்டனை தரப்பட வேண்டும் என்றும் கேட்டுக்கொண்டது. பெண்களுக்கென்று பராமரிப்பு இல்லங்கள் நடத்தப்பட வேண்டும், அவற்றை அரசு மேற்பார்வையிட வேண்டும். இத்தகைய புதிய அணுகுமுறைகளின் பயனாக ஏன் இந்தப் பெண்கள் விபச்சாரிகளாக ஆனார்கள் என்ற கேள்வி எழுந்தது. ஆய்வுகளின் முடிவுகளாக ஏழ்மை, இப்போதிருக்கும் குடும்ப அமைப்பிலுள்ள ஒடுக்குமுறை, பிரிவினையின்போது ஏற்பட்ட வன்முறை ஆகியவை காரணங்களாக அறியப்பட்டன. குடும்பச் சட்டத்தில் சீர்திருத்தம், பொருளாதார வாய்ப்புகள் தருவது, வலுக்கட்டாயமாகக் கடத்தப்பட்ட பெண்களைக் காப்பாற்றி மறுவாழ்வு கொடுப்பது ஆகியவை பெண்கள் அமைப்புகளின் முதன்மையான கவனத்தைப் பெற்றன. இவை அனைத்துமே விபச்சாரத்தைக் கருத்தில் கொண்டு அமைக்கப்பட்டவை. விபச்சாரம் வெளிச் சூழ்நிலைகளாலேயே ஏற்பட்டது என்றும், பெண்கள் யாரும் தாமாக இதில் ஈடுபடுவதில்லை என்றும் சொல்லப்பட்டது.

விபச்சாரத் தொழிலை 23-ஆம் பிரிவு வழியாகவே அரசமைப்பு அவை பார்த்தது. அது மனிதரை விற்பதையும் கட்டாயமாகத் தொழிலில் ஈடுபடுத்துவதையும் தடுத்தது. எல்லா உறுப்பினர்களும் விபச்சாரத்தை இங்கு சமூகத் தீமையாகத்தான் பார்த்தார்கள். அது ஒரு இழிவான குற்றம். பெண்களை இழிவுபடுத்தவது என்று கருதப்பட்டது. எனினும், அதை அரசமைப்புச் சட்டத்துக்குள் கொண்டுவருவது பற்றிப் பலர் எச்சரிக்கையுடன் அணுகினார்கள். அப்போதைய நிதி அமைச்சர் டி.டி.கிருஷ்ணமாச்சாரி, சமூகச் சீர்திருத்தப் பிரச்சினைகள் அடிப்படை உரிமைகளுக்குள் கொண்டுவரப்படுவது பற்றி எச்சரிக்கையாக இருக்க வேண்டும் என்று சொன்னார். அவையின் ஒரு பகுதியினர் சட்டத்தின் மூலமாக, விபச்சாரப் பழக்கம் சிறிதுசிறிதாக மறைந்துவிடும் என்று கருதினார்கள். அதை அரசமைப்புச் சட்டத்துக்குள் கொண்டுவருவது இந்தியாவின் நல்ல பெயருக்கே களங்கத்தைக் கொண்டுவந்துவிடும் என்பது அவர்கள் சொன்ன காரணம். கிருஷ்ணமாச்சாரியின் கருத்துக்குப் பலர் எதிர்ப்பு தெரிவித்தார்கள். பெண்கள் விற்கப்படுகிறார்கள் என்றும், அதற்கு ஆண்களே பொறுப்பு என்பதை ஏற்றுக்கொள்ள வேண்டும் என்றும் பிஷ்வனாத் ஷா சொன்னார். மேலும், புதிய குடியரசில் விபச்சாரத்துக்கு இடம் இல்லை என்பதைப் பல உறுப்பினர்கள் தெளிவுபடுத்தினார்கள். இதை அரசமைப்புச் சட்டத்துக்குள்

கொண்டுவருவதற்குப் பரவலாக எதிர்ப்பில்லை. எனினும், மத்திய அரசு சட்டத்தை இயற்றச் செய்யப் பெண்கள் அமைப்புகளுக்கு ஆறு ஆண்டுகள் ஆயிற்று.

பிரிவு 23 அரசமைப்புச் சட்டத்தில் இடம்பெற்றது. ஆனால், SITA 1956-இல் இயற்றப்பட்ட பிறகே நடைமுறைக்கு வந்தது. மக்களை விற்பதை நிறுத்துவதிலும், விபச்சாரிகளுக்கு மறுவாழ்வு தருவதிலும் தோல்விதான் ஏற்பட்டிருக்கிறது. இவற்றை எப்படிப் பார்ப்பது? பின்காலனிய இந்தியாவில் விபச்சாரத்தை ஒழிப்பது பெண் குடிமக்களுக்கும் விடுதலை தரும் அடிப்படையிலேயே வரையறுக்கப்பட்டது. ஆனால், விடுதலை என்பது மனிதனிடம் இயற்கையாகவே இருக்கும் என்று சொல்ல முடியாது. அது வரலாற்றுப் பழக்கங்களால் உண்டாக்கப்படுகிறது. விபச்சாரம் கொத்தடிமைபோல, பத்தொன்பதாம் நூற்றாண்டில் வந்தது. ஜப்பானில் விபச்சாரிகளை மீட்பது பற்றி டேனியல் போட்ஸ்மன் ஒரு ஆய்வு நடத்தினார். விடுதலை என்ற கருத்தாக்கம், நவீன காலங்களில் சமூக உறவுகளை மாற்றியமைக்கவும் அவற்றை மேலாண்மை செய்யப் புதிய சட்டங்களை அமைக்கவும் பயன்பட்டது என்பது அவரது முடிவு. நவீன காலத்தில் அதிகாரத்தை மறுஅமைப்பு செய்யும் திட்டத்தின் ஒரு பகுதியாக விடுதலையை அவர் பார்க்கிறார். விளிம்புநிலைப் பெண்களின் பாலுணர்வை மக்களாட்சி அரசு ஒழுங்குபடுத்தவும், நாட்டின் வளர்ச்சிக்கு மையமாக விபச்சாரத்தை ஒரு பொருளாதாரச் சிக்கலாக மாற்றி வேறு பிம்பம் தரவும், தண்டனை தருதல் என்பதை மறுவாழ்வு தருதல் என்று மாற்றவும், நலத்திட்ட முகாம்கள், பெண் சமூகப் பணியாளர்களுக்கு ஒரு சட்டபூர்வ அங்கீகாரம் தரவும் அரசமைப்புச் சட்டப் பிரிவு 23 சேர்க்கப்பட்டதாகப் புரிந்துகொள்ள வேண்டும்.

SITA-வின் தோற்றம்:
பின்காலனிய விபச்சாரச் சட்டத்தை அமைத்தல்

ஒழுங்கீன மனித விற்பனையைத் தடுக்கும் சட்டம் (Suppression of Immoral Traffic Act) 1956-ஆம் ஆண்டு இயற்றப்பட்டது; 1958-இல்தான் நடைமுறைக்கு வந்தது. அடிப்படை உரிமையாக அரசமைப்புச் சட்டத்தில் இடம்பெற்றிருந்த ஒன்று நடைமுறைக்கு வர இத்தனை ஆண்டுகள் ஆயின. பசுக் கொலை வழக்கில்

நேருவின் மதச்சார்பின்மைக் கொள்கையில் உறுதியும் அரசியல் காரணங்களும் அரசின் ஆர்வமின்மைக்குக் காரணமாக இருந்தன. அதுபோல் இல்லாமல், பரத்தைத் தொழிலைத் தடுக்கும் பிரிவு 23-ஐ நடைமுறைப்படுத்துவதில் கால தாமதத்துக்குக் காரணம் மைய அரசின் அரசியல் ஆர்வமின்மைதான். மேலும், பசுக் கொலைத் தடுப்பு அரசுக் கொள்கையின் வழிகாட்டுக் கோட்பாடுகளில்தான் இடம்பெற்றிருந்தது. ஆனால், தீய நடத்தையைத் தடுப்பது என்பது அடிப்படை உரிமைகள் பிரிவில் இருந்தது. அரசமைப்புச் சட்டமும் சட்டமியற்றிப் பிரிவு 23 -ஐ நடைமுறைப்படுத்த மைய அரசுக்கு அதிகாரம் அளித்திருந்தது. SITA சட்டம் பன்னாட்டுச் சட்டக் கடமைகளை நிறைவேற்றுவதற்காக இயற்றப்பட்டது என்றும் சொல்லப்பட்டது. நியூயார்க்கில் தீய நடத்தையைத் தடுப்பதற்காகக் கூட்டப்பட்ட மாநாட்டில் கொண்டுவரப்பட்ட தீர்மானங்களுக்கு ஏற்பவே SITA இந்தியாவில் நிறைவேற்றப்பட்டது. SITA என்பது பெண்கள் அமைப்புகளும் பெண் அரசியல்வாதிகளும் தொடர்ந்து முயன்றதன் விளைவுதான். அரசாங்கம் சார்ந்த, சமூகம் சார்ந்த நலத்திட்டம் பற்றிய புதிய சிந்தனைகளின் வெளிப்பாடு அது. இந்தியப் பெண்கள் அமைப்புகளின் தலைவிகள் புதிய கூட்டாளிகளை உருவாக்கினார்கள். அவை அப்போதிருந்த வலைத்தளங்களைப் பயன்படுத்தி இதைத் தேசியப் பிரச்சினையாக ஆக்கின.

துர்காபாய் தேஷ்முக் திட்டக்குழுவின் உறுப்பினர்; மையச் சமூக நலத்திட்ட வாரியத்துக்கு நிதி ஒதுக்க ஏற்பாடு செய்தார். பெண்கள் அமைப்புக்கு நிதி அளித்து, தேசிய அளவில் ஓர் ஆய்வு நடத்தினார். அதன் அடிப்படையிலேயே SITA உருவானது. கள ஆய்வு லண்டனிலுள்ள ஒரு அமைப்பான *Association for Social and Moral Hygiene*-ஆல் நடத்தப்பட்டது. பிரிட்டனில் ஒட்டுவாரொட்டி நோய்கள் சட்டத்தை நிறைவேற்றக் காரணமாக அந்த அமைப்பு இருந்தது. இந்தியாவில், ஷெப்ர்ட் என்ற ஆங்கிலப் பெண்ணின் தலைமையில் ASMH 1928-இல் ராணுவ, பொது விபச்சார விடுதிகளை மூடுவதில் ஓரளவு வெற்றிகண்டது. விடுதலைக்குப் பிறகு இந்த நிறுவனம் இந்தியாவில் பெரும் மாற்றத்தை ஏற்படுத்திக்கொண்டது. காந்தியச் சமூகத் தொண்டரான ராமேஷ்வரி நேரு அதன் தலைவராக இருந்தார். பிரதமர் நேருவின் அத்தை அவர். இந்த அமைப்பு (ASMH) எல்லா மாநிலங்களுக்கும் பரவிற்று. திட்டக்குழு இதற்கு நிதியுதவி அளித்தது. இப்போது நலத்திட்டங்கள் தனியாருடைய கொடையால் நடத்தப்படாமல்

அரசாங்கத்தின் நேரடியான கவனத்துக்கு உள்ளானது. இந்த நிலையில், இரண்டாவது ஐந்தாண்டுத் திட்டம் பரத்தமையை ஒழிப்பதை, தேசியப் பொருளாதார முக்கியத்துவம் வாய்ந்ததாகக் கருதியது. அதேசமயம், அரசமைப்புச் சட்டத்துக்குத் தேசிய அளவில் சட்டம் இயற்ற அரசாங்கம் முன்வராததால் எரிச்சலடைந்த ASMH, நாடாளுமன்றத்தின் பெண் உறுப்பினர்களை அணுகியது. பொதுவுடைமை, காங்கிரஸ் உறுப்பினர்கள் கொண்ட ஒரு சிறு அமைப்பை ஏற்படுத்திற்று. அந்த உறுப்பினர்கள் தனியார் மசோதாக்களை நாடாளுமன்றத்தில் கொண்டுவந்து, சட்டமியற்ற அரசாங்கம் தவறியதைக் கண்டித்தார்கள். பிரதமர், உள்துறை அமைச்சர் ஆகியோரை அடிக்கடி சந்தித்தார்கள். இறுதியில், 1956-ஆம் ஆண்டு SITA நிறைவேற்றப்பட்டது.

பரத்தமையைத் தடுக்க தேசிய அளவில் ஒரு சட்டம் ஏன் தேவைப்பட்டது? முதலாவதாக, ஒரு சீரான தன்மை தேவைப்பட்டது. அப்போது இருந்த சட்டங்களின்படி அரசமைப்புச் சட்டம் ஓரிடத்திலிருந்து இன்னோரிடத்துக்கு ஒரு குடிமகன் செல்லத் தந்திருக்கும் உரிமை இந்தப் பிரச்சினையைச் சிக்கலாக்கிவிட்டது என்பது பற்றி ASMH கவலை தெரிவித்தது. மாநில எல்லையைக் கடந்து மக்கள் செல்வதற்கான உரிமை இருப்பதால், இந்தச் சிக்கலை மாநில அரசுகள் கையாள முடியவில்லை. மேலும், பல மாகாணங்கள் தீய நடத்தைக்கு எதிரான சட்டம் வைத்திருந்தாலும், அதைச் சரிவர நடைமுறைப்படுத்துவதில்லை.

பரத்தமைக்கு எதிராக அரசாங்கம் கடுமையாக நடக்கச் சட்டம் வேண்டும் என்றும், அதேசமயம் விலைமகளிடம் மென்மையாக நடந்துகொள்ள வேண்டும் என்றும் சீர்திருத்தவாதிகள் அரசுக்கு அறிவுரை வழங்கினார்கள். பெண்களைக் குறிவைக்காமல், சட்டம் விபச்சாரத்துக்குள் நுழையும் வாயில்களை மூடுவதில் கவனம்செலுத்தி அதிலிருந்து வெளியேறுவதற்குப் பல வழிகளைத் திறக்க வேண்டும் என்றும் சொன்னார்கள். ASMH-இன் சிறப்புக் குழு தனது கள ஆய்வில் மக்கள் பலர் விபச்சாரத்தைத் தடுக்கச் சட்டமியற்ற முடியாது என்று நம்பினார்கள் என்று அறிந்துகொண்டது. ஏனென்றால், ஒருவர் தனது தொழிலைச் செய்வது அடிப்படை உரிமை என்று அரசமைப்புச் சட்டம் கூறுகிறது. எனினும், விபச்சாரத்தை நடத்த உதவும் கருவிகளை அழிப்பதன் மூலம் பரத்தமையை ஒழித்துவிடலாம் என்று ASMH கருதியது. பெண்களைச் கூட்டிவிடுபவர்கள், தரகர்கள், விபச்சார

விடுதிகளை நடத்துவோர், வாடகைக்கு வருவோர் முதலிய வலைத்தளங்களை அழிக்க வேண்டும் என்று கூறியது.

தண்டங்கள் விதிப்பதையும் சிறைத்தண்டனையையும் இந்தக் குழு ஏற்றுக்கொள்ளவில்லை. ஆனால், இதற்குக் காரணம் பரத்தையரின் உரிமைகள் என்பதல்ல. பெண்களைச் சிறைச்சாலைகளில் அடைப்பதைவிட அவர்களைப் பாதுகாப்பு விடுதிகளில் வைத்திருப்பது பயனளிக்கும் என்று கருதியது. குற்றம்சாட்டப்பட்டவர்களை நீதிமன்றங்கள் பிணையில் விடக் கூடாது என்று இந்தக் குழு பரிந்துரைத்தது. ஏனென்றால், பெண்களைப் பிணையில் எடுப்பார்கள் இடைத்தரகர்களாக அல்லது பாலியல் தொழில் நடத்துபவர்களாக இருப்பார்கள் என்பது அதன் அனுமானம். குற்றம்சாட்டப்பட்டவரே தான் குற்றவாளி இல்லை என்று நிரூபிக்க வேண்டும் என்றும், இதனால் நீதிபதி அறையில் வழக்கு விரைவாக முடியும் என்றும் கருதியது. இப்படிப்பட்ட சீரமைக்கப்பட்ட சட்ட நடைமுறை கைதுசெய்யப்பட்ட பெண்களிடம் மனிதாபிமானத்துடன் நடந்துகொள்ளும்; இதனால், அவர்கள் காவல் துறைக்கு ஒத்துழைப்பு தருவார்கள்; வழக்கில் சம்பந்தப்பட்ட மற்றவர்களைப் பிடிக்கவும் உதவும். குற்றம் நிரூபிக்கப்பட்டவர்கள், பாதுகாப்பு விடுதிகளில் தங்குவது கட்டாயமாக்கப்படும். திருந்த மாட்டார்கள் என்று உறுதியாகத் தெரிந்தவர்கள் சிறைச்சாலைக்கு அனுப்பப்படுவார்கள்.

ASMH குழுவின் அணுகுமுறை அப்போதுதான் சட்டங்களிலிருந்து இரண்டு வகையில் வேறுபட்டிருந்தது. மீட்டு மறுவாழ்வு தருவதற்கு முக்கியத்துவம் தந்தது. மேலும், வல்லுநர்கள் மற்றும் பெண் சமூகத் தொண்டர்கள் கொண்ட அதிகாரிகள் நியமிக்கப்பட வேண்டும் என்றும் கூறியது.

ASHM-இன் அணுகுமுறைப்படி இந்தப் பிரச்சினையில் பெண்கள் ஈடுபட வேண்டும் என்பது முக்கியமானது. அமெரிக்கச் சீர்திருத்தவாதிகளில் ஆண்கள்தான் இந்தப் பிரச்சினையைக் களைய வேண்டும் என்றார்கள். 1920-களிலும் 1930-களிலும், மணமாகாத பெண்கள் சம்பந்தப்பட்ட விஷயங்களில் அதிகாரத்தில் ஆண்கள் இருக்க வேண்டும் என்று அமெரிக்கச் சமூகத் தொண்டர்கள் கூறினார்கள். எனவே, மாநாடுகளில் பேச ஆண் பேச்சாளர்களையே அழைத்தார்கள். பாதுகாப்பு விடுதிகளில் ஆண் ஆலோசகர்களைப் பேச நியமித்தார்கள். இதற்கு நேர்மாறாக, இந்தியச் சீர்திருத்தவாதிகள், ஆண்கள்

ஈடுபடுவதைச் சந்தேகக்கண்களுடன் பார்த்தார்கள். நிர்வாகத்தில் எல்லா நிலைகளிலும் பெண்களைப் பயன்படுத்த வேண்டும் என்று கேட்டார்கள். இங்கே பெண்தன்மைக்கு முக்கியத்துவம் இல்லை. ஆனால், பிரதிநிதித்துவம் முக்கியமாக இருந்தது. பெண்கள் பெண்களின் தேவைகளைப் புரிந்துகொள்வார்கள் என்ற நம்பிக்கை இருந்தது. விடுதலைக்குப் பிறகு, பெண் சீர்திருத்தவாதிகள் வெறும் பேச்சில் ஈடுபடாமல் செயல்படுவதில் கவனம் செலுத்தினார்கள்.

அப்போது மாகாணங்களில் இருந்த தீய நடத்தையைத் தடுக்கும் சட்டங்கள்போல இவை இல்லை. அவை குற்றவாளிகளைப் பிடித்துத் தண்டனை தருவதிலேயே கவனம்செலுத்தின. ஆனால், SITA பரத்தைகளை மீட்டு அவர்களுக்கு மறுவாழ்வு தருவதற்கு அரசாங்கத்துக்கு விரிவான திட்டம் தந்தது. காவல் துறையின் அத்துமீறல்களிலிருந்து அவர்களைக் காப்பாற்றியது. பெண்கள் மட்டுமே உள்ள சமூகநலத் துறை ஊழியர்களை நியமிக்க வழிசெய்தது. SITA-வில் மூன்று பிரிவுகள் உள்ளன: 1) தடுப்பதற்கான விதிகள், தண்டனை தரும் வழிமுறைகள், 2) நிர்வாகச் செயல்முறை வழிகள், 3) சீர்திருத்தமும் மறுவாழ்வும். ஒரு பெண் பரத்தமைத் தொழிலைச் செய்வதைத் தடைசெய்யவில்லை; ஆனால், பரத்தமைத் தொழிலோடு தொடர்புடைய செயல்களைத் தடுக்க முயன்றது. விபச்சார விடுதி நடத்துவது, தரகர் வேலைபார்ப்பது, ஆள்கடத்தல் ஆகியவற்றைத் தடுக்க முயன்றது. ஒரு விபச்சார விடுதியை நடத்துவது, விபச்சாரம் மூலமாகப் பெண்களின் சம்பாத்தியத்தை எடுத்துக்கொள்வது ஆகியவை தண்டனைக்குரிய முதல் வகைச் செயலாக இருந்தன. ஆள்கடத்தல், பெண்களை அடைத்துவைத்தல், விபச்சாரத்துக்குப் பெண்ணைத் உட்படுத்தல் ஆகியவை இரண்டாவது வகையாக இருந்தன.

பரத்தமைத் தொழிலைத் தடைசெய்யாவிட்டாலும், SITA அதைச் சில இடங்களில் நடத்துவதைக் குற்றமாகக் கருதியது. மத வழிபாட்டு இடங்கள், விடுதி, மருத்துவமனை, கல்விக்கூடம் அல்லது காவல் துறையோ நீதிமன்றமோ குறிப்பிடும் பகுதிகள் ஆகியவற்றிலிருந்து இருநூறு கஜ தூரத்துக்கு விபச்சாரத் தொழிலை நடத்தத் தடை இருந்தது. மேலும், விபச்சாரத் தொழிலுக்கு அழைப்பது குற்றம். வார்த்தைகள், சைகைகள், வேண்டுமென்று உடலைக் காட்டுவது ஆகியவற்றின் மூலம் ஒரு ஆணை விபச்சாரத்துக்குக் கூப்பிடுவது குற்றம்.

குற்றம் நிரூபிக்கப்பட்ட ஒருவரை இரண்டிலிருந்து ஐந்து ஆண்டுகள்வரை பாதுகாப்பு விடுதியில் வைக்க ஒரு நீதிமன்றம் கட்டளையிடலாம். அவர்களை நன்னடத்தையின் அடிப்படையில் தற்காலிகமாக விடுவிக்க நீதிமன்றங்களுக்கு அதிகாரம் இல்லை. இருநூறு கஜ விதியை மீறும் பெண்களை வீடுகளிலிருந்து வெளியேற்ற நீதிபதிகளுக்கு அதிகாரம் அளிக்கப்பட்டது. மேலும், பொது ஒழுக்கநெறிக்கு ஆபத்து விளைவிப்பதாகக் கருதப்படும் எந்தப் பெண்ணையும் மாவட்டத்தை விட்டே வெளியேற்ற மாவட்ட நீதிபதிகளுக்கு அதிகாரம் தரப்பட்டது.

வழக்கமான காவல் துறை நிர்வாகத்தின் மூலமாக விபச்சாரப் பிரச்சினையைத் தீர்க்க முடியாது என்பது ASMH-க்குத் தெரிந்திருந்தது. ஆகவே, மாநில அரசு ஒரு சிறப்புக் காவல் அலுவலரை நியமிக்குமாறு செய்தது. இவருக்கு உதவ பெண் காவலரும் சமூகத் தொண்டர்களும் இருப்பார்கள். சிறப்புக் காவலருக்குப் பிடி ஆணையில்லாமல் குற்றவாளி என்று கருதப்படுபவரைச் சிறைவைக்க அதிகாரம் இருந்தது. குற்றம் செய்ய ஒரு இடம் பயன்படுகிறது என்று அவர் சந்தேகப்பட்டால் தேடுதல் ஆணை இல்லாமல் அங்கு சென்று சோதனையிடலாம். எனினும், அவருடன் இரண்டு மரியாதைக்குரிய சாட்சிகள் போக வேண்டும்; அவர்களில் ஒருவர் பெண்ணாக இருக்க வேண்டும்.

இறுதியாக, தங்கும் விடுதிகளை மாநில அரசு அமைக்க வேண்டும். அப்படிப்பட்ட பாதுகாப்பு விடுதிகளை வேறு யாரும் அரசின் அனுமதி பெறாமல் நடத்த முடியாது. பெண்கள், குழந்தைகள், நிறுவனங்கள் (உரிமம் வழங்குதல்) விதி 1956-ஐ ASMH உறுப்பினர் ஒருவர் வரைவுசெய்தார். தனியார் நிறுவனங்களுக்கு அரசாங்கம் உரிமை வழங்குவதற்கான வழிமுறைகளை விரிவாக அது கொடுத்தது. இவ்வாறு மறுவாழ்வு அளிக்கும் SITA-வின் அணுகுமுறை அதற்கு முன்னால் இருந்த விதிகளிலிருந்தும் அதை வேறுபடுத்தியது.

ஒரு மாதிரி விலைமகள்:
ஹஸ்னா பாயும் கீழ்த்தட்டு மக்களைச் சட்டப்படி ஒன்றுதிரட்டலும்

SITA-வின் இந்த வழிமுறைகள் 1958 மே 1 முதல் நடைமுறைக்கு வந்தன. அதே நாளில், அலகாபாத் நீதிமன்றத்தில் ஹஸ்னா பாய் வழக்கு தொடர்ந்தார். அவருடைய மனு வழக்கத்துக்கு மாறானது.

ஒன்று, மனு செய்த நேரம். இன்னொன்று, SITA-வை அவருக்கு எதிராக இன்னும் பயன்படுத்தவில்லை. இதற்கு முன்னால் பரத்தையர் கைதுசெய்யப்பட்டு வீட்டைவிட்டு வெளியில் துரத்தப்பட்டார்கள். அதன் பிறகுதான் அவர்கள் வழக்கு தொடர்ந்தார்கள். அவர்கள் நீதிமன்றத்துக்குப் போனது காவல் துறை அல்லது நகரசபையின் குறுக்கீட்டால்தான்.

ஆனால், இந்த முறையிலிருந்து ஹஸ்னாவின் மனு முற்றிலும் மாறுபட்டது. சட்டம் நடைமுறைக்கு வந்ததற்கு முன்னரே சட்டத்தின் பலாபலன்களை அவர் அறிந்திருந்தார். அதை எதிர்கொள்ள ஹஸ்னா பாய்க்கு வளமும் வியூகமும் இருந்தன. மதுவிலக்கை எதிர்த்து பல்சாரா கொடுத்த மனுவைப் போலவே அவருடைய மனு இருந்தது. ஆனால், இது ஒரு சோதனை வழக்கு என்று கருதப்படவில்லை. ஒரு சட்டத்தை எதிர்த்து ஒரு பெரிய குழுவின் சார்பில் ஒரு தனியாள் கொடுத்த மனு இது.

SITA-வைக் கொண்டுவந்தது பற்றியும், அதைக் கொண்டுவருவதற்கு முன்னால் இருந்த விவாதங்கள் பற்றியும் அச்சு ஊடகம் விரிவாகப் பேசியது. இந்தச் சட்டத்தை வரைவதற்கு, காவல் துறையும் சமூகத் தொண்டர்களும் உதவினார்கள். அவர்கள்தான் பரத்தைகளோடு தொடர்புவைக்கக்கூடியவர்கள். விபச்சாரத்தில் ஈடுபட்டிருந்தவர்களின் நிலைமை பற்றிப் பல விபச்சாரிகளை ASMH நேர்கண்டது. அப்போது, அவர்கள் மத்தியில் SITA மிகுந்த அச்சத்தை ஏற்படுத்திவிட்டது என்பதைக் கண்டது. மேரி என்ற விலைமகள் தில்லியில் தொழில் நடத்திவந்தாள். அவள் 1958-இல் தில்லியிலிருந்து ஆக்ராவுக்குப் போனாள். ஏனென்றால், SITA-வால் காவல் துறையின் அதிரடிச் சோதனைகள் அதிகரிக்கும் என்று அவள் பயந்தாள். பரத்தையர்கள், குறிப்பாக உத்தரப் பிரதேசத்தில், 1950-களில் காங்கிரஸ் ஆட்சியின்போது கடுமையான துன்பங்களுக்கு உள்ளானார்கள். அமெரிக்கப் படைகள் போன பிறகு, ஜமீன்தாரி முறை ஒழிக்கப்பட்ட பிறகு, பிரிவினையை அடுத்துப் பல பணக்காரர்கள் இடம்பெயர்ந்த பிறகு தங்களது வாடிக்கையாளர்களின் எண்ணிக்கை குறைந்துவிட்டது என்று கான்பூரில் நேர்கண்ட பரத்தையர்கள் கூறினார்கள். இந்த நிலையில் SITA பேரிடியாக விழுந்தது.

பரத்தமைத் தொழிலில் ஈடுபட்டிருந்தவர்களுக்கு SITA ஏற்படுத்தக்கூடிய விளைவுகள் நன்றாகவே தெரிந்திருந்தன. நீதிமன்றங்களில் இந்தச் சட்டத்தை எதிர்த்துப் போராட

வாடிக்கையாளர்களிடமிருந்தும் உள்ளூர் வியாபாரிகளிடமிருந்தும் நிதி வசூலித்தார்கள். SITA நடைமுறைக்கு வருவதற்கு முதல் நாள், தொழில்முறைப் பாடகர்கள், நாட்டியக்காரர்கள் இயக்கப் பெண்கள் எழுபத்தைந்து பேர் நாடாளுமன்றத்துக்கு முன்பாக ஆர்ப்பாட்டம் நடத்தினார்கள். வடக்கு வாயில்களில் இருந்த மைதானங்களில் நாள் முழுவதும் இருந்து மனு அளித்தார்கள். அதில் அவர்களது தொழிலை அடக்குவது மரியாதைக்குரிய இடங்களுக்கு அது பரவுவதற்குக் காரணமாக இருக்கும் என்று தெரிவித்தார்கள்.

இதற்கிடையில், அலகாபாத் நீதிமன்றத்தில் ஹஸ்னா பாய் மனு செய்த அன்று 450 பாடகர்கள், நடனப் பெண்கள், தொழில் செய்யும் பெண்கள் SITA-வை எதிர்க்க ஒரு சங்கம் அமைத்தார்கள். அலகாபாத் நடனப் பெண்களின் சங்கம் சட்டத்தை எதிர்த்து ஆர்ப்பாட்டம் செய்வதாக அறிவித்தது. அரசமைப்புச் சட்டம் எந்தத் தொழிலையும் செய்ய உரிமையளித்திருந்தது. ஆகவே, இந்தச் சட்டம் அதை மீறியதாக ஆகும் என்று சொன்னது. இதேசமயத்தில், அரசாங்கம் மாற்று வாழ்வாதாரம் தராவிட்டால் உண்ணாநோன்பு இருக்கப்போவதாகக் கல்கத்தாவின் சிவப்பு விளக்குப் பகுதி விபச்சாரிகள் அச்சுறுத்தினார்கள். கல்கத்தா அமைப்பின் பிரதிநிதி ஒருவர் நிருபர் கூட்டத்தைக் கூட்டினார். இந்தச் சட்டத்தால் பதிமூன்றாயிரம் விபச்சாரிகள் வறுமைக்குத் தள்ளப்படுவார்கள் என்றது அந்த அமைப்பு.

ஹஸ்னா பாய் மனு செய்த ஒரு வாரத்தில் தில்லியைச் சார்ந்த இரண்டு விபச்சாரிகள் பஞ்சாப் நீதிமன்றத்தில் மனு செய்தார்கள். பிரிவு 14, 19-களின்படி தரப்பட்டிருந்த உரிமைகளை SITA மீறிவிட்டது என்று மனுவில் கூறப்பட்டிருந்தது. எனவே, அரசுக்கு இடைக்காலத் தடைவிதிக்க வேண்டும் என்றும், மனுதாரர்களை வீட்டுச் சொந்தக்காரர்கள் விரட்டக் கூடாது என்றும் கேட்டார்கள். அரசு இப்படிப்பட்ட எதிர்ப்புகளை எதிர்பார்த்தது. SITA-ஐக் கொண்டுவந்த உள்துறை அமைச்சகம், பாயின் மனுவைப் பற்றிக் குறிப்பிட்டபோது அது எதிர்பார்க்கப்பட்டதுதான் என்றது.

ஹஸ்னா பாயின் மனுவானது தனிப்பட்ட ஒருவரின் முயற்சி இல்லை; அது SITA-வை எதிர்த்த வடஇந்தியப் பரத்தையரின் ஒன்றுபட்ட முயற்சி. அவர்களுடைய எதிர்ப்பைக் கண்டு ஒரு பத்திரிகை SITA-வை அறிவித்தவுடன் ஆர்ப்பாட்டங்கள் செய்வது,

தொழிற்சங்கங்கள் அமைப்பது, சட்ட மறுப்பு இயக்கம் நடத்துவது என்று அச்சுறுத்துவதைக் கண்டனம் செய்தது.

ஹஸ்னா பாயின் மனுவைக் கவனித்து ஆராயந்ததில் அது எதிர்க்க வேண்டும் என்பதற்கான ஒரு வீரச் செயல் இல்லை என்பது தெரியும். இந்தியா முழுவதும் பாலியல் தொழிலில் ஈடுபட்டவர்களின் ஒன்றுபட்ட முயற்சி அது. ஏற்கெனவே பல ஆண்டுகள் செய்துவந்த தொழிலுக்கு ஆபத்து ஏற்பட்டிருந்த நிலையில் புதிய சட்டம் மேலும் அழுத்தங்களைத் தந்தது. ஹஸ்னாவின் மனு ஏற்படுத்திய அறைகூவல்களைப் புரிந்துகொள்ள அரசுக்கு எதிராகச் செயல்பட்ட பரத்தையருக்கு வேறு என்ன மாற்று வழிகள் இருந்தன என்று பார்க்க வேண்டும்.

ஒழுங்குமுறைகளின்படி வாழ்தல்:
அரசமைப்புச் சட்ட வழிமுறைகளுக்கு மாற்று

SITA-வுக்கு முந்தியே விபச்சாரிகள் கடுமையான சட்டங்களுக்கு இடையில் வாழப் பழகிக்கொண்டார்கள். அப்போதே பல வழிகள் பயன்படுத்தப்பட்டன. காவலருக்கு லஞ்சம் தருவது, கண்காணிப்பிலிருந்து தப்புவது ஆகியவற்றின் மூலம் இது நடந்தது. விபச்சாரத்துக்கு எதிரான சட்டங்களால் ஊழல் ஏற்பட்டது. SITA கொண்டுவரப்படுவதற்கு முன்னர் காவலருக்கும் அரசாங்க அலுவலர்களுக்கும் பணம் கொடுத்தோ வேறு வழியிலோ பரத்தையர் தப்பிவந்தார்கள். இது பத்தொன்பதாம் நூற்றாண்டிலிருந்தே நடைபெற்றது. அப்போதுதான் 1868 இந்தியத் தொற்றுநோய்ச் சட்டம் வந்தது. சட்டப்படி மருத்துவச் சோதனைக்கு உட்பட வேண்டும் என்று விபச்சாரிகள் லஞ்சம் கொடுத்து விதியிலிருந்து தப்பித்துக்கொண்டார்கள்.

கையூட்டு கொடுத்துச் சட்டங்களிலிருந்து தப்பிப்பது விடுதலைக்குப் பின்னரும் தொடர்ந்தது. பம்பாய் சிவப்பு விளக்குப் பகுதியில் 1962-இல் நடத்தப்பட்ட ஆய்வின்படி, கையூட்டுக் கொடுப்பதால் காவலருடன் தங்களுடைய உறவு நன்றாகவே இருந்தது என்று பெரும்பான்மையான பரத்தையர் கூறினார்கள். வாராவாரம் கொடுக்கும் லஞ்சம் இரண்டிலிருந்து ஐந்து ரூபாய்வரை இருந்தது. இதனால், நேர்காணப்பட்ட பெண்கள் 350 பேரில் 22 பேர்தான் கைதுசெய்யப்பட்டிருந்தார்கள். ஆனால், ஒரு பெண் மட்டும் லஞ்சம் கொடுக்க மறுத்ததால் பலமுறை சிறைக்குச் சென்றார்.

பொருளாதார நிலையும் லஞ்ச ஊழலுக்குத் துணைபோனது. ஏனென்றால், பரத்தையர்கள் கைதுசெய்யப்பட்டால் பத்து ரூபாய் அபராதம் செலுத்த வேண்டும்; சிறைத்தண்டனை வேறு.

காலனிய காலத்து விபச்சாரத்துக்கு எதிரான சட்டங்களும் கண்காணிப்புகளும் பல பரத்தையர்களைச் சட்டத்திலிருந்து தப்பிக்க வழிதேடவைத்தன. இந்தச் சட்டங்கள் கொண்டுவரப்பட்ட பிறகு விபச்சாரிகளின் எண்ணிக்கை குறைந்தது, நீக்கியவுடன் கூடியது. சட்டம் இருந்தபோது பல விபச்சாரிகள் தங்களை விபச்சாரிகள் என்று அறிமுகப்படுத்திக்கொள்ள மாட்டார்கள். மறைவு வாழ்க்கை வாழ்ந்தார்கள். 1953 மக்கள்தொகைக் கணக்கெடுப்பு அதிகாரி 1931-இல் விபச்சாரிகளின் எண்ணிக்கை 54,000-ஆக இருந்தது, 1951-இல் 28,000-ஆகக் குறைந்துவிட்டது என்று அறிவித்தார். ஆனால், இந்த எண்ணிக்கை வெளிப்படையாகத் தொழில்புரிந்தவர்களின் பதிவு. மேலும், நாட்டியக்காரிகள் என்று சொல்லிக்கொண்ட பல பெண்கள் உண்மையில் பரத்தையர்தான் என்று அந்த அதிகாரி கருதினார்.

பல பெண்கள் அதிகாரிகளிடமிருந்து வேறு வழிகளில் தப்பித்துக்கொண்டார்கள். மேலும், சிவப்பு விளக்குப் பகுதிகளில் தொழில்செய்தவர்களை அதிகாரிகளுக்கு நன்கு தெரியும். பம்பாய், கல்கத்தா போன்ற நகரங்களில் விவரமான பதிவேடுகள் வைத்திருந்தார்கள். அதில் எல்லா விவரங்களும் இருக்கும். எனவே, கடுமையான சட்டங்கள் வந்தபோது பல பெண்கள் சிவப்பு விளக்குப் பகுதிகளை விட்டு வெளியே போய்விட்டார்கள்.

SITA-வைக் கொண்டுவந்தவர்கள் இப்படிப்பட்ட எதிர்பாராத விளைவுகளால் கவலையடைந்தார்கள். SITA நடைமுறைக்கு வந்த ஆறு மாதங்களுக்குப் பிறகு உள்துறை அமைச்சருக்கு ASMH-இன் தலைவி ஒரு கடிதம் எழுதினார். அதில், சட்டம் பாலியல் தொழில் செய்பவர்களிடம் அச்சத்தை ஏற்படுத்திவிட்டது என்றும், தில்லியின் சிவப்பு விளக்குப் பகுதியிலிருந்து விபச்சாரிகள் வெளியேற்றப்பட்டதால் நன்மைகள் ஏற்பட்டிருக்கின்றன என்றும் குறிப்பிட்டார். ஆனால், SITA-இன்கீழ் அடிக்கடி வழக்கு பதியப்பட்டதால், பல பெண்கள் பயந்துபோய் தங்கள் இருப்பிடங்களை வேறு இடங்களுக்கு மாற்றிக்கொண்டுவிட்டார்கள். இதனால், காவல் துறையினருக்கு நகரெங்கும் பரவியிருக்கும் பரத்தையரைத் தேடி அடையாளம் கண்டுபிடிப்பது கடினமாக ஆயிற்று. பல பெண்களுக்கு வேறு

தொழில் எதுவும் தெரியாததால் விபச்சாரத்தை விட முடியாமல் பிழைப்புக்காகக் கடின முயற்சிகள் மேற்கொள்ள வேண்டியிருந்தது. கல்கத்தாவில் மரியாதைக்குரிய மக்கள் குடியிருக்கும் பகுதிகளுக்கு, SITA-வுக்குப் பிறகு விபச்சாரிகள் வருவது அதிகமாகிவிட்டது என்று மக்கள் புகாரளித்தார்கள். குடியிருப்புப் பகுதிகளுக்கும் கெட்ட பெயர் வந்துவிட்டது என்று சட்ட அமைச்சர் அசோக் சென் தெரிவித்தார்.

குலாம் அப்பாஸ் தனது சிறுகதை ஒன்றில் நகரசபையால் வெளியேற்றப்பட்ட பரத்தையர் நகரத்துக்கு வெளியே தொழில்செய்ததால், நகரத்திலிருந்து கடைக்காரர்கள் முதல் மதத் தலைவர்கள்வரை அங்கே போய்விட்டார்கள் என்றும், இப்போது புதிய நகரத்தின் மையமாக விபச்சார விடுதிகள் ஆகிவிட்டன என்றும் எழுதினார்.

விபச்சாரிகள் அரசுக்குச் செய்த நேரடி விண்ணப்பங்களால் அதிகப் பயனில்லை. அவர்கள் கருணைகாட்ட வேண்டுமென்றோ விதிவிலக்கு தர வேண்டுமென்றோ கேட்டார்கள். அவர்களது உரிமையை நிலைநாட்ட முயலவில்லை. பத்தொன்பதாம் இருபதாம் நூற்றாண்டுகளில் தனியாரின் மனுக்களாகவே அவை இருந்தன. ஏழ்மையால் படும் துன்பங்களிலிருந்து விடுபட விதிவிலக்கு அளிக்குமாறு அவர்கள் வேண்டினார்கள். அப்போது, வரி செலுத்துபவர்கள்தான் தேர்தலில் வாக்களிக்க முடியும். விபச்சாரிகள் வரி செலுத்தினார்கள். ஆகவே, வாக்கு அளிக்கத் தகுதியுள்ள பெண்களில் விபச்சாரிகளும் அடங்குவர். லக்னோ போன்ற நகரங்களில் அவர்கள் புறநகரப் பகுதிகளில் தனியாக இருந்தார்கள். அரசியலில் தாக்கம் ஏற்படுத்தக்கூடிய குழுக்களாக இருந்தார்கள். ஆனால், விடுதலைப் போராட்டக் காலத்தில் இது குறைந்துவிட்டது.

வகைப்படுத்தலும் எதிர்ப்பும்

சில பரத்தையர் தங்களை வெளியில் அரசு அலுவலர்களுக்குத் தெரியாமல் பார்த்துக்கொண்டார்கள். வேறு சிலர் அதை எதிர்த்து, பரத்தையர் என்ற வரையறைக்குள் வர மாட்டோம் என்று தங்களைச் சொல்லிக்கொண்டார்கள். பதினெட்டாம் நூற்றாண்டில் பம்பாய் விபச்சாரிகள் பதிவுசெய்வதைத் தவிர்ப்பதற்காகத் தங்களை மணமானவர்கள் என்று

சொன்னார்கள். பம்பாயில் தொற்றுநோய்கள் சட்டம் நடைமுறைக்கு வருவதற்கு முன்னர் விபச்சாரத்தில் ஈடுபட்ட நானூறு பெண்கள் மணம்புரிந்துகொண்டார்கள். அதுபோல 1920-களில், சிவப்பு விளக்குப் பகுதிகளிலிருந்து விபச்சாரிகளை தில்லி நகரசபை வெறியேற்றியபோது பல பேர் பாலுறவுக்காகப் பணம் வாங்கினாலும் தங்களைச் சட்டப்படி பொது விபச்சாரிகள் என்று கூற முடியாது என்றார்கள். இங்கே முக்கியமான சொற்றொடர் 'பொது விபச்சாரி' என்பது.

இது தொடர்பான வழக்குகள் உரிமையியல் (சிவில்) நீதிமன்றங்களுக்கு வந்தன. அங்கே சில வழக்குகள் வெற்றிபெற்றன. லாகூர் உயர் நீதிமன்றம் உடலை விற்றுச் சம்பாதிக்கும் பெண்களுக்கு விபச்சாரத் தடுப்புச் சட்டத்திலிருந்து விதிவிலக்கு தரலாம் என்று தீர்ப்பளித்தது. அவர்கள் பொது விபச்சாரிகள் என்றால் மட்டுமே, அதாவது அவர்கள் பொதுமக்களுக்குத் தாராளமாக எப்போதும் கிடைப்பார்கள் என்றால் மட்டுமே அது குற்றம் என்று நீதிமன்றம் கூறியது. ஆறு பெண்கள் தில்லியில் நகராட்சியின் வெளியேற்ற அறிவிப்பை எதிர்த்து வழக்கு தொடர்ந்தார்கள். மாவட்ட நீதிபதி அதைத் தள்ளுபடி செய்தார். ஆனால், உயர் நீதிமன்றம் விடுவித்தது. எடுத்துக்காட்டாக, பன்ஜி ஜாக் என்ற பெண் சாந்து லால் என்பவருடன் அவருடைய வைப்பாட்டியாக வசித்துவந்தார். அவருக்கு அவர் மாதம் ரூ.220 பராமரிப்புச் செலவுக்குக் கொடுத்தார். அந்தப் பெண் பல ஆண்டுகள் ஒருவருடனேயே இருந்துவந்தார். அவளை விபச்சாரி என்று சொல்ல முடியாது; அவள் விபச்சாரியாக இருக்கலாம், ஆனால் பொது விபச்சாரி என்று சொல்ல முடியாது என்று நீதிமன்றம் தீர்ப்பளித்தது.

அடுத்ததாக, நடனக்காரிகள் என்ற வகையினர் சட்டத்தின் முன்னர் குழப்ப நிலையில் இருந்தார்கள். விபச்சாரி என்பதற்கு ஐரோப்பியர்களின் கருத்தாக்கத்தை அடிப்படையாக இது கொண்டது. ஆகவே, பெரும்பாலான பெண்கள் தங்களது தந்தையின் வீட்டில் இல்லாவிட்டால் தங்களை விபச்சாரிகள் என்று அடையாளப்படுத்தினார்கள். நடனக்காரிகள், கோயில் நடனக்காரிகள், அரசவை தாசிகள் ஆகியோர் இதில் அடங்குவர். இவர்கள் கலைப் பாரம்பரியத்தை வளர்ப்பவர்கள். அதேசமயம், பிரபுக்களுடன் உடலுறவிலும் இருப்பார்கள். இந்தியத் தேசியவாதிகளுக்கு நாட்டியக்காரிகள் இக்கட்டான நிலையை

ஏற்படுத்தினார்கள். தேசியவாதிகளுக்கும் சீர்திருத்தவாதிகளுக்கும் இவர்கள் கழிசடையான சமூக அமைப்பின் பிரதிநிதிகளாகத் தோன்றினார்கள். நவீன இந்தியாவில் இது தூய்மைப்படுத்தப்பட வேண்டும். ஆனால், பாடுவதும் நடனமாடுவதும் புதிய மரியாதையான இடத்தைப் பெற்றன. இந்திய இசைக்கலையும் நடனமும் தேசியத் திட்டத்தின் பகுதிகளாக ஆயின. தொன்மையான மரபுகளைக் கண்டுபிடித்ததன் விளைவு இது. தாசி மரபில் வந்த கவுகர் ஜான், மதுரை சுப்புலட்சுமி ஆகிய பலரும் தேசியப் பண்பாட்டுப் பிரதிநிதிகளாக ஆயினர்.

விடுதலை பெற்ற இந்தியாவில், இசையும் நடனமும் செவ்வியல் மரபுகள் என்பதால் தேசியப் பண்பாட்டின் முக்கியக் கூறுகளாக ஆயின. 1950-களில் அலகாபாத் பரத்தையர் தங்களது சங்கத்துக்கு நடனப் பெண்கள் சங்கம் என்று பெயர்வைத்தது ஒரு வியூகம்தான். பல ஆண்டுகளாக, பாடகர் அல்லது நடனக்காரி வேலையை ஒரு விபச்சாரத் தொழிலாக நீதிமன்றங்கள் கருதவில்லை. பம்பாய், வங்க விபச்சாரத் தடுப்புச் சட்டங்கள், SITA ஆகியவற்றில் பர்பட்டி தாசி X பேரரசர் வழக்கு முக்கிய இடம்பெற்றிருந்தது. அப்போது விபச்சார வழக்குகளில் வாதாடும் வழக்கறிஞர் இந்த வழக்கு முக்கியமான சட்ட நூல்களில் இடம்பெற்றிருந்ததைக் குறிப்பிட்டுக்காட்டினார்.

எனினும், ஒரு பரத்தையையும் நடனக்காரியையும் வேறுபடுத்துவது குறிப்பிட்ட நீதிபதியின் கருத்தைப் பொறுத்தது. நகராட்சி வாரியம் X அஸ்காரி ஜான், பிஸ்மில்லா வழக்கில் அலகாபாத் உயர் நீதிமன்றத்தின் தீர்ப்பு முக்கிய முன்னுதாரணமாகக் கருதப்பட்டது. தொழில்முறை சார்ந்த ஒரு இசைக் கலைஞர் அல்லது நடனக்காரர் ஒன்றிரண்டு ஆண்களுடன் உறவுவைத்திருந்தால் அதைப் பொது விபச்சாரமாகக் கொள்ளக் கூடாது என்று தீர்ப்பளித்தது.

அஸ்காரி வழக்கைக் கூர்ந்து கவனித்தால் ஒரு பெண் தான் நடனக்காரி, பரத்தை அல்ல என்ற வாக்குவாதம் செய்வது கடினம். அஸ்காரி ஜான் என்ற பதினைந்து வயதுப் பெண் 1927 டிசம்பரில் தன்னை விபச்சாரச் சாதியைச் சார்ந்தவள் என்று அடையாளப்படுத்திக்கொண்டாள். தன்னுடைய வீட்டில் விபச்சாரத் தொழிலைச் செய்யக் கூடாது என்றும், மீறினால் சட்டப்படி நடவடிக்கை எடுக்கப்படும் என்றும் நகராட்சி அவளுக்கு எச்சரிக்கை விடுத்தது. நகராட்சிச் சட்டத்தின் துணைப் பிரிவை மீறுவதாக அவள் குற்றம்சாட்டப்பட்டாள். இந்தத்

துணைச் சட்டம் அவள் பிரதான சாலைகளின் அருகிலுள்ள வீடுகளில் தனது தொழிலைச் செய்யத் தடைசெய்தது. இந்தச் செய்தி, பறையடித்து மக்களுக்குத் தெரியப்படுத்தப்பட்டது.

அஸ்கரி ஜானும் அவளது தாயாரும் இந்தத் துணைச் சட்டம் தங்களைக் கட்டுப்படுத்தாது என்று வாதிட்டார்கள். ஏனென்றால், அவள் ஒரு நடனக்காரி, பாடகர்; பரத்தை இல்லை. வழக்கின் தொடக்கத்தில் அஸ்கரி ஜான் தான் ஒரு கன்னிப்பெண் என்று கூறிப் பல சாட்சிகளைக் கொண்டுவந்தாள். அவளுடைய வாக்குமூலத்துக்கு எதிர்வாக்குமூலங்கள் சாட்சிகளாகக் கொடுக்கப்பட்டன. அவள் பாலுறவு கொண்டிருந்தாள் என்று நகராட்சித் தரப்பில் சொல்லப்பட்டது. அஸ்கரி ஜான் தான் கன்னி என்று நிரூபிக்க மருத்துவப் பரிசோதனைக்கு உட்பட மறுத்துவிட்டாள். ஏனென்றால், வழக்கின்போது ஒருவரின் வைப்பாட்டியாக ஆகிக் கன்னித் தன்மையை இழந்துவிட்டதாக வாதாடினாள். வழக்கு மூன்று தளங்களில் விசாரணைக்கு வந்தது. ஒவ்வொரு நீதிமன்றமும் அஸ்கரி ஜானின் தொழில் பற்றி வெவ்வேறு முடிவுக்கு வந்தது.

விபச்சாரச் சாதியைச் சேர்ந்தவள் என்று அஸ்கரி ஜான் தன்னை அடையாளப்படுத்திக்கொண்டாள். அவளுடைய அம்மாவும் கடந்த காலங்களில் பொது விபச்சாரியாக இருந்ததாக ஒத்துக்கொண்டாள். அஸ்கரியின் சித்திமாரெல்லாம் இதே தொழில் செய்துவந்தார்கள். இவற்றைக் குறிப்பிட்ட கீழமை நீதிமன்றம் வாடகைக்காகப் பாலியல் உறவுகொள்வதை வாடிக்கையாகக் கொண்ட விபச்சாரிகள் பணத்துக்காகவும் அதிகப்படியான கவர்ச்சியைக் காட்டவும் பாட நடனமாடக் கற்றுக்கொண்டார்கள் என்றது. சில பெண்கள் இசை நடனம் மூலம் சம்பாதிப்பது அவர்களைப் பொது விபச்சாரிகளிடமிருந்து வேறுபடுத்தாது என்று மாவட்ட நீதிமன்றம் கூறியது.

மேல்முறையீடு செய்யப்பட்டது. அந்த நீதிமன்றம், ஜானுடைய முக்கிய வேலை விபச்சாரமா இசையும் நடனுமுமா என்தைச் சுற்றி விவாதம் இருந்ததைக் குறித்துக்கொண்டது. அஸ்கரி பாடவும் நடனமாடவும் செய்வாள் என்பதை நகராட்சி ஏற்றுக்கொண்டது. ஆனால், அவர்களது முக்கிய வேலை அது அல்ல என்று வாதிட்டது. ஆனால், அவளுடைய வழக்கறிஞர் அவள் ஒரு கலையை நடத்திக்காட்டுகிறாள் என்று வாதிட்டார். இதைத் தீர்மானிக்க நீதிமன்றம் ஒரு வல்லுநரை நியமித்தது. அவருக்கான

கட்டணத்தை அஸ்காரி கொடுக்க வேண்டும். அவர் அஸ்காரி பாடி நடனமாடுவதைப் பார்த்து நீதிமன்றத்தில் வாக்குமூலம் தர வேண்டும். உள்ளூர் வழக்கறிஞர் ஜிலானி என்பவர் வல்லுநராக இருக்க முன்வந்தார். அஸ்கரி ஜானின் இசை நிகழ்ச்சிக்கு ஏற்பாடு செய்தார். நிகழ்ச்சி நான்கு மணி நேரம் நடக்கும். அவள் பாடுவதை நகரத்தில் இசை மேதைகள் கேட்டு ஜிகானி முடிவெடுக்க உதவுவார்கள். நிகழ்ச்சிக்குப் பிறகு அஸ்கரி பரவாயில்லாத பாடகி என்றும், அந்தக் கலையில் பயிற்சிபெற்றவள் என்றும், அவளுடைய பாடல் நிகழ்ச்சியில் ஏழு சிறப்பு அம்சங்களைக் காண முடியும் என்றும் ஜிலானி குறிப்பிட்டார். மேலும், பொது விபச்சாரத்தில் ஈடுபடுவதைப் பழக்கமாகக் கொண்ட ஒரு பெண் இவ்வளவு இனிமையான குரலைக் கொண்டிருக்க முடியாது என்றார்.

ஆனால், ஜிலானி தான் ஒரு வல்லுநர் என்று சொல்லிக்கொண்டது சந்தேகத்துக்கு இடமானதாக இருந்தது. அவர் பயிற்சிபெற்ற இசைக் கலைஞர் அல்ல. அவர் பன்னிரண்டு ஆண்டுகளாக நடனக்காரிகளின் நிகழ்ச்சிகளைப் பார்த்துவந்திருக்கிறார். அலிகார் நகராட்சி வாரியம் பரத்தையர்கள் வீட்டைப் பார்வையிடப் பணி அளித்திருந்தது. அவருக்குப் பல பொதுப் பரத்தையரின் வாழ்க்கைமுறை நன்றாகத் தெரிந்திருந்தது என்று கூறினார். கணக்குவழக்கு பார்க்க அமைக்கப்பட்டிருந்த குழுவை அமைக்கலாம் என்ற குடிமை நடைமுறை விதிப்படி இந்தக் குழு அமைக்கப்பட்டது குறித்து உயர் நீதிமன்றம் கடுமையாக விமர்சித்தது. ஒரு பெண் பாடுவதை ஒரு ஆண் கேட்டு அவள் இசையில் திறமையுள்ளவளா என்று பார்க்க மட்டுமல்லாமல், அவளுடைய இசைத் திறமையைக் கொண்டு அவள் தொழில் என்ன என்று முடிவெடுக்கவும் அவருக்கு உரிமை அளிக்கப்பட்டது நீதிமன்றத்தின் கண்டனத்துக்கு உள்ளாயிற்று.

அலகாபாத் உயர் நீதிமன்றம் ஜிலானியின் சாட்சியத்தை ஏற்றுக்கொள்ளவில்லை. அதற்குப் பதிலாக, பொது விபச்சாரி என்று வகைப்படுத்துவதை எடுத்துக்கொண்டது. உயர் நீதிமன்றத்தின் கருத்துப்படி, பொது விபச்சாரி என்பவள் பணத்துக்காகத் தனது உடலைப் பாலுறவுக்குத் தருபவள், வெளிப்படையாக விளம்பரப்படுத்துபவள். வாய்மொழியாலும் நடத்தையாலும் தனது தொழிலை வெளிப்படுத்துபவள். அப்படிப்பட்ட பெண், மக்களைக் கவர பால்கனியிலோ தெருவிலோ இருந்து தனது உடலைக் காட்டிக்கொள்வாள். ஒரு பெண் தனது குடும்பத்துடன் இருக்கும்

அல்லது முதலீடு செய்திருக்கும் ஒரு இடத்தை விட்டுப்போகச் சொல்வதற்கு முன்னர் அவள் நடத்தைகெட்டவள் என்பதற்கு அதிக அளவு ஆதாரம் வேண்டும் என்று உயர் நீதிமன்றம் தீர்ப்பளித்தது. மேலும், அஸ்காரியின் புரவலராக ஒரு ஆள் இருந்ததைக் குறிப்பிட்டு இப்படிப்பட்ட நெருக்கமான உறவு நீண்டகாலம் இருக்கக்கூடியதாக இருக்கலாம் என்று கருதியது. இவ்வாறு அவள் ஒரு பொது விபச்சாரி என்று கொள்ள முடியாது என்றது.

சட்டங்களால் பாதிக்கப்படுவதிலிருந்து தப்பிக்க முடிந்தாலும் தப்பிக்கும் வழி ஓரளவு வசதி படைத்த பெண்களுக்கே கிடைத்தது என்று அஸ்காரியின் வழக்கு அடிக்கோடிட்டுக் காட்டியது. சிவில் வழக்கு அதிக நாட்கள் எடுக்கும். பல தடைகளும் இருக்கும். தில்லி வழக்கு ஐந்து ஆண்டுகள் இழுத்தது. அஸ்காரி ஜான் வழக்கில் முடிவுவர நான்கு ஆண்டுகள் ஆயின. இப்படிப்பட்ட இழுத்தடிக்கப்படும் வழக்கைப் பணக்காரப் பெண்கள்தான் தாங்கிக்கொள்ள முடியும்.

பரத்தை என்று வகைப்படுத்தப்பட்டதை எதிர்த்துத் தொடரப்பட்ட வழக்குகள் பெரும்பாலும் வெற்றிபெற்றன. எனினும், விபச்சாரிகளை வகுப்புவாரியாக வேறுபடுத்துவதன் அடிப்படையில் இந்த உத்தி இருந்தது. இதிலிருந்து தப்பிக்க ஒரு பெண் தான் ஒரு ஆளுக்கு மட்டும் வைப்பாட்டி என்று நிரூபிக்க வேண்டும். மேலும், மேல்தட்டு ஆண்களின் பாலுறவு வாழ்க்கையில் நகரசபைகள் தலையிடுவதில்லை.

அடுத்து, நீதிமன்றம் ஒரு தனியாளின் சொத்துரிமைகளில் தலையிடுவதற்குத் தயங்கியது. மிகவும் கீழான நடத்தைகெட்ட பெண்கள் என்று நகரசபை நிரூபிக்க வேண்டும். இல்லையென்றால் வீட்டுக்குச் சென்று, முதலீடு செய்த பெண்ணை வெளியேற்ற முடியாது. இவ்வாறு வகைப்படுத்துவது பணக்காரப் பரத்தையருக்கு வசதியாக இருந்தது. அதுபோலவே பரத்தையர் சாதிக்காரர்களும் சட்டங்களிலிருந்து தப்பிக்க முடிந்தது. சட்டத்துக்கு நீதிமன்றம் அளித்த விளக்கமானது உயர்ந்தவர்கள், தாழ்ந்தவர்கள் என்ற பாகுபாட்டை அதிகப்படுத்திற்று.

பரத்தை ஒரு குடிமகள்:
பழைய கதையாடல்களைத் தகர்த்தல்

சமரசப் பேச்சுகள் பழைய வழிமுறைகளாக இருந்திருக்கலாம், ஆனால் ஹஸ்னாவும் அவளுடைய வழக்கறிஞர்களும் முற்றிலும் புரட்சிகரமான வழிகளில் இறங்கினார்கள். வழக்கமாக, விபச்சாரிகள் அதிகாரிகளிடமிருந்து தப்ப மறைந்து வாழ்வார்கள். ஆனால், ஹஸ்னா பாய் நேர்மாறாகத் தன்னை அடையாளப்படுத்திக்கொண்டாள். நீதிப் பேராணை மனு பொதுவாக அனைவருக்கும் வழக்கைத் தொல்லைப்படுத்திவிடும். ஹஸ்னாவின் வழக்கு தேசிய ஊடகங்களில் பரவலாகப் பேசப்பட்டது. ஹஸ்னா பாய் பிரதிவாதிகளாக மைய அரசு, உத்தரப் பிரதேச அரசு, அலகாபாத் மாவட்ட நீதிபதி, ஹஸ்னா பாயின் வீட்டுச் சொந்தக்காரர்கள், வேறு தனிப்பட்ட ஆட்கள் ஆகியோரைக் காட்டியிருந்தார். எனவே, நீதிமன்ற நடவடிக்கைகள் தில்லியின் உள்துறை அமைச்சகம், மாநில அரசு, ஹஸ்னா பாய் வசித்த நகராட்சி ஆகியவற்றைப் பதில்சொல்லவைத்தன.

மேலும், மற்ற விபச்சாரிகள்போல் இல்லாமல், அரசமைப்புச் சட்டத்தில் ஹஸ்னா நிவாரணம் தேடினாள்; சட்டத்தின் அடிப்படைகளையே கேள்விகேட்டாள். குற்றவாளிகள் என்று வகைப்படுத்தியது மற்ற பெண்கள் அவர்களுக்குப் பொருந்தாது என்று வாதிட்டார்கள். ஆனால், ஹஸ்னா இப்படி வகைப்படுத்தியதே தவறு என்று வாதிட்டாள். அவளது தொழிலை அவள் செய்யத் தனக்கு உரிமை என்று வாதாடினாள். அரசமைப்புச் சட்டம் அவளுக்கு அதற்கு உத்தரவாதம் வழங்கியிருக்கிறது. பரத்தமைத் தொழில் பாரம்பரியத் தொழில் என்றாள்; அதுதான் தனது வாழ்வாதாரம் என்று வாதிட்டாள். சட்டத்திலிருந்து தனக்கு விதிவிலக்கு கேட்காமல் தனது வகுப்பினருக்காக உரிமை கேட்டாள்.

ஹஸ்னா பாய் தனது தொழிலை வெளிப்படையாக அறிவித்தது சட்ட ஆலோசனையின் பேரில்தான். 1956-இல் ஆக்ராவில் வெளியேற்ற எச்சரிக்கையை நகராட்சி கொடுத்தது. சில பகுதிகளில் பொது விபச்சாரிகள் இருப்பதைத் தவிர்க்க முயன்றது. அப்போது கிரிமினல் நடவடிக்கைகள் எடுக்க முடியும். குற்ற வழக்கில் பெண்கள் தாங்கள் பாடகர்கள் என்றும் பொது விபச்சாரிகள் இல்லை என்றும் வாதிட்டார்கள். அவர்களது வழக்கறிஞர்

அலகாபாத் நீதிமன்றத்தில் நீதிப் பேராணை மனு கொடுத்தார். பிரிவு 226-இன்கீழ் துணைச் சட்டம் அவரது சட்சிக்காரரின் தொழில்செய்யும் உரிமைகளைப் பறிப்பதாகவும் அது அரசமைப்புச் சட்டத்துக்கு விரோதமானது என்றும் வாதிட்டார். ஆனால், இந்தப் பெண்கள் அவர்கள் பொது விபச்சாரிகள் இல்லை என்று சொன்னால் துணைச் சட்டத்தை நீதிமன்றத்தில் கேள்விகேட்க முடியாது என்பதால் வழக்கைத் தள்ளுபடி செய்தது. ஒரு குற்ற வழக்கில் அவர்கள் பரத்தையர் என்பதை மறுக்க முடியாத நிலையில் பரத்தையர் என்ற உரிமை பறிக்கப்படுகிறது என்ற சட்டத்தை அரசமைப்புச் சட்டத்தின் பெயரால் எதிர்க்க முடியாது. இவ்வாறு விபச்சார எதிர்ப்புச் சட்டத்தை எதிர்த்து வழக்காட, தான் ஒரு பரத்தை என்று அறிவிக்க வேண்டியிருந்தது.

மேலும், ஹஸ்னா பாய் தான் உழைக்கும் குடிமகள் என்று கூறிப் பொருளாதார உரிமைகளைக் கேட்டாள். தனது வீட்டுக்கு உணவு தர மட்டுமே சம்பாதிக்க வேண்டியிருந்தது என்றாள். அவளது ஒன்றுவிட்ட சகோதரியும் இரண்டு தம்பிமாரும் அவளை நம்பியே இருந்தார்கள். அவளுக்கு வாழ்வாதாரம் விபச்சாரம்தான் என்றும் அவளுக்குத் திருமணம் செய்ய வாய்ப்பு இல்லை என்றும் கூறி SITA தன்னையும் தனது குடும்பத்தையும் வறுமையில் தள்ளி, அரசமைப்புச் சட்டம் தந்திருந்த நலத்திட்ட அரசு என்ற இலக்கைத் தோற்கடித்துவிடும் என்றாள். எனவே, சட்டம்தான் தன்னை ஒன்றுக்கும் பயனற்ற குடிமகளாக ஆக்கி அரசாங்கத்துக்குச் சுமையாக ஆக்கிவிட்டது என்றாள். பரத்தமைத் தொழில் எந்தப் பயனும் தராத வேலை என்ற கருத்தையும் எதிர்த்தாள்.

ஒரு பரத்தை ஆட்களாலோ பொருளாதாரக் காரணங்களுக்காகவோ கட்டாயமாக அந்தத் தொழிலுக்குத் தள்ளப்படும் விவரத்தை ஹஸ்னா பாய் வழக்கு மறுத்தது. அவளுடைய மனுவை அவளுடைய உண்மை நிலையைப் பிரதிபலிக்கும் ஒன்றாகப் பார்க்கும்போது, கவனத்துடன் இருக்க வேண்டும். எனினும், அது தானாக விரும்பி வேலைபார்க்கும் பாலியல் தொழிலாளி என்று சொல்லும் பெண்களை எப்படிச் சமாளிப்பது என்ற பிரச்சினையை அரசாங்கத்துக்குத் தந்தது. பத்தாண்டுகளுக்குப் பின்னர் வந்த பெண்ணிய நிலைப்பாட்டை அப்போதே சொன்ன வாதம் அது.

இறுதியாக, ஹஸ்னா பாய் நீதிப் பேராணை மனு கொடுக்கக் குறைந்த அளவு கட்டணம் செலுத்த வேண்டும். சிவில்

வழக்காக இருந்திருந்தால் அதிகம் செலவாகியிருக்கும். மேலும், ஹஸ்னா பாயின் மனு நேரடியாக உச்ச நீதிமன்றத்துக்கு வந்து, முடிவும் இரண்டே வாரங்களில் சொல்லப்பட்டது. சிவில் வழக்காக இருந்திருந்தால் ஐந்தாறு ஆண்டுகளாவது ஆகியிருக்கும். உயர் நீதிமன்றங்களில் கொண்டுவந்த பரத்தையரின் நீதிப் பேராணை மனுக்கள் அதிகபட்சம் ஓராண்டுக்குள் முடித்துவைக்கப்பட்டன. இவ்வாறு, பல வகைகளில் விபச்சாரிகள் மனு செய்ய வழி இருந்ததும் வழக்குகளின் முடிவுகளும், அரசு அதிகார வட்டாரங்களிலும் சமூக அமைப்புகளிலும் பதற்றத்தை ஏற்படுத்தின.

ஹஸ்னா பாயின் வழக்கறிஞர்கள் இரண்டு வழிகளில் நிவாரணம் நாடினார்கள். முதலாவது, SITA-வின் பல பிரிவுகள் அவள் தனது தொழிலைச் செய்யத் தேவையற்ற கட்டுப்பாடுகளை விதிக்கின்றன என்று வாதிட்டார்கள். இரண்டாவதாக, SITA-வின் பிரிவு 20, சந்தேகத்துக்கு உள்ளான பெண்ணை வெளியேற்றுவதற்கு நீதிபதிக்கு அளவற்ற அதிகாரம் தந்திருக்கிறது என்றார்கள். இவை இரண்டும் அடுத்த பிரிவுகளில் ஆராயப்படும்.

உலகின் மிகப் பழமையான தொழிலை நடத்தும் உரிமை

ஹஸ்னா பாயின் முதலாவது கோரிக்கை, அவளது தொழிலை நடத்தும் அரசமைப்புச் சட்ட உரிமையை SITA மீறிவிட்டது என்பதாகும். அரசமைப்புச் சட்டம் ஒருவர் தனது தொழிலைச் செய்ய அடிப்படை உரிமையை அவருக்கு அளிக்கிறது. ஆகவே, எந்த அதிகாரமும் ஒரு விபச்சாரி தனது தொழிலைச் செய்வதைத் தடுக்க முடியாது. தடுத்தால் அது அவளுடைய அடிப்படை உரிமையை மறுப்பதாக ஆகும். SITA-வை வகுத்தவர்கள் இதை வேறு வகையில் கையாண்டார்கள். விபச்சாரத் தொழிலை ஒரு பெண் செய்யலாம். ஆனால், பொது ஒழுக்கத்தைக் கெடுக்கக் கூடாது. அதேசமயம், விபச்சாரத்தை நடத்துவதை ஆதரிக்கும் எதுவும் குற்றமாகக் கருதப்படும்.

ஆனால், ஹஸ்னா பாயின் புகார் வேறாக இருந்தது. நடைமுறையில் SITA அறிவுக்குப் பொருத்தமில்லாத கட்டுப்பாடுகளைச் சுமத்தி அவள் தனது வேலையைச் செய்யவிடாமல் சட்டவிரோதமாகத் தடுக்கிறது என்றாள். விபச்சாரத்தை ஒரு தொழிலாகக் கருத முடியுமா என்பதை அலகாபாத் உயர் நீதிமன்றம் முதலில் ஆராய

வேண்டியிருந்தது. நெடுங்காலமாக எல்லா நாடுகளிலும் விபச்சாரம் ஒரு தொழிலாக இருந்துவந்திருக்கிறது என்பதை நீதியரசர் சகாய் கருத்தில் எடுத்துக்கொண்டார். அவர்கள் விபச்சாரத்தின் தொடக்கக் காலத்தைப் பற்றிக் குறிப்பிடுவது எல்லா நூல்களிலும் காணப்பட்டது. விபச்சாரி கேடுகெட்ட, ஆனால் முக்கியமான பங்கை வகித்துவந்திருக்கிறாள் என்று காட்டியது. ஆனால், விபச்சாரம் கீழ்த்தரமான பழக்கங்களால் வந்தது. அதைத் தூக்கியெறிய வேண்டும் என்று கமலாதேவி சட்டோபாத்தியா போன்றவர்கள் வாதிட்டார்கள். எனினும், விபச்சாரம் ஒரு சமூகப் பிரச்சினை. அதில் ஒரு பெண்ணின் சுயவுரிமைக்கு இடமில்லை என்பது ஏற்றுக்கொள்ளப்பட்டது.

இதற்கு நேர்மாறாக, பல பரத்தையர் தங்களைத் தொழில் செய்வோர்கள் என்றும், விபச்சாரம் தங்களது தொழில் என்றும் கருதினார்கள். இதற்குப் பயன்படுத்தும் பல மொழிகளில் உள்ள சொற்கள் 'தொழில்' என்றே பொருள் தரக்கூடியவை. ஆலோசனைக் குழு இரண்டு வகையைச் சேர்ந்த விபச்சாரிகள் அவர்களது தொழிலை அவமானகரமானதாகக் கருதவில்லை என்றது; அதைச் சட்டபூர்வமானது என்றே கருதினார்கள். முதல் வகை, பாரம்பரியமாக விபச்சாரத் தொழில் செய்பவர்கள். பெண்கள் பரம்பரை பரம்பரையாக விபச்சாரத்தைத் தொழிலாக நடத்திக் குடும்பத்தைக் காப்பாற்றுவார்கள். ஆண்கள் தரகர்களாகவோ, இசைக் கலைஞர்களாகவோ இருப்பார்கள். கோமடைய மார்ந்தர், கொலட்டிகள், பாசவி, கோயி, பீடியாக்கள் ஆகியோர் இந்தக் குலத்தைச் சேர்ந்தவர்கள். இரண்டாவது வகை, தேவதாசிகள். இளவயதிலேயே கோயிலுக்கு நேர்ந்துவிடப்பட்டவர்கள். பாலுறவுக்கு உள்ளூர் பணக்காரர்களுக்குக் கிடைப்பார்கள்.

பெரும்பாலான பரத்தையருக்குப் பல திறன்கள் இருந்தன. அவர்களது ஆடல் பாடல் திறன்களை மற்றவர்கள் பார்க்க வேண்டுமென்று விரும்புவார்கள். *ASMH* குழு நடத்திய நேர்காணலின்போது விபச்சாரிகள் இதையே தெரிவித்தார்கள். அவர்களிடம் பல கேள்விகள் கேட்கப்பட்டபோதும் அவர்கள் திறமைகள் பற்றிச் சொல்லவே அதிகம் விரும்பினார்கள். பல விபச்சாரிகள் ஒரு குடும்பத்தில் அல்லது குலத்தில் பிறந்ததாலேயே இந்தத் தொழிலுக்கு வந்தவர்கள். கான்பூரில் 24 சதவீத விபச்சாரிகள் விபச்சாரக் குடும்பங்களிலிருந்து வந்தவர்கள்.

நீதிபதிகளுக்கும் பிற அரசு அலுவலர்களுக்கும் அவர்களைப் பாடகர்கள் என்றும் நடனக்காரிகள் என்றும் ஏற்பதில் சிரமம் இருக்கவில்லை. அவர்களில் பலர் இசையிலும் நடனத்திலும் கடுமையான பயிற்சி பெற்றவர்கள். மேலும், அவர்கள் பெரிய குடும்பங்களைத் தாக்கிவந்தார்கள். ஆனால், கீழ்நிலை விபச்சார விடுதிகளில் இருந்த விபச்சாரிகளுக்கு கலைகளில் பயிற்சி இருக்காது. அவர்கள் விஷயத்தில் என்ன செய்வதென்று சமூகப் பணியாளர்களுக்கும் அரசு அதிகாரிகளுக்கும் தெரியவில்லை. பாடவும் நடனமாடவும் தெரியாத விபச்சாரிகள் கிராமத்தில் போய்க் கஷ்டப்படுவதைவிட விபச்சார விடுதி மேல் என்று சொன்னதாக ராமா ராவ் சீமாட்டி எழுதுகிறார். அங்கு பொழுதுபோக்கு இருக்காது, ஒரு நாளைக்கு ஒருசில அணாக்கள்தான் கிடைக்கும். கடினமான உழைப்பு. ஆனால், இங்கே நகர வாழ்க்கை. ஒரு மாதத்துக்கு ஆயிரம் ரூபாய்கூடக் கிடைக்கும். தன்னுடைய தம்பிமாரைப் பள்ளிக்கு அனுப்ப முடிந்தது என்று ஒரு பெண் சொன்னாள். இவர்களுடைய வாதங்களுக்கு என்ன பதில் சொல்வதென்று தெரியவில்லை என்றார் அந்தச் சீமாட்டி. *ASMH* குழு பல்வேறு வகையான விபச்சாரிகளின் வருமானம் குறித்து ஆராய்ந்தது.

ஹஸ்னா கூட்டுக் குடும்பத்தில் வசித்துவந்தாள். அவளுடைய ஒன்றுவிட்ட சகோதரி ஷாமாவும் ஒரு பரத்தைதான். எனவே, *SITA*-வின்படி அவளது வீடு ஒரு விபச்சார விடுதியாகக் கருதப்பட்டது. தில்லி விபச்சாரிகள் இருவரின் மனுவிலும் விபச்சார விடுதி என்பதற்கான விளக்கம் பலவற்றை உள்ளடக்கியது என்று வாதிட்டார்கள். அதன்படி விபச்சாரிகளுக்கு இடையேயும், உறவினர்கள், நண்பர்களுடனும் எந்தத் தொடர்பும் இருக்கக் கூடாது. வயதுவந்த பிள்ளைகளோடும் இருக்கக் கூடாது. கான்பூரில் பெரும்பாலான விபச்சாரிகள் ஒரு அறையில் மூன்று நான்கு பேர் சேர்ந்திருந்தார்கள். சட்டத்திலிருந்து தப்பிக்க அறையைத் தட்டிவைத்து மறைத்துச் சிற்றறைகளாக மாற்றிக்கொண்டார்கள். அப்போது அதை விபச்சார விடுதி என்று சொல்ல முடியாது.

SITA-வின் பிரிவு *4(2)(a)*-இன்படி விபச்சாரத்தால் கிடைக்கும் வருமானத்தில் வாழ்வது சட்டப்படிக் குற்றம். பதினெட்டு வயதுக்கு மேற்பட்ட யாரும் ஒரு விபச்சாரியின் வருமானத்தில் வாழ்ந்தால் அவருக்கு இரண்டாண்டு சிறைத்தண்டனையும் ஆயிரம் ரூபாய் அபராதமும் விதிக்கப்படும். விபச்சாரியின்

வருமானத்தில் வாழக்கூடிய தரகர்கள் முதலானவர்களையும் அந்த விதி அடையாளம் காட்டியது. தரகர்கள், விடுதியை நடத்துபவர்கள், பெண்களை விபச்சாரத்துக்குள் புகுத்தியவர்கள் ஆகியோரைத் தண்டிப்பதற்கு இந்தப் பிரிவு ஏற்படுத்தப்பட்டது. ஆனால், விபச்சாரிகளின் பெற்றோர்கள், சகோதர, சகோதரிகள் ஆகியோரும் இதில் அடங்குவர். ஒரு விபச்சாரி தன்னுடைய குடும்பத்தோடோ நண்பர்களோடோ வசித்தாலும் அவர்களும் குற்றவாளிகளாகக் கருதப்படுவார்கள்.

SITA முதல் வரைவில் விபச்சாரியின் தாயாருக்கு அவர் நோயுற்றிருந்தாலோ, அறுபது வயதுக்கு மேற்பட்டவராக இருந்தாலோ விதிவிலக்கு தந்திருந்தது. இருபத்தோரு வயதுக்குக் கீழுள்ள குழந்தைகளுக்கும் விதிவிலக்கு இருந்தது. ஆனால், தாயாருக்கு அளிக்கப்பட்டிருந்த விதிவிலக்கு நீக்கப்பட வேண்டும் என்றும், குழந்தைகள் பதினெட்டு வயதுக்குள் வேண்டும் என்றும் உள்துறை அமைச்சகம் மாற்றுமாறு ராமராவ் சீமாட்டி செய்தார். ASMH குழு ஆய்வுசெய்த பல விபச்சார விடுதிகளில் பல கிழவிகள் இருப்பதைப் பார்த்தார்கள். கிழவிகள் உறவினர்கள் என்று கூறிக்கொண்டார்கள்; மருத்துவரிடம் அழைத்துச்செல்வது போன்ற வேலைகளில் உதவ இருந்தார்கள் என்று அவர்கள் சொல்லப்பட்டாலும் உண்மையில் அவர்கள்தான் விடுதிகளை நடத்துபவர்கள் என்றும், விபச்சாரிகளை அட்டைபோல உறிஞ்சுபவர்கள் என்றும் குழுவினர் நினைத்தார்கள்.

விபச்சாரம் வீட்டுக்கு வெளியில் நடக்கும் ஒரு செயல்பாடு என்று பார்க்கப்படுகிறது. ஆனால், ஒரு வீட்டில் இருக்கும் அன்பு, கடமை, ஆதிக்கம் என்ற கட்டமைப்பு விபச்சார விடுதிகளிலும் இருந்தது. விபச்சாரத் தொழில்செய்யும் பல பெண்கள் கூட்டுக் குடும்பங்களில் வாழ்ந்தார்கள். அவர்கள் தங்களது குழந்தைகளுக்கு ஆதரவாக இருந்தார்கள்; குடும்பத்தைப் பராமரித்தார்கள். அதேசமயம், அவர்களது கிராமங்களுக்கும் பணம் அனுப்பிவந்தார்கள். மூன்றில் ஒரு பங்கு பம்பாய் பரத்தையர் மாதத்துக்கு இருபது ரூபாய் வீடுகளுக்கு அனுப்பிவந்தார்கள். பல இடங்களில் விடுதி நடத்துபவருக்கு அவர்களது வருமானத்தில் பாதியைக் 'கமிஷ'னாகக் கொடுத்தார்கள்.

பிரிவு 4 (2) (a) அறிவுக்கு ஏற்க முடியாத கட்டுப்பாடுகளை விதித்து ஹஸ்னா பாய் தனது வேலையைச் செய்யவிடாமல் செய்கிறது என்பதை நீதியரசர் சகாய் ஏற்றுக்கொண்டார். தங்கள் பெற்றோர்

அல்லது உறவினர்களுடன் இருக்கும் பரத்தையர் நூற்றுக்கணக்கில் இருப்பார்கள் என்பதையும், அவர்கள் வீட்டுவேலைகளைப் பகிர்ந்துகொண்டார்கள் என்பதையும், அவர்கள் அந்தப் பெண்கள் தொழிலைச் செய்ய ஊக்கமோ ஆதரவோ தருவதில்லை என்பதையும் ஏற்றுக்கொண்டார். சந்தேகத்துக்கு இடமில்லாமல் குடும்ப உறுப்பினர்கள் விபச்சாரத் தொழில்செய்கிறவரின் சம்பாத்தியத்தில் வாழ்கிறார்கள் என்று நிரூபித்தாலொழிய, அவர்கள் மேல் குற்றம் சுமத்துவது தவறு என்று நீதிபதி தீர்ப்பளித்தார். எனவே, இந்தச் சட்டத்தின் உட்பிரிவு பெண்களின் ஒழுக்கக்கேட்டைத் தடுக்க எந்த வகையிலும் உதவாது என்பது அவரது கருத்து.

தீர்ப்பின் இந்தப் பகுதியானது தில்லியில் அதிர்ச்சியை ஏற்படுத்திற்று. விபச்சாரம் ஒரு தொழில் என்றும், ஆகவே அதைத் தடுக்க முடியாது என்றும், அதைக் கட்டுப்படுத்தத்தான் முடியும் என்றும் தீர்ப்பு கூறியது பற்றி சட்ட அமைச்சர் கவலை தெரிவித்தார். சட்டப்படி பின்பற்றப்படும் வணிகர்களுக்கும், சட்டப்படி குற்றம் இல்லாவிட்டாலும் பொதுக் கொள்கைக்கு எதிராக இருக்கும் வணிகர்களுக்கும் இடையில் வித்தியாசம் காண முடியுமா என்று சட்ட ஆலோசகர்களைக் கேட்டார்.

உரிமையின் இடவரைவியல்:
வெளியேற்றலும் இயக்கத்துக்கான உரிமையும்

ஹஸ்னா பாய் SITA-வின் பிரிவு 20-ஐ எதிர்த்தார். அந்தப் பிரிவு விபச்சாரம் என்ற தொழிலுக்கே முடிவுகட்டுகிறது என்று ஒரு சட்ட வல்லுநர் கருதினார். ஒரு பெண் விபச்சாரி என்ற செய்தி கிடைத்தால் அவளை ஒரு மாவட்ட நீதிபதி அவருடைய அதிகாரப் பகுதியிலிருந்து வெளியேற்ற அதிகாரம் அளித்தது. நீதிமன்ற ஆணைக்கு அவள் கட்டுப்படாவிட்டால் அவளுக்கும் அவரை மறைத்துவந்தவர்களுக்கும் அதிகமான அபராதம் விதிக்கப்பட்டது.

பத்தொன்பதாம் நூற்றாண்டிலிருந்து விபச்சாரிகள் ஒரு இடத்திலிருந்து இன்னொரு இடத்துக்குப் போவது அரசின் தீவிரக் கண்காணிப்புக்கு உட்பட்டிருந்தது. பால்வினை நோயைத் தடுப்பது அதன் நோக்கம். காலனிய அரசு சுத்தம், சுகாதாரம் ஆகிய விவரங்களில் இடம் பற்றிய பெரும் கவனம் செலுத்திற்று. பிரிட்டிஷ்

ராணுவ வீரர்களிடம் பால்வினை நோய் பரவியதே காரணம். இதற்காகத் தனிச் சட்டங்கள் இயற்றப்பட்டன. அவற்றின்படி விபச்சார விடுதிகள் கட்டாயமாகப் பதிவுசெய்யப்பட வேண்டும், பெண்களுக்கு மருத்துவச் சோதனை செய்யப்பட்ட வேண்டும், பாதிக்கப்பட்ட பெண்களுக்குக் கட்டாயமாகச் சிகிச்சை அளிக்க வேண்டும். இதை ஏற்க மறுக்கும் பெண்கள், படைவீரர்கள் குடியிருப்புப் பகுதிகளிலிருந்து வெளியேற்றப்படுவார்கள். இதனால், நகரங்களில் சிவப்பு விளக்குப் பகுதிகள் உண்டாயின.

ராணுவத்தினர் தங்கும் பகுதிளுக்கு (கன்டோன்மென்ட்) வெளியில் இந்தப் பெண்கள் இருந்தது ராணுவ அதிகாரிகளுக்குப் பிரச்சினையாக இருந்தது. இந்தச் சிக்கலைத் தீர்க்க நகராட்சி விதிகளைப் பயன்படுத்தலாம் என்று காலனிய அரசு கூறியது. மொத்த நகரமுமே ராணுவ வீரர்களுக்குத் தடைவிதிக்கப்பட்ட இடம் என்று அறிவிக்க முடியாது. எனவே, நகரவை அதிகாரிகள் பொதுச் சட்டக் கொள்கைகளையும், பரத்தையரைத் தனியாக வைக்கும் அதிகாரத்தையும் வகுத்தார்கள். புதிய சட்டங்களின்படி நகர அதிகாரிகளுக்கு விபச்சாரிகளையும் விபச்சார விடுதிகள் நடத்துபவர்களையும் வெளியேற்றவும் தண்டனை கொடுக்கவும் அதிகாரம் அளிக்கப்பட்டது. விபச்சாரத்தை ஒழிக்க இந்த அதிகாரங்களை அரசாங்கம் பயன்படுத்தவில்லை. அவர்களைத் தனிப்பட்ட இடங்களில் வைக்கவே பயன்படுத்தியது. பம்பாய், தில்லி, கல்கத்தா ஆகிய நகரங்களில் சிவப்பு விளக்குப் பகுதிகள் வந்தன.

1909, 1919-ஆம் ஆண்டு கொண்டுவரப்பட்ட அரசியலில் சீர்திருத்தங்களால் இந்தியர் பலர் நகராட்சி நிர்வாகத்தில் பங்குகொண்டனர். இதனால், நகராட்சி நிர்வாகத்திலும் மாற்றங்கள் ஏற்பட்டன. தில்லியில் சில குறிப்பிட்ட பகுதிகளிலிருந்து விபச்சாரிகளை வெளியேற்ற வேண்டுமென்று அதிக மனுக்கள் வந்தன. நகரவை நிர்வாகத்தில் தேர்ந்தெடுக்கப்பட்ட நிர்வாகிகளின் எண்ணிக்கை அதிகமாகியது. இதனால், சிவப்பு விளக்குப் பகுதிகளை ஒழிக்க வேண்டும் என்று பிரச்சாரங்கள் வந்தன.

விடுதலைக்குப் பிறகு மக்களால் தேர்ந்தெடுக்கப்பட்ட நகரவைகள் கண்காணிப்பை அதிகப்படுத்தின. விபச்சாரிகளுக்கும் விபச்சார விடுதிகள் நடத்துவோருக்கும் அதிகப் பிரச்சினைகள் இடம் பற்றி வந்தன. கல்கத்தாவில் ஒரு வழக்கில் ஒரு விபச்சார விடுதி நடத்தியவர் தனது இடம் சிவப்பு விளக்குப் பகுதி என்று

அறிவிக்கப்பட்ட பகுதியாக இருந்ததால் 'நியூசன்ஸ்' வழக்கு போட முடியாது என்று வாதிட்டார். ஆனால், இதை நீதிமன்றம் தள்ளுபடி செய்துவிட்டது. ஒழுக்கக்கேடான செயலுக்கான சோதனையானது சமூகத்தின் அளவீடுதானே தவிர நீதிபதியின் தரங்களோ புது சமூகவியல் அளவீடுகளோ அல்ல என்று தீர்ப்பளித்தார். 1930-களில் வாக்குரிமை அளிக்கப்பட்டதால் நகரவை நிர்வாகத்தில் மக்களாட்சி முறை வளர்ந்தது. இதனால், புதிய பொது ஒழுக்கநெறி வந்துவிட்டது.

உருது எழுத்தாளர் குலாம் ஹிசேனின் சிறுகதை 'ஆனந்தி' (1938) தெருக்கடைப் பெண்ணை நகராட்சி வெளியேற்ற முயன்றதைப் பற்றியது. இது, 'மண்டி' என்ற பெயரில் ஷியாம் பெனகலால் திரைப்படமாக ஆக்கப்பட்டது. அதில் ஆண்கள் மட்டுமே உறுப்பினராக இருந்த நகரவையில் ஒரு பெண் சமூகத் தொண்டர் பெண்களை வெளியேற்றியதை ஒரு தனிப்பட்ட நீதிப் போராக எடுத்துக்கொண்டாள் (படம் 4.3). கதையும் திரைப்படமும் புதிதாக அதிகாரம்பெற்ற நகரமன்றங்கள் ஒழுக்கநெறியை நிலைநாட்டும் முயற்சியை மேற்கொண்டதைக் காட்டுகின்றன.

புதிய அரசமைப்புச் சட்டத்தின்படி நீண்டகாலமாக இருந்துவரும் இறையாண்மை உறுதிமொழிகள்கூடக் காற்றில்

படம் 4.3 Mandi படத்திலிருந்து ஒரு காட்சி. சாந்தி தேவி என்ற சமூகத் தொண்டர், நகரவை உறுப்பினர் விபச்சார விடுதியை மூடவேண்டும் என்று ஆர்ப்பாட்டம் செய்கிறார். பரத்தையரைக் கேலிசெய்கிறார்கள்.

பறக்கவிடப்பட்டன. காஞ்சன் குலத்தைச் சார்ந்த பெண்கள், விபச்சாரிகள் குடியிருப்புப் பகுதிகளில் வசித்துவந்தார்கள். அவர்கள் வெறியேறுமாறு பல எச்சரிக்கைகள் தரப்பட்டன. ஆனால், அந்தப் பகுதியில் வாழ அவர்களுக்கு 1913-ஆம் ஆண்டு அனுமதி அளிக்கப்பட்டிருந்தது. முந்தைய அரசின் முடிவு இறையாண்மையுடைய சட்டமன்றத்தைக் கட்டுப்படுத்தாது என்று உயர் நீதிமன்றம் கூறிவிட்டது.

தனித்து வைப்பதோ தொழிலையே அழிப்பதோ எதுவாக இருந்தாலும், விதிமுறைகளின் அடிப்படையில் பரத்தையர் பற்றியோ அவர்களது நல்வாழ்வு பற்றியோ அக்கறையே காட்டப்படவில்லை. பரத்தையரைப் பொறுத்துக்கொள்வதற்கும் வெளியேற்றுவதற்கும் அடிப்படைக் காரணமாக இருந்தவை நோய், பொதுச் சுகாதாரம், ஒழுக்கம் ஆகியவைதான். ஆனால், ஆட்சியாளரின் முடிவின்படியே விபச்சாரிகள் நடத்தப்பட்டார்கள். SITA-வின் 20-ஆம் பிரிவு உள்ளாட்சிக்கு அதிக அதிகாரம் தந்தது. எல்லா மாவட்ட நீதிபதிகளுக்கும் அதிகாரம் கொடுத்தது. எனினும், பொது ஒழுங்கை நிலைநிறுத்துவதைவிட, பரத்தையரை மீட்டு அவர்களுக்குப் மறுவாழ்வு அளிக்க முயற்சியாக இருந்த சட்டத்துக்கு முரணாகவே இந்தப் பிரிவு இருந்தது. இந்நிலையில்தான் ஹஸ்னாவின் மனு SITA-வின் 20-ஆம் பிரிவை மூன்று நிலைகளில் எதிர்த்தது. 1) இந்தியா முழுவதும் சுதந்திரமாகப் போய்வர அவளுக்கு உள்ள உரிமையையும், இந்தியாவில் எந்தப் பகுதியிலும் குடியிருக்கும் உரிமையையும் இந்தப் பிரிவு மீறுகிறது. இவை அரசமைப்புச் சட்டம் அளித்திருக்கும் உறுதிமொழி. 2) அரசமைப்புச் சட்டம் 14-இன்படி தரப்பட்ட சமத்துவ உரிமையை மீறுகிறது. நீதிபதிக்குக் கட்டுப்பாடில்லா அதிகாரங்களைத் தருகிறது. விபச்சாரிகளை வகைப்படுத்த அறிவு சார்ந்த அடிப்படை தரப்படவில்லை. 3) அரசமைப்புச் சட்டப் பிரிவு 19(6)-இன்படி அவள் தனது வர்த்தகம் அல்லது வேலையைச் செய்தற்குரிய உரிமைக்கு இவை பொருத்தமற்ற அதிகாரங்கள்.

ஹஸ்னா பாய் தனது பிரதிவாதிகளாக வீட்டுச் சொந்தக்காரரையும், வீட்டை ஒத்திக்கு வாங்கியிருந்தவரையும் குறிப்பிட்டாள். அவர்கள் இருவரும் தன்னை வெளியேற்றுவதைத் தடுக்க வேண்டும் என்பதே அவளது வேண்டுகோள்.

SITA-வின் பிரிவு 20 அரசமைப்புச் சட்டத்துக்கு உட்பட்டது இல்லை என்ற வாதம் சரியானது என்று நீதியரசர் சகாய்

கருதினார். ஏனென்றால், ஒரு குடிமகன் இந்தியாவின் எந்தப் பகுதிக்கும் செல்லவும், அங்கே குடியமரவும் அவருக்கு இருக்கும் உரிமையை இது மீறுகிறது. இந்தப் பிரிவின்படி, ஒரு விபச்சாரியை நிரந்தரமாக ஒரு இடத்திலிருந்தே அகற்ற நீதிபதிக்கு அதிகாரம் உள்ளது. மறுபடியும் எப்போது வரலாம் என்ற வரையறை எதுவும் தரப்படவில்லை. இது அறிவுக்கு உகந்த ஒரு கட்டுப்பாடாகக் கொள்ள முடியாது என்றது நீதிமன்றம். இதற்கும் மனித விற்பனையையும் சுரண்டலையும் அடக்க வேண்டும் என்ற நோக்கத்துக்கும் தொடர்பே இல்லை. ஒரு பரத்தையை அவள் இருக்கும் இடத்திலிருந்து இன்னொரு இடத்துக்கு மாற்றுவது அந்த இடத்தில் விபச்சாரம் நடப்பதைத்தான் தடுக்கும். அது அவளை விபச்சாரத் தொழிலிலிருந்து விடுவிக்காது. அவள் மனம் திருந்துவதற்கும் அனுமதிக்காது.

நீதியரசர் சகாயின் தீர்ப்புக்கு ஏற்கெனவே முன்னுதாரணம் இருந்தது. இதேபோன்ற வழக்கில் 1950-ஆம் ஆண்டு பம்பாய் உயர் நீதிமன்றம் 1923-ஆம் ஆண்டில் போடப்பட்ட சட்டப் பிரிவை நீக்கிற்று. சாந்தா பாய் ராணி வழக்கில், பூனா நகரிலிருந்து ஐந்து மைல் சுற்றளவுக்கு அவள் வரக் கூடாது என்பது தீர்ப்பு. உயர் நீதிமன்றம் அந்தப் பெண் இந்தியாவில் எங்கே செல்வாள் என்பதை எப்படிக் காவல் துறை கண்டுபிடிக்க முடியும் என்று கேட்டது. உயர் நீதிமன்றத்தை 16 பெண்கள்தான் அணுகினார்கள். பூனாவில் 340 பெண்களுக்கு 'நோட்டீஸ்' தரப்பட்டது. அவர்கள் எல்லோருமே விடுவிக்கப்பட்டார்கள். தனியார் ஒருவருடைய நீதிப் பேராணை மனு பலருக்கும் நன்மை தந்தது.

நீதியரசர் சகாயின் தீர்ப்பு, பம்பாய் உயர் நீதிமன்றத்தின் தீர்ப்பு இரண்டும் பம்பாய் உயர் நீதிமன்றத்தில் நடந்த ஒரு வழக்கை அடிப்படையாகக் கொண்டவை. அந்த வழக்கில் மனுதாரர் 1948-இல் அவருடைய அரசியல் செயல்பாடுகளுக்காக அகமதாபாத் நகர எல்லையிலிருந்து வெளியேற்றப்பட்டார். அரசமைப்புச் சட்டம் நிறைவேற்றப்பட்ட பிறகு ஆணைகளையும், விதியையும் எதிர்த்து வழக்கு தொடர்ந்தார். அவருடைய குடியிருக்கும் உரிமையையும், இடம்விட்டு இடம் செல்லும் உரிமையும் அவை மீறுகின்றன என்றார். ஆணை சரி என்று சொன்னதை உயர் நீதிமன்றம் ஏற்கவில்லை. அரசின் நிலைப்பாட்டை அரசமைப்புச் சட்டத்தின் மூலம் கேள்விகேட்கலாம் என்ற நிலை ஏற்பட்டது. அரசமைப்புச் சட்டத்தில் மக்கள் எங்கும் போய்வரலாம் என்ற

உரிமை அரசாங்கத் திட்டங்களைப் பாதிக்கிறது என்று நேருவை துர்காபாய் தேஷ்முக் எச்சரித்தார்.

பிரிவு 20 மாவட்ட நீதிபதிக்குத் தன்னிச்சையான அதிகாரம் அளிக்கிறது என்றும் அதைக் கொண்டு அவர் நினைத்தவாறு அவருடைய அதிகாரத்துக்கு உட்பட்ட விபச்சாரிகளை வெளியேற்ற முடியும் என்றும் ஹஸ்னா பாய் சொன்ன வாதத்தை நீதியரசர் சகாய் கவனத்தில் எடுத்துக்கொண்டார். நீதிபதி அவர் நினைத்தவாறு ஒரு விபச்சாரியை விரட்டவும் வைத்துக்கொள்ளவும் அவருக்கு அதிகாரம் தருகிறது. எந்த அடிப்படையில் ஒரு பெண்ணை வெளியேற்றுவது என்பதற்கு வழிமுறைகள் இல்லை என்பது அவரது கருத்து.

மற்ற விபச்சாரிகளின் வழக்குகளில் போலில்லாமல், ஹஸ்னா பாயின் வழக்கறிஞர் அரசமைப்புச் சட்டத்தின் அடிப்படையில் ஏன் தனது வாதத்தை வைத்தார் என்று பார்ப்பது பொருத்தமாக இருக்கும். 1931-இல் உத்தரப் பிரதேச நகரசபைகள் சட்டத்தின்கீழ் பல நகராட்சிகள் துணைச் சட்டங்களை இயற்றின. அவை சில இடங்களில் விபச்சாரிகள் வசிப்பதைத் தடைசெய்தன. இதை எதிர்த்து வழக்குகள் தொடுக்கப்பட்டன.

ஒரு ஊரின் துணைச் சட்டத்தின்படி பதிமூன்று தெருக்களில் பரத்தையர் யாரும் வசிக்கக் கூடாது. இதை மீறியதால் சஞ்சால் என்ற பரத்தை கைதுசெய்யப்பட்டார். ஆனால், 1925-இல் சொந்த வீடு வைத்திருந்த அவளோடு வசித்தவர்கள் விதிவிலக்கு பெற்றார்கள். அலகாபாத் உயர் நீதிமன்றம் சஞ்சாலியை விடுவித்தது. துணைச் சட்டம் விபச்சாரிகளை ஒட்டுமொத்தமாகத் தடைசெய்யவில்லை. அவர்களில் ஒரு வகையினரை மட்டுமே தடைசெய்தது. இப்படி நினைத்தவாறு வகைப்படுத்துவது ஒருவகை விபச்சாரிகளுக்கு நன்மையாகவும் மற்றவர்களுக்கு பாதகமாகவும் இருக்கிறது என்று நீதியரசர் ஷா தீர்ப்பளித்தார்.

அலகாபாத் உயர் நீதிமன்றம் ஆக்ரா நகராட்சியில் துணைச் சட்டங்களை இவ்வாறே நீக்கிற்று. ஒரே வகுப்பைச் சார்ந்தவர்கள் சமமான முறையில் நடத்தப்பட வேண்டும் என்று ஏற்கெனவே அலகாபாத் உயர் நீதிமன்றத் தீர்ப்பு இருந்தது. என்றாலும், ஹஸ்னா பாயின் வழக்கறிஞர் புது அரசமைப்புச் சட்ட முறை பிரிவு 14-இன்கீழ் வழக்கு தொடுத்தார்.

1952-இல் உச்ச நீதிமன்றம் சமப் பாதுகாப்புக் கொள்கை சட்டபூர்வ நடவடிக்கையைச் சரியான முறையில் வகைப்படுத்துவதை அனுமதித்தது. எனினும், செல்லுபடியாகக்கூடிய வகைப்படுத்தும் சோதனைக்கு அதை உட்படுத்த வேண்டும், அது அறிவு சார்ந்த வித்தியாசமாக இருக்க வேண்டும் என்றது.

SITA-வின் 20-ஆம் பிரிவு இப்படிப்பட்ட செல்லுபடியாகக்கூடிய வகைப்படுத்தும் சோதனையில் வெற்றிபெறவில்லை என்று ஹஸ்னா பாய் வழக்கில் நீதிபதி சகாய் கூறினார். SITA சரியான வழிகாட்டிகளை நீதிபதிக்குக் கொடுக்கவில்லை. 1950-ஆம் ஆண்டு கையெழுத்தான அனைத்துலக மாநாட்டின்படி SITA இயற்றப்பட்டது என்று அதன் முன்னுரை கூறுகிறது. ஆனால், நீதிபதிக்குத் தன்னிச்சையாகச் செயல்படும் அதிகாரத்தை SITA கொடுத்தது என்றார் நீதியரசர் சகாய். எனவே, இது அரசமைப்புச் சட்டத்தின் 14-ஆம் பிரிவை மீறியது என்றார். அதற்கு அமெரிக்க உச்ச நீதிமன்றத்தின் சமத்துவப் பாதுகாப்புப் பிரிவை எடுத்தாண்டார்.

அவருடைய தீர்ப்பின் முக்கியப் பகுதியாக அவர் ஒரு மாவட்ட நீதிபதி (மேஜிஸ்ட்ரேட்) அலுவலகத்தை நிர்வாக அதிகாரம் உடையதாகக் கருதினார். இதனால், மேஜிட்ரேட்டுகள் நடுநிலையாக இருக்க முடியாது என்றும், நீதித் துறையை நிர்வாகத் துறையிலிருந்து பிரிக்க வேண்டும் என்றும் தேசியவாதிகள் கோரிக்கை வைத்தார்கள். அரசமைப்புச் சட்டம் 50-ஆம் பிரிவும் இதை வற்புறுத்துகிறது. எனினும், நிர்வாகச் சீர்திருத்தங்கள் மெதுவாக நடந்தன. முழுமையாகப் பிரிக்கப்படுவது 1970-கள்வரை நடக்கவில்லை.

SITA-வின் 20-ஆம் பிரிவை நீக்கியதால் உள்துறை அமைச்சகத்துக்கு இடைஞ்சல் ஏற்பட்டது. அதை வரையறுத்தவர்கள் தன்னிச்சையாகச் செயல்படுகிறது என்ற குற்றச்சாட்டைத் தவிர்க்க முயற்சி எடுத்தார்கள். பம்பாய் அரசு நடத்திய பெனூர் வழக்கிலிருந்து அவர்கள் கற்றுக்கொண்டார்கள். அதில் நீதிமன்றம் பம்பாய் விபச்சாரத்தைத் தடைச் சட்டத்தின்கீழ் தரப்பட்ட அதிகாரம் செல்லுபடி ஆகாது என்றது. பாதிக்கப்பட்டவருக்கு சாட்சியம் அளிக்க வாய்ப்பு தரப்படவில்லை என்பதே காரணம். இதைக் கருத்தில் கொண்டே SITA பாதிக்கப்பட்ட பெண்ணுடைய சாட்சியத்தைக் கேட்க வேண்டும் என்று விதித்தது. இந்தப் பிரிவு தன்னிச்சையாகச் செல்லுபடியாகும் வகைப்பாட்டுக்கான

சோதனைக்குப் போதுமானது என்று சட்ட அமைச்சர் உறுதியளித்தார்.

SITA-வின் 20-ஆம் பிரிவுக்கும் வெளியேற்றும் அதிகாரத்துக்கும் இடையேயான வாதம் காலனிய அரசின் ஒழுக்கநெறிக்கும் புதிய அரசமைப்புச் சட்டத்துக்கும் இடையேயான மோதலைப் பிரதிபலித்தது. உள்துறை அமைச்சக அதிகாரிகளுக்கு ஒரு மேஜிஸ்ட்ரேட்டின் அதிகாரங்கள் புதியவை இல்லை. ஆனால், ஹஸ்னா பாயின் வாதம் புதிய உரிமைகளை எதிரொலித்தது. நீதிமன்றத் தீர்ப்புகளை அடிப்படையாகக் கொண்டது. எனவே, ஹஸ்னா பாய் புதிய அரசமைப்புச் சட்டத்தின் நீதி வரையறையைச் சார்ந்திருந்தது வியப்பல்ல. இரண்டு வழக்குகளில், துணைச் சட்டங்கள் விபச்சாரங்களை வகைப்படுத்தி வித்தியாசப்படுத்தியதால், அவை நீக்கப்பட்டன. இரண்டு வழக்குகளிலும் பெண்கள் விடுவிக்கப்பட்டாலும், துணைச் சட்டங்களை மறுவரைவு செய்ய வேண்டும் என்று நீதிமன்றம் ஆலோசனை கூறியது. இந்தச் சட்டங்கள் குடிமக்களின் உரிமைகளைக் கட்டுப்படுத்தின. உரிமைகளைக் கட்டுப்படுத்தலாம் என்றாலும் அப்படிப்பட்ட கட்டுப்பாடுகள் கடுமையான சோதனைக்கு உட்படுத்தப்பட வேண்டும்.

ஹஸ்னா பாய் முதல் கவுசல்யா தேவி வரை: நீதிமன்றத் தீர்ப்பின் தாக்கம்

ஹஸ்னா பாய் வழக்கில் இறுதித் தீர்ப்பு கடுமையாக இல்லை. SITA-வின் பிரிவுகள் 4-ஆம் அரசமைப்புச் சட்டத்துக்கு உட்பட்டவை இல்லை என்றாலும், அதற்கு மேல் நீதிபதி சகாய் ஒன்றும் கருத்து கூறவில்லை. ஹஸ்னாவின் உரிமைகள் இன்னும் மீறப்படாததால் மனு காலத்துக்கு முன்னரே செய்யப்பட்டது — அதனால், ஏற்றுக்கொள்ள முடியாது என்றார். ஆனால், வீட்டுச் சொந்தக்காரர்கள் தன் மேல் எந்த நேரமும் வழக்கு கொண்டுவரலாம், அது எப்போது என்று சொல்ல முடியாது என்பது அவளது வாதம். எனவே, நீதிபதியின் தீர்ப்புப்படி சட்ட நடவடிக்கை எடுக்க முடியாது. அது Obiter Dictum, அதாவது ஒரு நீதிபதியின் 'தற்செயலான, கட்டுப்படுத்தாத கருத்து' அல்லது நீதிபதியின் புறவுரை (incidental comment, not binding).

செய்தித்தாள்களின் தலைப்புச் செய்திகள் இது ஹஸ்னா பாய்க்கு ஏற்பட்ட தோல்வி என்றும், SITA சட்டப்படி செல்லுபடியாகும் என்றும், பெண்களின் கோரிக்கை தோல்வியடைந்துவிட்டது என்றும் குறிப்பிட்டன. SITA-வின் பல பிரிவுகள் அரசமைப்புச் சட்டத்துக்குப் புறம்பானவை என்று நீதிமன்றம் குறிப்பிட்டாலும் மிச்சம் இருப்பது அலகாபாத் உயர் நீதிமன்ற நீதிபதிகளின் 'கட்டுப்படுத்தாத கருத்'தாகவே இருந்தது. எனவே, இவை அரசுக்கு எந்தவித இடைஞ்சலையும் தர வாய்ப்பில்லை.

உள்துறை அமைச்சகம் பாயின் மனுவைக் கூர்மையாகக் கவனித்துவந்தது. முடிவுக்குப் பிறகு உள்துறை அமைச்சர் திருத்தத்தின் தாக்கம் பற்றிய கருத்தைக் கேட்டறிந்தார். மூன்று மாதங்களுக்குப் பிறகு, நீதியரசர் சகாயின் கருத்துகள் கட்டுப்படுத்தாதவை என்று சட்ட அமைச்சர் உறுதியளித்தார். எனவே, உடனடியாக நடவடிக்கை தேவையில்லை என்றார்.

எப்படி இருப்பினும் ஹஸ்னா பாய் வழக்கின் முடிவு அதிக காலம் தாக்கத்தை ஏற்படுத்திவந்தது. நீதியரசர் சகாயின் முடிவு பற்றிப் பல ஆய்வுக் கட்டுரைகள் வந்தன. அவற்றில் லக்னோ வழக்கறிஞரின் விமர்சனம் மிக முக்கியமானது. 1960 வரை அதுதான் சட்டப் பாடநூல்களில் இடம்பெற்றிருந்தது. நீதியரசர் சகாயின் முடிவு வழக்கறிஞர்களுக்கு வழிகாட்டியாக இருந்தது.

SITA வழக்குகள் மேல்முறையீட்டுக்கு அபூர்வமாகத்தான் சென்றன. அவற்றில் ஒன்று, பம்பாயில் ஒரு கட்டிடத்தில் வசித்த விபச்சாரி தொடர்ந்தது. ராதாபாய் என்பவள் பள்ளிக்கூடங்கள், கோயில்கள், மருத்துவமனைகள் அருகில் தனது தொழிலைச் செய்தாள் என்பது குற்றச்சாட்டு. தான் ஒரு விபச்சாரி என்பதை ஏற்றுக்கொண்ட அவள் பொது இடங்களில் வாடிக்கையாளரை அழைத்தாள் என்ற குற்றச்சாட்டை மறுத்தாள். குற்றச்சாட்டு தள்ளுபடி செய்யப்பட்டது. பொதுநலன் கருதியே ஒரு பெண் தனது வேலையைச் செய்வதைக் கட்டுப்படுத்த முடியும் என்றும், அந்தப் பகுதியில் இருந்த மக்கள் யாரும் புகாரளிக்கவில்லை என்றும், அவள் தனது அறையில் தனது வேலையைச் செய்வதை அவர்கள் கண்டுகொள்ளவில்லை என்றும், அதனால் SITA-வின்கீழ் வழக்கு வராது என்றும் உயர் நீதிமன்றம் கூறியது.

நகரக் கடைகளின் பழைய ஒழுங்குமுறைகளும் நீதிமன்றக் கேள்விக்கு உள்ளாயின. நீதிமன்றங்கள் அவற்றின் முடிவுகளில்

மாறுபட்டாலும், பல நீதிமன்றங்கள் நீதியரசர் சகாயின் முடிவின்படி சரியான வகைப்படுத்தலையும், தன்னிச்சைச் செயல்பாட்டையும் பற்றிய விவாதங்களை எடுத்துக்கொண்டன. எடுத்துக்காட்டாக, மாலர்கோட்லா நீதிமன்றம் பதிமூன்று பேரை விடுவித்தது. அந்த நகராட்சியின் தீர்மானம் விதித்த கட்டுப்பாடு அரசமைப்புச் சட்டம் உறுதியளித்த தொழில் சுதந்திரத்தை மீறியது என்று நீதிபதி கூறினார். உயர் நீதிமன்றம் விடுதலையை மாற்றியது. எனினும், பரத்தையர் மீது கொண்டுவரப்பட்ட கட்டுப்பாடுகள் விதிவிலக்குகள் இல்லாமல் இருக்க முடியாது என்பதை நீதிமன்றங்கள் ஏற்றுக்கொண்டன.

இதேபோல, தில்லி சிவப்பு விளக்குப் பகுதியைச் சேர்ந்த கம்லா சினா என்ற விபச்சாரி அவள் வாழ்ந்த பகுதியிலிருந்து விரட்டப்பட்டாள். இதை எதிர்த்து அவள் நீதிமன்றம் சென்றாள். நீதியரசர் சகாய் முடிவின்படி, நீதிபதி அவளை விடுவித்தார். அடுத்த சில ஆண்டுகள் SITA பற்றிய வழக்குகள் உயர் நீதிமன்றங்களில் அதிகம் வந்தன. அவை பெரும்பாலும் விபச்சாரத்துக்காகக் கைதுசெய்யப்பட்ட பெண்கள் அல்லது வெளியேற்ற ஆணைப்படி நடக்காத பெண்கள் பற்றிய வழக்குகள். பம்பாய், உத்தரப் பிரதேச உயர் நீதிமன்றங்கள் SITA-வின் பிரிவு 20-ஐ அரசமைப்புச் சட்டத்துக்குப் புறம்பானவை என்று நீக்கின. ஆனால், ஆந்திரப் பிரதேச உயர் நீதிமன்றம் சட்டத்தை ஏற்றுக்கொண்டது. எல்லா நீதிமன்றங்களும் நீதியரசர் சகாயின் முடிவைச் சுட்டிக்காட்டின.

பேகம் கலாபத், பம்பாய் மாநிலம் பார்சி நகரில் வசித்தாள். அவள் ஊரைவிட்டு ஆஸ்மானபாத்துக்கு மூன்று நாட்களுக்குள் போக வேண்டும் என்று நீதிபதி ஆணை வந்தது. பள்ளிக் கட்டிடத்துக்கு அருகில் தொழில்செய்தாள் என்பது அவள் மீதான குற்றச்சாட்டு. மேலும், அவளுடைய வீட்டைத் தாண்டித்தான் பெண்கள் பள்ளிக்குப் போக வேண்டும். அவள் தனது தொழிலைப் பகிரங்கமாகப் பொதுச் சாலையில் விளம்பரப்படுத்தினாள். எனவே, அவள் பொது விபச்சாரிகள் வகையில் வருகிறாள் என்பதால் பொதுமக்கள் நலன் கருதி வெளியேற்றப்பட்டாள்.

பிரிவு 20 சமத்துவம், தொழில்செய்யும் உரிமை, போகவர உரிமை ஆகியவற்றை மீறுகிறது என்று பம்பாய் உயர் நீதிமன்றத்தில் கலாபத் வழக்கு தொடர்ந்தார். பிரிவு 20 அரசமைப்புச் சட்டத்தை மீறியது என்று உயர் நீதிமன்றம் தீர்ப்பளித்தது. "இந்தப் பெண்கள் அந்த வேலை பிடித்திருந்தது என்பதால் அதைச் செய்யவில்லை என்பதை

நினைவில்கொள்ள வேண்டும். அவர்களில் பெரும்பாலோர் இந்தத் தொழிலுக்குச் சமூகச் சூழ்நிலைகளால் வந்தவர்கள். பெரும்பாலும் அவர்களது விருப்பத்துக்கு எதிராக வந்தவர்கள். எனவே, அவர்களைக் கடுமையாக நடத்தக் கூடாது," என்றது.

எனினும், இந்தச் சட்டம் அந்தப் பெண் தனது தொழிலை நடத்தும் உரிமையை மறுக்கிறது என்ற வாதத்தை ஏற்றுக்கொள்ளவில்லை. அவளுடைய வழக்கறிஞர் பிரிவு 19-ஐ பிரிவு 23-உடன் பார்க்க வேண்டும் என்றார். பிரிவு 23 மனிதர் பொருட்களாகப் பயன்படுத்துவதையே தடுத்தது. சாராய விற்பனை உரிமங்கள் வழங்குதல் பற்றிய வழக்கில் உச்ச நீதிமன்றம், சட்ட விரோதமான, ஒழுக்கநெறிக்கு உட்படாத, பொது உடல்நலத்தைப் பாதிக்கக்கூடிய தொழில்களையும் வர்த்தகத்தையும் தடுக்கும் அதிகாரம் அரசுக்கு இருக்கிறது என்று தீர்ப்பளித்தது. ஆபத்தான பொருட்களை விற்பது, பெண்களை விற்பது ஆகியவற்றைத் தடுக்கும் சட்டங்களை அரசமைப்புச் சட்டத்துக்கு எதிரானவை என்று கூற முடியாது.

பெனூர் வழக்கின் முடிவு பற்றி ஆராய்ந்த *ASMH*, இதுபோன்ற பிரச்சினைகள் பிரிவு 19-இன்கீழ் எழுப்பப்படும், எழுப்பப்படலாம் என்று அஞ்சியது. பொது ஒழுக்கநெறி, நன்னடத்தை, பொது உடல்நலம் ஆகியவை தொடர்பானவற்றில் சில கட்டுப்பாடுகளைக் கொண்டுவருவது இதில் வராமல் இருக்கலாம்.

பெண்களின் உரிமையை *SITA* மீறுகிறது என்ற வாதத்தை அலகாபாத் உயர் நீதிமன்றம் ஏற்கவில்லை. இவர்கள் நீதியரசர் சகாயின் 'கட்டுப்படுத்தாத கருத்து'களின் அடிப்படையில் வழக்கு தொடர்ந்தவர்கள் என்பதைக் குறித்துக்கொண்ட உயர் நீதிமன்றம், சூதாட்டம் போன்ற ஒழுங்கீனமான தொழில்களை மற்ற சாதாரண மரியாதைக்குரிய தொழில்களோடு ஒப்பிட முடியாது என்றது. பிரிவு 19(1) (ஜ)-யில் 'எந்தத் தொழிலும்' என்பதற்குப் பொதுநலனுக்கு ஊறு விளைவிக்கும் தொழிலையும் அதோடு சேர்க்கலாம் என்று பொருள் கூறக் கூடாது.

எனினும், கான்பூரைச் சேர்ந்த ஆறு விபச்சாரிகளும், நாட்டில் எங்கும் தாராளமாகப் போகத் தங்களுக்கு அரசமைப்புச் சட்டம் உரிமை அளித்திருக்கிறது என்பதை நீதிமன்றம் எடுத்துக்கொண்டது. பிரிவு 20 பரத்தையரின் போக்குவரத்தையும் இருப்பிடத்தையும் மட்டுமே கட்டுப்படுத்துகிறது. பரத்தமைத் தொழிலை முடிவுக்குக் கொண்டுவரவில்லை என்று நீதியரசர் வில்லியம் புரூம் கருதினார்.

விபச்சாரி தனது தொழிலை விட வேண்டியதில்லை; உள்ளூர் அதிகார எல்லையை விட்டு வெளியில் போனால் போதும். இது மனுதாரரின் போக்குவரத்து உரிமையைக் கட்டுப்படுத்தப் போதுமானதாக இருக்காது என்று நீதிமன்றம் கூறியது. ஒரு கட்டுப்பாடு பொருத்தமானதுதான் என்பதைக் கணக்கிட, நிவாரணம் தேடும் தீமையின் தன்மை, தனிக் குடிமக்களுக்கு ஏற்படக்கூடிய தீமை, மக்களுக்கு அதனால் ஏற்படக்கூடிய நன்மை ஆகியவற்றைக் கணக்கில் எடுக்க வேண்டும் என்று உச்ச நீதிமன்றம் தீர்ப்பளித்திருந்தது. இதைப் பின்பற்றி நீதியரசர் புரூம் பிரிவு 20-இன்படி இதனால் அந்தப் பெண் விபச்சாரத்தைத் தொடர்வதை நிறுத்த வேண்டியதில்லை, வேறு இடத்துக்குத்தான் மாறுகிறாள் என்று கூறினார். மேலும், ஒரு விபச்சாரியின் முந்தைய வரலாற்றையே இதற்குப் பயன்படுத்த முடியும். மேலும், வெளியேற்றப்படுவதற்கான காலம் நிர்ணயிக்கப்படவில்லை என்றார்.

குண்டர்களை வெளியேற்றுவதற்கும், விபச்சாரிகளை வெளியேற்றுவதற்கும் உள்ள வேறுபாட்டை நீதிபதி சுட்டிக் காட்டினார். ஆகவே, பம்பாய் காவல் சட்டத்தில் உச்ச நீதிமன்றத்தின் தீர்ப்பை இங்கு பயன்படுத்த முடியாது என்றார். சமூகத்துக்கே குண்டர்கள் அச்சுறுத்தலை ஏற்படுத்தினார்கள். ஆனால், ஒழுக்கங்களைத்தான் விபச்சாரிகள் கெடுத்தார்கள். மேலும், ஹஸ்னா வழக்கின் தீர்ப்பை நீதியரசர் புரூம் எதிரொலித்தார். வழிகாட்டுதல்கள் இல்லாத கட்டுப்பாடற்ற அதிகாரம் கீழ்நிலை நீதிபதிக்குத் தரப்பட்டது தவறு என்றார். அவருடைய எதிர்ப்புக்கு மையமாக இருந்தது ஒரு நிர்வாக அதிகாரிக்குத் தரப்பட்ட அதிகாரம்தான். உத்தரப் பிரதேச அரசின் வழக்கறிஞரும் பிரிவு 20-ஐ நிர்வாகத் துறைக்கு அதிகாரம் தரக்கூடியதாகக் கருதப்படுமானால் அது அரசமைப்புச் சட்டத்துக்கு உட்பட்டது அல்ல என்பதை ஏற்றுக்கொண்டார். மேலும், பிரிவு 20-ஐ ஒரு மேஜிஸ்ட்ரேட் பயன்படுத்துவது அவர் நீதிபதி என்ற பொறுப்பில்தான் என்ற வாதத்தை நீதிமன்றம் ஏற்றுக்கொள்ளவில்லை. குறுக்கு விசாரணை இல்லாதபோது அறிவுபூர்வமான விவாதம் இல்லாமல் முடிவெடுப்பது நீதிமன்ற விசாரணை ஆகாது; எனவே, *SITA*-வின் 20-ஆம் பிரிவு அரசமைப்புச் சட்டத்துக்கு எதிரானது என்று நீதிமன்றம் தீர்ப்பளித்தது. ஆறு பெண்களுக்கு எதிரான குற்றச்சாட்டைத் தள்ளுபடி செய்தது.

ஆந்திரப் பிரதேச உயர் நீதிமன்றம் இதற்கு எதிரான முடிவை எடுத்தது. பிரிவு 20-ஐ ஏற்றுக்கொண்டது. அதன் முடிவில் இரண்டு கருத்துகள் 1) அரசமைப்புச் சட்டத்துக்குப் பிறகு SITA நிறைவேற்றப்பட்டது. எனவே, அதை அரசமைப்புச் சட்டத்துக்கு உட்பட்டதாகச் சொல்லலாம். பிரிவு 20 அறிவுக்கு உகந்தது அல்ல என்று முந்தைய தீர்ப்புகளோடு ஒத்துப்போகாமல், வெளியேற்றப்பட்ட கால அளவு குறிப்பிடாதது தவறல்ல என்று கருதியது. 2) மேஜிஸ்ட்ரேட்டுக்குக் கட்டுப்படுத்தப்படாத தன்னிச்சையான அதிகாரம் தரப்படவில்லை என்றும் கருதியது.

உத்தரப் பிரதேசம், பம்பாய் ஆகிய நீதிமன்றத் தீர்ப்புகளுக்கும் ஆந்திராவின் தீர்ப்புக்குமான வேறுபாட்டுக்குக் காரணம், விடுதலை பெற்ற பிறகு ஆந்திராவில் மேஜிஸ்ட்ரேட் அளவிலேயே நீதித் துறையும் நிர்வாகமும் பிரிக்கப்பட்டுவிட்டன என்பதுதான்.

எப்படி இருப்பினும், விவாதம் இப்போது விபச்சாரிகளின் உரிமைகளிலிருந்து அரசாங்கம் கடைப்பிடிக்க வேண்டிய செயல்முறைகளைப் பற்றித் தொடர்ந்தது. மேஜிஸ்ட்ரேட்டுக்குத் தரப்பட்ட தன்னிச்சை அதிகாரம் பற்றியே முடிவுகள் வந்தன. நீதித் துறையை நிர்வாகத் துறையிலிருந்து பிரிக்கப் பின்காலனிய அரசு முற்பட்டதால் மேஜிஸ்ட்ரேட்டின் அதிகாரம் வேறு வகையில் பார்க்கப்பட்டது.

இவ்வாறு முரண்பாடான முடிவுகள் வந்ததால் உச்ச நீதிமன்றம் கவுசல்யா தேவி வழக்கில் உத்தரப் பிரதேச அரசின் மேல்முறையீட்டை ஏற்றுக்கொண்டது. இரண்டு பக்க விவாதங்களையும் கேட்ட உச்ச நீதிமன்றம், பிரிவு 20 செல்லுபடியாகும் என்று தீர்ப்பளித்தது. ஹஸ்னா பாய், கலாபத் வழக்குகளின் முடிவுகளை மாற்றியது. பிரிவு 20 கொடுத்திருக்கும் நடைமுறையானது நீதிமன்ற விசாரணைக்கு ஒத்திருப்பதாகக் குறித்தது. கவுசல்யா தேவி தனக்கு எதிரான குற்றச்சாட்டுகளுக்கு எதிராகப் பதில்சொல்ல வாய்ப்பளிக்கப்பட்டார். அவள் ஒரு வழிக்கறிஞரை ஏற்பாடு செய்துகொள்ளலாம்; சாட்சிகளை குறுக்குவிசாரணை செய்யலாம்; தனது ஆதாரங்களையும் முன்வைக்கலாம்; மேலும், மேஜிஸ்ட்ரேட்டின் பணி நீதிபதியுடையது என்று தீர்ப்பளித்தது.

ஆனால், கவுசல்யா தேவியின் வழக்கறிஞர்கள் பிரிவு 19-இன்படியான வகைப்படுத்தலில் தவறு நேர்ந்திருக்கிறது என்று

வாதிட்டார்கள். ஒரு பகுதியில் இருக்கும் விபச்சாரிகளில் வெவ்வேறு வகையினரிடம் ஒரு சார்புடன் நடந்துகொள்ள மாஜிஸ்ட்ரேட்டுக்கு அனுமதி அளிக்கிறது. ஆயினும், தலைமை நீதிபதி ரகசியமாய்த் தனது தொழிலை நடத்தும் விபச்சாரிகளுக்கும், வெளிப்படையாகக் கோயில்கள், கல்விக்கூடங்கள் அருகில் மக்கள் நடமாட்டம் நிறைந்த இடங்களில் வசிக்கும் விபச்சாரிகளுக்கும் வித்தியாசம் உள்ளது என்றார். இருவரும் ஒரே தொழில் செய்தாலும் இரண்டாவது வகையானது பொதுமக்களுக்கும் குறிப்பாக இளைய தலைமுறைக்கும் ஆபத்தானது என்றார். இந்தப் பெண்கள் கூட்டமுள்ள இடங்களிலும், பொது நிறுவனங்களுக்கு அருகிலும் சுதந்திரமாகச் சுற்றித்திரிவது பொது ஒழுக்கத்துக்குக் குந்தகம் விளைவிக்கும், நோய்கள் பரவக் காரணமாக இருக்கும் என்றார்.

பரத்தையர் தங்களது தொழிலை இந்தியா முழுவதும் செய்ய உரிமை உண்டு என்பதை உச்ச நீதிமன்றம் ஏற்றுக்கொண்டது. SITA-வின் பிரிவு 20 இந்த உரிமையைக் கட்டுப்படுத்துகிறது. எனினும், சமூகத்தின் விழுமியங்கள் பாதிக்கப்படும்போது, கட்டுப்படுத்த வேண்டிய தீமையின் தன்மையைக் கொண்டு விதிக்கப்படும் கட்டுப்பாடுகள் தேவை என்பதைக் குறிப்பிட்டது. சீர்திருத்தத்தின் அவசரத்தையும் தீமையின் தன்மையையும் கருத்தில் கொண்டு, மோசமான விபச்சாரிகளை இடம்விட்டுக் கடத்துவது போன்ற கடுமையான நடவடிக்கைகள் தேவைதான் என்றது. நாடு முழுவதும் துரத்தியடிக்கப்பட்டு அலைய வேண்டிவரும் என்ற விபச்சாரிகளின் வாதத்தை ஏற்கவில்லை. கூட்டம் நெரிசலாக உள்ள இடங்களில் பொதுமக்களின் ஒழுக்க வாழ்வுக்குப் பாதகம் விளைவிக்கும்போது, வெளியேற்றும் உத்தரவு அவசியம் என்று நீதிமன்றம் கூறியது.

இவ்வாறு கவுசல்யா தேவி வழக்கில் உச்ச நீதிமன்றத் தீர்ப்பால் SITA அரசமைப்புச் சட்டத்துக்கு உட்பட்டது என்பது பற்றிய விவாதம் முடிவுக்குவந்தது. ஐம்பது ஆண்டுகளுக்கு அதற்கு அரசமைப்புச் சட்டத்தின் அடிப்படையில் எதிர்ப்பு வராது. எனினும், இந்த வழக்கு விசாரணையில் அரசாங்கம் முழு வெற்றி பெற்றதா? விபச்சாரிகள் பற்றிய கருத்தாக்கத்தில் என்ன மாற்றம் ஏற்பட்டது? அரசமைப்புச் சட்டம் எவ்வாறு பரத்தையரின் வாழ்க்கையில் முக்கியமான ஒன்றாக ஆனது?

முடிவுரை

> ஒரு ஒழுக்கங்கெட்ட பெண்ணுக்குக்கூட சரியான காரணங்களுக்காக அன்றி அவளது உரிமைகள் மறுக்கப்படக் கூடாது.
>
> – தலைமை நீதிபதி கோகா சுப்பாராவ்

இந்தியாவில் அரசமைப்புச் சட்டம் நிறைவேற்றப்பட்டது விபச்சாரத்தின் அன்றாட ஒழுங்குமுறைகளை மாற்றியமைத்தது. முதலாவதாக, மனித வணிகத்தை ஒழித்ததன் மூலம் தனிப்பட்ட சுரண்டல்காரர்களிடமிருந்து பரத்தையருக்கு விடுதலை கிடைக்கும் நிலை உண்டானது. இப்படி விடுவிக்கப்பட்ட குடிமக்களுக்கு அவர்களின் வாழ்க்கையைச் சீர்செய்யச் சட்டபூர்வ நடவடிக்கை எடுக்கப்பட்டது. இதை ஒழித்ததும் சமூகநலப் பணியாளர்களால் அவர்கள் மீட்கப்படுவதும் காலனிய வழிமுறைகளில் இல்லை. பெண்கள் பொதுவாழ்வில் பங்குபெற வழி கிடைத்தது. இரண்டாவதாக, இந்தியக் குடியரசில் ஒரு பரத்தை தனது உரிமையை நிலைநாட்ட நீதிமன்றம் செல்ல முடிந்தது. பரத்தமை ஒரு தொழில் இல்லை என்று மேல்தட்டுப் பெண்கள் சொன்னது கேள்விகேட்கப்பட்டது.

ஹஸ்னா பாயின் மனுவோடு தொடங்கிய சட்டபூர்வ நடவடிக்கைகளை எப்படி மதிப்பிடுவது? பெண்களுக்கும் பின்காலனியக் குடியரசுக்கும் இடையேயான உறவு பற்றி என்ன கருத்துகளைத் தருகிறது? ஹஸ்னா பாய் தொடங்கிய நீதிப் போராட்டம் தோல்வி அடைந்தது எனலாம். அரசமைப்புச் சட்டத்தின்படி SITA செல்லுபடியாகும் என்று உச்ச நீதிமன்றம் தீர்ப்பளித்தது. இந்தக் கருத்தை இந்தியப் பெண்ணியவாதிகள் எதிரொலித்தார்கள். உரிமைப் புரட்சி பற்றிய அமெரிக்க விமர்சகர்களும் நீதிமன்றங்களுக்குச் சமூக மாற்றங்களை ஏற்படுத்த குறைந்த அதிகாரமே உள்ளது என்றனர். பாலியல் தொழில்செய்வோர் பூர்ஷ்வாக்களின் சமூக வாழ்வில் நீதிமன்றத்தின் வழியாகப் பங்குகொள்ள முடியாது என்று ஆய்வாளர் பிரபா கோட்டிஸ்வரன் வாதிட்டார். சட்டத்தின் மீது சந்தேகம்கொள்வது திருத்தங்கள் செய்ய வழிவகுத்தது. நீதிமன்றத் தீர்ப்பை மட்டுமே கொண்டு சட்டப் போராட்டத்தைப் பார்ப்பது நமக்குச் சரியான புரிதலைத் தராது.

ஹஸ்னாவின் மனுவுக்கு முன்னர் தொழில்செய்யும் உரிமை என்பது விபச்சாரத்தை அரசாங்கம் ஒழிக்க முடியாது என்ற எண்ணத்தை ஏற்படுத்தியிருந்தது. ASMH கூட்டங்களில் இந்த வாதம் பலமுறை முன்வைக்கப்பட்டது. எனவே, இதைக் கருத்தில்கொள்ள வேண்டியது அவசியமாயிற்று. பரத்தையர் உரிமைகளின் அடிப்படையில் மத்திய வர்க்கப் பெண்களுடன் பேசினார்கள். ராமேஷ்வரி நேருவின் வீட்டுக்கு அரசமைப்புச் சட்டம் தந்த உரிமையைக் கோரி ஊர்வலம் சென்றார்கள்.

நீதிமன்றத்துக்குப் பல பரத்தையர் சென்றார்கள். அவர்களது உரிமை மீது நம்பிக்கை வைத்திருந்தார்கள். அவர்களது எண்ணிக்கையைப் பார்க்கும்போது, நீதிமன்றங்கள் நடுத்தர வர்க்கத்தினருக்கே உரியவை என்ற எண்ணம் தகர்க்கப்பட்டது. ஹஸ்னா பாய் போன்ற முஸ்லிம் விபச்சாரிகள் பலவகையில் விளிம்புநிலைக்குத் தள்ளப்பட்டார்கள். மற்ற ஒடுக்கப்பட்டோரோடு அவர்களை ஒப்பிட முடியாது. இந்து விதவைகளும் முஸ்லிம் மனைவியரும் பெற்ற நீதிமன்ற வெற்றிகளுக்கு தாராளக் கொள்கை கொண்ட நீதிபதிகள் காரணம் என்றார்கள். ஆனால், ஏழைக் கைம்பெண்களும் கைவிடப்பட்ட மனைவியரும் பரத்தையரைவிட எளிதாக அனுதாபத்தைப் பெற முடிந்தது. அவர்களுடைய வழக்குகளை நீதிபதிகளும் செவிமடுத்துக் கேட்டார்கள்.

பரத்தையர்கள் நீதிமன்றத்துக்குப் போனதற்கும், அவர்களுக்குச் சட்டம் பற்றிய விழிப்புணர்வு இருந்ததற்கும் அவர்கள் விளிம்புநிலைக்குத் தள்ளப்பட்டதுதான் காரணம். பரத்தையர் பத்தொன்பதாம் நூற்றாண்டிலிருந்தே அரசாங்கத்தின் கண்காணிப்புக்கு உள்ளானார்கள். அவர்களது வாழ்க்கையும் போக்குவரத்தும் பல கட்டுப்பாடுகளுக்கு உட்படுத்தப்பட்டன. இதனால், அரசு அதிகாரிகள் அதிகம் இடைஞ்சல் கொடுத்தார்கள். அவர்கள் காவல் துறையினர், மருத்துவர்கள், சமூகப் பணியாளர்கள் என்று பல அரசு அதிகாரிகளுக்குப் பதில்சொல்ல வேண்டியிருந்தது. அவர்கள் நீதிமன்றம் சென்றபோது வழக்கறிஞர்களுடன் தொடர்புகொள்ள வேண்டியிருந்தது. எனவே, மத்திய தர அல்லது மேட்டுக்குடிப் பெண்களைவிடச் சட்டங்கள் பற்றித் தெரிந்துவைத்திருந்தார்கள்.

இதற்கான நேரடி அத்தாட்சிகள் கிடைக்கின்றன. மேரி என்ற ஆக்ரா விபச்சாரி 1958-இல் கொடுத்த நேர்காணலில், விபச்சார விடுதி நடத்துபவர்களுக்கும் விபச்சாரிகளுக்கும் தில்லியில்

SITA நடைமுறைப்படுத்தப்படும் என்றும் அதன் விதிகள் என்னவென்று தெரியும் என்றும் கூறினார். பெண்களில் சொத்து வைத்திருந்தவர்களும் காலனி ஆட்சியில் வரி செலுத்தியவர்களும் விபச்சாரிகள்தான். எனவே, குடிமக்களுக்குரிய உரிமையை அவர்கள் பெற்றிருந்தார்கள்.

நகராட்சியிலிருந்து வெளியேற்றப்பட்ட பரத்தையர் தங்களுடைய வீடுகளை விற்றுவிட்டு நகரத்தைவிட்டுப் பல மைல்கள் தள்ளி இடம் வாங்கிக் குடியிருந்தார்கள். ஆனால், இந்தப் புது இடத்துக்கும் அவர்களைத் தேடி வாடிக்கையாளர்கள் வந்தார்கள். மற்ற வசதி தருபவர்களும் வந்தார்கள். இப்போது விபச்சார விடுதிகளை மையமாகக் கொண்ட ஒரு சிறு நகரம் உருவாயிற்று.

விபச்சாரிகள் தனியாகச் செயல்படவில்லை. நீதிமன்றத்துக்கு ஒரு பரத்தை போனால் அவருக்கு ஆதரவாக வேறு பலரும் மனு செய்தார்கள். அவர்கள் சங்கங்கள் அமைத்துக்கொண்டார்கள். நீதிமன்ற வழக்குகளில் அந்தச் சங்கங்கள் முக்கியப் பங்குவகித்தன. இந்த அமைப்புகள் தொண்டு நிறுவனங்கள்போல் இல்லாமல் தொழிற்சங்கங்களாகச் செயல்பட்டன. நாயக் இனத்துப் பெண்களைத் தேவதாசிகளாக ஆக்குவதைத் தடுக்க ஒரு நிறுவனம் முயன்றதையும் பரத்தையருக்கான சங்கங்களின் செயல்பாடுகளையும் ஒப்பிட்டு ஆய்வுகள் மேற்கொள்ளப்பட்டன. பரத்தையரின் சங்கங்கள் இசையை வளர்ப்பதாகவும், இசையிலும் நடனத்திலும் அதன் உறுப்பினர்கள் பயிற்சிபெற வசதிகள் செய்துதருவதாகவும் அவை சொல்லிக்கொண்டன.

இந்த நடைமுறைகளில் சாதியின் பங்கு அதிகம். அவர்களை ஒரு அமைப்பாக உருவாக்க அது உதவியது. மேலும், பரம்பரையாக விபச்சாரத் தொழில்செய்வோர் இருந்ததால் விஷயம் குழப்பமானது. காலனியச் சட்டம் வழக்கத்துக்கு மாறான பாலியல் பழக்கங்களை விபச்சாரம் என்று பொதுவாக ஆக்க முயன்றது. ஆனால், அரசவைத் தாசிகள் போன்ற பண்பாட்டு அடையாளங்களை நீதிமன்றங்கள் கணக்கில் எடுத்துக்கொண்டன. விபச்சாரத்தை ஒரு தொழிலாக நடத்துவதை ஒரு உரிமையாக எந்தப் பொதுச் சட்ட நீதிவரம்பும் ஏற்கவில்லை. எனினும், இந்தப் பண்பாட்டு பிரிவுகளால் இந்தியா, பாகிஸ்தான், வங்கதேசம் ஆகிய நாடுகளின் உச்ச நீதிமன்றங்கள் ஹிஜிராஸ் என்ற மூன்றாம் பாலினத்தவரின் பாலினத் தன்னுரிமையை ஏற்றுக்கொண்டன.

வரலாற்றில் ஒவ்வொரு பண்பாடும் சமூக உறவுகளுக்குப் பொருள் காணவும் உறவுகளை அமைத்துக்கொள்ளவும் குறைந்த அளவே பழக்கவழக்கங்களைக் கொண்டிருக்கின்றன. ஆனால், அரசமைப்புச் சட்டம் நிறைவேற்றப்பட்ட பிறகு புதிய முறைகள் கிடைத்தன. விபச்சாரிகள் தங்களது உரிமைகளை நிலைநாட்டுவதற்கு முட்டுக்கட்டையாக நீதியமைப்பில் விபச்சாரம் ஏற்படுத்தும் வெறுப்புணர்வு இருக்கிறது. இது ஹஸ்னா பாய் வழக்கிலிருந்து தெளிவாகும். SITA தான் சுதந்திரமாகப் போய்வரும் உரிமையைக் கட்டுப்படுத்துகிறது என்ற ஹஸ்னா பாயின் வாதம் எளிதில் தள்ளுபடி செய்யப்பட்டது. ஆனால், மாவட்ட நீதிபதிக்கு வெளியேற்றும் அதிகாரம் தரப்பட்டது தன்னிச்சையாகச் செயல்பட அவருக்கு வாய்ப்பளிக்கிறது என்றும், அவள் சுதந்திரமாகப் போய்வரும் உரிமை மீறப்படுகிறது என்றும் கூறியது தள்ளுபடி செய்யப்படவில்லை. மாவட்ட நீதிபதிக்குக் கட்டுப்பாடற்ற அதிகாரங்களை SITA தந்தது சமூகத்தைப் பாதிக்கிறது என்று காட்டும் அளவுக்குப் பரத்தையர் வெற்றிபெற்றனர். "முரண்பாடுகளைச் சாதகமாகப் பயன்படுத்தல், மௌனங்களைக் கலைத்தல், சட்டங்களை ஆளுபவர்களுக்கு எதிராகவே திருப்புதல், இப்போதுள்ள பண்பாட்டு எல்லைகளுக்குள் மாற்றத்துக்காக உழைத்தல் ஆகியவை பரம்பரை பரம்பரையாய் ஒடுக்கப்பட்ட விளிம்புநிலை மக்களுக்குக் கிடைக்கும் பயன்தரும் வியூகங்கள்," என்று மைக்கல் மக்கான் கருதுகிறார்.

இதை நீதிமன்றம் ஏற்றுக்கொண்டது முக்கியமானது. கவுசல்யா தேவி வழக்கு முடியும்வரை இது பல வழக்குகளுக்கு முன்னுதாரணமாக இருந்தது. அதன் பிறகும்கூட ஹஸ்னா பாய், பேகம் கலாபத் வழக்குகளின் தீர்ப்புகள் சட்டப் புத்தகங்களில் இடம்பெற்றன. வழக்கறிஞர்களும் பயன்படுத்தினார்கள்.

கீழ்ப்பட்டவர் பேசக்கூடியவராகத் தோன்றும் ஒரு அபூர்வ நிகழ்வு நீதிமன்றத்தில்தான் நடந்தது. (Can the subaltern speak என்பது காயத்ரி ஸ்பிவாக் எழுதிய கட்டுரை, மொ-ர்). ஆனால், பின்காலனிய ஆட்சியில் விளிம்புநிலைப் பெண்களுக்காகப் பேசுவதாகச் சொல்லிக்கொண்ட பெண் தலைவர்களுக்கு இது தலைவலியாக இருந்தது. மேலும், பாதுகாப்பு இல்லங்களில் மறுவாழ்வுக்காக வைக்கப்பட்டிருந்த பெண்களை வெளியில் கொண்டுவர ஆள்கொணர்வு மனு கொண்டுவருவதும் நடந்தது. அதாவது, அவர்களுடைய பேச்சுரிமை வெளிப்பட்டது. SITA-

வுக்குக் கீழ்ப்படிந்து, ஒழுக்கமிழந்த பெண்கள் காப்பாற்றப்படக் காத்திருந்தார்கள் என்று அனுமானித்திருந்தார்கள் என்று ஒரு பத்திரிகை எழுதியது. பாதுகாப்பு இல்லங்களிலிருந்து பெண்கள் தப்பி ஓட முயன்றதைச் சில பெண்களுக்கு, மரியாதையுடன் வாழப் பிடிக்காமல் இருக்கும் மர்மத்தைப் பற்றி உளவியலாளர்களும் சமூகவியலாளர்களும் ஆராய வேண்டும் என்று சொன்னார்கள். விபச்சாரிகள் குரல் கொடுத்ததை அவர்களது சொந்தக் குரல் என்று நான் சொல்லவில்லை. ஆனால், தன்னைப் பொதுவெளியில் ஒரு பரத்தை என்று சொல்வதற்கு அரசமைப்புச் சட்டம் குரல் தந்திருக்கிறது என்று சொல்வேன்.

விபச்சாரிகள் தங்களது கோரிக்கையை முன்வைத்தது உண்மையாக அவர்களது குரல் இல்லை என்று பெண்கள் குழுக்கள் விமர்சித்தன. ஒவ்வொரு வயதுவந்த பெண்ணும் சொல்வதை உண்மை என்று ஏற்றுக்கொண்டால், அவர்கள் தரகர்களின் ஆதிக்கத்தில் இன்னும் இருக்கும்போது எந்தக் குற்றச்சாட்டும் நீதிமன்றத்தில் எடுபடாமல் போய்விடும் என்று *ASMH* எச்சரித்தது. பிச்சைக்காரர்களும் பரத்தையரும் அவர்களது முன்னோர்களின் தொழிலைச் செய்ய அரசமைப்புச் சட்டத்தின்படி உரிமை இருக்கிறது என்று கோருவதைக் கேட்கத் தனக்கு வருத்தமாக இருக்கிறது என்று துர்காபாய் தேஷ்முக் கூறினார். அவரும் அவரது சமகாலத்தவரும் இதற்குச் சொன்ன தீர்வானது அரசமைப்புச் சட்டம் தந்த சுதந்திரத்தைத் திருத்துவதுதான். கெட்டுப்போன ஒருசிலரின் விளையாட்டுக்காக ஒட்டுமொத்த சமூகத்தின் நலனைக் காவுகொடுக்கக் கூடாது என்றார்கள்.

நீதிமன்றத் தீர்ப்பை *ASMH* இன்னும் கடுமையாகப் பார்த்தது. விபச்சாரத்தை ஒட்டுமொத்தமாக ஒழிக்க வேண்டும் என்று ராமேஷ்வரி நேரு கூறினார். வயதுவந்த பெண்கள் அவர்கள் தாமாக விரும்பி விபச்சாரத்தில் ஈடுபடுவதைத் தண்டனைக்குரியதாக ஆக்க வேண்டும் என்றார். மேலும், தொழில்செய்யும் சுதந்திரத்தை நீக்க சட்டத் திருத்தம் கொண்டுவரப்பட வேண்டும் என்றார். அதேசமயம், நீதிமன்றத்தில் வெற்றிகள் கிடைத்தாலும் வழக்கு விசாரணை அனுபவத்தால் அரசாங்கம் கவனமாக இருந்தது. சாதாரணக் காரணங்களுக்கும் மக்கள் நீதிமன்றத்தை அணுகுவதைத் தடுக்கும் வகையில் சட்டத்துக்கு இன்னும் தெளிவு தரப்பட வேண்டும் என்று விரும்பியது. சட்டத்தின் உறுதியின்மை சமூகப் பணியைத் தடைசெய்கிறது என்றார் அந்த அம்மையார்.

1990-களிலிருந்து இந்தியாவிலும் பிற வளரும் நாடுகளிலும் குற்ற நடவடிக்கைகளைத் தவிர்க்கவும் நலத்திட்டங்களைப் பெறவும் பாலியல் தொழிலில் ஈடுபட்டவர்கள் இடம்விட்டு இடம் செல்வதைப் பலரும் ஆராய்ந்தார்கள். இப்போது அரசுசாராத் தொண்டு நிறுவனங்கள் பன்னாட்டு அடிப்படையில் இயங்கின. மேலும், எய்ட்ஸ் நோய் பற்றிய அக்கறையும் சேர்ந்தது. இதனால், பாலியல் தொழிலாளர்களின் தேவைகள் பற்றிக் கவனம் செலுத்தப்பட்டது. பாலியல் ஒரு தொழிலாகக் கருதப்படலாம் என்ற கருத்து மேலைநாடுகளில் 1980-களில் வந்தது. ஹஸ்னா பாய் வழக்கின்போது பாலியல் தொழிலாளர்கள் சங்கம் அமைத்தார்கள். இந்தியப் பெண்கள் இயக்கங்களின் தொலைநோக்குக்கு எதிராக இந்திய அரசமைப்புச் சட்டம் எடுத்தாளப்பட்டது. நீதிமன்றங்கள் தீர்ப்புகள் கொடுத்த பிறகும் இந்திய அரசமைப்புச் சட்டம் பணத்துக்காக உடலை விற்பதற்கு உரிமை அளிக்கிறது என்பது பரத்தையர் சங்கங்களின் உறுதியான நம்பிக்கையாக இருந்தது. கவ்சல்யா தேவி வழக்கு நடந்து நாற்பது ஆண்டுகளுக்குப் பிறகு 2012-இல் கல்கத்தாவில் பரத்தையர் சங்கம், இந்திய அரசமைப்புச் சட்டப் பிரிவு 21 ,19-ஐச் சுட்டிக்காட்டி அவர்களுடைய தொழிலைச் செய்ய உரிமை இருக்கிறது என்று குறிப்பிட்டுத் துண்டுப்பிரசுரங்கள் வெளியிட்டது.

பின்னுரை

விடுதலை நாளுக்கு முந்தைய நாளில் ஆயிரக் கணக்கான இந்தியர்கள் கொண்டாட்டத்தில் ஈடுபட்டார்கள். அதிகார மாற்றச் சடங்குகளைக் கண்டுகளிக்க இதுவரை உள்ளே நுழைய முடியாத அரசு அலுவலகங்களில் கூடினார்கள். தில்லி மைய அரசுக் கட்டடங்களின் ஒவ்வொரு மூலையிலும் ஆரவாரிக்கும் கூட்டம். அரசப் பிரதிநிதியின் நகர்வலம்கூட மறிக்கப்பட்டுவிட்டது. பிரதமர் நேரு சட்டப்பேரவையின் மேல்கூரையிலிருந்து, மக்களை வழிவிடுமாறு சொல்ல வேண்டியதாயிற்று. கல்கத்தாவில் கவர்னர் மாளிகையை மக்கள் முற்றுகையிட்டார்கள். உலகமே தலைகீழாக மாறிவிட்டது. மக்களும் அரசும் ஒன்றாகிவிட்டார்கள். ஆனால், இந்த ஆரவாரங்கள் சிறிது நேரம்தான் நீடித்தன. இந்திய விடுதலையை நேரு அறிவித்தவுடன், குதிரைவீரர்கள் மக்களைத் தடிகள் கொண்டு விரட்டிப் பின்னால் தள்ளினார்கள். அடுத்த வாரம், அரசாங்கத்தின் சடங்குகள் தொடங்கின. மக்கள் அவர்களது இடங்களுக்குத் தள்ளப்பட்டார்கள். அதன் பிறகு தேர்தலின்போதுதான் அவர்கள் வெளிப்பட்டார்கள். குடியரசின் அரசமைப்புச் சட்டம் 1950-இல் அறிவிக்கப்பட்டதால்தான், அரசுக்கு முன்னால் மக்கள் இருப்பது சாத்தியமாயிற்று என்று இந்த நூல் வாதிட்டது.

இந்தப் புத்தகத்தில் இரண்டு வினாக்கள் எழுப்பப்பட்டன: இந்திய அரசமைப்புச் சட்டத்தால் பயனுண்டா? அப்படியானால் அது யாருக்குப் பயனுள்ளது? இந்தக் கேள்விகளுக்குப் பதில்சொல்ல நாம் ஜலாலாபாத் காய்கறி வியாபாரி முகமது யாசினுக்குப் போவோம். அவர்

காய்கள் விற்கும் முயற்சியில் வெற்றிபெற்றார். உரிமக் கட்டணம் வாங்க ஜலாலாபாத் நகரமன்றத்துக்கு அதிகாரம் இல்லை என்று உச்ச நீதிமன்றம் தீர்ப்பளித்தது. யாசின் தனது தொழிலை நடத்த இருக்கும் அடிப்படை உரிமையைக் கட்டுப்படுத்தியது தவறு என்று காட்டப்பட்டது.

யாசின் ஒரு பணக்காரர் இல்லை. அவருடைய தந்தை நியமுதல்லா தனது 150 ரூபாய் வருமானத்தில் வரிகள் செலுத்த முடியாது என்று கேட்டுக்கொண்டார் என உள்ளூர் வரிப் பதிவேடுகள் காட்டுகின்றன. ஆனால், நீதிமன்றத்துக்குச் சென்றது ஒரு ரிஸ்க்தான். எனினும், அவருடைய தொழிலை நகரமன்றம் மூடிவிட்டது. அதேசமயம், பக்கத்து நகரங்களில் மக்கள் நீதிமன்றங்களில் வழக்கு தொடர்ந்து வெற்றிபெற்றிருந்தார்கள். யாசினின் மனு உயர் நீதிமன்றத்திலும் உச்ச நீதிமன்றத்திலும் இரண்டு வழக்குகளைக் குறிப்பிட்டுக்காட்டியது. அவையும் முஸ்லிம் காய் வியாபாரிகள் அதே மாவட்டத்திலுள்ள நகரமன்றங்களுக்கு எதிராகத் தொடர்ந்த வழக்குகள். இவற்றின் வெற்றிதான் யாசினை நீதிமன்றத்துக்குச் செல்லவைத்தது.

யாசினுடையது போன்ற வழக்குகள் குடிமக்களின் வாழ்க்கையில் குறிப்பிடத்தக்க வகையில் அரசமைப்புச் சட்டம் முக்கிய இடம்பெறுகிறது என்பதைக் காட்டின. விடுதலைக்குப் பின்னர் முதல் பத்தாண்டுகள் அரசமைப்புச் சட்டம் முக்கியத் தளமாக ஆயிற்று. பின்காலனிய அரசும் மதம், சமூகம் போன்ற பிற அதிகார மையங்களும் ஊடுவினை புரிந்து புதிய பின்காலனிய அரசுமுறை வடிவம்பெறக் காரணமாயின. இது தனிமனிதர்கள் அல்லது அமைப்புகளின் திட்டத்தால் ஏற்பட்ட வியூகங்கள் இல்லை. மாறாக, ஆயிரக்கணக்கான இந்தியர்கள் ஒருவரிடமிருந்து ஒருவர் கற்றுக்கொண்டது. பிற அரசமைப்புச் சட்டம் பற்றிய பின்காலனியக் கருத்துகளிலிருந்து இது மாறுபட்டது. அவற்றிலெல்லாம் அடிப்படைகள் ஒரு நீதிபதியாலோ பன்னாட்டு நிறுவனத்தாலோ போடப்பட்டது. இதற்கு மக்கள் அரசமைப்புச் சட்டத்தின் தன்மைக்கும் சாதாரணச் சட்டத்துக்கும் இடையே உள்ள வேறுபாட்டைப் புரிந்திருக்க வேண்டும். அரசாங்கத்துக்கு எதிரான வழக்குகள் அதிகரித்தது இந்த விழிப்புணர்வைக் காட்டுகிறது.

சட்ட வரலாறுகள் மேலைநாடுகளில் சமூகம், சட்டம் பற்றி ஆராயும் அறிஞர்களின் பார்வைக்கு உட்பட்டவை. அமெரிக்க வரலாற்று

ஆசிரியர்கள் சட்டமும் சட்ட நடைமுறைகளும் அமெரிக்க வாழ்க்கையின் ஒரு பகுதி என்று கருதுகிறார்கள். "அமெரிக்கர்களுக்குச் சட்டம் இருந்தது. அவர்கள் சட்டம் இயற்றினார்கள், சட்டத்தைப் பயன்படுத்தினார்கள். அவர்கள் சட்டத்துக்கு உட்பட்டவர்கள்," என்று ஓர் அறிஞர் எழுதினார். ஆனால், இந்தியாவில் அப்படி அல்ல. காலனிய ஆட்சியின்போது, சட்டம் இல்லாத நாடு என்று இந்தியாவை விவரித்தார்கள். பிரிட்டிஷாரின் ஆட்சியை அது நியாயப்படுத்திற்று. எனவே, 1947 வரை இருந்த சட்டங்கள் பலவும் இந்தியர்களால் இயற்றப்படவில்லை, அவர்கள் பரம்பரையாய்ப் பெற்றவையும் இல்லை. காலனிய ஆட்சியில் இந்தியர்கள் சட்டத்தைப் பயன்படுத்தினார்களா, அவர்கள் சட்டத்துக்கு உட்பட்டிருந்தார்களா என்பது கேள்விக்குரியது. சட்டமும் அரசாங்கமும் பெரும்பாலான இந்தியர்களின் கற்பனைக்கு அப்பாற்பட்டவையாக இருந்தன. காந்தியும் காலனியச் சட்ட அமைப்பைக் கடுமையாக விமர்சித்தார். இந்தியர்களையும் தேசிய வழக்கறிஞர்களையும் நீதிமன்றத்தைப் புறக்கணிக்குமாறு சொன்னார். சமாதானமாகப் போவதையும் மத்தியஸ்தத்தையும் ஆதரித்தார்.

ஆனால், அரசமைப்புச் சட்ட வழக்காடல் இப்படிப்பட்ட நிலைப்பாட்டை ஏற்கவில்லை. குழுக்களும் தனியாரும் சட்டம் பற்றி அறிந்திருந்தார்கள்; திறமையுடன் சட்ட அமைப்பைப் பயன்படுத்தினார்கள்.

உண்மையில், அரசாங்கம்தான் நீதிமன்றத்தில் வாதாடப் போதுமான ஆயத்தமில்லாமல் இருந்தது. யாசினின் வழக்கில் ஜலாலாபாத் நகர்மன்றம் உச்ச நீதிமன்றத்தில் பதில் மனு தாக்கல் செய்ய அவகாசம் கேட்டுக் கெஞ்சியது. நகர்மன்றத்துக்குச் செலவிட நிதி இல்லை. அது இப்படிப்பட்ட உச்ச நீதிமன்ற வழக்கை இதற்கு முன்னர் சந்தித்ததே இல்லை. வழக்கு நடத்துவதற்கு சாதாரணக் குடிமகனுக்கு மட்டுமல்ல, அரசாங்கத்துக்கும் செலவுதான். அரசாங்க வழக்கறிஞர்களும் பெருந்தொகையைக் கட்டணமாகக் கேட்டார்கள்.

நீதிப்பேராணை மனுக்கள் வழக்கறிஞர்கள், நீதிபதிகள், நீதிமன்றம் செல்வோர் அனைவருக்குமே புதியவை. சாந்தி பூஷன் ஒரு சாதாரண விஷயத்துக்கு நீதிப்பேராணை மனு தாக்கல் செய்தது பற்றியும், நீதிபதிக்கு அது பற்றி விளக்கியது பற்றியும் எழுதுகிறார். இன்னொரு உச்ச நீதிமன்ற நீதிபதி பதவிக்கு வந்த பிறகு ஒன்றிரண்டு ஆண்டுகள் அமெரிக்க அரசமைப்புச் சட்டம் பற்றிப்

படித்துத் தெரிந்துகொண்டதாகக் குறிப்பிடுகிறார். அந்தக் காலம் புதிய சோதனை, மாற்றம், புதியன காணல் ஆகியவற்றின் காலம். அப்போது எதுவும் சாத்தியம்.

அரசாங்கத்தின் மொழியில் பேசுதல்

இந்திய அரசமைப்புச் சட்டம் ஒரு குறிப்பிட்ட மத்தியதர வர்க்க நோக்கைப் பிரதிபலிக்கிறது என்றும், அது அனைவருக்கும் பொதுவானதாக இல்லை என்றும் விமர்சகர்கள் சுட்டிக்காட்டுகிறார்கள். வரைவுக் குழுவின் தலைவர் அம்பேத்கரும் இதே கருத்தைக் கொண்டிருந்தார். "அரசமைப்புச் சட்டம் சார்ந்த ஒழுக்கநெறி என்பது இயற்கையான உணர்வு அல்ல. அதை வளர்க்க வேண்டும். நமது மக்கள் அதை இன்னும் கற்றுக்கொள்ளவில்லை என்பதை நாம் அறிந்துகொள்ள வேண்டும்," என்று எச்சரித்தார். அரசமைப்புச் சட்டம் அரசாங்கத்தின் ஒரு திட்டம். அது சாதாரண மக்களுக்குப் பாடப்புத்தகங்கள், பொதுப் பொருட்காட்சிகள், செய்திப்படங்கள் மூலமாகக் கொண்டுசெல்லப்பட வேண்டும்.

இப்போது சட்டபூர்வ நிவாரணங்கள் பெற முடியும். இதனால், அரசமைப்புச் சட்டம் இரண்டு வழிகளில் அணுகும் நடைமுறை வந்தது. ஒரு முஸ்லிம் உறுப்பினர் அம்பேத்கர் கருத்தையே எதிரொலித்தார். அரசமைப்புச் சட்ட ஒழுக்கநெறியை வளர்க்க வேண்டும் என்பதை ஏற்றுக்கொண்ட அவர், மக்கள் அல்ல அரசாங்கங்கள்தான் அதைக் கற்றுக்கொள்ள வேண்டும் என்றார். அரசமைப்புச் சட்டமும் விடுதலை தருவதாகவோ அடக்குமுறைக்கு உரியதாகவோ இல்லை. அது அரசாங்கத்தோடு சாதாரணக் குடிமகன் உரையாட, தொடர்புகொள்ள ஒரு மொழியைத் தந்தது. நீதிமன்ற நடவடிக்கையின் சக்தி எதுவென்றால், அதிகார வர்க்கத்தின் நோக்கம், தகுதி, ஞானம் ஆகியவற்றைப் பற்றி இடைஞ்சல் தரும் கேள்விகள் எழுப்பும் திறன்தான் என்று உபேந்திரா கருதினார். இந்தக் கேள்விகள் நிர்வாக வர்க்கத்தை எரிச்சலூட்டி, தாமதப்படுத்தி, கொள்கை மாற்றங்களையும் ஏற்படுத்தின. செலவும் அதிகம். ஒரு செய்தித்தாளின் கேலிச்சித்திரம் (படம் 5.1) இந்த எரிச்சலை வெளிப்படுத்துகிறது. நேரு அரசமைப்புச் சட்டத்திலுள்ள ஓட்டைகளை அடைத்துக்கொண்டிருக்கிறார்; வழக்கறிஞர்கள் புதிய ஓட்டைகளைக் கண்டுபிடித்துக் கொண்டிருக்கிறார்கள்.

படம் 5.1 "அறிவுப் போர்" Shankar's Weekly, மாரச் 20, 1955.

அரசமைப்புச் சட்டத்தை உருவாக்குவதில் வெற்றிகரமாகக் குறுக்கீடு செய்தவர்கள் இப்போது அதைத் திருத்த வேண்டும் அல்லது மாற்றியமைக்க வேண்டும் என்று கேட்டார்கள். பம்பாய் அமைச்சர்கள் மதுவிலக்கை நடைமுறைப்படுத்த அரசமைப்புச் சட்டத்தைத் திருத்துவது ஒன்றுதான் வழி என்றார்கள். ஹனிஃப் குரேஷி தீர்ப்புக்குப் பின்னர், பசுப் பாதுகாப்புக்காரர்கள் அப்போதைய அரசமைப்புச் சட்டத்தில் எந்தத் தீர்வும் கிடைக்காது என்றார்கள். தாராளக் கொள்கையுடைய துர்காபாய் தேஷ்முக்கூட விபச்சாரிகள் தங்களது தொழிலைச் செய்ய உரிமை இருக்கிறது என்று வலியுறுத்தியபோது அரசமைப்புச் சட்டம் தந்த சுதந்திரங்களைத் திருத்துவதுதான் இதற்குத் தீர்வு என்றார்.

அரசமைப்புச் சட்டத்தைப் பயன்படுத்தும் வியூகம் ஒரு உத்தியாகப் பயன்பட்டாலும் அது குடிமக்கள் ஒரு அமைப்பாக இயங்க வகைசெய்தது. இதனால், அரசாங்கத்துக்கு அச்சுறுத்தல் ஏற்பட்டது. அரசாங்கம் மறுத்ததாலும் முஸ்லிம்கள் அவர்கள் பிரிட்டிஷ் அரசின் குடிமக்கள் என்ற அடிப்படையில் பசுக் கொலைசெய்ய உரிமை உண்டு என்பதில் உறுதியாக இருந்தார்கள். உச்ச நீதிமன்றம் எதிராகத் தீர்ப்பளித்தாலும் பாலியல் தொழிலாளர்கள் தங்களது தொழிலைச் செய்ய உரிமை இருக்கிறது என்றார்கள். இது அமெரிக்கர்களின் அரசமைப்புச் சட்டம் பற்றிய விழிப்புணர்விலிருந்து சிறிது மாறுபட்டது. அவர்கள் தனிக்குடிமக்களின் சட்டபூர்வ நோக்கங்களுக்கு எதிராக

நடக்கும்போது அரசமைப்புச் சட்டத்தின் பொருளே வேறுபடும் என்று நம்பினார்கள். கறுப்பர்கள், பெண்கள், தன்பாலின உறவுகொள்வோர் ஆகியோரின் நோக்கங்கள் அப்போதைய அரசமைப்புச் சட்டக் கோட்பாடுகளுக்கு எதிராக இருந்தாலும் அந்த நம்பிக்கை தொடர்ந்தது. அரசாங்கத்தின் ஆதரவு இருக்கும் என்ற கருத்து அந்த நோக்கில் உள்ளடக்கம்.

இந்தியச் சூழலில் அரசாங்கத்தின் ஆதரவு இல்லாமலேயே அந்த நம்பிக்கை இருந்தது. இது ஒரு புதிர்தான். ஒருவேளை இந்தியர்கள் அரசமைப்புச் சட்டத்தில் நம்பிக்கைகொள்ளத் தொடங்கிவிட்டதால் இருக்கலாம். அல்லது அவர்கள் முழுவதுமாக மாறிவிட்டதால் இருக்கலாம். இதை நிரூபிக்க முடியாது. ஆனால், இந்தியாவின் பலதரப்பட்ட மக்களும் அரசமைப்பை அரசு அதிகாரத்தைக் கட்டுக்குள் வைக்கும் கருவியாகவும் தங்களுடைய கோரிக்கைகளை அமைக்கும் சக்திமிக்க வழியாகவும் கண்டார்கள் என்பதை உறுதியாகக் கூற முடியும்.

அதேசமயம், அதிகார வர்க்கமும் சட்டம் பற்றி எச்சரிக்கையாக இருக்கத் தொடங்கியது. மதுவிலக்கு வழக்கில் பல வழக்குகளைச் சந்தித்த பிறகு சட்டம் தங்களுக்குச் சாதகமாக இருக்கும் வகையில் மதுவிலக்குக் குற்றங்களுக்கான விசாரணை முறையையும் நிர்வாகத்தையும் மாற்றி அரசு அமைத்தது. வல்லுநர்களை நியமித்துப் பிற நாட்டுச் சட்டதிட்டங்களை ஆராய்ந்தது. குரேஷி வழக்குகளில் உச்ச நீதிமன்றத் தீர்ப்புக்குப் பிறகு சட்ட அமைச்சகத்தின் வல்லுநர்கள் புதிய சட்டங்களைக் கொண்டுவர முயன்றனர். பாலியல் தொழிலாளர்கள் மீது வழக்கு பதிவு செய்வதிலுள்ள பிரச்சினைகளில் காவல் துறை அலுவலரும் சமூகத் தொண்டர்களும் பலமுறை ஆலோசனை நடத்தினார்கள். எனவே, அரசமைப்புச் சட்டம் என்ற கருத்தாக்கம் கீழிருந்து வந்தபோது பின்காலனிய அரசு தன்னையே கட்டுப்பாட்டுக்குள் கொண்டுவர வேண்டியது அவசியமாற்று.

அரசாங்க அதிகாரத்துக்கு எதிரான ஒரு எளிய எதிர்ப்பு இல்லை இது. அரசமைப்புச் சட்டத்தின் வழியாகச் செயல்படும் இந்தச் செயல்முறையானது குடிமக்களை அரசோடு தொடர்புகொள்ள நெருக்கமான அவசியத்தை ஏற்படுத்தி அதன் முக்கியத்துவத்தை எடுத்துக்காட்டிற்று.

செயல்முறை

எல்லா வாதங்களும் நீதிமன்றங்களில் ஒரே அளவிலான வரவேற்பைப் பெறவில்லை. சொத்து அல்லது பொருள் தொடர்பான கோரிக்கைகள் மக்களுடைய கவனத்தைக் கவரக்கூடியவை. ஆனால், அவை வெற்றிபெறவில்லை. ஏற்கெனவே சொல்லப்பட்டதுபோல இந்திய அரசமைப்புச் சட்டத்தில் சொல்லப்பட்ட அடிப்படை உரிமைகளைப் பல காரணங்களால் கட்டுப்படுத்த முடியும். இவையும் திருத்தங்கள் மூலம் விரிவுபடுத்தப்பட்டன. சட்டப் பிரச்சினைகளுக்கு அஞ்சி அரசமைப்பு உரிமைகள் சில கட்டுப்பாடுகளுக்கு உட்பட்டவை, அவை சட்டத்தின் வழியாக ஏற்படுத்தப்பட்ட நடைமுறைகளால் கட்டுப்படுத்தப்படும் என்று அரசு கூறியது. நீதிமன்றங்கள் தொடக்கத்தில் சட்டமன்றத் தீர்மானங்களை நீக்கத் தயங்கின. எனவேதான், பசுக்கொலைத் தடுப்பும், பண்டங்கள் மீதான கட்டுப்பாடும், வர்த்தகம் - தொழில் ஆகியவற்றில் விதிக்கப்பட்ட கட்டுப்பாடுகளும் சரியானவை என்று கருதின. அதுபோலவே, விபச்சாரிகளை வெளியேற்றி அவர்கள் இயங்குவதைத் தடுப்பதும் காரணபூர்வக் கட்டுப்பாடாகக் கருதப்பட்டது. மதுவிலக்கும் சொத்துரிமையில் கொண்டுவரப்பட்ட காரணபூர்வக் கட்டுப்பாடுதான். மக்களாட்சியில், மக்களின் அதிகாரம்பெற்ற மக்களால் தேர்ந்தெடுக்கப்பட்ட அரசால் இயற்றப்பட்ட சட்டங்கள் இவை என்பதை நீதிமன்றங்கள் அறிந்திருந்தன. எனவே, அவற்றை நீக்கிவிடுவது பற்றி அவை கவனமாக இருந்தன.

எனினும், நடைமுறை சார்ந்தவற்றில் நீதிமன்றங்கள் கடுமையாக இருந்தன. அதிகார வர்க்கத்தினரின் தன்னிச்சைச் செயல்பாட்டின் மீது கடுமையான தீர்ப்புகள் வழங்கின. எடுத்துக்காட்டாக, மதுவிலக்கு வழக்குகளில் காவல் துறைக்கு அளிக்கப்பட்ட அதிகாரங்கள் கேள்விக்கு உட்படுத்தப்பட்டன. நிரூபிக்க வேண்டிய பொறுப்பானது குற்றம்சாட்டப்பட்டவருக்கு இருந்ததும் அநீதியாகக் கருதப்பட்டது. பண்டங்கள் கட்டுப்பாட்டு வழக்குகளில் அரசாங்க அதிகாரிகளுக்கு அதிகாரத்தைத் தந்ததும் நீதிமன்றத்தின் கோபத்துக்கு உள்ளாயிற்று. விபச்சார வழக்குகளில் ஒரு பெண்ணை வெளியேற்ற உள்ளூர் மேஜிஸ்ட்ரேட்டுக்குத் தரப்பட்ட அதிகப்படியான தன்னிச்சையாக முடிவெடுக்கும் அதிகாரங்களும் வழக்குக்கு உள்ளாயின.

விடுதலைக்குப் பிறகு இவை இன்னும் வலிமைபெற்றன. மாநிலங்கள் சீரமைக்கப்பட்டன. 500-க்கும் மேற்பட்ட சிற்றரசுகள் இணைக்கப்பட்டன. நிர்வாகம் விரிவானது. அரசாங்கம் புதிய பகுதிகளில் நுழைந்தது. இதனால், அதிகார எல்லைகள் பற்றிய பிரச்சினைகள் வந்தன. கூட்டாட்சியும் நிர்வாகத்திலிருந்து நீதித் துறையைப் பிரித்ததும் வழக்காடுதலுக்குப் புதிய தளங்களாக அமைந்தன. இப்போது மையமாக்கப்பட்ட அரசாங்கம் இருந்ததால் அரசியலில் உள்ளூர் மாநில தேசிய மட்டங்களில் அதிக நெருக்கமான உறவாடல்கள் ஏற்பட்டன. மதுவிலக்கிலும் பசுக் கொலைத் தடுப்பிலும் இருந்த மாறுபட்ட கொள்கைகள் பல ஓட்டைகளைத் தந்தன. அவற்றைச் சிலர் அவர்களுக்குச் சாதகமாகப் பயன்படுத்திக்கொண்டார்கள். நாட்டில் அரசாங்கம் மையமாக்கப்பட்டது அரசு அதிகாரிகளால் மட்டும் செயல்படுத்தப்படவில்லை; தேர்தல் அளவில் சிறுபான்மையினராலும் ஊக்கப்படுத்தப்பட்டது. அவர்கள் உள்ளூர் அதிகாரிகளை எதிர்த்து உச்ச நீதிமன்றத்திலும் உயர் நீதிமன்றத்திலும் மனு செய்தார்கள். குரேஷிகள் தேசிய அளவில் அமைப்பை ஏற்படுத்தி நேரடியாக உச்ச நீதிமன்றத்தை அணுகினார்கள். விபச்சாரிகள் தங்களுக்கு இடையே செய்திப் பரிமாற்றத்துக்கு வலைத்தளங்களை ஏற்படுத்திக்கொண்டு ஒரே நேரத்தில் பம்பாய், அலகாபாத், பஞ்சாப், வங்கம் ஆகிய இடங்களில் செயல்பட்டார்கள்

எனினும், அரசமைப்புச் சட்டம் கட்டளையிட்டாலும் நிர்வாகத்திலிருந்து நீதித் துறையைப் பிரிப்பது மிக மெதுவாகவே நடந்தது. (படம். 5.2) உயர் நீதிமன்றத்தில் பெரும்பாலும் வழக்கறிஞர்கள் குழுவிலிருந்து வந்தவர்களே நீதிபதிகளாக இருந்தார்கள். அவர்கள் மாவட்ட நீதிபதிகளைச் சந்தேகத்தோடு பார்த்தார்கள். இவர்கள் பெரும்பாலும் குடிமைப் பணியிலிருந்து வந்தவர்கள்; நிர்வாகப் பணியையும் ஆற்றிவந்தார்கள். நிர்வாகத் துறையிலிருந்து வந்தவர்கள் சுதந்திரமான நீதித் துறைப் பணிகளை எப்படி ஆற்ற முடியும் என்பது அவர்களது ஐயம். விபச்சார வழக்குகளில் SITA-வின் 20-ஆம் பிரிவு பற்றிய தீர்ப்புகளில் ஆந்திரப் பிரதேச உயர் நீதிமன்றத்துக்கும் அலகாபாத் நீதிமன்றத்துக்கும் வேறுபாடுகள் இருந்தன என்பது இதைக் காட்டுகிறது. அலகாபாத் நிர்வாகத்தை நீதித் துறையிலிருந்து பிரிக்கவில்லை. எனவே, மேஜிஸ்ட்ரேட்டுக்கு தன்னிச்சையாக முடிவெடுக்கும் அதிகாரம் இல்லை என்பதால் அந்தப் பிரிவை நீக்கியது. ஆனால், நீதித்

படம் 5.2 பம்பாயில் காங்கிரசு அரசு தனியாக இயங்கும் கீழமை நீதித்துறையை நிர்வாகத் துறையிலிருந்து பிரிக்கத்தயங்கியது. Shankar's Weekly July 5, 1953.

துறையைத் தனியாகப் பிரித்த முதல் மாநிலங்களில் ஒன்று ஆந்திரப் பிரதேசம். எனவே, அந்த உயர் நீதிமன்றம் அந்தப் பிரிவானது அரசமைப்புச் சட்டத்துக்கு உட்பட்டது என்று தீர்ப்பளித்தது.

அமெரிக்காவில் அலுவலர்களின் உரிமைகள் பற்றிய பழைய கருத்துகளுக்கும் தனிநபரின் உரிமைகளுக்கும் இடையில் மோதல் ஏற்படும். அப்போது உச்ச நீதிமன்றம் அலுவலர்கள் பக்கமே இருக்கும். இந்தியாவில் அதிகாரிகள் பற்றிய பொதுச் சட்ட வரலாறு இல்லை. 1950-களில் காலனிய ஆட்சியில் இருந்த அலுவலகங்கள் பல குழப்பத்தில் இருந்தன. காலனிய ஆட்சியில் அதிகார மையங்கள் (சிற்றரசர்கள், நிலப்பிரபுக்கள், மதகுருக்கள், கணவர்கள்) நடுநிலையாக நடப்பார்கள் என்று கருதப்பட்டது. ஆனால், மக்களாட்சி அரசு இவர்களது அதிகாரங்களில் தலையிடத் தயங்கியதில்லை. காலனிய ஆட்சிக் காலத்தில் மாவட்ட மேஜிஸ்ட்ரேட் என்பது உயர்ந்த பதவியாக இருந்தது. இப்போது அரசமைப்புச் சட்டத்தின் காரணமாக அதை மாற்றியமைக்க வேண்டியதாயிற்று.

உரிமைகள் பற்றிய பிரச்சினை செயல்முறை பற்றிய விவாதமாக மாறிவிட்டது. உழவர் மறுமலர்ச்சி என்ற அடிப்படைப் பிரச்சினையானது நீதிமன்ற அதிகாரம், சட்டமன்ற அதிகாரம் ஆகியவற்றுக்கான திருத்தங்கள் பற்றிய வரம்புகளின் மேலோட்டமான விவாதமாக ஆகிவிட்டது. அரசியலைச்

சட்டமாக ஆக்குவதில் விளைவுகள் உள்ளன. அரசாங்க அதிகாரத்தை மக்கள் எதிர்க்கும் முயற்சிகளில் சட்டபூர்வமான அணுகுமுறை இருக்கிறது. இது எதிர்ப்பு தெரிவிப்பதன் முறைகளையும் பணிந்துபோதலையும் மாற்றுகிறது. ஏழைகளின் ஆயுதங்கள் என்பது குறைய, அது அதிகாரத்தைத் தவிர்த்தல், மீறல், அதன்படி நடத்தல் ஆகிய பல வடிவங்களின் இடத்தை எடுத்துக்கொள்கிறது.

எனினும், இந்த மாற்றத்தின் விளைவுகள் பின்தங்கிய பிரிவினரின் சட்டப் பிரச்சினைகளுக்குப் பயனுள்ளதாக இருக்கும் என்று இந்த நூல் காட்டுகிறது. இந்த நூலில், நீதி கேட்கும் நான்கு வகையினரும் விளிம்புநிலையினர். சமூகத்தில் தாழ்ந்த இடத்தில் இருப்பவர்கள். எல்லோருமே பொதுமக்களின் ஏச்சுக்கு உள்ளானவர்கள். அவர்கள் பிரிட்டிஷாருக்கு வால்பிடிக்கும் பார்சிகள், நியாயமில்லாத மார்வாடி வியாபாரிகள், ஆசைகாட்டும் ஒழுக்கங்கெட்ட வேசிகள், கொடூரமாக ஆடுமாடு வெட்டும் முஸ்லிம்கள். அவர்களுடைய இனங்களுக்கு வெளியே அவர்களுக்கு ஆதரவாளர்கள் யாருமில்லை. நல்ல இந்தியக் குடிமகன்/மகள் யார் என்ற பொதுவான கருத்துக்கு வெளியே நிற்பவர்கள்.

எனவே, பரத்தையராகவும் வணிகர்களாகவும் கால்நடையை வெட்டுபவர்களாகவும் அவர்கள் தங்கள் உரிமைகள் பற்றிப் பேசுவது அவர்களுடைய குழுக்களுக்கு வெளியே எடுபடவில்லை. ஆனால், அவர்களுடைய பிரச்சினையைச் செயல்முறைக்கு உரியதாகக் காட்டி, அவர்கள் மீது இருந்த கவனத்தை மாற்றிப் பொதுவான பிரச்சினையாக ஆக்கினார்கள். இது காலனிய இந்தியாவிலிருந்து மாறுபட்டது. அப்போது குறிப்பிட்ட உரிமைகளை வலியுறுத்துவது லாபமாக இருந்தது. அவையெல்லாம் பழக்கவழக்கங்கள், மதம் ஆகியவற்றில் வேரூன்றி இருந்தன.

விளிம்புநிலையிலிருந்து வந்த அரசமைப்பியல்

அரசமைப்பு சார்ந்த வழக்காடல் மேல்மட்டத்தினருக்கு மட்டுமே உரியதாக இல்லை, அதை எல்லா வகுப்பாரும் அணுக முடிந்தது என்று இந்த நூல் காட்டியிருக்கிறது. 1950-களில் அரசமைப்புக் கலாச்சாரம் சில விளிம்புநிலைக் கூட்டத்தாரின் தலையீட்டாலேயே உருவானது என்றுகூடச் சொல்வேன். தேர்வுமுறையின் அடிப்படையிலான மக்களாட்சி அமைந்தது ஒரு குறிப்பிட்ட

வகைக் கீழ்நிலையினரை உண்டாக்கிற்று. தேர்தலில் வெற்றிபெற முடியாத சிறுபான்மையினர் நீதிமன்றங்களை நாடினார்கள். இது பல மக்களாட்சிகளில் வழக்கமாக நடைபெறுவதுதான். எனினும், இந்தியாவில் நிலைமை குழப்பமாக இருந்தது. ஏனென்றால், தேர்தலில் சிறுபான்மையினர் என்பவர்கள் ஒரு குறிப்பிட்ட சமூகப் பொருளாதார வகுப்பினரைச் சார்ந்தவர்கள் இல்லை; ஒரு குறிப்பிட்ட சித்தாந்தத்தைப் பின்பற்றுபவர்கள் இல்லை. பிறப்பால் வந்த அடையாளங்களை உடையவர்கள்.

மாற்றம் ஏற்படுத்தும் சட்டமியற்றல் பற்றிய வழக்குகளை நான் ஆராயத் தொடங்கியபோது, சட்ட முறையீடுகள் ஒவ்வொன்றும் ஒவ்வொரு சாதி உறுப்பினர்களின் ஆதிக்கத்தில் இருக்கும் என்று எதிர்பார்க்கவில்லை. பசுக் கொலைப் பிரச்சினைகளை எளிதில் அடையாளம் கண்டுகொள்ளலாம். ஆனால், பண்டங்கள் மீது கட்டுப்பாடுகள், மதுவிலக்கு, விபச்சாரம் ஆகியவற்றிலும் பெரும்பான்மையான வழக்குகள் சில சிறுபான்மையினராலேயே தொடரப்பட்டன என்று நான் எதிர்பார்க்கவில்லை. அதேசமயம், எல்லாச் சிறுபான்மையினராலும் நீதிமன்றங்களுக்கு எளிதாகச் செல்ல முடியவில்லை. அப்படியானால், வெற்றிகரமாக வழக்காடுவதற்குள்ள தகுதியை எது தீர்மானிக்கிறது?

இந்த நூல் காட்டியிருப்பதுபோல அரசாங்க அடக்குமுறையால் பாதிக்கப்பட்டவர்களே நீதிமன்றங்களை அதிகம் நாடியிருக்கிறார்கள். கசாப்புக்காரர்கள், மது விற்பவர்கள், பாலியல் தொழில்செய்பவர்கள் ஆகியோர் பலவகையான ஒழுங்குமுறைகளைச் சந்திக்க வேண்டியிருந்தது. ஆகவே, பலவகைப்பட்ட அரசு அதிகாரிகளை (நலத் துறை ஆய்வாளர்கள், காவல் துறையினர், சமூகப் பணியாளர்கள், நகர்மன்ற அதிகாரிகள்) எதிர்கொள்ள வேண்டியிருந்தது. அரசாங்கத்தோடு பல முனைகளில் அவர்களுக்குத் தொடர்பு இருந்தது. எனவே, அவர்களுக்குச் சட்டதிட்டங்கள், ஒழுங்குமுறைகள் எல்லாம் தெரியும். பாலியல் தொழில்செய்யும் எழுத்தறிவில்லாத பெண்களுக்கு இடம் பற்றிய சட்டங்கள் நன்கு தெரியும். வணிகர்களைப் பொறுத்தவரை காலனிய ஆட்சியில் அரசின் பார்வைக்கு வர மாட்டார்கள். ஆனால், இரண்டாம் உலகப் போரின்போது கண்காணிப்புக்கு உள்ளானார்கள். விடுதலைக்குப் பிறகு இதுவே அதிகாரபூர்வமானதாக ஆனது.

அதிகமாகச் சட்ட விழிப்புணர்வுடைய குழுக்கள் வலுவான சாதி அமைப்புகளைச் சேர்ந்தவர்கள். பம்பாய் பார்சி பஞ்சாயத்து, மார்வாடிகளின் ஆதிக்கத்தில் இருந்த சேம்பர் ஆஃப் காமர்ஸ் கூட்டமைப்பு ஆகியன எடுத்துக்காட்டுகள். அலகாபாத் நடனப் பெண்களின் சங்கம் புதிதாகத் தோன்றியது. இந்தக் குழுக்களில் பல தொழிற்சங்கங்களாக செயல்பட்ட அதேசமயம் சாதி இன அமைப்புகளாகவும் செயல்பட்டன. அவை சட்டபூர்வ நடவடிக்கைக்கு ஆட்களைத் திரட்டுதல், பிரச்சாரம் செய்தல், பேச்சுவார்த்தை நடத்துதல் ஆகியவற்றில் ஈடுபட்டன. இதனால், குடிமைச் சமூகத்துக்கும் அரசியல் சமூகத்துக்கும் உள்ள வேறுபாட்டை இந்த அமைப்புகள் மேலும் சிக்கலாக்கின. தாராளக் கொள்கையுடைய அரசியல் மரபுகள் கேள்விக்குள்ளாயின. இந்தியாவில் சுதந்திரம், சொத்து, சாதி ஆகியவை ஒன்றுக்கொன்று தொடர்புடையவையாக ஆயின. தனியார் உரிமைகளையும் குழுக்களின் உரிமைகளையும் தாராளக் கொள்கை வேறுபடுத்தியது. ஆனால், இந்தியாவில் தனியார் உரிமைகள் சார்ந்த கோரிக்கைகள் ஒரு குழுவால் அமைக்கப்பட்டு, நிதி உதவி அளிக்கப்பட்டு ஆதரவு தரப்படுகிறது.

இனக்குழுக்களின் உரிமைகள், குறிப்பாகச் சிறுபான்மை உரிமைகள் கலாச்சாரத்தை மையமாகக் கொண்டவை (மொழி, மதம், அந்தஸ்து). சிறுபான்மை உரிமைகள் பற்றி அம்பேத்கர் அறிக்கை கொடுத்திருந்தாலும் இப்படி நடந்தது. அவர், "தனியாரின் சுதந்திரத்துக்கும் சமூகப் பொருளாதாரக் கட்டமைப்பின் வடிவத்துக்கும் உள்ள தொடர்பானது வெளியில் தெரியாமல் இருக்கலாம். ஆனால், தொடர்பு இருப்பது உண்மை," என்றார். சாதிகளால் கட்டப்பட்ட ஒரு சமூகத்தில் சாதி அடையாளங்களும் பொருளாதாரக் கட்டமைப்பும் நெருங்கிய தொடர்புடையவை. பொருளாதாரத்தை மாற்றியமைக்க நேரு காலத்து முயற்சிகள் சாதிய அமைப்புகளால் எதிர்க்கப்பட்டன. மண்டலம், மொழிகள் அடிப்படையில் மாற்றியமைக்கப்பட்டதாலும் தேர்தல் சார்ந்த மக்களாட்சி வளமடைந்ததாலும் இந்திய அரசியல் மாற்றமடைந்தது என்று பரவலாக நம்பப்பட்டது. இந்தக் கருத்தாக்கத்தை இது கேள்விகேட்கிறது. அப்போதுதான் சாதி, மண்டலம், மதம் என்ற அரசியல் முந்தைய வகுப்புவாதங்களையும் முதலாளித்துவத்தையும் மாற்றியமைத்தன என்று சொல்லப்பட்டது. 1950-களிலேயே தாராள உரிமைகளுக்கான கோரிக்கைகள் எழுந்தன. அப்போது பொருளாதார உலகம் சாதியால் கட்டமைக்கப்பட்டிருந்தது.

எடுத்துக்காட்டாக, யாசினைத் தொடர்ந்து உத்தரப் பிரதேசத்தின் பிற மாவட்டங்களிலும் முஸ்லிம் காய்கறி வியாபாரிகள் அதேபோன்ற முயற்சிகளை மேற்கொண்டார்கள். இது எதிர்பாராத நிகழ்வில்லை. வடஇந்தியாவில் முஸ்லிம் கிளைச்சாதியான ஆரியன்கள் கையில் காய்கறி வியாபாரம் இருந்தது. யாசினுடைய மனு ஒரு ஒருங்கிணைந்த செயலாக இருக்கலாம். அல்லது செய்திகளைப் பரிமாறிக்கொள்ளும் வலைத்தளத்தின் விளைவாக இருந்திருக்கலாம்.

எனவே, இந்தியாவில் தாராளக் கொள்கையுடைய மக்களாட்சி நடைமுறைகளான தேர்தல்களோ, நீதித் துறை மீள்பார்வையோ சாதியை ஒழிக்கவில்லை; மாறாக, சாதியே அடிப்படையாக ஆயிற்று. இதைத்தான் இந்த நூல் அடிப்படையாகக் கொண்டிருக்கிறது. பரம ஏழைகளும், எளிதில் பாதிக்கப்படக்கூடிய மக்களும் தேர்தல் அரசியலில் தீவிரமாக இருக்கிறார்கள் என்பது பொதுவாக ஏற்றுக்கொள்ளப்பட்டிருக்கிறது. அவர்களது பங்களிப்பால்தான் மக்களாட்சி நடைமுறை அதன் குறைபாடுகளிலிருந்து தப்பி அதற்கென்று தன்னாட்சி நிலையை அடைந்திருக்கிறது. அதேபோன்ற செயல்முறைகள்தான் அரசமைப்புச் சட்டம் உருவாவதிலும் பங்குபெற்றன.

இவ்வாறு சொல்லும்போது எல்லாச் சாதியினரும் எல்லா இனத்தவரும் 1950-களில் இவற்றில் பங்குகொள்ள முடிந்தது என்று கூறவில்லை. இந்தக் கதையாடலில் நிலமில்லா விவசாயிகள் வரவில்லை; தலித்துகளும் பழங்குடியினரும் பங்குபெறவில்லை. பங்குபெற்றோரில் பெரும்பான்மையினர் கடைத்தெருப் பொருளாதாரத்தில் பங்குகொண்டவர்கள்தான். ஆனால், அண்மைக் காலங்களில் தலித்துகளும் பழங்குடியினரும் அவர்களது கோரிக்கைகளை நீதிமன்றங்களிலும் பிற இடங்களிலும் வலியுறுத்த அரசமைப்புச் சட்டத்தைத் துணைக்கு அழைக்கிறார்கள்.

கசாப்புக் கடைக்காரர்களுக்கு அரசமைப்புச் சட்டமா?
சந்தைகள், சுற்றுச்சூழல், உரிமைகளின் தொடக்கம்

1978-இல் மோதி ராம் என்ற ஏழைக் கட்டிடத் தொழிலாளியின் மனுவை உச்ச நீதிமன்றம் ஏற்றுக்கொண்டது. அவர் தனக்குத் தரப்பட்டிருந்த பிணையை மாற்ற வேண்டும் என்று கேட்டார். உள்ளூர் நடுவர் பத்தாயிரம் ரூபாய் பிணையாகக் கட்ட

வேண்டும் என்றும், உறுதி ஆவணங்கள் அதே மாவட்டத்தில் இருக்க வேண்டும் என்றும் ஆணையிட்டிருந்தார். அவருடைய சகோதரரின் சொத்தைப் பிணையாக ஏற்க மறுத்துவிட்டார். ஏனென்றால், அது வேறு அதிகார எல்லைக்குள் இருந்தது. ராமுக்கு ஆதரவாக நீதியரசர் கிருஷ்ண ஐயர் தீர்ப்பளித்தார். சமூகநீதி, தனியாள் உரிமை, இட உரிமை ஆகியவற்றில் தாராளமாகப் பொருள்கொள்ள வேண்டும் என்றார். மனுதாரர் போன்ற ஒரு கட்டிடத் தொழிலாளியைப் பத்தாயிரம் ரூபாய் பிணைத்தொகை செலுத்தச் சொல்வது மனச்சான்றை அதிர்ச்சியடையச் செய்கிறது என்று நீதிமன்ற அமர்விலிருந்து முழங்கினார். இந்திய மக்களாகிய நம்மால் இயற்றப்பட்ட அரசமைப்புச் சட்டம் கசாப்புக்காரருக்கும் ரொட்டி சுடுபவருக்கும் மெழுகுதிரி செய்பவருக்கும் உரியது — அதில் கொத்தடிமைகளையும் நடைபாதைவாசிகளையும் சேர்ப்போமா என்று நீதிமன்றத்தையும் நடுவரையும் கடிந்துகொண்டார்.

நீதியரசர் ஐயரின் முழக்கம் நீதியரசர் விவியன் போஸ் 1956-இல் கூறியதை எதிரொலித்தது. ஒரு மனுதாரருக்கு நிவாரணம் வழங்குவதில் நடைமுறை விதிகளால் காலதாமதம் ஆனது கண்டு எரிச்சலடைந்த நீதியரசர் போஸ், அரசமைப்புச் சட்டமானது அரசாங்கங்கள், மாநிலங்கள், மேல்தட்டு மக்களின் நலனுக்காக மட்டும் இல்லை. அது சாமானிய மனிதருக்காக, ஏழைகளுக்காக, தாழ்ந்தோருக்காக, வணிகத்தை நம்பியிருப்போருக்காக, கசாப்புக்காரருக்காக, ரொட்டி சுடுபவருக்காக, மெழுகுதிரி செய்பவருக்காக இருக்கிறது என்று பேசினார். இந்தப் பட்டியலில் நடைபாதைவாசிகளையும் கொத்தடிமைகளையும் நீதியரசர் சேர்த்தது, இந்திய அரசமைப்புச் சட்ட நிகழ்வில் பொதுநலனுக்கான அக்கறையின் விளைவாக நீதிமன்றத்தை மக்கள் நாடத் தொடங்குவதன் அடையாளம்.

நீதியரசர் ஐயரை உயர்த்தியது நீதிமன்றத்தில் மக்கள் இடம்பெறுவதைக் காட்டுகிறது என்று உபேந்திரா பக்ஷி கருதுகிறார். ஏனென்றால், சட்டம் மக்களுக்கானது, சட்டத்துக்காக மக்கள் இல்லை என்று ஐயர் வலியுறுத்தினார். நவீன மார்க்சியரான அவர், மக்கள் எனும்போது உழைப்பாளி வர்க்கத்தைத்தான் குறிப்பிட்டார், சொத்துக்காரர்களை அல்ல. இதுதான் இந்திய உச்ச நீதிமன்றம் இந்தியர்களின் உச்ச நீதிமன்றமாக ஆனதன் தொடக்கம். அப்படியானால், இந்தப் புத்தகத்தில் சொல்லப்படும் காலகட்டம்

எல்லா இந்தியர்களுக்குமான நீதிமன்றம் அல்ல; மாறாக, அது கசாப்புக்காரர்கள், ரொட்டி சுடுவோர், மெழுகுதிரி செய்வோர் ஆகியோரின் நீதிமன்றமாக இருந்தது என்று பொருள்படும். அரசமைப்பு சார்ந்த வழக்காடல் அரசாங்கம்போல அல்லாமல் தனியார் நலனுக்காகவே இருந்தது என்று நேரு முதலான அரசாங்கத்தை நடத்துபவர்கள் கருதினார்கள். அரசாங்கம் மட்டும்தான் தேசிய நலனில் அக்கறையுடையது. ஆனால், இந்தச் சொற்களெல்லாம் நேரு காலத்து அரசினுடைய கொள்கைகளின் விளைவுகளைத் தவறாகச் சித்தரிக்கின்றன என்பது எனது கருத்து.

1950-களில் உரிமைக்கான கோரிக்கைகள் எங்கு எழுந்தன? தொழில், வேலை, மக்கள், பண்டங்கள், சேவைகள் சுதந்திரமாக இயங்குதல் ஆகியவை பற்றிய அக்கறை, இந்த நூலில் விவாதிக்கப்படும் வழக்குகளில் வரும் ஊடு இழையாக இருக்கின்றன. கசாப்புக் கடைக்காரர்களும், பண்டங்களில் வர்த்தகம் செய்வோரும் நேரடியாக இந்த வகைக்குள் வருவார்கள். அதேசமயம், மதுவிலக்கை எதிர்த்த குடியுரிமை வழக்குகளுக்குப் பின்னால் வியாபார நோக்கங்கள் இருந்ததையும் இது காட்டுகிறது. அதுபோல, பாலியல் தொழிலாளர்களின் வழக்குகள் துன்புறுத்துவது, சமத்துவம் ஆகியவற்றைப் பற்றி இருந்தாலும்கூட அடிப்படையில் உயிர்வாழ உழைக்க உரிமை கேட்பது பற்றியவை. எனவே, நேரு காலத்து இந்தியாவில் வந்த உரிமை கோரிய வழக்குகள் சந்தையிலிருந்தே வந்தன.

மக்கள் அவர்களுக்கு லாபமிருந்தால் தவிர வழக்குமன்றம் போய்ச் செலவழிக்க மாட்டார்கள் என்பதுதான் இதற்கு எளிதான விளக்கம். எனினும், இது நேரு காலத்து இந்தியாவைச் சித்தரிக்க ஒரு புது அடையாளத்தைத் தந்தது. திட்டமிடுதல், முக்கியத் தொழில்களைத் தேசியமயமாக்குதல், அரசாங்கத்தால் முன்னின்று நடத்தப்படும் வளர்ச்சித் திட்டங்கள் ஆகியவை கொண்ட நேரு மாதிரி அரசு சந்தைக்கு எதிரானது என்று விவரிக்கப்படுகிறது. அது சந்தைக்கு எதிரானது இல்லை; புதிய அரசாங்கம் பண்டங்கள் (மது, மாட்டிறைச்சி, பருத்தி), முதலீடு, ஆட்கள் ஆகியவை இயங்கும் வலைத்தளங்களை மாற்றியமைக்கவும் புதிய சந்தை விதிமுறைகளை ஏற்படுத்தவும் முயன்றது. அரசுக் கொள்கையின் வழிகாட்டுக் கோட்பாடுகள் முன்வைக்கும் தொலைநோக்கு அரசுக்கும் சமூகத்துக்கும் புதிய ஆட்சிமுறையைத் தந்தது. இந்த மாற்றம் ஓரிரவில் நடைபெற்றதில்லை. இதற்கான

வித்து 1930-களில் விதைக்கப்பட்டது. நகராட்சி மாகாண அரசுகளில் தேர்ந்தெடுக்கப்பட்ட உறுப்பினர்களின் எண்ணிக்கை அதிகமாக்கப்பட்டது. 1920-களில் நகரமன்றங்கள் பரத்தையரை வெளியேற நடவடிக்கை எடுத்தன. 1939-இல் மக்களால் தேர்ந்தெடுக்கப்பட்ட மாகாண அரசுகள் மதுவிலக்கைக் கொண்டுவர முயன்றன.

1950-களில் உரிமைகோரிய வழக்குகள் புதிய உரிமைகளைக் கேட்கவில்லை. மாறாக, புதிய அரசால் தடைசெய்யப்பட்ட பழைய வழக்கங்களைத் தொடர்வதற்கான உரிமையைக் கேட்டன. எனவே, மோதல் ஒரு சர்வாதிகாரி அரசுக்கும் தனிநபருக்கும் இடையில் ஏற்பட்டதல்ல; பெரும்பான்மையினருக்கும் சிறுபான்மையினருக்கும் இடையில் ஏற்பட்டதல்ல; அது, பாலுணர்வைக் கட்டுப்படுத்தும், மது அருந்தாத, மாட்டிறைச்சி உண்ணாத, காலத்தையும் நேரத்தையும் வீணாக்காத ஒரு கற்பனைக் குடிமகனுக்கும் இவற்றுக்கு வெளியில் இருப்போருக்குமான மோதல். வெளியில் இருப்போர் ஒரு புது வகையான ஒழுக்கநெறிக்காரர்கள். வழக்காடும் குடிமக்கள் தங்களது வாழ்க்கைமுறைகளைப் பாதுகாக்கப் பண்பாட்டு சுயஉரிமை பற்றிய கோரிக்கையைக் காலனிய அரசுக்கு எதிராக எழுப்ப முடியும். ஆனால், அதை மக்களாட்சிக் குடியரசில் தொடர முடியாது என்று இந்த நூல் காட்டுகிறது. சிறுபான்மையினர் இவ்வழக்குகளில் அதிக இடம்பெறுகிறார்கள். அவர்கள் சமத்துவத்துக்கான உறுதிமொழியையும் அவர்களது உரிமைகளைக் காப்பது அரசின் கடமை என்பதையும் மிகவும் கவனமாக எடுத்துக்கொண்டார்கள் என்பதை அது காட்டியது. அடையாளம், பண்பாடு ஆகியவற்றின் அடிப்படையில் இந்தியாவில் சிறுபான்மை உரிமைகள் புரிந்துகொள்ளப்பட்டாலும் சிறுபான்மையினரின் கோரிக்கைகள் பொருளாதார உரிமைகள் சார்ந்தவையாகவே இருந்தன. சிறுபான்மையினர் நடத்தும் தொழில்களைக் காத்தல் (பார்சிகளின் மது வியாபாரம், முஸ்லிம் கசாப்புக் கடை), ஏழைகளுக்கு உணவு (பரத்தையர் நலன் பற்றியது), அல்லது அரசாங்க அதிகாரிகளின் எதேச்சாதிகாரத்தைக் குறைத்தல் ஆகியன எடுத்துக்காட்டுகள்.

புதிய அமைப்பில் விலகிப்போனவர்கள் என்று முத்திரை குத்தப்பட்ட குடிமக்கள் தங்களை அரசமைப்புச் சட்டத்துக்கு உட்பட்டவர்களாகத் தெரிவிக்கும் தளமாக அரசமைப்புச் சட்டம் ஆக்கிற்று. இந்தக் குடிமக்கள் விளிம்புநிலையால் வேறுபட்டவர்கள்.

விபச்சாரிகளையும் காய்கறி வியாபாரிகளையும்விட பெட்டிக்கடை வைத்திருக்கும் மார்வாடிகள் நல்ல நிலையில் இருந்தார்கள். எனினும், அவர்களது வழக்குகள் சட்டங்களையும் விதிகளையும் உருவாக்கின. அவை பொதுமக்கள் அனைவருக்கும் நன்மை பயப்பவையாக இருந்தன.

இவ்வாறு அரசமைப்புச் சட்டத்துக்குத் தங்களை உட்படுத்திக்கொண்ட குடிமக்களெல்லாம் நீதிமன்றங்கள், நீதிபதிகளின் அதிகாரத்துக்குக் கட்டுப்பட்டவர்கள் என்று சொல்ல முடியாது. முகமது யாசின் என்ற காய்கறி வியாபாரி வழக்கை எடுத்துக்கொள்வோம். உச்ச நீதிமன்றம் ஒரு முடிவுக்கு வரும் முன்னரே, யாசினும் அவருடைய நண்பர்களும் உள்ளூர் அறிவிப்பாளரான தலித் நானு என்பவரைக் கொண்டு தண்டோரா போட ஏற்பாடு செய்தார்கள். மக்களுக்கும் நகராட்சிக்கும் நடந்த வழக்கில் மக்கள் வெற்றிபெற்றுவிட்டார்கள் என்றும் நகரமன்றம் தோற்றுவிட்டது என்றும் ஜலாலாபாத் நகரம் முழுவதும் அறிவித்தார். கோபமடைந்த நகரக் குழு, யாசின் மீது அவமதிப்பு வழக்கு போட வேண்டுமென்று உச்ச நீதிமன்றத்துக்கு எழுதியது. தனது மனுவை மக்களோடு இணைத்ததும் தவறான செய்தியைப் பரப்பியதும் அவரது குற்றங்கள். இந்தப் புகாரை நீதிபதிகள் கோப்புக்குள் சேர்த்துவிட்டார்கள். 1950-இல் ஒரு தனிநபரின் கோரிக்கையை அரசுக்கு எதிரான பொதுமக்கள் கோரிக்கையாக எடுத்துக்கொள்ளலாம் என்ற கருத்து நிலவியது. சட்டவிதிகளின் பொருள் சட்ட அறிஞர்களிடம் மட்டும் இல்லை என்பதை இது காட்டிற்று. நீதிமன்றங்களின் தீர்ப்புகளுக்கு அப்பால் அரசமைப்புச் சட்டத்துக்கு மக்கள் தங்களது அர்த்தத்தை உண்டாக்கி அதைப் பரப்புகிறார்கள். இது வெற்றிகரமான புரட்சி. மேல்தட்டுக்காரர்கள் சட்டம் பற்றிக் கொண்டிருந்த கருத்தின் இடத்தை இது எடுத்துக்கொள்ளும். அரசமைப்புச் சட்டத்தை நாம் பார்க்கும்போது குடிமக்களாய், வரலாற்றாசிரியர்களாய், வழக்கறிஞர்களாய் நானுவின் தண்டோரா கேட்கிறதா என்று கவனிக்க வேண்டும். அரசமைப்புச் சட்டக் கதையாடல்கள் நீதிமன்றங்களுக்கு உள்ளேயும் வெளியேயும் உருவாகின்றன என்பதை நாம் நினைவுபடுத்திக்கொள்ள வேண்டும்.

***

தேர்ந்தெடுக்கப்பட்ட நூல் பட்டியல்

Archives

Alkazi Foundation for the Arts, New Delhi

Homai Vyarawalla Collection

British Library, Asian and African Studies Collection, London

India Office Records

Centre for South Asian Studies, Cambridge University

N. G. Barrier Political Pamphlets Collection

Films Division of India, Mumbai

The Case of Mr. Critic (1948)
The Case of Mr. X (1952)
Citizens and Citizens (1952)
Our Constitution (1950)
Rights and Responsibilities (1952)

Maharashtra State Archives, Mumbai

Home Ministry Files
Proceedings of the Bombay Legislative Assembly

National Archives of India, New Delhi

Justice M. R. Jayakar Papers
Ministry of Commerce Files
Ministry of External Affairs Files
Ministry of Finance Files
Ministry of Home Affairs Files
Ministry of Law, Justice, and Company Affairs Files
Ministry of Refugee and Rehabilitation Files
Ministry of State Files
Purushottam Das Tandon Papers
Rajendra Prasad Papers
Sir Sita Ram Papers

Nehru Memorial Museum and Library, New Delhi

All India Congress Committee Papers
All India Women's Conference Papers
B. G. Kher Papers

Bombay Pradesh Congress Committee Papers
Durgabai Deshmukh Oral History Transcript
Durgabai Deshmukh Papers
Frank Anthony Oral History Transcript
Hansa Mehta Papers
Indian Merchant Chambers Papers
Kamaladevi Chattopadhyay Papers
Rameshwari Nehru Papers
Renuka Ray Papers
Sir Sita Ram Oral History Transcript

Punjab State Archives, Chandigarh

District Commissioner Records of Jullunder

Rockefeller Foundation Archives, New York

Ford Foundation Collection
Spaeth-Merrilat
Papers

Supreme Court of India Record Room, Delhi

Writ Petitions
Civil Appeals
Criminal Appeals
Supreme Court Museum Collection

Women's Library, London Metropolitan University

Records of the Association for Social and Moral Hygiene

Statutes

Abducted Persons (Recovery and Restoration) Act, 1949
Administration of Evacuee Property Act, 1950
Bihar Preservation and Improvement of Animals Act, 1955
Bombay Abkari Act, 1878
Bombay Prevention of Prostitution Act, 1923
Bombay Prohibition Act, 1949
Central Provinces and Berar Animal Preservation Act, 1949
Constitution of India, 1950
Defense of India Act, 1939 (and associated rules)
Essential Supplies (Temporary Powers) Act, 1946 (and associated state rules)
Essential Supplies (Temporary Powers) Amendment Act, 1949
Government of India Act, 1935
Indian Penal Code, 1860
Karnataka Prevention of Slaughter and Preservation of Cattle Act, 2010
Mhwora Act, 1892

Specific Relief Act, 1861
Suppression of Immoral Traffic in Women and Girls Act, 1956
Uttar Pradesh Cow Protection Act 1955
Uttar Pradesh Municipalities Act, 1916
Women and Children's Institutions (Licensing Act), 1956

Court Cases

Abdullah v. King Emperor, 49 Ind Cas 776 (1919).
Adamji Umar Dalai v. State of Bombay, 1952 SCR 172.
A. L. A. Schechter Poultry Corp v. United States, 295 U.S. 495.
Amir Chand v. State of Uttar Pradesh, AIR 1956 All 562.
Ayub v. State of Uttar Pradesh, AIR 1962 All 141.
Babulal Sharma v. Brijnarain Brajesh and Others, AIR 1958 MP 175.
Baldev Mitter v. King Emperor, AIR (31) 1944 Lah 142.
Balla and Others v. State of Uttar Pradesh, AIR 1956 All 335.
Balwant and Others v. Deputy Director, AIR 1975 All 295.
Begum Do Hussain Saheb Kalawat and Another v. State of Bombay, 1963 (1) CrLJ 148.
Behram Khurshed Pesikaka v. State of Bombay, AIR 1955 SC 123.
Benoari Lal Sharma v. King Emperor, AIR (30) 1943 FC 36.
Bhagwati Saran v. State of Uttar Pradesh, AIR 1961 SC 928.
Bidi Supply Company v. Union of India, AIR 1956 SC 479.
Bimal Protiva Debi v. Emperor, 43 CrLJ 793.
Buddhu v. Municipal Board, AIR 1952 All 753.
Centre for Public Interest Litigation v. Union of India, Writ Petition (Civil) No. 423 of 2010.
Chairman, Budge Budge Municipality v. Mangru Meya and Others, AIR 1953 Cal 433.
Chinubhai Lalbhai v. Emperor, (1940) 42 BOMLR 669.
Chiranjit Lal Chowdhury v. Union of India, AIR 1951 SC 41.
Cooverjee v. Excise Commissioner, Ajmer, AIR 1954 SC 220.
Deputy Legal Remembrancer v. Kailash Chandra Ghosh, (1915) ILR 42 Cal 760.
Dulla and Others v. State of Uttar Pradesh, AIR 1958 All 198.
Durga Prasad v. State of Uttar Pradesh, AIR 1955 All 9.
Emperor v. Chinubhai Lalbhai, (1940) 42 Bom LR 669.
Emperor v. Maiku, AIR 1930 All 279.
Emperor v. Sakinabai Baddurddin, AIR 1931 Bom 70.
Emperor v. Yar Mohammad, AIR 1931 Cal 448.
Fram Nusserwanji Balsara v. State of Bombay, AIR 1951 Bom 210.
Ghani Mahajan and Others v. State of Bihar, CMP 1162 of 1956 and CMP 424 of 1957, Writ Petition No. 72 of 1956.
Ghazi v. State of Uttar Pradesh, Crim. Revision No. 1742 of 1959, August 30, 1960.
Gopal Narain v. Emperor, AIR (30) 1943 Oudh 227.
Hadjee Mazdur Ali v. Gundowree Sahoo, (1876) 25 WR CrR 72.
Haji Ahmad Raza and Others v. Municipal Board, Allahabad, AIR 1952 All 1.
Hamid and Another v. State of Uttar Pradesh, 1958 CriLJ 115.
Hari Khemu Gawali v. Deputy Commissioner of Police, Bombay, AIR 1956 SC 559.

Harishankar Bagla and Another v. State of Madhya Pradesh, AIR 1954 SC 465.
Harish Chandra Bagla v. King Emperor, AIR 1945 All 90.
Harkishan Das v. Emperor, AIR (31) 1944 Lah 33.
Haveliram v. Maharaja of Morvi, AIR (32) 1945 Bom 88.
Haveliram Shetty v. His Highness, Shri Lukhdhirji, the Maharajsaheb of Morvi, ILR 1944 Bom 487.
H. N. Nolan v. Emperor, AIR (31) 1944 All 118.
Hodge v. Regina, (1883) 9 AC 117.
In re Benoarilal Roy, (1944) 48 CWN 766.
In re Delhi Laws Act, AIR 1951 SC 332.
In re Limba Koya, (1885) ILR 9 Bom 556.
In re Shantabai Rani Benoor, AIR 1951 Bom 337.
Jesinghbhai Ishwarlal v. King Emperor, AIR 1950 Bom 363.
Joylal Agarwala v. Union of India, SCR 127.
Jyoti Pershad v. Administrator for the Union Territory of Delhi, AIR 1961 SC 1602.
Kachanmala Dassi v. Lilabati Debi, AIR 1951 Cal 164.
Kamalabai Jethamal v. State of Maharasthra, AIR 1962 SC 1189.
Kamla China v. State of Delhi, AIR 1963 Punjab and Haryana 36.
Kande and Others v. Jhanjhan Lal and Others, AIR 1936 All 1.
Kaushalya Devi v. State of Uttar Pradesh, AIR 1963 All 71.
Kesavananda Bharti v. State of Kerala, AIR 1973 SC 1461.
Khan Baputi Dewan v. Bispait Pundit, (1900) ILR 27 Cal 655.
King Emperor v. Meer Singh, ILR 1941 All 617.
King Emperor v. Sibnath Banerjee, AIR (30) 1943 PC 75.
Kruse v. Johnson, (1898) 2 QB 91.
L. A. Schechter Poultry Corp v. United States, 295 U.S. 495.
Madran Kassab v. King Emperor, 86 Ind Cas 964.
Mangru Meya and Others v. Commissioners of the Budge Budge Municipality, AIR 1953 Cal 333.
Messrs. Dwarka Prasad Laxmi Narain v. State of Uttar Pradesh, AIR 1954 SC 224.
Mir Chittan v. King Emperor, 166 Ind Cas 373.
Mohammed Yasin v. Town Area Committee, Jalalabad, AIR 1952 SC 115.
Mohd. Hanif Qureshi v. State of Bihar, AIR 1958 SC 731.
Mohd. Hasan v. Notified Area Committee, Kandla, and *Rashid Ahmad Khan v. Municipal Board, Kairana*, AIR 1963 SC 163.
Mohd. Ilias v. State of Bihar, CMP 1161 of 1956, Writ Petition No. 58 of 1956.
Mohd. Jan v. State of Uttar Pradesh, Writ Petition No. 129 of 1956.
Monomohan v. Gobinda Das, 55 CWN 6.
Moti Jan v. Municipal Committee, Delhi (1926) 93 IC 827.
Moti Ram v. State of Madhya Pradesh, AIR 1978 SC 1594.
Mt. Chanchal v. King Emperor, AIR 1932 All 70.
Mt. Muhammadi v. King Emperor, AIR 1932 All 110.
Mt. Naziran v. King Emperor, AIR 1932 All 537.
Muhammad Salim v. Ramkumar Singh and Others, AIR 1928 All 710.
Municipal Board, Etah v. Asghari Jaan and Mt. Bismillah, AIR 1932 All 264.
Municipal Committee, Malerkotla v. Mohd. Mustaq and Others, AIR 1960 Punjab and Haryana 18.

Municipal Committee of Delhi v. Moti Jan, (1930) 123 IC 536.
Nanbahar Singh v. Kabir Bux, AIR 1930 All 753.
Narasu Appa Mali v. State of Bombay, AIR 1952 Bom 84.
Narenda Kumar v. Union of India, AIR 1960 SC 430.
Nasir ud Din v. State of Uttar Pradesh, CMP 879 and 880 of 1956, Writ Petition No. 103 of 1956.
National Legal Services Authority v. Union of India, (2014) 5 SCC 438.
Naubahar Singh and Others v. Qadir Bux and Others, AIR 1930 All 753.
Niharendu Dutt Mazumdar v. King Emperor, AIR (29) 1942 PC 22.
Ori Lal v. Muhammad Yakub, [1914] 17 OC 354.
Parbatti Dassi v. King Emperor, AIR 1934 Cal 198.
Phool Din. v. State of Uttar Pradesh, AIR 1952 All 491.
Pir Ali Kasab and Others v. King Emperor, 56 Ind Cas 437.
Province of Bombay v. Kushaldas S. Advani and Others, AIR 1950 SC 222.
Queen v. Boorah, 3 App. Cas. 889 (PC 1878).
Queen Empress v. Iman Ali, (1888) ILR 10 All 150.
Queen Empress v. Pestanji Barjorji, (1885) ILR 9 Bom 456.
Queen Empress v. Zakiuddin and Another, (1888) ILR 10 All 44.
Queen Romesh Chunder Sanyal v. Hiru Mondal and Another, (1890) ILR 17 Cal 852.
Raghubar Dayal v. Ameeran Jahan, Second Appeal No. 1023 of 1881, Allahabad High Court, May 4, 1882.
Ramananda Agarwala v. State of West Bengal, AIR 1951 Cal 120.
Ram Jawaya Kapur v. State of Punjab, AIR 1955 SC 549.
Razia v. State of Uttar Pradesh, AIR 1957 All 340.
Romesh Thapar v. State of Madras, [1950] SCR 549.
Saghir Ahmad v. State of Uttar Pradesh, [1955] 1 SCR 707.
Sahyog Mahila Mandal v. State of Gujarat, (2004) 2 GLR 1764.
Santosh Kumar Jain v. State of Bihar, AIR 1951 SC 201.
Sastri Yagnapurusha Dasji v. Mooldas, AIR 1966 SC 1119.
Shahbaz Khan and Others v. Umrao Puri and Others, (1908) ILR 30 All 81.
Sheikh Hussain Qureshi v. State of Bombay, CMP 882, 1174, and 1175 of Writ Petition No. 117 of 1956.
Sheikh Muhammad Yakub v. King Emperor, 6 Ind Cas 454.
Sheikh Muhammad Yakub v. Mangru Rai and Others, 7 Ind Cas 318.
Sheikh Sobhan v. State of Bombay, CMP 881 of 1956.
Sheoshankar v. State of Madhya Pradesh, 1951 CriLJ 1140.
Smt Sona Bai and Others v. Municipality of Agra, AIR 1956 All 736.
Sona Bai and Others v. Municipal Board, Agra, AIR 1956 All 76.
State of Bombay v. Bombay Education Society and Others, AIR 1954 SC 561.
State of Bombay v. Framji Nusserwanji Balsara, AIR 1951 SC 518.
State of Bombay v. Hiralal, AIR 1951 Bom 369.
State of Bombay v. Triambak Bhondu Dhoir, (1955) 57 BOMLR 541.
State of Bombay and Another v. F. N. Balsara, AIR 1951 SC 318.
State of Madras v. Champakam Dorairajam, AIR 1951 SC 226.
State of Madras v. V. G. Row, [1952] SCR 607.

State of Rajasthan v. Nathmal, AIR 1954 SC 307.
State of Uttar Pradesh v. Basdeo Bajoria, AIR 1951 All 44.
State of Uttar Pradesh v. Kaushaliya and Others, AIR 1964 SC 416.
State of Uttar Pradesh v. Kaushalya Devi, AIR 1964 SC 416.
State of West Bengal v. Anwar Ali Sarkar, AIR 1952 SC 75.
Subhan Mochi v. Babu Ram Singh and Others, AIR 1930 All 121.
Subramaniam Swamy v. A. Raja, Civil Appeal No. 10660 of 2010.
Sudhir Chandra Neogy v. Calcutta Tramways, AIR 1960 Cal 396.
Union of India v. Bhanamal Gulzarimal, AIR 1961 SC 475.
Union of India v. Shirinbai Aspandier Irani, Civil Appeal No. 154 of 1953.
Vanga Seetharamamma v. Chitta Sambasiva Rao and Another, AIR 1964 AP 400.
Virendra Singh v. State of Uttar Pradesh [1955] 1 SCR 415.
Yick Wo v. Hopkins (1886) 118 U.S. 356.

Newspapers and Periodicals

All India Reporter
Blitz
Bombay Chronicle
Hindustan Times
National Herald
New York Times
Shankar's Weekly
Social Health
Statesman
Times of India
Young India

Primary Sources

Agnihotri, Vidyadhar. *Fallen Women: A Study with Special Reference to Kanpur*. Kanpur: Maharaja, 1954.

Agrawal, Ram Gopal. *Price Controls in India since 1947*. Minneapolis: University of Minnesota, 1956.

Bayley, David H. *Preventive Detention in India: A Case Study in Democratic Social Control*. Calcutta: F. L. Mukhopadhay, 1962.

Beotra, B. R. *The Suppression of Immoral Traffic in Women and Girls Act, 1956 (with State Rules)*. Allahabad: Law Book, 1962.

Bhansali, Mausen Damodar. *Prohibition Inquiry Report in Bombay State*. Bombay: Central Government Press, 1952.

Central Social Welfare Board. *Report of the Advisory Committee on Social and Moral Hygiene*. New Delhi, 1956.

Collected Works of Mahatma Gandhi. 98 vols. New Delhi: Government of India, 1999.

Constituent Assembly Debates. New Delhi: Lok Sabha Secretariat, 1989.

Desai, Morarji, ed. "A Word to the Prohibition Worker." In *New Lives for Old*, 127. Bombay: Provincial Prohibition Board, 1948.

Deshmukh, Durgabai. *Chintaman and I*. New Delhi: Allied, 1980.
Directorate of Marketing and Inspection. *Report on the Marketing of Cattle in India*. Delhi: Manager of Publications, 1946.
Famine Inquiry Commission. *Report on Bengal*. Delhi: Manager of Publications, 1945.
Gadbois, George. "The Supreme Court of India: A Preliminary Report of an Empirical Study." *Journal of Constitutional and Parliamentary Studies* 4, no. 1 (January–March 1970): 34–50.
Gandhi, Mohandas K. *Freedom's Battle: Being a Comprehensive Collection of Writings and Speeches on the Present Situation*. 2nd ed. Madras: Ganesh, 1922.
———. "A Gentle Rebuke." *Young India*, June 25, 1931; in *Collected Works*, 47: 53–54.
———. *How to Serve the Cow*. Ahmedabad: Navajivan, 1954.
———. "Letter to Herbert Anderson." April 3, 1926. In Collected Works, 35: 5.
———. "Speech at Bardoli." August 12, 1928. In *Collected Works*, 42: 362.
———. "Speech of Prohibition—Madras." *Hindu*, March 24, 1925; in *Collected Works*, 31:32–38.
———. "Total Prohibition." *Young India*, February 4, 1926; in *Collected Works*, 33: 49.
———. "To the Women of India." In *Collected Works*, 49: 57.
———. *Women and Social Injustice*. Ahmedabad: Navjivan, 1942.
Gorwalla, A. D. *The Role of the Administrator: Past, Present and Future*. Pune: Gokhale Institute of Politics and Economics, 1952.
Husain, Mazhar. *The Suppression of Immoral Traffic in Women and Girls Act, 1956: With Commentary and Case Law*. Lucknow: Eastern Book, 1958.
Ikramullah, Begum Shaista. *From Purdah to Parliament*. London: Cresset Press, 1963.
Indian Institute of Public Opinion. "The Structure of Urban Opinion on the Socialist Pattern of Society." *Monthly Public Opinion Surveys I* (1956): 36–39.
Jain, M. P. *Administrative Process under the Essential Commodities Act, 1955*. New Delhi: Indian Law Institute, 1964.
History of the Dharmasastra (Ancient and Medieval Religions and Civil Law in India. Poona: Bhandarkar Oriental Research Institute, 1953.
Kumaran, J. B. Sampat. *Artificial Insemination and Animal Production*. Jubbulpore: Mission Press, 1951.
Law Commission of India. *14th Report: Reform of Judicial Administration*. New Delhi, 1958.
———. *29th Report*. Proposal to include certain Social and Economic Offences in the Indian Penal Code. New Delhi, 1966.
———. *47th Report: Trial and Punishment of Social and Economic Offenses*. New Delhi, 1972.
Lok Sabha Secretariat. *A Selection from Questions and Answers in Lok Sabha, First to Fifteenth Sessions (1952–1957)*. New Delhi, 1957.
Markose, A. T. *Cases and Materials in Administrative Law*. New Delhi: Indian Law Institute, 1966.
———. *Judicial Control of Administrative Action in India*. Bombay: N. M. Tripathi, 1956.
———. "Report of the Research Director on the Working of the Indian Law Institute from May 1960 to July 1962." *Journal of the Indian Law Institute* 3 (1963): 602–10.
Ministry of Agriculture. *Report of the Cattle Preservation and Development Committee*. New Delhi, 1949.
Ministry of Food and Agriculture. *Supplement to the Report of the G.M.F. Enquiry Committee: Notes*. New Delhi, 1952.

Mookherjee, H. C. *Why Prohibition? A Manual for Temperance, Social Service and Congress Workers.* Calcutta: Book House, 1949.

Pandit, Vijaya Lakshmi. *The Scope of Happiness: A Personal Memoir.* New York: Crown, 1969.

Planning Commission. *Prohibition Enquiry Committee Report.* New Delhi, 1955.

———. *Prohibition Enquiry Committee: State Government's Memoranda and Other Documents.* New Delhi, 1956.

———. *Report of the Study Team on Prohibition.* New Delhi, 1963.

———. *Report on the First Five-Year Plan.* New Delhi, 1951.

Rajagopalachari, C. *Indian Prohibition Manual.* Delhi: National Congress Committee, 1933.

Ramaswami, M. "Rule of Law and a Planned Society." *Journal of the Indian Law Institute* 1 (1958–1959):31–32.

Rao, B. Shiva. *The Framing of India's Constitution: A Study.* 4 vols. Nashik: Government of India Press, 1968.

Reddi, S. Muthilakshmi. *Report of the Commodity Controls Committee.* Delhi: Manager of Publications, 1953.

———. *Why Should the Devadasi Institution in the Hindu Temples Be Abolished?* Chintradipet: Co-Operative Printing Works, 1920.

Sarasvati, Mitra Dayananda. *Gōkaruānidhi.*Tenali: Satya Mitra Arya, 1938.

———. *The Ocean of Mercy: An English Translation of Maharshi Swami Dayananda Saraswati's "Gocaruna Nidhi" by Durga Prasad.* Lahore: Virajanand Press, 1889.

Shroff, A. D. *Controls in a Planned Economy.* Bombay: Forum for Free Enterprise, 1960.

State of Bombay. *Annual Police Administration Report, including the Railways, for the Year 1949.* Bombay: Central Government Press, 1950.

Tribhuwan, Jyotsna. *The Law Relating to Women in India.* Poona: P. R. Ambike, 1965.

Tripathi, P. K. "Preventive Detention: The Indian Experience." *American Journal of Comparative Law* 9 (1960): 219–48.

Uttar Pradesh. *Gosamvardhan Enquiry Committee Report.* Allahabad: Government of India Press, 1955.

Vaidya, Murarji J. *Crisis of Controls.* Bombay: Forum for Free Enterprise, 1960.

Vakil, C. N., J. J. Anjaria, and Dansukhlal Lakdawala. *Price Control and Food Supply with Special Reference to Bombay City.* Bombay: N. M. Tripathi, 1943.